गुण घेईन आवडी

संवाद गानगुरूंशी

लेखन व संपादन

अरविंद परांजपे

मुलाखत शब्दांकन

संपदा थिटे

सकाळ प्रकाशन

सकाळ प्रकाशन

Gun Ghein Awadi

गुण घेईन आवडी

लेखक व संपादक : अरविंद परांजपे
मुलाखत शब्दांकन : संपदा थिटे
प्रथम आवृत्ती : जुलै, २०२२
प्रकाशक : सकाळ मीडिया प्रा. लि.
५९५, बुधवार पेठ, पुणे ४११ ००२
मुखपृष्ठ : श्रीराम हसबनीस
रेखाचित्रे : श्रीराम हसबनीस व सोहम हसबनीस
संपादन साह्य व मुद्रितशोधन : भाग्यश्री भागवत
मांडणी : यशोधन लोवलेकर

ISBN : 978-93-89834-82-6
संपर्क : ०२०-२४४० ५६७८ / ८८८८८ ४९०५०
sakalprakashan@esakal.com

गुण घेईन आवडी

सूर, राग, लय, ताल, रंग, रस, शब्दोच्चार
श्रुती, विराम, मात्रा भेद हे संगीतालंकार
अलंकार हे मिळविण्या गुरुजन येती सहाया
स्मरण गुरूंचे भरी कावडी
गुण घेईन आवडी ।। १ ।।

आग्रह धरूनी रियाजाचा मार्ग दाखवी साधनेचा
तंत्र शिकवी, शास्त्र उकली,धन्य होई विद्या देऊनी
करूनी संस्कार कलेचे घडवी जीवन शिष्यांचे
स्मरण गुरूंचे भरी कावडी
गुण घेईन आवडी ।। २ ।।

संगीतविद्या अपार, अनेक जन्मांचे सार
गुणिजनांचा सहवास करी हलका प्रयास
संगीतकलेचा अभ्यास होऊ दे जीवनाचा ध्यास
स्मरण गुरूंचे भरी कावडी
गुण घेईन आवडी ।। ३ ।।

काव्य : अरविंद परांजपे

शुभेच्छा

पं. उल्हास कशाळकर

'गुण घेईन आवडी - संवाद गानगुरूंशी' ह्या पुस्तकातील परिचय लेख आणि मुलाखती वाचण्याचा योग मला आला. मला ते खूप आवडले. उच्च श्रेणीच्या या कलाकारांचा सांगीतिक प्रवास कसा झाला, ते कसे घडले, त्यांनी कशी मेहनत घेतली आणि त्यांना या प्रवासात कोणत्या अडचणी आल्या, हे जाणून घेण्याची संगीत-रसिकांना आणि अभ्यासकांना उत्सुकता असते, आणि त्यांची ही अपेक्षा या पुस्तकातून काही प्रमाणात पूर्ण होऊ शकेल.

भारतीय विद्या-कलांमध्ये गुरुशिष्य परंपरेला खूप महत्त्व आहे आणि या पुस्तकातील कलाकार त्या परंपरेतून घडले आहेत. सध्याच्या काळात परीक्षा पद्धती असलेली संगीत विद्यालये आहेत. तिथे नोटेशन करणे, रागनियम, बंदिश यांवरून शिकवले जात असले, तरी या पद्धतीतून कलाकार घडत नाहीत; माहिती जरूर मिळते. म्हणूनच कलावंत होण्यासाठी गुरुशिष्य परंपरेला ठोस पर्याय नाही. तुम्ही नोटेशन वाचलेत, रेकॉर्डिंग ऐकलेत, तरी गाण्यातील मर्म समजण्याकरिता तुम्हाला गुरूची आवश्यकता असते. एखादे स्वरवाक्य (फ्रेझ) किंवा बंदिश नुसती ऐकून विद्यार्थ्यांना गाता येत नाही. तिच्यातील लगाव नेमका कसा आहे, वजन कुठे आहे आणि ते लयीत कसे आले पाहिजे हे गुरुमुखातूनच चांगले समजते.

या पुस्तकातून आपल्याला भेटणाऱ्या सर्वच कलाकारांना चांगल्या गुरूंकडून तालीम मिळाल्यामुळे त्यांच्या कलेमध्ये एक जबरदस्त खानदानीपणा दिसून येतो. या सर्वांनी आपल्या घराण्याच्या चौकटीत राहूनही आपला स्वतःचा विचार कसा केला, हेसुद्धा आपल्याला दिसून येते. कारण कलेमध्ये नवता दिसली पाहिजे आणि नवीन काही करताना परंपरेतून जे आले आहे, तेही आपण जाणून घ्यायला हवे. उदाहरणार्थ, किराना घराण्यातील अब्दुल करीम खांसाहेबांचे गाणे कसे होते, नंतर सवाई गंधर्वांचे कसे होते, मग गंगूबाई, भीमसेनजी, फिरोज दस्तूर यांनी त्याला कसे वेगळे रूप दिले, हे समजून घेतले पाहिजे. घराणेदार गायकी म्हणजे केवळ गुरूची नक्कल नव्हे. शिकलेली गोष्ट प्रत्येक गायक आपल्या विचाराने वेगळेपणाने मांडू शकतो. 'तुम्ही अगदी तुमच्या गुरूंसारखे गाता' असे म्हटल्यावर जर कुणाला अभिमान वाटत असेल, तर ते बरोबर

नाही. तुमच्या गाण्यातून गुरूंची आठवण होणे स्वाभाविक असते, पण शेवटी तुमच्याकडे जे काही असते, ते ऐकायला श्रोते येत असतात; परंपरेत राहून कलाकाराने नवता कशी आणली, किती आणली हे ओळखता येते. अर्थात, नवता इतकीही नको की, 'मूळ गायकी कोणती' हेच कळेनासे व्हावे.

प्रत्येक कलाकाराने आपल्या मर्यादाही ओळखल्या पाहिजेत. म्हणजे तुम्हांला आवाजाची जशी देणगी आहे, त्यानुरूप तुम्हाला तुमची गायकी बनवावी लागते. 'आपल्या गुरूंकडून मिळालेल्या गायकीत आपण काही भर घालू शकतो का' हा विचार या कलाकारांनी केला आहे. असा विचार जर गायकांनी केला नाही, तर त्यांच्या गाण्यात नवीनता येणार नाही आणि जोपर्यंत नवीनता येत नाही, तोपर्यंत ते गाणे अपुरे राहील. या पुस्तकातील मुलाखतींमधून आपल्याला हे अभ्यासता येते.

अनेक गुरूंकडून विद्या घेण्याची आपल्याकडे थोर परंपरा आहे. या पुस्तकात परिचय करून दिलेल्या कलाकारांनीही या परंपरेचे पालन केले आहे. उदाहरणार्थ, पं. भास्करबुवा बखले आणि पं. गजाननबुवा जोशी यांनी तीन घराण्यांची गायकी घेतली होती. त्याकरिता त्यांनी वेगवेगळ्या गुरूंकडून तालीमही घेतली होती. आपली गायकी बनविण्यासाठी तुम्हाला आजच्या आणि अगोदरच्या काळातील नामवंत गायकांची गायकी अभ्यासणे खूप गरजेचे असते. 'मी फक्त माझ्याच घराण्याचे गाईन आणि इतरांचे नाही' असा विचार करून कलाकार घडत नाही. खरा कलाकार घडण्यासाठी उत्तम गायकांचे विचार आपल्या गायकीत कसे अंतर्भूत करता येतील, याचाही अभ्यास केला पाहिजे.

प्रत्येक कलाकाराला कष्ट घ्यावेच लागतात. सुदैवाने काहींना आपल्या घरातच, वडिलांकडून किंवा आईकडून गाणे शिकता येते, पण त्यांनासुद्धा मेहनतीमध्ये अजिबात सूट नसते. 'जास्त वेळ गुरूचा सहवास' एवढाच काय तो फायदा त्यांना मिळतो. पण गायकांकरिता आवाजावरची मेहनत, वादकांकरता हाताची मेहनत व इतर कष्ट यांपासून कुणाचीच सुटका नसते. मात्र घरातूनच वारसा मिळालेल्या कलाकारांवर रसिकांच्या अपेक्षांचे ओझेही असते व तेही निभवावे लागते.

आपल्याकडे जुन्या, नामवंत गवयांच्या मुलाखती किंवा त्यांच्यावरील लेख असे लेखन फारसे वाचायला मिळत नाही. त्याकरिता त्यांच्या शिष्यांकडून मिळणाऱ्या माहितीवरच आपल्याला अवलंबून राहावे लागते. प्रस्तुत पुस्तकातील कलाकारांची जडणघडण कशी झाली, हे प्रत्यक्ष त्यांच्याच तोंडून समजून घेता येणे, हा पुढच्या पिढीचा खूप मोठा फायदा आहे. या कलाकारांनी ज्या बुजुर्गांना ऐकले आहे, त्यांचेही दर्शन आपल्याला या पुस्तकातून होते. त्या दृष्टीनेही हे पुस्तक संगीत-रसिकांना, विद्यार्थ्यांना खूप उपयुक्त आहे. या कलाकारांच्या मुलाखतींमधील गायन यूट्यूबवर

उपलब्ध असल्याने त्यांचे म्हणणे अधिक चांगल्या रीतीने समजून घेता येते, हे या पुस्तकाचे वैशिष्ट्य आहे. गुरूंचे गुण घेण्याकरता विद्यार्थ्यांना या प्रात्यक्षिकांचे श्रवण लाभदायी ठरेल. संगीत विषयाचे अभ्यासक आणि विद्यार्थी यांच्या सांगीतिक वाटचालीकरताही हे पुस्तक दिशादर्शक ठरेल, असा मला विश्वास वाटतो. यासाठी त्यांना माझ्या शुभेच्छा!

❖◆❖

मनोगत

२०१०पासून सलग दहा वर्षे, २९ जुलै रोजी पं. कमलाकर जोशी यांच्या स्मृतिदिनानिमित्त त्यांच्या शिष्यवर्गाने 'संगीत-संवाद' या नावाने गानगुरूंच्या सप्रात्यक्षिक प्रकट मुलाखतींचे कार्यक्रम पुण्यामध्ये आयोजित केले होते. या कलाकारांशी संवादकांनी संवाद साधलेल्या या कार्यक्रमांना रसिकांचा उत्तम प्रतिसादही मिळाला. विविध घराण्यांतील बुजुर्ग कलाकारांच्या गाण्याबरोबरच त्यांचे विचार ऐकण्याची संधी दर वर्षी मिळाल्याने जाणकार रसिकांकडून उत्तम प्रतिक्रिया मिळत होत्या.

'खूप काही शिकायला मिळाले', 'नवीन संकल्पनांचा परिचय झाला', 'बुजुर्गांच्या गायकीची झलक मिळाली', 'यांच्यातील एक जरी गुण आपल्यात आला, तरी आपले आयुष्य उजळून निघेल' अशा बोलक्या प्रतिक्रिया कार्यक्रमानंतर दर वेळी येत होत्या. यामुळे मुलाखतींमधून दिग्गजांनी व्यक्त केलेले हे विचारधन अक्षररूपाने सर्वांपर्यंत पोहोचवावे या उद्देशाने हे पुस्तक प्रसिद्ध करत आहोत. संगीतामधील अनेक संकल्पनांचा ऊहापोह या पुस्तकात झाला आहे. या गुरूंना मिळालेल्या तालमीतून आणि त्यांनी केलेल्या चिंतनातून सिद्ध झालेले विचार विद्यार्थ्यांना मोलाचे मार्गदर्शन करणारे आहेत. याबरोबरीने या कलाकारांच्या जडणघडणीतून आणि त्यांच्या नाट्यमय जीवनप्रवासातून आपण काय शिकू शकतो, हा विचार आपल्याला करता येईल. या पुस्तकाचे अजून एक वैशिष्ट्य म्हणजे, मुलाखतींमधील गायनाची प्रात्यक्षिके यूट्यूबवर बघता/ऐकता येतील. त्यामुळे सर्वांनाच या मुलाखतींचा आनंद घेता येईल आणि शिकताही येईल.

या पुस्तकातील मुलाखतींमधील संगीतविचार अभ्यासकांना मार्गदर्शक ठरतील, असे आहेत. त्यांच्या विचारमंथनातील सखोलतेची कल्पना येण्याकरता पुढे नमुन्यादाखल त्यांची उक्ती दिली आहे.

- प्रत्येक गोष्टीतून काही मिळवायचं नसतं, तर अनुभव घ्यायचा असतो आणि तो आत्मिक आनंद असतो.

  \- विदुषी पद्माताई तळवलकर

- परंपरा जपण्याबरोबरीने नवीन विचार देणं हेही आपलं कर्तव्य आहे आणि त्यात समाधानही आहे.

  \- डॉ. अलका देव-मारुलकर

- 'घराण्याची शिस्त पाळणं हे अनावश्यक बंधन आहे आणि असं बंधन न पाळता केलेलं गायन म्हणजे मुक्त आविष्कार' ही समजूत चुकीची आहे. तसंच प्रत्येक घराण्यातलं एक-एक सौंदर्यतत्त्व घेऊन गायक आपलं रसायन बनवू शकतो, हाही गैरसमज आहे.

- पं. बबनराव हळदणकर

- आपल्या वाटचालीत आपल्याला आपली पट्टी सापडणं, आपला आवाज आपण ओळखणं, म्हणजे आपला आत्मा सापडण्यासारखं आहे.

- पं. सत्यशील देशपांडे

- अनुभूतीशवाय ज्ञान नाही, साधनेशिवाय अनुभूती नाही, संस्कारांशिवाय साधना नाही आणि गुरूशिवाय संस्कार नाहीत.

- पं. सुरेश तळवलकर

- अक्षरातून शब्द आणि शब्दांतून कविता जन्मते; स्वरांतून धून आणि त्यातून राग उत्पन्न होतो; लयीतून ताल जन्माला येतो आणि तालाचा नंतर ठेका होतो.

- पं. शरद साठे

- 'आपण काय गायलोय, काय गातोय आणि काय गाणार हेसुद्धा आपल्याला माहीत नसणं' अशी कलाकाराची अवस्था असावी. मी आत्ता जे गात होतो, ते जर मला माहिती असेल, तर त्यात मजा येत नाही.

- पं. उदय भवाळकर

- राग म्हणजे आकर्षक चाली. त्यामुळे ते आरोह-अवरोहातून न शिकता चालींवरून शिकावेत. रागस्वरूपाविषयी उगीच वाद घालू नये.

- पं. अरुण कशाळकर

- एखादी नवीन गोष्ट सुचल्यानंतर कलाकार म्हणून इतका आनंद होतो! कलेची सार्थकता तर तिथे होते.

- पं. विद्याधर व्यास.

- स्वर भरीव आणि दमदार हवा. रागाचे स्वर ज्या पद्धतीने लागणं अपेक्षित असतं, तसेच ते लागले पाहिजेत. गुरूंनी शिकवलेला असला, तरी ज्यावर आपण व्यवस्थित विचार केला आहे, तोच राग गावा.

- विदुषी जयश्रीताई पाटणेकर

- ईश्वराचे स्मरण करत स्वतः संगीताचा आनंद घ्या आणि इतरांच्या जीवनातही निर्माण करा.

- पं. कमलाकर जोशी

ऋणनिर्देश

पुस्तक-निर्मितीला अनेकांचा हातभार लागला आहे. त्या सर्वांबद्दल आम्ही कृतज्ञता व्यक्त करतो.

श्रीमती सुनेत्रा शरद साठे, सौ. स्मिता महाजन, श्री. चंद्रशेखर महाजन, डॉ. पौर्णिमा धुमाळे, श्री. धनंजय खरवंडीकर, पं. विवेक जोशी, श्री. सृजन सत्यशील देशपांडे, श्री. मुकुल कुलकर्णी, श्री. विकास कात्रे, श्री. जितेंद्र पावगी, सौ. शुभदा आठवले, श्री. केदार केळकर, डॉ. ज्योती गोडबोले, सौ. अनघा परांजपे, डॉ. अनंत परांजपे, श्रीमती अंजली कऱ्हाडकर, डॉ. अश्विनी चांदेकर, डॉ. माधुरी डोंगरे, श्री. बाळासाहेब दांडेकर, सौ. मधुवंती देव, श्री. विकास भावे, सानिका गोरेगावकर, अनुराधा गरुड, ललित देशपांडे आणि डॉ. चैतन्य कुंटे.

सकाळ प्रकाशनाच्या संपादिका दीपाली चौधरी, भाग्यश्री भागवत, पुस्तकाची मांडणी करणारे यशोधन लोवलेकर, या पुस्तकाचे मुखपृष्ठ व कलाकारांची व्यक्तिचित्रे काढणारे चित्रकार आणि हार्मोनियम-वादक श्री. श्रीराम हसबनीस, पुस्तकाला शुभेच्छा देऊन उत्साह वाढवणारे पं. उल्हास कशाळकर यांचेही आभार!

या गुरूंच्या अनुभवसिद्ध विचारांनी 'आपल्याला मोठा खजिना गवसला आहे आणि तो अनेक वर्षे पुरणार आहे' असे आमच्याप्रमाणे रसिक वाचकांना वाटेल असा विश्वास वाटतो. आपल्या आवडत्या गायकाची मैफल ऐकून 'मन प्रसन्न होणे, ते गाणे अनेक दिवस मनात साठवून ठेवावेसे वाटणे' हा अनुभव सर्वच संगीत-रसिक घेत असतात. महान व्यक्तींचे गुण गाण्यात धन्यता असतेच, पण अत्यंत निष्ठेने, आयुष्यभर संगीतकला जोपासणाऱ्या या कलाकारांचे काही गुण घेता आले, तर आपल्यालाही प्रगती साधता येते. हे पुस्तक वाचून विद्यार्थ्यांना तशी प्रेरणा मिळाली व रसिकांना 'त्यांचे गुण घेईन आवडी' असे वाटले, तर लेखक-संकलक म्हणून आम्हांला समाधान वाटेल. या थोर कलाकारांच्या सान्निध्यात आम्ही जसे सांस्कृतिकदृष्ट्या श्रीमंत झालो, तसेच या पुस्तकाचे वाचकही होतील, अशी आशा वाटते.

अरविंद परांजपे
संपदा थिटे

यातील प्रात्यक्षिक स्वरूपात केलेले गायन ऐकण्यासाठी क्यूआर कोड स्कॅन करावा किंवा या लिंकवर क्लिक करावे.

https://youtube.com/playlist?list=PLxsxVopwsAaVyr2lEHpJ_6obbeoiQ3Y-d

अनुक्रमणिका

च तु र स्र गा यि का

डॉ. अलका देव-मारुलकर

परिचय

"अलका, काल मी तुला तोडीचा पलटा शिकवला होता. तो पाठ झाला का?"
"हो, दादा. मी तो पाठ केला आहे, पण आता मी खेळायला जाऊ का? खेळून आले की परत मी नक्की रियाजाला बसेन."
"अगदी! थोडा वेळ खेळायला काहीच हरकत नाही. ते तुझ्या शरीरासाठी आणि मनासाठीही चांगलं आहे; पण अलका, एक गोष्ट लक्षात ठेव. तुला कलाकार व्हायचं आहे. त्यामुळे तुला याहून खूप जास्त मेहनत घ्यावी लागेल. मला खात्री आहे, तू नक्कीच मेहनत घेशील."

बालवयातील अलका आणि गुरू असलेले तिचे वडील पं. राजाभाऊ देव यांच्यात असे संवाद घडत होते. ज्या वयात भातुकली आणि सागरगोटे एवढंच मुलींचं त्या काळी जग होतं, त्या वयात छोट्या अलकाने भारतीय संगीतातील राग-रागिण्यांच्या प्रांतात वडिलांचे बोट धरून प्रवेश केला आणि ते असेपर्यंत तिचे त्यांच्याकडील शिक्षण चालूच होते.

ग्वाल्हेर, किराना आणि जयपूर या घराण्यांची तालीम मिळालेले राजाभाऊ देव एक अवलियाच होते. संगीतकलेवर एवढी निष्ठा असलेले आणि त्यासाठी लौकिक सुखांचा त्याग करून अतोनात कष्ट सहन करणाऱ्या राजाभाऊंसारख्या व्यक्ती दुर्मीळच! त्यांना बालपणापासूनच गाणे शिकण्याची ओढ होती, पण घरच्यांचा विरोध होता. त्यामुळे गाणे शिकण्याकरता वयाच्या १४व्या वर्षी त्यांनी पुण्यातील घर सोडले. त्यानंतर त्यांनी अनेक दिग्गज गुरूंकडे राहून, अपरंपार मेहनत घेऊन संगीतोपासना केली.

पंढरपूरला असलेले जगन्नाथबुवा पंढरपूरकर हे त्यांचे पहिले गुरू! ते कार्यक्रमांत खूपच व्यग्र असल्याने राजाभाऊंना गाण्याची तालीम देऊ शकले नाहीत. राजाभाऊंना हार्मोनियम येत असल्याने जगन्नाथबुवा इतर शिष्यांना शिकवताना राजाभाऊ साथ करत. त्यामुळे साथ करताना जगन्नाथबुवांकडून जेवढे मिळाले, तेवढे राजाभाऊंनी शिकून घेतले. नंतर त्यांनी थेट ग्वाल्हेर गाठले आणि ग्वाल्हेर घराण्याचे गायक पं. राजाभैया पूंछवाले यांच्याकडून शिक्षण घेतले. तेथील माधव संगीत विद्यालय येथे ते नऊ वर्षे गाणे शिकले. रात्री नऊ ते पहाटे तीन त्यांना राजाभैयांकडून विशेष तालीम मिळात असे. त्यानंतर अनुभव घेण्यासाठी राजाभाऊ लाहोर, कराची, पंजाब येथे गेले. १९४७मधील भारत-पाकिस्तान फाळणीनंतर ते लखनौला गेले; आणि नंतर देवासला असलेले किराना

घराण्याचे उ. रजबअली खाँ यांच्याकडे शिकले. उस्तादांकडून आलापप्रधान बलपेंचवाली तालीम त्यांनी तीन वर्षे घेतली.

यानंतरचे त्यांचे गुरू होते, प्रा. बी. आर. देवधर. ते तेव्हा जयपूरजवळील वनस्थली विद्यापीठात प्राचार्य आणि राजाभाऊ संगीताचे प्राध्यापक होते. 'वनस्थली'तील या चौदा वर्षांच्या कालावधीत त्यांनी सहा वर्षे विद्याग्रहण केले. देवधर मास्तर विष्णु दिगंबर पलुस्करांचे शिष्य होते. अनेक गुणी गायकांचा सहवास करून त्यांनी असंख्य बंदिशींचा संग्रह केला होता. त्यांच्याकडून राजाभाऊंना अनेक बंदिशी आणि अनवट राग मिळाले. या सर्व गुरूंकडून ग्वाल्हेर, किराना आणि जयपूर या तीनही घराण्यांची विद्या राजाभाऊंनी अतोनात कष्ट सहन करून, प्रसंगी अर्धपोटी राहून संपादन केली.

राजाभाऊंचे लग्न झाले, तेव्हा ते नागपूरच्या आकाशवाणी केंद्रावर सुपरवायझरची नोकरी करत होते. अलकाताईंच्या आई रंजना या सोलापूर येथील पूर्वाश्रमीच्या तारा चित्राव. त्यांनीसुद्धा सात-आठ वर्षे शास्त्रीय संगीत शिकून 'संगीत विशारद' ही पदवी मिळवली होती. शिवाय मुंबई आकाशवाणीवरूनही त्यांचे कार्यक्रम झाले होते, पण लग्नानंतर त्यांनी संसार करण्यालाच प्राधान्य दिले. राजाभाऊंच्या कलंदर स्वभावामुळे पैशाची ओढाताण होत असूनही रंजनाताईंनी मोठ्या धीराने संसार केला.

'समर्पित' गुरू पं. राजाभाऊ देव

कलाकार म्हणून आपण घडण्यामागे आपले वडील आणि गुरू पं. राजाभाऊ देव यांचा फार मोठा वाटा असल्याचे अलकाताई सांगतात. राजाभाऊंचे वर्णन त्या 'नादावलेले' म्हणजे 'संगीत कलेचे अक्षरश: वेड घेतलेली व्यक्ती' असे करतात. नागपूर आकाशवाणी केंद्रावर काम करत असताना राजाभाऊ पदवीधर नसल्याने त्यांचा अपमान केला गेला. त्या वेळी त्यांनी जिद्दीने पुढचे शिक्षण घ्यायला सुरुवात केली. विशेष म्हणजे, वयाच्या ३३व्या वर्षी त्यांनी दहावीच्या वर्गात प्रवेश घेतला व पुढील पाच वर्षांत ते बी.ए. झाले. नंतर त्यांनी एम.ए.चा अभ्यासक्रमही पूर्ण केला; पण त्याच काळात आलेली रांची आकाशवाणी केंद्राची नोकरी आर्थिक अडचण असल्याने त्यांना स्वीकारावी लागली. त्यामुळे एम.ए.ची परीक्षा देताच आली नाही. परिणामी इंग्लिश साहित्यात एम.ए. करण्याची त्यांची इच्छा अपूर्ण राहिली.

रांचीला नोकरीत असतानाच बनारस हिंदू विद्यापीठाचे डीन असलेल्या श्री. बी. आर. देवधरांनी संगीत विषयाचे प्राध्यापक म्हणून राजाभाऊंना बोलवले होते. राजाभाऊ तिथे गेलेसुद्धा, पण दुर्दैवाने ती नोकरी त्यांना मिळाली नाही. राजाभाऊ व रंजनाताई या दोघांवर बनारसमधील एका प्राथमिक शाळेत नोकरी करायची वेळ आली. प्राध्यापकाची नोकरी न मिळणे, ही अडचण न मानता, ती अलकाताईंना अधिक वेळ शिकवण्याची संधी

असल्याचे राजाभाऊंनी मानले. ते म्हणायचे, 'मी जर मोठा कलाकार झालो असतो, तर घरापासून मला लांब राहायला लागले असते आणि मी मुलांकडे लक्ष देऊ शकलो नसतो.' असा दृष्टीकोन असणारे वडील आपल्याला गुरू म्हणून लाभल्याबद्दल अलकाताई स्वत:ला धन्य मानतात. बनारसला आल्यावर बारा वर्षांच्या अलकाचे गाण्याचे शिक्षण व्यवस्थित सुरू झाले. तिला पहाटे चारला उठवल्यानंतर त्यांची तालीम सुरू होत असे आणि अलका फक्त शाळेत/कॉलेजात असेल, तो वेळ सोडून रात्री ११पर्यंत तालीम चालूच असे. दरम्यान बी. आर. देवधरांची राजस्थानमधील वनस्थली विद्यापीठात प्राचार्य म्हणून नेमणूक झाल्यावर त्यांनी राजाभाऊंना संगीत विषयाचे प्राध्यापक म्हणून तेथे बोलवून घेतले.

शालेय व महाविद्यालयीन शिक्षण

अलकाताईंचा जन्म ४ डिसेंबर १९५१ या दिवशी सोलापूरला झाला. अलकाताईंचे प्राथमिक शिक्षण नागपूरला झाले आणि नंतर तिसरी ते सहावी शालेय शिक्षण रांचीला झाले. तेव्हापासूनच त्या हुशार विद्यार्थिनी म्हणून ओळखल्या जात होत्या. तेथील कॉन्व्हेंट शाळेत असताना रांचीच्या आकाशवाणी केंद्रावरून त्यांनी 'बालजगत' या मुलांच्या कार्यक्रमामध्ये गाण्याचे कार्यक्रम तर केले. त्याबरोबरीने 'काबुलीवाला' या नाटकासह इतर १५-१६ हिंदी नाटकांमधून भूमिकाही केल्या. याशिवाय बालवयात त्यांना रांची आकाशवाणी केंद्रावर येणाऱ्या संगीतकारांचाही सहवास मिळाला. राजाभाऊंना बालपणी मनासारखे शालेय शिक्षण घेता न आल्याने 'मुलांनी अभ्यासातही पहिले आले पाहिजे' असा त्यांचा आग्रह होता. अलका आणि तिचा भाऊ प्रफुल्ल हे दोघेही हुशार असल्याने आपल्या वर्गात पहिल्या क्रमांकावर असत. वनस्थली येथे आल्यावर नववीपासून इंग्लिश आणि हिंदी साहित्य व चित्रकला असे खास विषय अलकाताईंनी निवडले होते. हेच विषय घेऊन त्यांनी नंतर बी.ए. केले.

गायनाच्या बरोबरीने अलकाताईंनी उत्तम अभ्यास करून बी.ए. (साहित्य) ही पदवी मिळवली. महाविद्यालयीन अभ्यासाबरोबरीने त्यांनी हिंदी आणि इंग्लिशमध्येही भरपूर वाचन केले. प्रसिद्ध हिंदी कवी निराला, महादेवी वर्मा, जयशंकर प्रसाद, सुमित्रानंदन पंत यांच्या बरोबरीने शेले, कीट्स, टी. एस. इलिअट अशा इंग्लिश कवींचा आणि अमेरिकी साहित्याचाही त्यांनी सखोल अभ्यास केला. त्यांनी इंग्लिशमध्ये एम.ए. करावे, हा त्यांच्या इंग्लिशच्या प्राध्यापकांचा आग्रह; तर एम.ए. हिंदीतच करावे, असा हिंदीच्या प्राध्यापकांचा! विशेष म्हणजे, साहित्य आणि संगीत यांच्याएवढीच गती त्यांना चित्रकलेतही होती. मुंबईच्या जे. जे. स्कूल ऑफ आर्ट्सचे डीन डॉ. शुक्ला वनस्थली विद्यापीठात डीन म्हणून आल्यावर त्यांनी अलकाताईंची पेंटिंग्स बघून चित्रकलेतच एम.ए.

करण्याविषयी अलकाताईंना सुचवले होते, पण त्यांनी इंग्लिशमध्येच 'अमेरिकी साहित्य' हा आवडीचा विषय घेऊन एम.ए. करण्याचे निश्चित केले.

त्या एम.ए.च्या शेवटच्या वर्षाला असताना त्यांचे प्राध्यापक डॉ. रामेश्वर गुप्ता योगी अरविंदांच्या साहित्यावर डी.लिट. करत होते. त्यांनी या कामामध्ये मदत करण्याची केलेली विनंती अलकाताईंनी लगेच मान्य केली आणि पाँडिचेरीला एक महिना राहून योगी अरविंदांच्या साहित्याचा सखोल अभ्यास केला. या अभ्यासानंतर त्यांना अध्यात्माचीही ओढ वाटू लागली. हीच ओढ नंतर 'प्रेमांजली'सारख्या कार्यक्रमांची प्रेरणा ठरली. चित्रकला, हिंदी व इंग्लिश साहित्य आणि गायन या विषयांमध्ये त्या पारंगत असल्या, तरी त्यांनी शेवटी निवड 'गायन कले'चीच केली.

सांगीतिक शिक्षण – पदवी

राजाभाऊंनी अलकाताईंना कलाकार म्हणून घडवण्याच्या दृष्टीने सुरुवातीपासूनच नियोजनपूर्वक शिकवले. त्यांना एक चतुरस्त्र गायिका बनवण्याचा आराखडा जणू राजाभाऊंकडे तयार होता. राजाभाऊंचे जेव्हा कार्यक्रम असत, त्या वेळी ते अलकाताईंनाही गाण्याची संधी देत. कोल्हापूरच्या देवल क्लबमध्ये, तसेच परीक्षक म्हणून गांधर्व महामंडळाच्या परीक्षांना राजाभाऊ जात, तेव्हाही विद्यार्थ्यांच्या मंच-प्रदर्शनानंतर अलकाताई गायन सादर करत. अगदी लहानपणापासूनच त्या राग-गायनातील सौंदर्यतत्त्वे आत्मसात करू लागल्या होत्या. सुरुवातीला राजाभाऊंनी अलकाताईंना छोट्या ख्यालांत दीर्घ स्वरांचे राग, ठहरावयुक्त स्वर असलेले राग शिकवले. 'एका स्वरावर किती स्थिर राहशील, ते दाखव,' असे छोटे आव्हान देऊन त्यांचा दमसास वाढवला. यमन, बागेश्री, भैरव, तोडी या रागांची ओळख करून दिल्यानंतर भुपाली, पुरिया धनाश्री अशा रागांची तालीम सुरू झाली.

राजाभाऊ तसे अतिशय कडक स्वभावाचे होते आणि शेवटपर्यंत ते 'गुरू' या भूमिकेत जास्त राहिले; वडील म्हणून त्यांचे वात्सल्य अलकाताईंना तसे कमीच अनुभवता आले. अलकाताई अगदी लहान असतानासुद्धा कडक शिस्तीतून सवलत नव्हती. एरवी शिष्यांच्या बाबतीत वापरले जाणारे 'समर्पित' हे विशेषण अलकाताई आपल्या गुरूंच्या, म्हणजे राजाभाऊंच्या बाबतीत वापरतात. 'वयाच्या चौथ्या वर्षी सुरू झालेले माझे शिक्षण ९१व्या वर्षी दादांचे निधन होईपर्यंत चालूच होते'' असे त्या सांगतात. इतकी प्रदीर्घ तालीम मिळाल्याने आणि त्या जोडीने केलेली मेहनत आणि चिंतन यांमुळे अलकाताईंचे गाणे समृद्ध झाले.

इंग्लिश घेऊन एम.ए. झाल्यानंतर अलकाताईंनी गायन विषयातील अ. भा. गांधर्व महामंडळाची (एम.ए.ला समकक्ष) 'संगीत अलंकार' ही पदवी मिळवली. यात त्यांना

भारतात प्रथम क्रमांक मिळाला. प्रख्यात गायक पं. आस्करण शर्मा हे या वेळी परीक्षक होते. नंतर (१९७९मध्ये) 'संगीत प्रवीण' (संगीत विषयातील डॉक्टरेट) ही पदवी मिळवून अलकाताई 'संगीताचार्य' म्हणजे 'डॉ. अलका देव' झाल्या. 'Correlation of Bandishes with Ragas and Scope for the Navrasas in Bandishes' या विषयावर त्यांनी प्रबंध सादर केला होता. या परीक्षेला त्यांना पं. विष्णु दिगंबर पलुस्करांचे शिष्य आणि वीणाताई सहस्त्रबुद्धे यांचे वडील पं. शंकरराव बोडस हे परीक्षक होते. अलकाताईंची परीक्षा तब्बल नऊ तास चालली होती. याशिवाय दोन तासांचे सभागायनही होते. एम.ए.च्या शेवटच्या वर्षाला असताना अलकाताईंना केंद्र सरकारच्या 'कला व संस्कृती विभागा'ची तीन वर्षांची गायनाची प्रज्ञाशोध शिष्यवृत्ती मिळाली. विनयचंद्र मौद्गल्य, सुमती मुटाटकर आणि उमाशंकर मिश्र या तिघांनी त्यांची निवड केली होती आणि नंतर पं. मल्लिकार्जुन मन्सूर यांसारख्या एखाद्या सुप्रसिद्ध गुरूंकडे गाण्याचे पुढील शिक्षण घेण्याविषयीही सुचवले होते; पण मला माझ्या वडिलांकडेच पुढचेही शिक्षण घ्यायचे आहे' असे अलकाताईंनी सांगितल्यामुळे राजाभाऊंकडेच त्यांची तालीम चालू राहिली.

घराण्यांच्या समृद्धतेचा फायदा

"प्रत्येक राग मोठा असतो आणि तो तसा विस्ताराने मांडलाही गेला पाहिजे," असे अलकाताई म्हणतात. त्याकरता रागाच्या वैशिष्ट्यांनुसार त्या विविध घराण्यांच्या शैलीचा उपयोग करतात. 'रागाचे विराट दर्शन मला किराना घराण्यात दिसते' असे त्या म्हणतात. गायनातील उत्स्फूर्तता किराना गायनशैलीने तुलनेने जास्त जपल्याचे त्यांना वाटत असल्याने त्यांच्या मते, सुरेल आलापीतून रागदर्शन चांगले होते. त्या असेही म्हणतात की, कामोद, छायानट, हमीर यांसारखे खास राग ग्वाल्हेर शैलीतच गायले पाहिजेत.

उ. भुर्जी खाँ, गुलुभाई जसदनवाला, पं. गजाननबुवा जोशी, प्रा. बी. आर. देवधर अशा गुरूंकडे तालीम घेतलेले राजाभाऊंचे मित्र व नागपूर आकाशवाणी केंद्रातील सहकारी पं. मधुसूदन उर्फ अप्पा कानेटकर हे १९७९मध्ये आकाशवाणीतून निवृत्त झाल्यानंतर सांगलीला स्थायिक झाले होते. अलकाताईंनी जयपूर घराण्याची रीतसर तालीम त्यांच्याकडून घ्यावी, असे राजाभाऊंच्या मनात होते. त्यानुसार अलकाताईंनी पुण्याहून सांगलीला जाऊन सुमारे सहा-सात वर्षे आणि नंतर १९८७मध्ये कानेटकर पुण्यात आल्यानंतरही दोन-तीन वर्षे तालीम घेतली. त्या वेळी अलकाताई मैफिल कलाकार झालेल्या असल्याने त्यांना मधुसूदन कानेटकर म्हणाले, 'तुझे पहिले गाणे न बदलता, त्यात भर घालण्यासाठी मी तुला शिकवेन.' या काळात त्यांनी अलकाताईंना बिहागडा, खट रागाचे चार प्रकार (खट, खट तोडी, भैरव अंगाचा, कोमल रिषभाचा), संपूर्ण पूर्वा

(गौरी+ पूर्वी + मारवा), बहादुरी तोडी, कौसी कानडा असे राग शिकवले. विशेषत: जोड राग गाताना ते 'जोडकाम' न वाटता, त्यात एकसंधता राखून लालित्य आणि प्रासादिकताही कशी आणायची, हे त्या कानेटकरांकडून शिकल्या. त्यांना आधीपासून माहीत असलेल्या रागांमधले सूक्ष्म भेद आणि स्वरलगाव यांचेही शिक्षण कानेटकरांनी दिले. याबरोबरीने कानेटकरांनी अलकाताईंना नाट्यगीतेही शिकवली, पण अलकाताईंचे मन नाट्यसंगीतात रमले नाही. भारत भवन, भोपाळ येथील मैफिलीत अलकाताईंनी बिहागडा अणि रायसा कानडा हे राग सादर केले होते. दोन्ही गुरूंनी अलकाताईंकडे १५ दिवस राहून या रागांची तयारी करवून घेतली होती.

जीवनातील संघर्ष

अलकाताईंच्या आयुष्यात अनेक चढ-उतार आले. लहानपणापासूनच त्यांना अनेकदा कठीण परिस्थितीचा सामना करावा लागला होता. जेव्हा त्या एक यशस्वी मैफिल कलाकार म्हणून प्रसिद्ध पावत होत्या, तेव्हा, १९७६मध्ये त्यांचा विवाह झाला, पण दुर्दैवाने त्यांची यात फसवणूक झाली. इतकेच नाही, तर या काळात त्यांच्यावर झालेल्या रासायनिक द्रव्याच्या प्रयोगाने त्यांचा आवाजच गेला. आयुष्यातील सर्वांत मोलाची गोष्ट नष्ट झाल्याने त्या सैरभैर झाल्या. तो विवाह त्यांना मोडावा लागला आणि सांगीतिक जीवन धोक्यात आल्याच्या भावनेने त्यांना जगण्याचा हेतूच नाहीसा झाल्यासारखे वाटू लागले.

याच दरम्यान राजाभाऊ वनस्थली विद्यापीठातून निवृत्त झाले आणि ते देव कुटुंबीयांच्या मूळ गावी, म्हणजे चिंचवडला आले. महर्षी अरविंद यांच्या 'सावित्री' या महाकाव्याशी संबंधित विषयावर इंग्लिश साहित्यांतर्गत पीएच.डी. करायचे पूर्वी अलकाताईंनी ठरवले होते. मात्र गायनाच्या व्यग्रतेमुळे त्यांचे हे काम सातत्याने मागे पडत होते. आवाज खराब झाला असलेल्या या काळात अलकाताईंनी या प्रकल्पाला पुन्हा प्राधान्य दिले आणि या कामासाठी त्या बनारसलादेखील गेल्या, पण त्यांच्या गाईडना लगेचच परदेशी जावे लागल्यामुळे त्यांच्या या बेतावरही पाणी फिरले. पण या मुक्कामात त्यांनी गाणे शिकवायला सुरुवात केली आणि तेथील सहकाऱ्यांच्या मदतीने संगीताचे कार्यक्रम करणारी संस्थाही सुरू करून पं. जसराज यांचा पहिला कार्यक्रमही केला.

आवाज परत मिळवण्याचे त्यांचे सर्व प्रयत्न अयशस्वी ठरत असताना त्यांचे पूर्वपरिचित असलेले, बनारस येथील होमिओपॅथिक तज्ज्ञ डॉ. ब्रह्मे यांनी दिलेले औषध अलकाताईंना सुदैवाने लागू पडले आणि त्यांचा गेलेला आवाज सुमारे तीन वर्षांनंतर परत मिळाला. यामुळे त्यांना स्वत:चा जणू पुनर्जन्म झाल्यासारखे वाटले. १९८१मध्ये आईच्या आग्रहाखातर त्या बनारस सोडून पुण्याला आल्या आणि भरत नाट्य मंदिरात गाणे शिकवू लागल्या.

एका परिचितांकडून संगीततज्ज्ञ डॉ. ना. र. मारुलकर यांचे चिरंजीव प्रमोद यांच्याशी अलकाताईंची ओळख झाली. या ओळखीचे रूपांतर १९८३मध्ये दोघांच्या विवाहात झाले. आधी विवाहासाठी फारशा उत्सुक नसलेल्या अलकाताई लग्नानंतरही गाणे चालू राहणार असल्याने विवाहाला तयार झाल्या. १९८५मध्ये त्यांना मुलगी झाली. तिचे नाव त्यांनी शिवानी ठेवले. तिच्या आगमनाने त्यांचा संसार बहरला आणि संगीतातील नवनवीन प्रयोग आणि मैफिली यांचा सिलसिला चालू झाला; पण त्यांना असे सुखात ठेवणे नियतीला मंजूर नसावे. फक्त १५ वर्षांचा संसार झाल्यावर प्रमोदरावांना १९९७मध्ये कर्करोगाने ग्रासले आणि एप्रिल १९९८मध्ये त्यांचे निधन झाले. अलकाताईंसाठी हा मोठाच धक्का होता. 'वाइटातूनही चांगले घडेल' या राजाभाऊंनी दिलेल्या धीरामुळे आणि शिवानीला गाणे शिकवण्यावर लक्ष केंद्रित केल्यामुळे या प्रचंड धक्क्यातून त्या सावरू शकल्या. त्यामुळे या दुर्धर प्रसंगानंतरही त्यांनी 'गायिका-गुरू-रचनाकार' अशी आपली वाटचाल चालूच ठेवली.

उपशास्त्रीय संगीतावरील प्रभुत्व

राजाभाऊंचे वास्तव्य बनारसला असताना सुप्रसिद्ध उपशास्त्रीय संगीत गायिका सिद्धेश्वरी देवी यांना १४ वर्षांच्या अलकाने साथ केली होती. तेव्हा तिचे गाणे ऐकून त्या प्रभावित झाल्या होत्या आणि तिला आपल्याकडे पाठवण्याचा त्यांनी आग्रह धरला होता. तिच्यातील सांगीतिक गुणांमुळे तिच्या गायनाची आणि शालेय शिक्षणाची सर्व सोय आणि खर्च करण्याचीही तयारी त्यांनी दाखवली होती, परंतु आधी शास्त्रीय संगीताचे शिक्षण व्यवस्थितरित्या पूर्ण केल्यावर मग उपशास्त्रीय संगीताचा अभ्यास करावा, या विचाराने राजाभाऊंनी अलकाताईंना सिद्धेश्वरी देवींकडे पाठवले नाही. राजाभाऊ स्वत:ही ठुमऱ्या उत्तम गात असल्याने त्यांनी अलकाताईंना नंतरच्या काळात या रसपूर्ण ललित संगीताचीही तालीम दिली.

पुढे अनेक वर्षांनी अलकाताई बनारसला गेल्या असताना त्यांना गिरिजादेवींसमोर गाण्याची संधी मिळाली. गिरिजादेवींना अलकाताईंचे गाणे आवडल्याने त्यांचे खूप कौतुक करून गिरिजादेवींनी अलकाताईंना बनारसी शालू भेट दिला. दोघींचा स्नेह वाढत गेला आणि गिरिजादेवी अलकाताईंना पाठच्या बहिणीप्रमाणे मानू लागल्या. गिरिजादेवींच्या सहवासात अलकाताईंना बनारसी ठुमरीचा बाज, शब्दोच्चार, ढंग या बाबी आत्मसात करता आल्या. शंकरलाल फेस्टिव्हलमध्ये विंगेत उभे राहून गिरिजादेवींनी अलकताईंनी म्हणलेली चैती ऐकली आणि अलकाताईंना मिठी मारून पसंतीची दाद दिली.

गाण्याच्या बैठकी आणि पुरस्कार

१६ जून १९६८ या दिवशी, म्हणजे वयाच्या १८व्या वर्षी, पुण्यात, सवाई गंधर्वांचे जावई नानासाहेब देशपांडे यांच्या घरी पूर्ण वेळची मैफिल करून अलकाताईंनी मैफिल कलाकार म्हणून संगीत जगतात यशस्वी पदार्पण केले. या कार्यक्रमाला पुण्यातील गानहिरा हिराबाई बडोदेकर यांच्यासह ज्येष्ठ गायकांनी आणि रसिकांनी दाद दिली होती. ख्यालगायन आणि ठुमरी-गायन यांचा समावेश असलेल्या या मैफिलीची वृत्तपत्रांतूनही वाहवा झाल्याने अलकाताईंची कीर्ती सगळीकडे पसरू लागली. त्यानंतर १९६९मध्ये, मुंबईला, ट्रिनिटी क्लबमध्ये झालेल्या मैफिलीत त्यांना 'संगीत कौमुदी' हा किताब बहाल करण्यात आला. १९७६मध्ये चंदीगड येथील प्राचीन संगीत कला केंद्रातर्फे पं. भास्करबुवा बखले स्मृतिमहोत्सवात त्यांनी रसिकांची मने जिंकली आणि तनकपतान म्हणून प्रसिद्ध असलेले उ. नसीर अहमद खाँ यांच्या हस्ते त्यांना 'गानसरस्वती' ही उपाधी देण्यात आली.

उल्लेखनीय पुरस्कार

स्वरमयी डॉ. प्रभा अत्रे पुरस्कार (२०१५); पं. दीनानाथ मंगेशकर संगीतसम्राट महोत्सव (गोवा); १०० वर्षांपेक्षा जुनी असलेली संगीतसंस्था 'काशी संगीत समाज' हिचा 'संगीत शिरोमणी' पुरस्कार (२०१५); मुंबई येथील कलांगणचा पुरस्कार (२०१८); आग्रा येथील स्वर्णिम निनाद पुरस्कार (२०१७); मनुष्यबळ विकास लोकसेवा अकादमी आयोजित राज्यस्तरीय सरस्वती सन्मान गुरुरत्न पुरस्कार (२०२१)

अलकाताई वनस्थलीला असताना, त्या वेळी जयपूरला असलेले सुप्रसिद्ध मोहनवीणा (गिटार) वादक पं. विश्वमोहन भट्ट यांच्या बरोबरीने अलकाताईंनी राजस्थानमध्ये अनेक कार्यक्रम केले. यांत अलकाताई आणि विश्वमोहन यांचे स्वतंत्र आणि एकत्रित सादरीकरण होत असे. सरोदवादक पं. दामोदरलाल काब्रा यांनी शिकवलेले राजस्थानी लोकसंगीतातील एक बिदाई गीत रसिकांच्या खूपच पसंतीस उतरल्यामुळे अलकाताईंना ते वारंवार गावे लागे. वनस्थलीला असतानाच पं. रवि शंकर यांचे बंधू देवेंद्र शंकर यांनी सादर केलेल्या बॅलेमध्येही (नृत्यनाट्य) राजाभाऊंच्या संगीत-दिग्दर्शनाखाली अलकाताईंनी गायन केले होते. याच काळात त्यांना राजस्थान संगीत नाटक अकादमीची तीन वर्षांची शिष्यवृत्ती मिळाली.

अलकाताई आकाशवाणीच्या 'ए ग्रेड' कलाकार आहेत. संगीताचे अखिल भारतीय कार्यक्रम, संगीत संमेलने, दूरदर्शन अशा सर्व ठिकाणी त्यांनी अनेकदा गायन सादर केले आहे. इंडियन कौन्सिल ऑफ कल्चरल रिसर्चच्या (आयसीसीआर) उच्च श्रेणीतील त्या

मान्यताप्राप्त कलाकार आहेत. त्यांच्या अनेक मैफिली झाल्या आहेत. त्यांतील काही मैफिलींचा उल्लेख पुढे केला आहे :

तानसेन समारोह, ग्वाल्हेर; आंतरराष्ट्रीय संमेलन, जयपूर; शंकरलाल फेस्टिव्हल, दिल्ली; दीनानाथ संगीत उत्सव, गोवा; तरुण कलाकार परिषद, गोवा; पं. पलुस्कर समारोह, दिल्ली व इंदोर; स्वामी हरिदास संमेलन, मथुरा वृंदावन; सवाई गंधर्व महोत्सव, पुणे; अल्लादिया खान महोत्सव, जयपूर; सूर समारोह, दिल्ली; वसंतोत्सव, दिल्ली; भास्करबुवा बखले समारोह, चंदीगड; पं. मल्लिकार्जुन मन्सूर महोत्सव, बंगळुरू; सूरश्री केसरबाई केरकर, गोवा; गानतपस्विनी मोगूबाई कुर्डीकर महोत्सव, गोवा; पं. दीनानाथ मंगेशकर संगीतसम्राट महोत्सव, गोवा

अलकाताईंच्या गायनाला रसिकांच्या बरोबरीने या क्षेत्रातील समीक्षक आणि कलाकार यांच्याकडूनही दाद मिळाली आहे.

- पुण्यात झालेल्या 'प्रेमांजली' कार्यक्रमाला उपस्थित असलेले सुधीर फडके म्हणाले, ''आजच्या कार्यक्रमाचे वर्णन करायला मला शब्द सुचत नाहीत.''
- पं. वसंतराव देशपांडे म्हणाले, ''दोन तंबोऱ्यांमध्ये बसून अलकाने जे भावविश्व निर्माण केले आहे, ते भल्याभल्यांना जमणारे नाही.''
- पु. ल. देशपांडे एका पत्रात लिहितात, ''तुझे गाणे श्रेष्ठ दर्जाचे आहे. तू उत्तम गायिका आहेस. बुद्धीला गळ्यावरच्या हुकमतीची जोड मिळाली आहे.''
- 'त्यांच्या मूळच्या सुरेल आणि गोड आवाजाला प्रचंड मेहनतीने घुमारा, वजन आणि घनता प्राप्त झाली आहे. पुन्हा पुन्हा ऐकावे, असे अलका देवांचे गाणे आहे.' असे समीक्षक श्रीमती शांता निसळ यांनी वर्णन केले आहे.
- डॉ. श्रीरंग संगोराम लिहितात, 'सुबद्ध गायनाची त्यांची बैठक किती सखोल आणि पक्की आहे, ते त्यांच्या गायनातून दिसून आले.'
- 'स्त्रियांकडून सहसा न ऐकायला मिळणारे पुरिया, दरबारी, कौसी कानडा असे रागही मंद्र सप्तकात गाण्याची क्षमता असल्याने अलकाताई ते उत्तम रीतीने मांडतात', याची ग्वाही पं. सुधीर दातार यांनी दिली आहे.

स्वनिर्मित राग आणि बंदिशी यांची रचना

राजाभाऊंप्रमाणे प्रतिभाशाली अलकाताईंनीही अनेक बंदिशी रचल्या. हिंदी भाषक प्रदेशांमध्ये अनेक वर्षे राहिल्यामुळे अलकाताईंना हिंदी भाषेच्या बरोबरीने ब्रज, मैथिली, भोजपुरी आणि मारवाडी या बोलीही अवगत झाल्या. राजाभाऊंच्या विचारांशी साधर्म्य

असल्यामुळे राजाभाऊंनी ज्या 'रसरंग' नावाने बंदिशी रचल्या, तेच नाव अलकाताईंनी त्यांच्या बंदिशींमध्येही वापरले. 'आता बैठक मारून बंदिश रचायची' अशा भूमिकेतून त्यांच्या रचना झालेल्या नाहीत, तर 'रागाचा सखोल अभ्यास झाला, राग मुरला आणि बंदिशींचे शब्द आपोआप येऊ लागले' असे घडले आहे. अलकाताईंच्या मते, नवीन बंदिश करताना तिच्यात रागाचे वेगळे रूप दिसले पाहिजे. त्यांची श्री रागामधील बंदिश हे त्याचे उदाहरण आहे.

बाबा आमटे यांच्या वरोडा (चंद्रपूर) येथील आनंदवनात भरणाऱ्या मित्रमेळाव्यात १९८१ साली अलकाताई गायल्या, तेव्हा नंद आणि कल्याण या दोन रागांच्या मिश्रणाने सुचलेला राग 'आनंद कल्याण'ची भेट त्यांनी बाबांना दिली. तसेच मध्यप्रदेशामधील माळवा प्रांतातून प्रवास करत असताना सुचलेला, धानी रागाच्या जवळचा मालविका राग; राग श्यामकल्याण आणि मल्हार यांचे मिश्रण असणारा श्याम-मल्हार; गुजरी तोडी रागात दोन्ही मध्यमांचा वापर करून 'मध्यमादि गुजरी तोडी' हा राग; जोग आणि बागेश्री यांच्या मिश्रणातून घडलेला जोगेश्री; सोहनी-बहार; तसेच नटवरी आणि हरिप्रिया या रागांची निर्मितीही अलकाताईंनी केली आहे.

विशेष कार्यक्रम

नावीन्याची ओढ आणि प्रतिभेचे वरदान असल्याने अलकाताईंनी अनेक कार्यक्रमांची निर्मिती केली आहे. वैभवशाली परंपरा सांभाळूनही आपली कल्पकता दाखवता येते, हे त्यांच्या रचनांवरून स्पष्ट होते. अलकाताईंचा साहित्याचा सखोल अभ्यास आणि आध्यात्मिक ओढ यांतून त्यांनी अनेक प्रकल्प हाती घेऊन पूर्ण केले. 'प्रेमांजली', 'मधुघट' हे स्वतंत्र कार्यक्रम; 'अर्चना' कॅसेटकरता सूरदास, मीरा, कबीर, ज्ञानेश्वर यांचे अभंग; भजने; तीरथ-बद्रिनाथ (पारंपरिक भक्तिकाव्याचे स्वररचना करून केलेले गायन), पुरबिया (ठुमरी), 'तुम और याद आये' (संगीतकार मदन मोहन यांची चित्रपटगीते) हे त्यांपैकी काही विशेष उल्लेखनीय कार्यक्रम होत.

१९८१मध्ये अलकाताई बनारसला गेल्या असताना डॉ. ब्रह्मे यांनी योगी अरविंदांच्या शिष्या इंदिरादेवी यांच्या काव्यरचना आणि चरित्र असलेली पुस्तके अलकाताईंना भेट दिली. यांतील 'प्रेमांजली' या संग्रहातील कविता अलकाताईंना विशेष भावल्या आणि या कविता अलकाताई उत्स्फूर्तपणे गाऊ लागल्या. मग यातील रचनांना त्यांनी चाली दिल्या आणि पुण्यातील हरेकृष्ण मंदिरात वास्तव्यास असलेल्या इंदिरादेवींना अलकाताईंनी पुण्यात आल्यावर ही भजने ऐकवली. इंदिरादेवींनी या भजनांचा कार्यक्रम आयोजित केला. सर्वांना तो खूपच आवडला. यानंतर या भजनाचे अनेक कार्यक्रम अलकाताईंनी देशभरात केले.

इंदोरचे पुरातत्त्व शास्त्रज्ञ श्री. वाकणकर यांच्या आग्रहामुळे सुप्रसिद्ध कवी भा. रा. तांबे यांच्या 'मधुघट' या संग्रहातील कवितांना अलकाताईंनी चाली लावून त्यांचा कार्यक्रम सादर केला. या वेळी त्या अवघ्या २५ वर्षांच्या होत्या. हे करण्यापूर्वी सवयीनुसार त्यांनी तांबेंच्या अन्य मराठी कवितासंग्रहांचाही अभ्यास केला. विशेष म्हणजे, लोकप्रिय झालेल्या गीतांचा त्यांनी यात समावेश करण्याचा आग्रह होऊनसुद्धा तसे न करता, त्याच गीतांना वेगळ्या चाली लावण्याचे धाडस अलकाताईंनी केले. इंदोरच्या पहिल्या कार्यक्रमाला हजर असलेले सुप्रसिद्ध कवी अनिल यांनी कार्यक्रमाची भरभरून स्तुती केली. त्यानंतर अलकाताईंनी 'मंतरलेल्या चैत्रबनात' या लोकप्रिय कार्यक्रमातील गायक आणि वाद्यवृंद घेऊन 'मधुघट'चे काही प्रयोग पुण्यात, २००१मध्ये कॅनडा येथील कॅलगरी परिषदेत आणि नंतर गोव्यातही केले. अलकाताईंनी चाली दिलेल्या संत कबीराच्या भजनांचा 'कबीरा' हा कार्यक्रम १९८९मध्ये पुण्यात, निनादिनी संगीत उत्सवात सादर केला गेला.

१९८१मध्ये अलकाताईंनी आपली 'निनादिनी' ही संगीतसंस्था सुरू करून संस्थेतर्फे शिष्यवर्गाचे आणि राजाभाऊंच्या मार्गदर्शनाखाली विशेष कार्यक्रमही सादर केले. यांत 'पुरबिया' हा ठुमरी-गायनाचा कार्यक्रम आणि प्रसिद्ध कथक-नर्तक वीरेश्वर गौतम यांच्यासह 'ठुमरी-गायन-नृत्याचा' एकत्रित अनुभव देणारा 'साभिनय पुरबिया' हा कार्यक्रम असे कार्यक्रम सादर केले. ग्वाल्हेर, जयपूर, किराना या घराण्यांचे राग त्यांच्या शैलीतून एकाच बैठकीत ऐकवणे, यांचाही विशेष कार्यक्रमांमध्ये उल्लेख करता येईल. मोरया गोसावी संस्थानाने १९९२मध्ये 'आजि आनंद आनंद' या नावाने कॅसेट काढली. यात चिंचवड येथील साधूपुरुष मोरया गोसावी व धरणीधर महाराज यांच्या रचनांना अलकाताईंनी चाली दिलेल्या भजनांचा समावेश आहे. १९९१मध्ये दिल्लीच्या विश्व हिंदी परिषदेतर्फे अलकाताईंनी सूरदासांच्या भजनांचा तीन तासांचा कार्यक्रम केला. अलकाताईंची मैत्रीण असलेल्या प्रसिद्ध गायिका शुभा मुद्गल यांच्या विनंतीवरून अलकाताईंनी चार धामांपैकी एक असलेल्या बद्रीनाथावर पारंपरिक काव्यासोबत स्वतःही काव्य लिहून ते संगीतबद्ध केले. ही कॅसेट खूपच लोकप्रिय झाली. सध्या त्या अहमदाबाद येथील भगवान स्वामीनारायण यांच्या शिष्यपरंपरेतील संत कवींनी रचलेल्या बंदिशींची पारंपरिक रागांमध्ये स्वररचना करून या रचना स्वामीनारायण मंदिराच्या गायक-साधकांना शिकवत आहेत.

अलकाताईंनी कोचीन येथे शास्त्रीय गायनाचे कार्यक्रम केले, तेव्हा त्यांचे तेथील एक चाहते आणि संयोजक कुटप्पन मेनन यांच्या आग्रहाने अलकाताईंनी प्रसिद्ध संगीत दिगदर्शक मदन मोहन यांच्यावर १४ ऑगस्ट १९९७ रोजी एक कार्यक्रम सादर केला. लहानपणापासून हिंदी चित्रपट संगीताची आवड असल्याने अलकाताईंना अनेक गाणी

पाठ आहेत. हा कार्यक्रम म्हणजे मदन मोहन यांची गाणी रेकॉर्डप्रमाणे गाण्याचा नसून अलकाताईंना दिसलेले मदन मोहन यांच्या गाण्यातील सौंदर्य उलगडून दाखवणारा होता. संपूर्णपणे शास्त्रीय संगीताच्या शिस्तीत वाढलेल्या अलकाताईंनी सुगम आणि उपशास्त्रीय या संगीतप्रकारांमध्येही प्रावीण्य मिळवले आहे.

व्याख्याने- लेखन

सप्रयोग व्याख्याने, मुलाखती आणि कार्यशाळा यांतून अलकाताई आपले गायनासंबंधीचे विचार प्रभावीपणे मांडू शकतात. त्यात पुण्याच्या सुप्रसिद्ध वसंत व्याख्यानमालेतील भाषण; गानवर्धन, पुणेतर्फे 'बंदिश भाव' या विषयावरील व्याख्यान; जयपूर घराण्यावर दिलेले अहमदाबाद (१९९६) येथील भाषण... ही भाषणे उल्लेखनीय आहेत. जयपूर घराण्याचे प्रसिद्ध गायक आनंदबुवा लिमये यांच्या स्मरणार्थ २०१८मध्ये कोल्हापूरला 'आनंदपर्व' संगीतमहोत्सव आयोजित केला होता. यात जयपूर घराण्यातील निवडक गायकांबरोबर 'जयपूर घराण्यातील अनवट रागांचे सप्रयोग विश्लेषण' या सादरीकरणात सहभागी होण्याचा मान अलकाताईंना मिळाला होता. गानवर्धनतर्फे प्रसिद्ध झालेल्या 'मुक्त संगीत संवाद' या मराठी ग्रंथाचे इंग्लिश भाषांतरही अलकाताईंनी केले आहे.

संगीत अध्यापक, गुरू

१९९० सालापासून, पुणे विद्यापीठाच्या ललित कला केंद्राच्या स्थापनेपासून अलकाताई तेथे गुरू म्हणून कार्यरत होत्या. तेथील अभ्यासक्रम त्यांनी व सुप्रसिद्ध सतारवादक व संगीतकार कै. भास्कर चंदावरकर यांनी तयार केला होता. नंतर २००२मध्ये त्यांची पणजी येथील गोवा कला अकादमीच्या संगीत विभागाच्या संचालिका म्हणून नेमणूक झाली. संगीत प्रशिक्षण संस्थेतील पूर्वानुभवामुळे आणि स्वतः कलाकार असल्याने 'अकादमीतून आपण कलाकार घडवू शकू' असा अलकाताईंना आत्मविश्वास होता. 'केवळ छंद जोपासणे' एवढाच उद्देश न ठेवता 'विद्यार्थ्यांमधून कलाकारही घडावेत' याकरिता त्यांनी कला अकादमीमध्ये प्राथमिक स्तरापासून पीएच.डी.पर्यंतचा (वय वर्षे १० ते २१) अभ्यासक्रम तयार करून, २००३पासून तो तेथे लागूही केला. यात पहिल्या वर्षापासूनच सादरीकरणावर भर देऊन मंचप्रदर्शन अनिवार्य केले. तेथे अलकाताई छोट्या मुलांनाही शिकवत असत. या मुलांना दीर्घ श्वासाचा उपयोग समजावून देऊन, त्यांच्यात स्पर्धा निर्माण करत असे छोटेखानी उपक्रम अलकाताई त्यांच्याकडून करवून घेत. सुरुवातीला अलकाताईंना अकादमीतील सहकाऱ्यांचे फारसे सहकार्य मिळाले नाही, पण अलकाताईंची निष्ठा आणि तळमळ बघून नंतर हा विरोध मावळला. 'गायन-वादनाचा समावेश असलेला एक राग घेऊन त्यातील रागविचार' असा दोन तासांचा

अभ्यासवर्ग अलकाताईंनी सुरू केला. आठवड्यातून दोनदा होणाऱ्या या उपक्रमाचा फायदा एक वर्ष झाल्यानंतर विद्यार्थ्यांना दिसू लागला आणि मग विद्यार्थ्यांचा या उपक्रमातील सहभाग वाढला.

२००७मध्ये अलकाताईंनी कला अकादमी सोडून गोव्यातच फोंडा या गावात चार वर्षे राहून विद्यार्थ्यांना शिकवणे चालू ठेवले. त्यानंतर त्या नाशिकला आल्या आणि तेथे त्यांनी कोलकात्याच्या संगीत रिसर्च अकादमीच्या धर्तीवर गुरुकुल स्थापन करण्याचा प्रयोग केला. यात विद्यार्थ्यांकरिता सकाळी सात ते संध्याकाळी सहापर्यंतचा दिनक्रम आखलेला होता. विशेष म्हणजे, या दिनक्रमात संगीत-शिक्षण आणि रियाज यांच्या बरोबरीने विद्यार्थ्याने दुपारी संगीतविषयक प्रकल्प करणेही अपेक्षित होते; पण संयोजकांच्या अवाजवी हट्टापायी हा प्रयोग अलकाताईंना एक वर्षानंतर बंद करावा लागला. अलकाताई म्हणतात, ''शिष्याने गुरूचे नुसते अनुकरण न करता गुरूने केलेल्या मार्गदर्शनानुसार स्वतंत्र गायले पाहिजे. मैफिलीमध्येही मागे बसून स्वरसाथ करताना शिष्याने हुबेहूब गाऊ नये, तर गुरूच्या गायनाला पूरक साथ करावी.''

अलकाताईंच्या शिष्यवर्गामध्ये त्यांची मुलगी शिवानी दसककर, भावजय मधुवंती देव, मधुवंती भिडे (अमेरिका), कल्याणी तत्त्ववादी, शिल्पा परब, समीक्षा भोबे, नितीन ढवळीकर, श्रीराम तत्त्ववादी हे शिष्यगण उल्लेखनीय आहेत आणि हे मैफिल कलाकारही आहेत. शिवानीने अलकाताईंची परंपरा पुढे चालवून, रसिक आणि जाणकार यांची दाद मिळवून प्रगतीचे अनेक टप्पे ती गाठत आहे.

परदेश दौरे

१९८९मध्ये अलकाताईंनी आतेबहीण सौ. सरिता करंदीकर यांच्या आमंत्रणानुसार पहिल्यांदा अमेरिकेचा दौरा केला. या पहिल्याच दौऱ्यातील नियोजित १० कार्यक्रम रसिकांना इतके आवडले की, त्या १० कार्यक्रमांशिवाय अलकाताईंनी त्याच दौऱ्यात आणखी १० कार्यक्रम केले. यानंतर त्यांचे परदेश दौरे चालूच राहिले. विशेष म्हणजे, 'आम्हाला किरवाणी, मधुवंती, कलावती यांसारखे राग न ऐकवता जयपूरचे घराण्याचे अनवट राग ऐकायचे आहेत' अशी मागणी झाल्यावर अमेरिकेतील अशा चोखंदळ रसिकांना अलकाताईंनी घड्याळाकडे न बघता भरपूर गाणे ऐकवले; पण त्यानंतर शिवानीच्या आगमनामुळे काही वर्षे असे दौरे अलकाताईंना करता आले नाहीत. मात्र १९९८पासून त्यांनी परदेश दौरे परत सुरू केले. स्टॅनफोर्डमधील अरुण आणि मंगला डोंगरे हे दांपत्य तर जणू अलकाताईंचे भाऊ-बहीणच झाले होते. फिलाडेल्फियातील रडगर्स विद्यापीठ, मिशिगन (डेट्रॉइट) येथील महाराष्ट्र मंडळ, न्यू यॉर्कचे पतंजलि योगसंस्थान (पॉप गायिका मॅडोनासमोरील मैफिल), इंग्लंड, कॅनडा अशा विदेशातील अनेक ठिकाणी त्यांनी मैफिली केल्या आहेत. २०१७मध्ये तबलावादक

संजय देशपांडे यांनी आयोजित केलेल्या अमेरिका व कॅनडा यांच्या दौऱ्यामध्ये अलकाताईंनी शिवानीबरोबर एकूण २१ मैफिली केल्या होत्या. सिंगापूर सरकारच्या आर्ट आणि कल्चर विभागातर्फे 'गुरु-शिष्यांचा' कार्यक्रम सादर केला गेला. यात अलकाताईंबरोबर शिष्या मधुवंती भिडे आणि कन्या शिवानी याही सहभागी झाल्या होत्या.

संगीत साधक

संगीत कलेला समर्पित झालेले मनस्वी कलाकार सर्व काळ कलेची आराधना करून, मनन-चिंतन करून मिळवलेल्या विद्येत भर घालत असतात. हे कलाकार आपल्या आनंदात असतात आणि कलेची उच्च अनुभूती स्वतः घेत इतरांनाही त्याचा आनंद देत असतात. त्यांना काही सिद्ध करायचे नसते. अलकाताई अशा कलाकारांपैकी एक आहेत. त्यांना असे वाटते की, 'कलाकारांचे एकमेकांतील आदान-प्रदान परत चालू झाले पाहिजे.' आपल्या दोन्ही गुरूंबद्दल त्या अतिशय कृतज्ञ आहेत, तसेच त्या नवीन पिढीबाबतीतही आशावादी आहेत. अलकाताईंनी रचलेल्या बंदिशींचा संग्रहसुद्धा लवकरच प्रसिद्ध होण्याची अपेक्षा आहे. जेणेकरून रसिक आणि विद्यार्थी यांना त्याचा लाभ घेता येईल. या चतुरस्त्र, विद्वान गायिकेकडून यापुढेही नवनिर्मिती होत राहील आणि शिष्यांना मार्गदर्शन मिळत राहील, असा विश्वास वाटतो.

❖◆❖

मुलाखत

*संवादक **मंजिरी धामणकर** यांनी दि. २९ जुलै २०१९ या दिवशी गांधर्व महाविद्यालय, पुणे येथे घेतलेल्या, **डॉ. अलका देव-मारुलकर** यांच्या मुलाखतीचे शब्दांकन.*

प्रात्यक्षिक १ : राग आनंद कल्याण - विलंबित-द्रुत बंदिश

सर्व गानप्रकारांमध्ये लीलया विहार करणाऱ्या; गुरू, वाग्गेयकार अशा विविध रूपांमध्ये नेहमी भेटणाऱ्या कलाकार डॉ. अलका देव मारुलकर! ग्वाल्हेर-जयपूर-किराना या तीन घराण्यांच्या गायकीची बाकायदा तालीम घेऊन; त्या शिक्षणाला स्वतःच्या विचारांची, प्रतिभेची, बुद्धीची जोड देऊन एक स्वतंत्र गायनशैली निर्माण करणाऱ्या काही दुर्मीळ कलाकारांपैकी एक म्हणजे अलकाताई!

अलकाताई, तुमचं बालपण, तसंच तुम्हाला तालीम मिळालेल्या तिन्ही घराण्यांच्या वैशिष्ट्यांबद्दल सांगा ना!

माझे वडील पं. राजाभाऊ देव यांनी मला वयाच्या चौथ्या वर्षीच संगीताची ओळख करून दिली; सहज, जाता-येता, हसत-खेळत त्यांनी मला बंदिशी शिकवल्या. योग्य वयात, म्हणजे वयाच्या आठव्या वर्षापासून माझ्या खऱ्या तालमीचा प्रारंभ झाला. एका 'बॉर्न टीचर'च्या पोटी माझा जन्म झाल्याबद्दल मी स्वतःला अतिशय भाग्यवान समजते. मी बॉर्न आर्टिस्ट होते की नाही माहीत नाही, पण मला गायिकाच करायचं असल्याचं माझ्या वडिलांनी माझ्या जन्माच्या आधीपासूनच ठरवलं होतं. त्यामुळे वडिलांनी जसंजसं बोट धरून पुढे नेलं, तशीच मी चालत गेले. माझे वडील आणि गुरू पं. राजाभाऊ देव यांनी जसं सांगितलं, तसं मी केलं. मला तालीम मिळालेल्या तिन्ही घराण्यांची वैशिष्ट्यं थोडक्यात आणि नेमकेपणाने सांगायची झाली तर :

ग्वाल्हेर घराणं म्हणजे

- तिन्ही सप्तकांमध्ये सहज फिरणारा मोकळा आवाज
- ख्यालाच्या तालात, लयीत चपखल बसतील, अशा चुस्त बंदिशी... एखादा हिरा कोंदणात बसावा, अगदी तशा!

- बंदिश केंद्रस्थानी मानून रागविस्तार
- मध्य-विलंबित लयीमध्ये संपूर्ण रागविस्तार
- रागगायनात ध्रुपद अंगाची लयकारी आणि बेहलावायुक्त प्रवाही गायकी.

मला शिकवताना त्यांनी भूप, यमन या बेसिक रागांनी सुरुवात केली. खरं तर 'बेसिक' हा शब्द फार चुकीचा आहे. ह्या रागांना 'बेसिक' म्हणता येणार नाही. भल्याभल्या लोकांना ते गाताना भीती वाटते; मलाही वाटते. ग्वाल्हेर गायकीच्या प्रशिक्षणाचा अविभाज्य भाग असलेल्या पाच, सहा, सात स्वरांच्या (भूप, बागेश्री, मालकंस, तोडी) रागांचं माझं शिक्षण सुरुवातीला झालं आणि मग छायानट, कामोद, केदार अशा वाटेने ते हळूहळू पुढे जायला लागलं.

ग्वाल्हेर गायकीत एकताल, झुमरा, तिलवाडा या तालांमध्ये जी लय पकडली जाते, ती फार सुंदर आणि प्रवाही असते. असं करताना एखाद्या विहंगम दृश्याप्रमाणे, – 'ईगल्स आय व्ह्यू'प्रमाणे – सगळ्या मात्रांशी संवाद साधत, बांधेसूद लयीच्या आधारे, पूर्ण आवर्तनाचं आकलन होत-होत ख्यालाकृती उभी राहते. तालाकडे बघायची दृष्टी मला दादांमुळे मिळाली. त्यांचे पहिले गुरू, ग्वाल्हेर घराण्याचे महान गायक जगन्नाथबुवा पंढरपूरकर आणि राजाभैया पूंछवाले हे होते. त्यानंतर उ. रजबअली खाँ यांच्याकडे त्यांना किराना घराण्याचं सौंदर्यतत्त्व आणि बलपेंच असलेल्या गायकीचं शिक्षण मिळालं. किराना घराण्याचं शिक्षण घेताना स्वराचं सूक्ष्म काम, स्वरकाकू पद्धत (आवाजाची मॉड्युलेशन्स), विलंबित लयीतल्या बंदिशीतलं अधिक ठहरावाचं काम, स्वरांचे ठहराव, गोलाईयुक्त स्वर-लगाव, आलापाच्या माध्यमातून दोन ते तीन स्वरांमधलं स्वरसंयोजन या सगळ्याची मला सहा ते सात वर्षं दादांकडून तालीम मिळाली. वयाच्या १५व्या वर्षी माझी शुद्ध कल्याणची तालीम सुरू झाली. ती पुढचे अनेक महिने चालू होती.

ज्याची झलक जरी मिळाली, तरी 'मोक्ष' मिळाला असं म्हणतात, अशी जयपूर गायकी मला २२व्या वर्षापासून दादांकडूनच मिळाली. तीनतालाची गायकी, एकतालाची गायकी, झुमऱ्याची गायकी असे 'तालाची गायकी' सांगणारे शब्द वरकरणी विचित्र वाटले, तरी ते अतिशय अर्थपूर्ण शब्द आहेत. तालाप्रमाणे गायकीतही बदल अपेक्षित आणि अत्यावश्यक आहेत. तालाच्या आकृतीसह दोन मात्रांमधला अवकाश सुरेलपणे भरून काढणारी; त्याच्याशी संबंध ठेवणारी; तालाला नव्हे, तर लयीला पकडणारी अशी ही अतिशय सूक्ष्म, अतिशय प्रगल्भ जयपूर गायकी!

माझे दुसरे गुरू, पं. मधुसूदन कानेटकर हे दादांचे जिवलग मित्र. नागपूरला आमची घरंपण जवळजवळ होती. आकाशवाणीवरचा नोकरीचा वेळ संपल्यानंतर हे दोघंही संध्याकाळी सात ते रात्री दोनपर्यंत रियाज करत असत. काकांकडे मी १९७९पासून, म्हणजे

१० ते १२ वर्षं शिक्षण घेतल्यानंतर मला जयपूर गायकीची सखोलता समजायला लागली आणि जयपूर गायकीचा मी अधिक आस्वाद घ्यायला लागले. ही गायकी फार बुद्धिप्रधान आणि थोडीशी रूक्ष आहे, असा या गायकीबद्दल अपसमज आहे; पण माझ्या मते, हा चुकीचा विचार आहे. भुर्जीखाँसारख्या रसपूर्ण आविष्कार करणाऱ्या या घराण्यातल्या गायकांच्या गाण्यात एकूणच रागरसाचा अतिशय सखोल विचार दिसतो. जयपूर गायकीतला एकूण रसाचा विचार करता, बुद्धीला आव्हान देणाऱ्या गायकीच्या बरोबरीने ही हृदयाला पीळ पाडणारीदेखील गायकी असल्याचा साक्षात्कार मला काकांच्या (पं. कानेटकर) सुरांमधून झाला. काकांचा आवाज इतका सुरेल आणि नितळ होता की, वयाच्या ३५व्या वर्षी मी त्यांच्याकडे शिकायला गेले, तेव्हा ऐकलेले त्यांचे स्वर आजही माझ्या कानात आहेत.

दादांनीही सातत्याने नुसतं शिकवलंच नाही, तर करवूनही घेतलं. 'आपली मुलगी आहे. हिला काय, सहज येईल...!' असं त्यांनी गृहीत धरलं नाही. पहाटे चार ते आठमध्ये पहिले दोन तास फक्त आवाजाची मेहनत करायची आणि नंतरचे दोन तास दादा शिकवायला बसायचे. दुपारी कॉलेजमधून आल्यावर तीन ते सहा असे तीन तास दुपारचे राग गायचे आणि थोडंसं खेळून, जेवण वगैरे झालं की रात्री आठ ते साडेदहा परत रात्रीचे राग दादा घेऊन बसायचे. इतके तास खंड न पडता रोजची तालीम! एखाद्या वेळी मला बरं नसेल, तर दादा म्हणायचे, 'तू बस, आराम कर; मी गातो तुझ्याकरता.' इतका समर्पित गुरू मला लाभला, हे माझं भाग्यच आहे! दादांनीच मला घडवलं आहे आणि त्याचं संपूर्ण श्रेय दादांचं आहे.

अलकाताई, या तिन्ही गायकींचा प्रत्यय देणारी काही उदाहरणं गायनातून दाखवता का?

सुटा आवाज लावणं आणि रागाप्रमाणे आवाज लावणं या दोन्ही गोष्टी पूर्णतः भिन्न असल्याचं समजावून सांगताना दादा म्हणत, 'तोडी गाताना तोडीचा 'सा' लाव!'

प्रात्यक्षिक २ : स्वरलगाव

'सुरुवात करतानाच तो षड्ज तोडी होऊन आला पाहिजे. खालच्या स्वराची आस पकडली नाही, तर तो स्वर निर्जीव होतो. ज्या रागात आहोत, त्या रागाचं पूर्ण आवरण घालून तो सूर लागला पाहिजे. त्या-त्या रागाचं पूर्ण वलय तयार होईल, असे सूर लागले पाहिजेत' – हा विचार दादांनी मनावर ठसवला. प्रत्येक सूर आसयुक्त, पुढच्या-मागच्या स्वरांचा स्पर्श घेत घेत समोर आला पाहिजे. त्यातूनच रागाचं व्यक्तिमत्त्व उभं राहतं; लक्षात येतं. यात रागाच्या चलनाचाही विचार असतोच.

लहानपणी माझा आवाज खूप पातळ होता... इतका पातळ की, अतितारसप्तकाच्या मध्यमा-पंचमापर्यंत मी सहज जायचे, पण माझा आवाज खाली मात्र लागत नसे. अनेक गायकांना ही अडचण येत असेल; पण दादा मला तरीही मंद्राच्या सुरांचा रियाज करायला लावायचे. ते म्हणायचे, 'लागो न लागो, हवा येऊ दे नुसती... तरी प्रयत्न कर...' आणि हळूहळू माझा आवाज लागायला लागला. मंद्राचा रियाज करवून घेताना खर्जातला गंधार, रिषभ या स्वरांपर्यंत जाता यावं म्हणून, तसंच तानेमध्ये तिन्ही सप्तक फिरण्यासाठी म्हणून दादांनी मला तान बांधून दिली.

म़॑ ध़॒ नि़ सा रे॒ ग॒ म॑ ध॒ नि सां रें॒ गं मं॑ धं॒ धं॒ मं॑ गं॒ रें॒ सां नि ध॒ म॑ ग॒ रे॒ सा

त्यामुळे खर्जापासून तारसप्तकापर्यंत आवाजाला कुठेही अटकाव झाला नाही. तान कशीही, कुठेही, पाहिजे तिथे, जशी मनात येईल तशी जायला लागली. हळूहळू दादांनी मला बलपेंचयुक्त तान, ग्वाल्हेरची सपाट तान शिकवली. तानेला स्वभाव असल्याचं आणि आरोहात, अवरोहात तिचं जाणं-येणं असल्याचं सांगितलं. मोठा साप सरळ काठीसारखा चालत नाही; उपलब्ध जागेचा अंदाज घेत-घेत तो वक्र गतीने पुढे जातो. तसंच सर्पगती तानेचं वैशिष्ट्य हेच असतं की, इकडून-तिकडून स्वर घेत, सप्तक कव्हर करत, थोड्या स्वरांमध्ये ती घेतली जाते; आणि हे शिकवताना दादांनी सांगितलेलं महत्त्वाचं तत्त्व म्हणजे, 'तानेला जर विचार आणि दिशा नसेल, तर ती तान अर्थहीन आहे.' हा अतिशय अनमोल विचार आहे. आलाप करताना तुम्हाला विचार करायला जशी थोडी उसंत मिळते, तशी ती तानेत मिळत नसल्याने तान घेताना तोचतोचपणा येऊ शकतो. अशी पुनरावृत्ती कलाकारासाठी घातक असते. वेगवेगळे विचार, विविध दिशांनी घेतलेले आकार यांचा समुच्चय म्हणजे तान!

प्रात्यक्षिक ३ : पलटा, राग तोडी

असे कितीतरी पलटे मी शिकले आहे. माझ्या या दोन गुरूंनी प्रसंगी मला नऊ-नऊ ताससुद्धा तालीम दिली आहे. या पलट्यात थोडं पुढे - थोडं मागे अशी दिशा आहे; तीन-तीन स्वरांचे, दोन-दोन स्वरांचे तुकडे आणि ठहरावाचे काही स्वर आहेत. अनेकदा गायकाला तानांमधल्या थांब्यांचा विसर पडतो. रागचलनाप्रमाणे विशिष्ट ठिकाणी असलेला स्वरांचा झोतही तितकाच महत्त्वाचा असतो.

आपण म्हणतो, ग्वाल्हेर घराण्याची गायकी बेहलाव्याच्या अंगाने जाते. ग्वाल्हेर गायकीच्या संदर्भात बेहलावे म्हणजे प्रवाही सूर; स्वरसंगतींचा अखंड प्रवाह. एकेका सुराच्या विस्तारापेक्षा बेहलाव्याच्या आधारे संपूर्ण सप्तक सूर फिरत राहतो. ग्वाल्हेरमध्ये

'सा' आणि 'प' या दोनच सुरांवर थांबण्यासाठी जागा असते, असं माझं निरीक्षण आहे. स्वरांचा आनंद घेत, गमकेच्या अंगाने स्वरसंगती पुढे-पुढे नेणं आणि 'सा' आणि 'प' या दोनच स्वरांचे थांबे घेऊन प्रवाह सांभाळणारी बेहलावेयुक्त गायकी, हे ग्वाल्हेर घराण्याचं एक अनन्यसाधारण वैशिष्ट्य आहे.

बेहलावेयुक्त गायकी किंवा बेहलाव्याच्या अंगाने गाणं ही वेगळी गोष्ट आहे. बेहलावे म्हणून दादांनी एक संकल्पना दिली. तिचा अर्थ असा आहे की, विलंबितमध्ये जेव्हा आलाप संपून लय वाढते, आणि बोल आलाप सुरू होतात, ज्यांत लयकारी असते, त्यानंतर तानेचा भाग सुरू होतो. आलापाकडून लयकारीतल्या बोलबाटेच्या माध्यमातून पुढे तानेमध्ये प्रवेश करतानाचा एक दुवा, (ब्रीज) म्हणजे बेहलावा. कारण आलापामध्ये तानेसाठी आवश्यक आवाजाचं वॉर्मिंग-अप होत नाही. मग गमकेचा वापर होत नाही. दादांनी मला किराना गायकी शिकवताना तानेकडे मुद्दाम दुर्लक्ष करून, केवळ सुरांचा आनंद कसा घ्यायचा, ते सांगितलं; गोलाईयुक्त, आसयुक्त स्वर कसे लावायचे, ते सांगितलं. प्रत्येक दोन-तीन स्वरांमध्ये रचना (कॉंबिनेशन्स) कशा करायच्या, ही फार महत्त्वाची गोष्ट सांगितली. हे शिकवताना त्यांनी एक महत्त्वाचा विचार सांगितला. तो म्हणजे, पृथ्वीतलावर जसं तीन चतुर्थांश पाणी आहे, तसे रागगायनात आलाप असतात. जर आलाप गायले गेले नाहीत, तर राग तोकडा होईल. 'आलाप' ही कुठल्याही रागाची रागविस्तारासाठीची पायाभरणी असते. त्यातूनच समग्र गायकीचं दर्शन होऊ शकतं. म्हणूनच कलाकाराला सर्व गोष्टींचं भान ठेवायला लागतं. आलापाच्या वेळी आलाप; त्यांत असलेला संथपणा, ठहराव, वेगवेगळ्या स्वरांची रचना करत त्या-त्या स्वरांचा आनंद चढत्या क्रमाने देणं या सगळ्याचं भान ठेवावं लागतं. मग लयकारी सुरू झाल्यावर आघातयुक्त आक्रमक बोलबाट करत रागविस्ताराचा मध्य गाठावा लागतो. अशा तऱ्हेने आलाप, तान, बोल यांचा समतोल साधत रागाचं भव्य दर्शन घडवता आलं पाहिजे. 'एखाद्या फुलाप्रमाणे राग स्वाभाविकपणे फुलला पाहिजे, उमलला पाहिजे; मग गायकी कुठल्याही घराण्याची असो' असं दादा म्हणत.

त्याचबरोबर तालाच्या किती आहारी जायचं, हा विचारही नक्कीच महत्त्वाचा आहे. 'ताल' आणि 'लय' ही आपल्याला मिळालेली सोय असते. दादा सांगायचे, 'स्वर उपजत असले, तरीही तालाच्या चौकटीत राहायचं. कारण त्याशिवाय गाण्याचं अस्तित्व नाही. पण गाणं फक्त तालाधिष्ठित असून उपयोगाचं नाही; ते रागाधिष्ठित होणं जास्त महत्त्वाचं आहे.' त्यांनी त्या वेळी सांगितलेल्या अनेक गोष्टींचा मला आज साक्षात्कार होत असतो.

अलकाताई, ग्वाल्हेर, किराना आणि जयपूर या तिन्ही घराण्यांची एकेक बंदिश ऐकायला आवडेल.

प्रात्यक्षिक ४ : बंदिश – राग छायानट (ग्वाल्हेर घराणं)

वेगवेगळ्या तालांमध्ये आणि लयींमध्ये गाताना त्या लयीची, तालाची आकृती सांभाळली गेली पाहिजे.

बंदिश गाताना ती आकृती आपण सोडू शकत नाही. तसंच तालाचे खानेही तितकेच महत्त्वाचे आहेत. त्यांत 'सम' आणि 'काल' हे तर अत्यंत महत्त्वपूर्ण खाने आहेत. त्यांचा सहसंबंध लक्षात घेऊन कितीही मोठ्या अवकाशात सुबक रचना करता आली पाहिजे. एखाद्या मोठ्या महालातल्या सामानाची सौंदर्यपूर्ण रचना कशी करायची, हे महत्त्वाचं असतं. ताल, आवर्तन, स्पेस (मधला अवकाश) यांच्याशी मैत्री करता आली पाहिजे. तालाचा वस्तुनिष्ठ अभ्यास झाला, तरच तालाचं गणित सुटतं. ही गोष्ट निश्चितच कष्टसाध्य आहे. गायकीत, उपज करताना तालाचे खंड स्पष्ट, स्वच्छ दिसले पाहिजेत; लयीचा आनंद घेता आला पाहिजे. या सगळ्याचा बोझ वाटता कामा नये. झुमरा चालू असताना चार तिरकिटपैकी कितवं तिरकिट चालू असल्याचं तबलजीला विचारणारेही गायक आहेत! हे तालाचं अवधान नसल्याचं लक्षण आहे. असं होता कामा नये. एका आवर्तनापेक्षा अधिक आवर्तनंही आलाप चालू राहू शकतो, पण तेवढा मगज (मॅटर) जवळ असायला हवा आणि त्याकरता तेवढा अभ्यास आवश्यक आहे. खरं सांगायचं तर ही मुलाखत माझी नाहीच; ही दादांचीच मुलाखत आहे, असं मी समजते, कारण इतकं त्यांनी दिलं आहे!

प्रात्यक्षिक ५ : बंदिश – राग पुरिया (किराना घराणं)

दादा म्हणायचे, तिन्ही घराण्यांची गायकी एकमेकांना पूरक आहे आणि ती एकमेकांवरचा उतारापण आहे. मला जर एखादा राग पंधरा मिनिटांमध्येच मांडायचा असेल, तर ग्वाल्हेर गायकी मला मदत करते; आणि जर माझ्याकडे एक तास असला आणि त्या रागाचा जीवही तितकाच मोठा असला, तर मी किराना घराण्याच्या आधाराने माझा रागविचार मांडते. किराना घराण्यात सब्जेक्टिव्ह ॲप्रोचने गातात; ग्वाल्हेर गायकी बंदिशीभोवती फिरते, बंदिशीशी प्रामाणिक राहते; तर जयपूर गायकी अतिशय शिस्तबद्ध परंपरेचं काटेकोर पालन करणारी गायकी आहे. दादा म्हणायचे, "रागासमोर आपलं अस्तित्वच नाहीय! आपण फक्त एक माध्यम आहोत आणि हे माध्यम लखलखीत ठेवणं, हेच आपलं काम!"

प्रात्यक्षिक ६ : बंदिश - राग ललितागौरी (जयपूर घराणं)

जयपूर गायकी समग्र आणि परिपूर्ण आहे; समतोल आहे आणि बुद्धीला खाद्य पुरवणारी आहे. दादा म्हणायचे की, 'रागाचा समग्र विचार झाला पाहिजे. एका रागात कितीही रागांचं मिश्रण असलं, तरी एक रसायन तयार करता आलं पाहिजे; तो एकच राग दिसला पाहिजे.' दादांच्या या मार्गदर्शनाच्या आधारेच माझी आजवरची वाटचाल झाली आहे.

अलकाताई, आपण अनेक बंदिशी रचल्या आहेत, पण पारंपरिक बंदिशी असताना नवनिर्मितीची गरज काय? बंदिशीतून राग व्यक्त होतो का? दादा म्हणत असत, 'बंदिशीमध्ये शब्दांना महत्त्व आहे का, तर नाही आणि बंदिशीमध्ये शब्दांना महत्त्व नाही का, तर आहे.' हे काय कोडं आहे?

अभिजात संगीत हे अमूर्त स्वरलयीचा आविष्कार आहे. काव्यरचना, स्वररचना आणि लयरचना मिळून बंदिश तयार होते. बंदिश म्हणजे जणूकाही रागाच्या भव्य दालनात प्रवेश करायचा; रागाच्या आत जायचं. त्यामुळे रागाच्या आत जाण्याचं ते एक प्रकारचं सुवर्णद्वारच (गोल्डन गेट) आहे. रागाचा समग्र पद्धतीने विचार करताना एकच बंदिश छोटी, अपुरी वाटू शकते. त्याकरता नवनिर्मितीची गरज भासते. आपल्याला रागाचा जो चेहरा अचानक दिसतो, तो बंदिस्त करण्यासाठी नवीन रचना केल्या जातात. दादा उत्तम वाग्गेयकार होते. 'रसरंग' नावाने त्यांनी बांधलेल्या बंदिशींच्या मोहात अनेक कलाकार पडले. ती माझ्यासाठी फार मोठी प्रेरणा होती. उत्तर हिंदुस्थानात बराच काळ वास्तव्य असल्याकारणाने हिंदीच माझी मातृभाषा होती; विचार, संस्कार हिंदीचेच होते. त्या अनुषंगाने इतर भाषाही अवगत असल्याने त्याही भाषांमध्ये सहज बंदिशी रचल्या गेल्या. मला रागाचं जे रूप व्यक्त करायचं होतं, ते माझ्या बंदिशींमधून व्यक्त केलं गेलं. राजस्थानी, हिंदी, उर्दू या भाषांवरचं प्रभुत्व ही माझी उपलब्धी असल्यामुळे नवनिर्मिती ही माझ्यासाठी सहज क्रिया झाली.

प्रात्यक्षिक ७ : राग अभोगी - स्वरचित बंदिश
जगत पत सब सुख निधान

कांग्रा चित्रशैलीत गुजरी तोडीच्या नायिकेचं एक चित्र आहे. ती राजस्थानी नायिका आहे आणि तिने तिच्याजवळ हरिण धरून ठेवलेलं आहे. 'गुजरी तोडीचा स्वभाव तोडीपेक्षा चंचल आहे' हे सतत गायल्यामुळे मनात आलं, तेव्हा बंदिशीत होळीचं वर्णन सहज आलं.

अलकाताईंच्या गायकीचे जास्तीत जास्त पैलू उलगडून दाखवायचा प्रयत्न म्हणून हा धावता आलेख आपण पाहतोय. ताई, तुमच्या स्वनिर्मित रागांबद्दल जरा सांगा ना!

सोहनी-बहार रागाचं उदाहरण पाहू या. सोहनी आणि बहार या रागांचं मिश्रण असलेला हा सोहनी-बहार.

प्रात्यक्षिक ८ (अ) : सोहोनी बहार – रूपक

बसंत-बहार राग आता ऐकणाऱ्यांच्या मनातही रुजला आहे; पण हिंडोल-बहार, सोहनी-बहार ह्या रागांमध्ये अजूनही थोडी कसरत वाटू शकते. म्हणजे एका रागातून दुसऱ्या रागात कसं जायचं? तर कॉमन स्वर असतात. त्यांच्यावरून गाता येतं.

प्रात्यक्षिक ८ (ब) : राग बसंत–बहार आलाप

त्या रागात जितका जास्त विचार करू, तसा तो राग जवळ येत जातो.

बंदिशीत भाव व्यक्त करायला शब्दांचा आधार असतो, पण तराण्यातल्या अक्षरांना अर्थ असतो का? 'अरूपाते रूप दावीन' असा काहीसा तराण्यांचा प्रवास आहे. तुम्ही जी काही पेंटिंग्ज केलीत, त्यांद्वारे अमूर्त अविष्कारांना दृश्य माध्यमाची जोड दिलीत का? तुमची चित्रकारिता यासाठी उपयुक्त ठरली का?

तराण्यातल्या अक्षरांना काही अर्थ नाही, हा गैरसमज आहे. जसा त्या काळात संस्कृत भाषेचा प्रभाव होता, तसंच इराणमधून संस्कृतला समांतर म्हणून सुफी कल्चर आपल्याकडे आलं. त्यामुळे तराणे म्हणजे एक प्रकारचे मंत्र आहेत. 'तनरिरि, दिरदिर दानि' हे सगळे इस्लामचे मंत्र आहेत. त्यांचा अर्थ आपल्याला कळत नाही. मी जिथे शिकले, ते वनस्थली विद्यापीठ म्हणजे गांधीजींच्या विचारांनी प्रेरित संस्था आहे. तिथे दर मंगळवारी प्रार्थना सभा असायची. त्या वेळी आम्ही कुराणातली आयत म्हणत असू. तिथे उपनिषदांपासून जैन धर्मातल्या प्रार्थनांपर्यंत सगळं म्हटलं जायचं. थोडक्यात, अक्षरांमध्येसुद्धा एक भाव असतो. त्यामुळे तराण्यातल्या शब्दांना निश्चित असा अर्थ

आहे. चित्रकलेच्या अभ्यासाचा मला नक्कीच फायदा झाला. तू म्हणालीस तसं, पेटिंगच्या अभ्यासामुळे अमूर्त स्वरसंयोजन, अक्षरसंयोजन, ध्वनिसंयोजन हे डोळ्यासमोर कुठेतरी दिसायचं. मनस्वी स्वभावामुळे आयुष्याच्या एका टप्प्यावर तराण्यांचीच निर्मिती होत गेली. तराण्याच्या अक्षरांची मजा घ्यायची दृष्टी दादांनी मला दिली.

प्रात्यक्षिक ९ (अ) : ललत तराणा

आघाताचा उपयोग जर बंदिशीत केला, तर बंदिशीच्या अर्थाला हानी पोहोचू शकते, पण तराण्यात ती भीती नसते. उलट सौंदर्यवृद्धीकरता आघात उपयुक्त ठरतात. तानांचा जोर, अक्षरांचा झोत यांमुळे तानेच्या अंगाने जाणाऱ्या या तराण्यात वेगळ्या प्रकारे स्वरांचं काम होऊ शकतं.

प्रात्यक्षिक ९ (ब) : मुलतानी – तराणा

आपल्या पूर्वसुरींनी; थोर, तपस्वी, द्रष्ट्या गायकांनी एवढं काम करून ठेवलं आहे की, ते फक्त जतन केलं पाहिजे. असं जरी असलं, तरी जो क्रिएटिव्ह आहे, तो स्वस्थ बसू शकत नाही. नवीन विचार देणं, हे आपलं कर्तव्य आहे; त्यात मजा आहे. तीन घराण्यांच्या गायकीचा अभ्यास करताना ज्या बंदिशी मिळवल्या - आत्मसात झाल्या, असं अजून मी म्हणत नाही; मिळवल्याच फक्त - त्या मी जतन केल्या. तेव्हा मला जाणवलं की, माझ्याकडे असलेल्या बंदिशी ही माझी मालमत्ता आहे. त्यांच्यात भर घालून ही मालमत्ता पुढच्या पिढीकडे दिली पाहिजे, या प्रामाणिक भावनेतून बंदिश-निर्मिती झाली आहे.

आता थोडं शब्दप्रधान गायकीकडे वळू. यात ठुमरीचा विचार करू या.

मी बनारसला काही वर्षं राहिले होते. गिरिजादेवींचा सहवासही मला लाभला, पण ठुमरीची सर्व तालीम मला दादांनी दिली. दादांचा संगीतविषयक दृष्टीकोन अतिशय व्यापक, विशाल होता. दादा म्हणजे, कल्पवृक्षच होते! उत्तर हिंदुस्थानात बरीच वर्षं राहिल्याने ते संस्कार आणि बनारसचा एक फ्लेवर सहजपणे माझ्यात आला. ठुमरीसाठी आवाज फेकणं, हे गायकासाठी मोठं आव्हान असतं. शास्त्रीय संगीत गाणाऱ्यासाठी तर ते फारच मोठं आव्हान असतं. माझ्यासाठी दोन्ही प्रवाह समांतर असल्यामुळे एवढा प्रश्न आला नाही.

प्रात्यक्षिक १० : ठुमरी

आवाज पुढे-मागे आणणं; भावानुरूप, शब्दाचा अर्थ समजून ते स्वर लावणं ही खूप मोठी कला आहे. ही कला मला दादांमुळे मिळाली. ठुमरी ही माझी सहजप्रवृत्ती असल्याने मी तिच्यात रचनाही करू शकले.

अलकाताई, गजलेचा दंश तुम्हाला नक्की कधी झाला?

अवलिया वडिलांची अवलिया मुलगी मी! त्यामुळे गजलचे मोठे कलाकार उस्ताद हाफिज अली खाँ यांच्या सान्निध्यात मी आले, तेव्हा गजलेचा अभ्यास सुरू झाला. दुसरा दंश खऱ्या अर्थाने मला केला, तो बेगम अख्तर यांच्या गजलांनी! त्यांची खूप रेकॉर्डिंग्ज मी ऐकली. मधुराणी फैजाबादी ह्याही माझ्या आदर्श आहेत. बरकत अली खाँ साहेब, त्यांचे शिष्य गुलाम अली ह्यांचा प्रचंड प्रभाव माझ्यावर आहे. गजलसाठी ती भाषा अवगत असायला हवी; उच्चार स्पष्ट हवेत. मी त्या भाषेचा अभ्यास केला. सांगायला अभिमान वाटतो की, अमृतसरच्या दूरदर्शनतर्फे लाहोर टेलिव्हिजनकरता माझ्या सहा गजलांचं एक रेकॉर्डिंग केलं गेलं आहे. त्या गीतप्रकारासाठी भाषेचं सौंदर्य कळणं अतिशय आवश्यक आहे. साहित्याचा अभ्यास करताना वाटायचं, 'आपण काव्य करत राहावं'... संगीताचा अभ्यास तर चालूच होता. थोडक्यात, 'रवींद्रनाथ टागोरांसारखं बहुआयामी असावं' अशी इच्छा... पण ते खरंच शक्य आहे का? या जन्मी तरी ते शक्य नाही. अनेक संस्कारांचा स्पर्श मात्र माझ्या व्यक्तिमत्त्वाला नक्कीच झालाय. अर्थात, माझी मुख्य धारा आहे, शास्त्रीय संगीत. त्याचा इतका प्रचंड अभ्यास दादांनी माझ्याकडून करवून घेतला की, हे सर्व जॉनर माझ्या मुठीत आले आहेत, असं मला वाटायला लागलं.

प्रात्यक्षिक ११ : गजल

'आलम है तनहाईका' ह्यात अख्तरीबाईंनी जो आवाज टाकला आहे, तो आत्म्याचा आवाज आहे! त्याला हरकतींची, मुरक्यांची गरजच नाही; हे त्यांनी शिकवलं - 'गजल एक कहन है, गजल एक इशारा है'. जितकं सजेस्टिव्हली सांगितलं जाईल, तितकी ती गजल डीप होत जाते. त्यांच्या गायकीतून मला ही दृष्टी मिळाली. माझ्या एका मैत्रिणीकडून मी इस्लाह भाषेची तालीम घेतली. ती भाषा मला लिहिता-वाचता येत नाही, पण व्यवस्थित बोलू शकते; तिच्यातले अर्थ मला कळतात. गजल-गायनासाठी

'तलफ्फुज' म्हणजे निर्दोष उच्चार अनिवार्य आहेत. जयपूर आकाशवाणीवर शास्त्रीय, ठुमरी, गजल, या तिन्ही प्रकारचे कार्यक्रम मी केले आहेत.

शास्त्रीय अभिजात संगीतात उच्च स्थान मिळवलेली गायिका मदन मोहनची गाणी गाते, ही एक अद्भुत गोष्ट आहे. मदन मोहनच का?

दादा म्हणत, ''सर्व गानप्रकार हे एकमेकांवरचे उतारे आहेत.'' त्याचं मर्म आता समजतंय. दादा उदार अंतःकरणाचे गुरू होते. शास्त्रीय संगीताची इतकी सखोल तालीम देणारा एखादा म्हणेल, 'बाकी काही नाही करायचं' आणि ते बरोबरही आहे, पण थोडं इकडे, थोडं तिकडे भरकटणाऱ्या माझ्या दादांनी 'हिला प्रॉपरली भरकटू दे' असा विचार केला. मित्र-मैत्रिणी, खेळणं-बागडणं हे लहानपण माझ्या वाट्याला आलंच नाही. पहाटे चार ते रात्री साडेदहा ह्यात गायनाचाच अखंड विचार! शिवाय 'अभ्यासातही पहिलंच आलं पाहिजे' असा दादांचा कटाक्ष; त्यांना दुसरा क्रमांक चालायचाच नाही, आणि मी त्यांना साथ देत गेले, करत गेले... खरंतर दादांनीच करवून घेतलं, आणि इतकं सगळं अवजड पेलत होते, म्हणून मग ठुमरी, दादरा, गजल हे प्रकार त्यांनी मला गाऊ दिले.

शास्त्रीय संगीताच्या अभ्यासामुळेच मदन मोहनजींचं गाणं ऐकताना वाटलं की, 'अरे, हे तर आपलंच गाणं आहे! हे काही फक्त फिल्मी गाणं नाहीये.' त्यामुळे मी ते विस्तारपूर्वक गाऊ शकले. मदन मोहन गाणं शिकलेले होते; खूप मोठमोठ्या कलाकारांचा सहवास त्यांना होता. त्यांच्या रचनांमध्ये अनेक रागांच्या अनेक छटा दिसून येतात. एखाद्या रागाचा वेगळाच चेहेरा तो संगीत-दिग्दर्शक आपल्याला त्या तीन मिनिटांच्या गाण्यात दाखवतो, तेव्हा जाणवतं की, हे सर्व शास्त्रीय संगीताच्या पलीकडचं आहे. अर्थात, ते कवितेला, अर्थाला अनुकूल असलंच पाहिजे.

वयाच्या चौथ्या वर्षी सुरू झालेला माझा हा प्रवास आज ६८व्या वर्षीही चालूच आहे. दादांनी सुरू करून दिलेल्या ह्या प्रवासातलं ध्येय गाठता आलं नाही किंबहुना ते गाठता येऊ नये, असंच मला वाटतं. कारण ते गाठलं की, प्रवास थांबला. जे काही आत्ता चालू आहे, त्याच्या मस्तीत आपण राहिलं पाहिजे. तीच गोष्ट आनंद देऊन जाते. कारण साधना आनंद देते; मोक्ष नाही! स्वतःसाठी गाऊ या, स्वतःला थोडंतरी समाधान देऊ, मग लोक समाधानी होतीलच, असं वाटतं; आणि याच ध्यासातून धडपड केली. सगळ्या गोष्टींना मी स्पर्श करून आले (नाट्यसंगीत सोडून!). जे काही मला मिळालं, दादांनी आणि काकांनी मिळून मला जे दिलं, त्याचाच शोध चालू आहे; तीच कोडी अजून उलगडत नाहीत. बघू, या जन्मी शक्य झालं तर! या प्रयत्नांत माझे काही शिष्यही आहेत. तेही अभ्यास करत आहेत. मी त्यांना सांगते की, मी प्रवास करते आहे. तुम्हीही माझ्यामागे

प्रवासच करा (डोंट ट्राय टु अराइव्ह एनिव्हेअर). दादांनी स्वत:च्या करिअरचा विचार न करता, मला घडवण्यासाठी बराच वेळ दिला आणि त्याचं त्यांना जराही दु:ख नव्हतं; उलट आनंदच होता. दादांचं आत्मचरित्र 'गानरमैय्या' तुम्ही सर्वांनी आवर्जून वाचा; तुम्हाला गाण्यात रमलेला एक योगी त्यात दिसेल. यात आत्मप्रौढी जराही नाही... त्यांनी त्यांच्या सान्निध्यात आलेल्या गुरुतुल्य, कलासिद्ध व्यक्तींचं विश्लेषण केलं आहे (इट इज दि मोस्ट इम्पर्सनल ऑटोबायोग्राफी).

❖◆❖

यातील प्रात्यक्षिक स्वरूपात केलेले गायन ऐकण्यासाठी क्यूआर कोड स्कॅन करावा किंवा या लिंकवर क्लिक करावे.

https://youtube.com/playlist?list=PLxsxVopwsAaVyr2lEHpJ_6obbeoiQ3Y-d

गाण्यात रमलेले

पंडित अरुण कशाळकर

परिचय

"अरुण, काल आपण आठ मात्रांची तान शिकलो होतो. तुला म्हणून दाखवता येईल का?" - भाऊसाहेब

"हो दादा, मी ती कालच बसवली आहे... (म्हणून झाल्यावर) अशीच आहे ना?" - अरुण

"हो, अगदी बरोबर! आता ही ऐक... सोळा मात्रांची. चल, म्हण माझ्यामागे...." - भाऊसाहेब

"आली का बरोबर?" - अरुण

"ठीक आहे, पण अजून खूप वेळा रटायला लागेल." - भाऊसाहेब

"अहो, जेवायला सुरुवात करा! पानं केव्हाच वाढली आहेत आणि इकडे बाप-लेकांचं संगीत-शिक्षण जोरात सुरू आहे... तिकडे सगळं अन्न गार झालंय!" - मातोश्री

"हो आई, ही शेवटची तान म्हणतो आणि जेवायला सुरुवात करतो." - अरुण

विदर्भातील यवतमाळ जिल्ह्यातील 'पांढरकवडा' या लहानशा गावात असलेल्या कशाळकर वकिलांच्या घरात असे संवाद वारंवार घडत असत. संगीतात रमलेल्या या कुटुंबात अरुणजींचा जन्म ५ जानेवारी १९४३ रोजी झाला. त्यांना पाच बंधू आणि दोन भगिनी होत्या. अरुणजी सर्वात मोठे होते आणि त्यांना सगळे जण 'बाबा' म्हणत असत. त्यांचे सुरुवातीचे संगीताचे शिक्षण वयाच्या पाचव्या वर्षापासून वडील पं. ना. द. उर्फ भाऊसाहेब कशाळकर यांच्याकडे सुरू झाले.

भाऊसाहेब व्यवसायाने वकील असले, तरी त्यांना गाण्यासह अनेक विषयांत गती होती. साताऱच्या न्यू इंग्लिश स्कूलमध्ये भाऊसाहेबांचे शिक्षण चालू असताना तेथील मटंगेबुवांकडे ते थोडेसे गाणे शिकले होते आणि पुण्याला एलएलबी करत असताना बालगंधर्व, सुरेशबाबू माने यांसारख्या दिग्गजांचे गाणेही त्यांनी भरपूर ऐकले होते. *संगीत कलाविहार* या मासिकामध्ये ते लेखन करत असत. त्यांनी *गांधर्व शिक्षा* हे पुस्तक लिहिले होते आणि त्याबरोबरीने *बाल ज्ञानेश्वरी* आणि *सुबोध पतंजली* ही पुस्तकेही लिहिली होती. दीर्घायुष्य लाभलेले (१९०६ ते २००२) भाऊसाहेब स्वभावाने कडक असले, तरी अगदी पहाटे मुलांना उठवून प्रेमाने गाणे शिकवत.

घरातील संगीतमय वातावरणात वडील आणि मुले रममाण झाली असल्याचे अनोखे दृश्य त्यांच्या घरी नेहमी दिसे. त्या छोट्या गावात गाण्याच्या अभ्यासासाठी उपलब्ध असलेला त्यांचा स्रोत म्हणजे, त्या वेळी लोकप्रिय असलेला रेडिओ! आकाशवाणीवर होत असलेल्या नामवंत गायकांची गाणी ऐकून वडील मुलांशी चर्चा करत असत आणि बरोबरीने घरी मागवलेल्या पुस्तकांचा अभ्यासही चाले. विशेषतः तिलवाडा, झुमरा हे ठेके तर रेडिओवर ऐकून, तालाच्या मात्रा मोजून मुलांनी समजून घेतले होते. तेलंगणाकडे जाणारे गवई वाटेत त्यांच्या घरी थांबत. त्यांच्याकडून भाऊसाहेब बंदिशी आणि माहिती नसलेली रागस्वरूपे समजून घेत. सर्व कशाळकर कुटुंबच या उपक्रमात सामील होत असे.

अरुणजींचे पाच भाऊ व दोन भगिनीसुद्धा गाणे शिकल्या होत्या. त्यांच्यापैकी अरुणजींसह त्यांचे धाकटे भाऊ डॉ. विकास हे गायक, संगीत-संशोधक आणि तज्ज्ञ मार्गदर्शक, तर उल्हासजी हे प्रथितयश गायक म्हणून प्रसिद्ध आहेत. या तिन्ही बंधूंनी तीन घराण्यांची गायकी आत्मसात करून संगीत क्षेत्रात स्वतःचे असे स्थान निर्माण केले आहे.

अरुणजी १९५८मध्ये के.ई.एस. हायस्कूल येथून मॅट्रिक झाले. कॉलेजचे शिक्षण सुरू होण्याआधीच ते 'संगीत विशारद' झाले होते. मध्यप्रदेशामध्ये झालेल्या एका संगीतस्पर्धेत वयाच्या तेराव्या वर्षी पहिला क्रमांक मिळाल्याबद्दल वडिलांकडून त्यांना मनगटी घड्याळ बक्षीस मिळाले होते (पण त्याआधी वर्गातील बाकावर ताल धरल्याबद्दल मास्तरांकडून चोपही मिळाला होता); परंतु 'आ ऊ करणारे कुटुंब' अशी गावकऱ्यांकडून होत असलेली कुचेष्टा किंवा शिक्षकांकडून मिळालेला मार या बाबी अरुणजींची गाण्याविषयीची ओढ किंचितही कमी करू शकल्या नाहीत.

''बाबाच्या घरी, म्हणजे आमच्या काकांच्या घरी 'इंग्रजी भाषा' आणि 'गायन' या दोन्ही विषयांची ज्ञानगंगा होती. सतत गाणं चालू असल्याने गाण्याशिवाय इतर विषय कमीच असत. बाबा आम्हा बहिणींना वेगवेगळ्या रागाचे 'आरोह-अवरोह' विचारायचा. यवतमाळला असताना रामनवमीच्या उत्सवात तो 'गीत रामायण' गायचा. त्या कार्यक्रमाला तुफान गर्दी व्हायची. याबरोबरीने त्याची 'तोच चंद्रमा नभात'सारखी भावगीतेही लोकप्रिय झाली होती. त्याने त्या वेळी यवतमाळच्या विवेकानंद विद्यालयात संगीत शिक्षक म्हणूनही काही काळ नोकरी केली होती.'' असे त्यांची चुलत बहीण श्रीमती शारदा पळशीकर सांगतात. त्या वयात सुधीर फडके, भीमसेनजी हे अरुणजींचे आदर्श होते. पाच-सात वर्षे घरी गाणे शिकल्यानंतर त्यांनी यवतमाळचे पं. दामोदर व्ही. पणके यांच्याकडे संगीत अलंकारपर्यंतचे शिक्षण घेतले. त्यानंतर त्यांना नागपूर आकाशवाणीवर

रेकॉर्ड लायब्रेरियन म्हणून नोकरी मिळाली. ती चालू असताना नागपूचे पं. राजाभाऊ कोकजे यांच्याकडेदेखील ते दोन वर्षे गाणे शिकले. असे जवळजवळ १९५८पर्यंत, म्हणजे १५-१६ वर्षे त्यांचे गाण्याचे शिक्षण झाल्यानंतरही त्यांना पुढचे शिक्षण घ्यायची आस स्वस्थ बसू देईना. त्या काळात 'भीमसेनजी' हे त्यांचे दैवत होते. त्यांच्या घुमारदार आवाजाचे अरुणजींना आकर्षण होते. अरुणजींना वसंतराव देशपांडेंच्या आवाजातील नखरा, जसराजजींचा नितळ आवाज हे जसे आवडत असे, तसेच केसरबाई, मोगूबाई, फैयाजखाँ यांच्या गाण्याचेही आकर्षण होते; आणि या सर्वांकडून काहीतरी घेण्याचा त्यांचा प्रयत्न सतत चालू होता.

अरुणजी नागपूर आकाशवाणीवर असताना त्यांचे सहकारी असलेले संगीत दिग्दर्शक आणि निर्माते राम फाटक त्यांना अनेकदा म्हणत की, गाण्याचे पुढचे शिक्षण घेण्याकरता त्यांनी मुंबईला गेले पाहिजे. काही गवयांची ओळख होण्यापलीकडे ही नोकरी फारशी न आवडल्याने व ती बदलण्याचे त्यांच्या मनात असल्याने त्यांचा मुंबईला जाण्याचा प्रयत्न चालू होताच.

पं. गजाननबुवांची तालीम (१९६४ ते १९७०)

अरुणजी नागपूर आकाशवाणीत असताना पं. गजाननबुवा जोशी केंद्राच्या परीक्षणाला आले होते. तेव्हा त्यांची आणि अरुणजींची ओळख झाली आणि त्यांनी अरुणजींना मुंबईला येण्याचे निमंत्रण देऊन ठेवले. अरुणजींनाही मनापासून गवईच व्हायची ओढ असल्याने त्यांनी आकाशवाणीची नोकरी सोडून मुंबईच्या ए. जी. ऑफिसमध्ये नोकरी मिळवली आणि ते मुंबईला आले. चांगल्या गुरूला चांगला शिष्य भेटायचा योग असल्यानेच बहुधा त्यांची राहण्याची सोय त्यांच्या मित्राच्या बहिणीकडे डोंबिवलीलाच झाली. तिथे जवळच पं. गजाननबुवा जोशी राहत असत. अगदी दुसऱ्याच दिवशी अरुणजी बुवांकडे जाऊन पोहोचले. अर्थातच, गजाननबुवांनी त्यांच्या प्रथेनुसार सुरुवातीचा काही काळ, म्हणजे तब्बल आठ महिने अरुणजींना केवळ श्रवणभक्तीच करायला लावली. म्हणजे बुवा अन्य शिष्यांना शिकवत असताना ती 'तालीम ऐकण्याची' तालीम! या आठ महिन्यांमध्ये दरबारी रागासारख्या अनेक ख्यालांमधून अरुणजींवर बुवांच्या उत्तुंग आणि विद्वत्तापूर्ण गायकीचा प्रभाव पडला. अरुणजी म्हणतात, ''बुवांकडे माझं खरं शिक्षण सुरू झालं. बुवांचा दरबारीमधला 'हजरत तुर्कमान' हा ख्याल ऐकला आणि मी प्रभावित झालो. बुवा समेला आले... आणि त्या स्वरांचा प्रकाश त्या खोलीत पसरला! मला दाद देण्याचंही भान राहिलं नाही आणि मी नुसता 'आ' वासून त्यांच्याकडे बघतच राहिलो! दरबारीच्या प्रभावाने मला घेरले, कारण मी खरंच एका स्वर्गीय आनंदाचा अनुभव घेत होतो. मी बुवांच्या

पुढे नतमस्तक झालो; पण त्या वेळी मला प्रश्न पडला की, 'ही अवघड गायकी मला शिकता येईल का?' पण मीच मला उत्तर दिले, 'हो, का नाही जमणार?' ''

गजाननबुवांनी अरुणजींकडून श्रवणभक्तीसुद्धा शिस्तीने करून घेतली. 'इतर ठिकाणी उगाचच वेळ वाया घालवत जाऊ नकोस.' असे बुवा सांगत. सातत्य, सहवास आणि संस्कार यांचे महत्त्व अरुणजींना तेव्हा कळले नव्हते, पण नंतर मात्र त्यांना या गोष्टींचे महत्त्व समजले. आठ महिन्यांच्या ह्या 'ऐकण्याच्या' तालमीमुळे त्यांची गाण्याची समज वाढली आणि या पूर्वतयारीनंतर खरी तालीम सुरू झाली.

केवळ कुतूहलापोटी अरुणजी गजाननबुवांपर्यंत जाऊन पोहोचले होते, पण बुवांच्या रूपात उत्तम गुरू भेटून त्यांना जणू सत्याचे दर्शन झाले होते. तळमळ असेल, तर परिस्थिती कशीही असली, तरी मार्ग काढता येतो. अरुणजी डोंबिवलीला एका घरात पेईंग गेस्ट म्हणून राहत होते. सकाळी डबा घेऊन ए. जी. ऑफिसला ते नोकरीला जायचे आणि संध्याकाळी गजाननबुवांकडे गाणे शिकून रात्री दहा वाजता घरी पोहोचायचे. तेथे राहण्याचीच सोय कशीबशी झाली असल्याने रियाज करण्याची काहीच सोय नव्हती. त्याकरता त्यांना मुद्दाम मित्रांकडे जावे लागे. सुदैवाने नंतर गाण्याच्या निमित्ताने ओळख झालेल्या एका गृहस्थांच्या घरी त्यांची राहण्याची, तसेच रियाज करण्याचीही सोय झाली, पण हे सुख त्यांना फक्त अडीच वर्षे मिळाले आणि उल्हासनगरला जाऊन त्यांना पुढची सोय करावी लागली. मात्र गाण्याचा ध्यास घेतलेले अरुणजी पहाटे उठून, लोकलने बुवांकडे जाऊन व शिकून, ऑफिस करून रात्री घरी परत येत असत.

गजाननबुवांकडे त्यांना ग्वाल्हेर, जयपूर आणि आग्रा या तिन्ही घराण्यांची तालीम मिळाली. महत्त्वाचे म्हणजे, घराणेदार गायकी आणि त्यानुसार रागस्वरांच्या उच्चारणाची शिकवण त्यांना अगदी योग्य वेळेला मिळाली. रागांची ओळख होणे, ही पहिली पायरी असते, तर गुरूच्या सान्निध्यात त्या रागाचे सखोल ज्ञान होणे, ही सर्वांत महत्त्वाची बाब अरुणजींना गजाननबुवांकडे मिळाली. अरुणजींचे दोन धाकटे बंधू पं. उल्हास आणि डॉ. विकास हेसुद्धा नंतर गजाननबुवांकडे शिकले.

गजाननबुवांविषयी अरुणजी लिहितात, 'आपल्या गंधाची उधळण करत विविध घराण्यांच्या पाकळ्या श्रोत्यांपुढे बुवा बरसवत राहत. बुवांच्या गाण्याला रागाचा रंग आणि गुरुभक्तीचा सुगंध असे, जो आसमंत भारून टाकायचा. गाण्यावर इतके निरपेक्ष प्रेम केलेला कलाकार विरळाच!'

स्टेट बँकेत नोकरी

याच दरम्यान काही काळाने अरुणजींची ए. जी. ऑफिसमधली नोकरी सुटून त्यांना कळव्याला अगदी अल्प काळासाठी एक नोकरी मिळाली. ए. जी. ऑफिसमध्ये असताना, त्याच इमारतीतील आकाशवाणी केंद्रावर विदुषी प्रभाताई अत्रे, उ. अझमत हुसेन, पं. वि. रा. आठवले यांच्यासारख्या प्रसिद्ध गायकांचे येणे-जाणे असे. त्यांना भेटून अरुणजींनी त्यांच्याकडूनही ज्ञान ग्रहण केले. याच काळात पं. जितेन्द्र अभिषेकी, पं. प्रभुदेव सरदार यांच्याकडे जाऊनही अरुणजींनी गाणे ऐकले. अरुणजींनी १९७२ ते १९९४ या काळात स्टेट बँकेत नोकरी केली. गायक असल्याने त्यांना स्टेट बँकेतील नोकरी मिळाली, हे विशेष! कळव्याच्या नोकरीनंतर त्यांना स्टेट बँकेत नोकरी मिळण्याचा किस्सा गमतीशीर आहे. स्टेट बँकेत नोकरीला असलेले आणि उ. अहमदजान थिरकवाँ यांच्याकडे तबला शिकलेले अरुणजींचे मित्र आनंद शिधये यांनी अरुणजींचा गजल-गायनाचा कार्यक्रम बँकेत आयोजित केला होता. तो ऐकून खूश झालेल्या तेथील अधिकाऱ्यांनी अरुणजींना नोकरीची ऑफर दिली. त्या वेळी नव्या नोकरीच्या शोधात असलेल्या अरुणजींचे या ऑफरमुळे मोठे काम झाले आणि दुसऱ्याच दिवशी ते स्टेट बँकेत विनामुलाखत रुजू झाले.

त्यानंतर आयुष्याला थोडे स्थैर्य आल्याने १९७२मध्ये त्यांचा सौ. धनश्री (पूर्वाश्रमीच्या कु. सुनंदा नारगोलकर) यांच्याबरोबर मुंबई येथे विवाह झाला. या दांपत्याला आशिष आणि अद्वैत हे दोन उच्चविद्याविभूषित मुलगे आहेत. कै. पं. सुधीर माईणकर यांच्याकडे तबल्याचे शिक्षण घेतलेला मोठा आशिष ओरॅकल या प्रसिद्ध आयटी कंपनीत संचालक पदावर असून बंगळुरूला स्थायिक आहे. धाकटा अद्वैत एमबीए (एच आर) करून सिंगापूरला सल्लागार म्हणून कार्यरत आहे.

गुरुवर्य पं. राम मराठे यांच्याकडील तालीम

मध्यंतरीच्या काळात गजाननबुवांची तब्बेत बिघडल्याने १९७१-७२ अशी दोन वर्षे अरुणजी सुप्रसिद्ध शास्त्रीय व नाट्यसंगीत गायक संगीतभूषण पं. राम मराठे यांच्याकडे शिकायला गेले. विद्येची तळमळ असणारे गुरु-शिष्य कसे असावेत, याची प्रचिती देणारा पहिल्याच दिवशीचा प्रसंग उल्लेखनीय आहे. त्या दिवशी अरुणजी रामभाऊंच्या ठाण्यातील घरी गेले, तेव्हा रामभाऊ नाटकाच्या तालमीसाठी गिरगावात गेले होते. अरुणजींना चहा देऊन, 'जेवण इथेच घ्या,' असे सांगून मराठेवहिनीसुद्धा नाटकासाठी बाहेर गेल्या. त्यानंतर रात्री १२ वाजता रामभाऊ परत येईपर्यंत अरुणजी बसून होते. या वेळात गाण्याचा सराव केल्यामुळे त्यांना अतिशय भूक लागली होती आणि ते थकले होते, पण तेथे कोणीही ओळखीचे नसल्याने काही इलाज नव्हता. रामभाऊ परत आल्यावर

म्हणाले, ''चला, तंबोरा काढा!'' नंतरचा तासभर जयत-कल्याण शिकवल्यावर म्हणाले, ''आता जेवू या आपण...'' तोपर्यंत अरुणजींची भूक गेली होती; परंतु ह्यापुढे वेगळेच दृश्य अरुणजींना पाहायला मिळाले. रामभाऊंनी त्यांच्यासाठी स्वतः आमटीभात कालवून दिला. रामभाऊंच्या प्रेमळपणाचा प्रत्यय आल्याने अरुणजी भारावून गेले. त्यानंतर कित्येक वर्षे 'झकोरा न ये' ही जयत-कल्याण रागातील बंदिश ऐकल्यावर अरुणजींना भूक लागल्याचा प्रत्यय येत असे!

राम मराठेंकडे जाण्यापूर्वीपासूनच अरुणजी बरेच वेळा त्यांच्या गाण्याचे अनुकरण करीत असत. सुरुवातीच्या काळात गायकाच्या गळ्यावर चांगल्या गाण्याच्या अनुकरणानेही संस्कार होतातच, पण प्रत्यक्ष शिकवायला लागल्यावर रामभाऊंनी त्यांना स्वतःची गायकी उलगडून दाखवली. रामभाऊंचे शिक्षण मा. कृष्णराव फुलंब्रीकर, उ. विलायत हुसेनखाँ, पं. जगन्नाथबुवा पुरोहित यांच्याकडे झाले होते. या दिग्गजांकडून त्यांनी ग्वाल्हेर, आग्रा आणि जयपूर या घराण्यांची तालीम घेतली होती. ख्याल गायकीबरोबरीने नाट्यसंगीतही उत्तम गात असल्याने ते अतिशय लोकप्रिय होते. त्यांच्या अनेक मैफिलींमध्ये त्यांच्या मागे बसून तानपुऱ्याची स्वरसाथ करण्याचा अनुभव अरुणजींना मिळाला. श्रोत्यांना चार-पाच तास गुंग करणाऱ्या मैफिलीमधील रामभाऊंची वैविध्यपूर्ण गायकी आणि अनेक अनवट/जोड राग या गोष्टी अरुणजींना जवळून शिकता आल्या. याबरोबरीने नाट्यसंगीत, अभंग, उर्दू गजल या संगीतप्रकारांशीही त्यांचा परिचय झाला. विद्याधर गोखले यांच्या संकल्पनेतील सुगम संगीत कार्यक्रमातही त्यांनी भाग घेतला होता.

आग्रा गायकीचे शिक्षण (१९७२-७८)

गजाननबुवांनी नंतर स्वतःहून अरुणजींना आग्रा घराण्याचे मान्यवर गायक आणि गुरू पं. श्रीकृष्ण उर्फ बबनराव हळदणकर यांच्याकडे आग्रा गायकीचे शिक्षण घेण्यासाठी पाठवले. बबनरावांच्या गाण्याचे चाहते असलेले गजाननबुवा त्यांना मुद्दाम बोलवून त्यांचे गाणे ऐकत असत. 'बुवांनी आपल्याला बबनरावांकडे शिकायला का पाठवले' हे अरुणजींनी बुवांना विचारले नाही; परंतु शिष्याच्या हिताकरता त्याला अन्य गुरूकडे शिकायला पाठवून मनाचा मोठेपणा दाखवणारे गजाननबुवा आणि गुरूची सूचना प्रमाण मानून तिचे पालन करणारा अरुणजींसारखा शिष्य हे दोघेही अभिनंदनास पात्र आहेत. बबनरावांकडे शिकण्याची सुरुवात अवघड, पण गंभीर अशा 'श्री' रागाने झाली. ''नोम-तोम', 'बोल-बनाव' आणि 'बेहलावे' हे आग्रा गायकीतील तीन प्रकार आपल्याला बबनरावांकडून शिकायला मिळाले' असे अरुणजी सांगतात. 'आग्रा घराण्यात नोम-तोम करून गाणे सुरू करतात. या नोम-तोमचेही काही प्रकार बबनरावांनी अरुणजींना शिकवले. तसेच बोल-बनावाची गायकी, म्हणजे विलंबित

लयीतील एका आवर्तनात बोल करून, मुखडा घेऊन समेवर येण्याची बबनरावांची खासियत आणि बेहलावे करून आवर्तन पूर्ण कसे करायचे, हे शिकायलाही काही काळ जावा लागला,' असे अरुणजी सांगतात. बबनरावांकडे अरुणजींची असंख्य रागांची तालीम झाली. उदाहरणार्थ, श्री, मारवा, खेमकल्याण, रामगौरी, परज, पंचम, नटबिहाग, बरवा वगैरे; परंतु सारनट आणि श्री हे बबनरावांनी अरुणजींना शिकवलेले दोन राग म्हणजे त्यांना मिळालेला सर्वात मोलाचा 'गुरुप्रसाद' असल्याचे अरुणजी मानतात. उ. खादिम हुसेनखाँ आणि विदुषी मोगूबाई कुर्डीकर यांच्याकडे शिकलेल्या बबनरावांकडे अरुणजींना विलंबित ते द्रुत अशा सर्व लयींमधून आकारयुक्त बोलअंग शिकायला मिळाले.

बबनरावांकडे शिकत असतानाच त्यांनी 'संगीताचार्य' ही पीएचडी-समतुल्य पदवी संपादन केली. त्याकरता त्यांनी 'उ. विलायत हुसेनखाँ यांच्या बंदिशीतील सौंदर्यतत्त्वे' या विषयावर पं. नारायणराव पटवर्धन यांच्या मार्गदर्शनाखाली प्रबंध सादर केला. ज्या गुरूंकडून तालीम मिळालेली असते, त्यांच्याव्यतिरिक्त अन्य गुरू/गायकांचाही प्रभाव प्रत्येक गायकावर पडत असतो. अरुणजी म्हणतात की, या सर्व गुरूंचे गाणे समजणे त्यांच्यासाठी सुरुवातीला कठीणच होते, पण त्यांचे गाणे सतत ऐकून, रियाज आणि चिंतन करून त्यातील एक-एक गोष्ट अरुणजींना उलगडत गेली. त्यानंतर शंका कमी होत गेल्या आणि पुढील रस्ता दिसू लागला. बंदिशींमध्ये 'अतीत' (समेनंतर सम) किंवा 'अनाघात' (समेआधी सम) असे प्रयोग करण्याची सवय अरुणजींना या विविध गुरूंच्या गायनाच्या संस्कारांनी लागली. त्यामुळे त्यांना आडा चौतालही सोपा वाटू लागला आणि पं. निवृत्तीबुवांच्या गायकीचे मर्मही उलगडू लागले.

मैफिलीचे गायक असलेल्या अरुणजींनी आपल्या गुरूंकडून घेतलेल्या तालमीबरोबरीने आरोलकरबुवा, कृष्णराव पंडित, विलायत हुसेनखाँ, फैयाजखाँ, खादिम हुसेनखाँ, लताफत हुसेनखाँ अशा अनेक ज्येष्ठ कलाकारांचे संस्कारही घेतले. केसरबाई केरकर, निवृत्तीबुवा सरनाईक, मल्लिकार्जुन मन्सूर, आनंदबुवा लिमये या जयपूर घराण्याच्या गायकांनाही खूप ऐकून अरुणजींनी आपली गायकी विचारपूर्वक घडवली. या बुजुर्गांचे गाणे ऐकून, त्यातील आवडलेले स्वतःच्या गाण्यात कसे शोभून दिसेल, यावर त्यांनी सौंदर्यविचार विचार केला. 'आपले गाणे व्यवस्थित कसे मांडता येईल' यावर विचार करून त्यासाठी योग्य लय पक्की केली. "विलायत हुसेनखाँ जो राग गाणार असत, त्याची कल्पना त्यांच्या पहिल्या स्वरातून येत असे आणि अगदी थोड्या स्वरांत ते पूर्ण राग उभा करत" असे अरुणजी म्हणतात. फैयाजखाँच्या गाण्यातील आग्रा घराण्याचे वैशिष्ट्य असलेले 'कहन' आणि सुरांमधील 'पुकार' यांचा अरुणजींनी आपल्या गाण्यात अंतर्भाव केला. निसार हुसेनखाँच्या तराण्याचा

ढंग अरुणजींनी उचलला आणि सरगम करण्याच्या त्यांच्या पद्धतीने तराणा आकर्षक होत असल्याने ती पद्धतदेखील अरुणजींनी स्वीकारली. गजाननबुवांकडे शिक्षण घेण्याची त्यांची इच्छा योगायोगाने पूर्ण झाली असली, तरी पं. निवृत्तीबुवा सरनाईक यांच्याकडे गाणे शिकण्याची त्यांची तीव्र इच्छा मात्र पूर्ण होऊ शकली नाही, हासुद्धा एक योगायोगच! पण असे असूनही त्यांच्या बलपेंचदार गायकीचा आणि आडलयीचा अभ्यास करून अरुणजींनी आपल्या गाण्यात त्यांच्या या वैशिष्ट्यांचा समावेश केला आहे.... इतका की, 'अरुणजी जेव्हा जयपूर घराण्याचे राग गातात, तेव्हा ते निवृत्तीबुवांचे शागिर्द असल्यागत वाटते' असे काही जण म्हणतात.

रागाच्या स्वभावानुसार स्वरांचे दर्जे बदलण्याची आणि बंदिशीतील शब्दांनुसार गाणे खुलवण्याची शिकवण त्यांना बबनरावांकडे मिळाली होती. याचे पुरेपूर प्रत्यंतर त्यांच्या मैफिलीतून येते. अरुणजी अगदी सुरुवातीपासूनच मैफिल काबीज करतात. आक्रमक शैलीत गाऊन, श्रोत्यांशी हसत-खेळत संवाद साधत ते श्रोत्यांना आपलेसे करतात. रियाजाने मिळविलेल्या सुरेलपणामुळे आणि उत्तम लयकारीतील बोलांनी व बोलतानांनी श्रोते डोलू लागतात. काही वेळा त्यांचा आवाज तापायला वेळ लागतो, पण सुरुवातीच्या नोम-तोममधून ते संपूर्ण रागाचे दर्शन घडवतात. त्यानंतर बंदिश सुरू होते आणि मग बोलअंगाने रागविस्तार होत असताना श्रोते रंगून जातात. त्यांच्या गाण्यात जशी आक्रमकता आहे, तसा शांतपणा आणि सहजतादेखील आहे. 'आपण काही विशेष गातो आहोत' असा त्यांचा कधीही अविर्भाव नसतो. शिवानंद प्रतिष्ठानतर्फे आयोजित औंध (जि. सातारा) येथील संगीतोत्सवात त्यांचे गाणे ऐकायला गजाननबुवा आणि बबनराव दोघेही उपस्थित होते. त्या वेळी अरुणजींनी गायलेल्या धनाश्री आणि भैरवी या रागांना या दोघांनी मनापासून दाद दिली होती.

अरुणजी आकाशवाणीचे 'ए' ग्रेड कलाकार आहेत आणि तेथे अनेक वर्षे त्यांचे नियमित कार्यक्रम होत असतात. त्यांनी देश-विदेशात केलेल्या असंख्य मैफिलींमध्ये खालील मैफिलींचा उल्लेख करता येईल :

तानसेन समारोह, ग्वाल्हेर; सप्तक महोत्सव, अहमदाबाद; उ. फैयाजखाँ महोत्सव, बडोदा व गोवा; वसंतराव देशपांडे महोत्सव, नागपूर; एनसीपीए, मुंबई; एस.आर.ए., कोलकाता; सवाई गंधर्व महोत्सव, पुणे; उ. अल्लादियाखाँ महोत्सव, जयपूर; साजन-मिलाप, दिल्ली; कलाक्षेत्र, चेन्नई; टीआयएफआर, मुंबई; रझा फाउंडेशन, दिल्ली; शारंगदेव उत्सव, औरंगाबाद; मोगूबाई कुर्डीकर स्मृती समारोह, गोवा; काशी संगीत समाज, वाराणसी; एम.एस. विद्यापीठ, बडोदा; इंदिरा कला संगीत विद्यापीठ, खैरागड; चांदोरकर प्रतिष्ठान, जळगाव इत्यादी

परदेशातील कार्यक्रमांमध्ये : इंडियन असोसिशन फॉर परफॉर्मिंग आर्ट्स, न्यू जर्सी - अमेरिका (२००६); टेंपल ऑफ फाईन आर्ट्स, सिंगापूर (२०१२); सिफा, सिंगापूर (२०१३) इत्यादी

गुरुपद

अरुणजींकडे गुरुकुल पद्धतीने अनेक वर्षे जे शिष्य शिकले आहेत, त्यांमध्ये रवींद्र परचुरे (आता सिंगापूर), मुकुल कुलकर्णी, विशाल मोघे, सुगंधा लातुरकर यांचा समावेश आहे. हे सर्व पूर्ण वेळ गायक असून मैफिलीचे कलाकारही आहेत. अरुणजींना गाण्याविषयी प्रचंड प्रेम आहे. गाणे शिकायला उत्सुक असणाऱ्यांना म्हणूनच अरुणजी निराश करत नाहीत. त्यामुळे इतर व्यवसाय / नोकरी करूनही अनेक जण त्यांच्याकडे गाणे शिकत असतात. अरुणजींनी हसत-खेळत शिकवून भीती घालवली. ते स्वतः जरी कठोर शिस्तीत, पारंपरिक पद्धतीने शिकले असले, तरीही आधुनिक काळानुसार त्यांनी शिष्य घडवले; सहनशीलता ठेवली.' असे मनोगत त्यांच्या अनेक शिष्यांनी अरुणजींच्या ७५व्या वाढदिवसाच्या निमित्ताने प्रसिद्ध केलेल्या स्मरणिकेत व्यक्त केले आहे. संगीताच्या प्रांतात पहिले पाऊल टाकू इच्छिणाऱ्या सर्वांना ते मार्गदर्शन करतात; गुरू म्हणून शिष्यांच्या अडचणी समजून घेतात. 'शिष्य नसलेल्या अन्य तरुण गायकांचे गाणेही अरुणजी मनापासून ऐकतात आणि त्या विषयीचे त्यांचे मत प्रामाणिकपणे, तरीही प्रेमाने देतात, जेणेकरून संबंधित गायकाचा हुरूप वाढावा' असे प्रसिद्ध गायक पं. केदार बोडस यांचे मत आहे. 'कसलाही भेदभाव न करता फक्त गाण्यालाच महत्त्व द्यावे' या अरुणजींच्या स्वभाववैशिष्ट्यावर यामुळे प्रकाश पडतो. ते गायन-वादनाच्या परीक्षकाच्या भूमिकेत असतानाही, परीक्षणाचे सर्व निकष लावूनही परीक्षार्थीला नाउमेद न करता प्रोत्साहितच करतात.

अरुणजींची शिकवण्याची आवड त्यांना मुंबईहून गोव्याला घेऊन गेली. १९९७पासून दोन वर्षे त्यांनी पणजीच्या 'गोवा कला अकादमी' या प्रसिद्ध संस्थेच्या संगीत विभागाचे संचालक म्हणून काम केले. याशिवाय त्यांनी विद्यापीठ अनुदान मंडळातर्फे 'घराणा गायकीतज्ज्ञ' म्हणून बडोदा, नागपूर, खैरागड, ललित कला केंद्र - पुणे, आय.आय.टी. - पवई, मुंबई येथे सप्रयोग व्याख्याने दिली आहेत. 'घराणा गायकी' ह्या विषयावरील कोलकाता, खैरागड, कोल्हापूर, भोपाळ येथे झालेल्या परिसंवादांमध्ये आणि 'रागसंस्करण क्यौं? और कैसे?' या विषयावर इंदोर येथे त्यांनी आपले विचार मांडले आहेत. सयाजीराव गायकवाड विद्यापीठ, बडोदा येथील संग्रहासाठी (अर्काइव्हल रेकॉर्डिंगकरिता) त्यांनी गायलेल्या आग्रा घराण्याच्या बंदिशींचे ध्वनिमुद्रण करण्यात आले आहे.

बंदिश रचनाकार : रसदास

उत्तम रचनाकार असलेल्या बबनरावांकडून आग्रा गायकीच्या समग्र शिक्षणाबरोबरीने अरुणजींना नवीन बंदिशी करण्याची प्रेरणाही मिळाली. आग्रा घराण्यातील बंदिशींच्या अस्थायी-अंतरा या घटकांमधून रागाचा आकृतिबंध स्पष्ट होतोच, पण याबरोबरीने बंदिशीच्या विविध पैलूंचे दर्शन बबनरावांच्या रचनांमधून झाल्याने अरुणजींना स्वत:च्या म्हणून रचना करण्यासाठीदेखील स्फूर्ती मिळाली; मार्गदर्शन मिळाले. 'सूर-लय, राग आणि ताल, शब्द आणि भाव याबरोबरीने रचनाकाराची मानसिकता अशा सगळ्यांच्या एकत्रित परिणामाने सर्जन शक्य होते' असे अरुणजी म्हणतात. सामान्यपणे आग्रा घराण्याच्या बंदिशी रागाचा असर करणाऱ्या असल्या, तरी तशा त्या सरळ-साध्या असतात. आग्रा घराण्यात रचनाकारांची मोठी परंपरा आहे. त्यांतील अनेकांनी टोपणनावाने रचना केल्या आहेत. त्यांतील विशेष उल्लेखनीय नावे : उ. फैयाजखाँ - प्रेमपिया, उ. खादिम हुसेनखाँ - साजनपिया, उ. विलायत हुसेनखाँ - प्राणपिया, पं. जगन्नाथबुवा पुरोहित - गुनीदास इत्यादी. बबनरावांनी त्यांच्या बंदिशी रचताना 'रसपिया' या नावाने रचल्या. गुरुप्रति असलेला आदर व्यक्त करण्यासाठी अरुणजींनी आपल्या बंदिशींमध्ये 'रसदास' हे नाव धारण केले. बंदिशींचा अर्थ समजून घेण्याकरता आणि योग्य शब्दरचना करता यावी म्हणून त्यांनी भाषातज्ज्ञांचीही भेट घेतली आणि हिंदी भाषकांचा सहवास केला. परंपरेच्या भक्कम पायावर केलेली नवरचना आकर्षक होते. अरुणजींनी केलेल्या यमन रागातील बंदिशीची रचना ऐकल्यानंतर 'तुला आता गाणे समजले आहे' अशी शाबासकी अरुणजींना गजाननबुवांकडूनही मिळाली होती. तर (पाच रागांचा मिळून झालेल्या) 'पटमंजिरी' या रागातली त्यांची बंदिश ऐकून 'या रागात इतकी चांगली बंदिश करता येईल, असे वाटले नव्हते,' अशी दाद त्यांना बबनरावांकडून मिळाली. दोन्ही रचनाकार-गुरूंचे भरभरून आशीर्वाद मिळाल्याने अरुणजींचा नवनिर्मितीचा उत्साह वाढला आणि त्यांच्या बंदिशींचा 'स्वरअर्चना' हा संग्रह २०१५ साली प्रसिद्ध झाला. या संग्रहात त्यांच्या १५३ बंदिशींचा - त्यांच्या शिष्यांनी केलेल्या गायनासह - समावेश आहे. यात आपल्या बंदिश-निर्मितीची प्रक्रिया अरुणजींनी विस्ताराने स्पष्ट केली आहे. त्यांच्या बंदिशी त्यांच्या विद्यार्थ्यांप्रमाणेच अन्य गायकही आवर्जून गातात. त्यांचे धाकटे बंधू पं. उल्हास कशाळकर देस, तोडी, शहाणा या रागांमधील बंदिशी गातात. बंदिशकार असलेले अरुणजी उत्तम कवीसुद्धा आहेत. त्यांनी विविध विषयांवर कविताही केल्या आहेत. आग्रा घराण्याच्या खास पंचम रागामधील अरुणजींची एक बंदिश खूप लोकप्रिय झाली (विविध भारतीवरील शास्त्रीय संगीताच्या एका कार्यक्रमात ती तब्बल १७ वर्षे लागत होती).

आज जागे मोरे भाग, आये पिया मोरे मंदिर
मंगल गावो सब मिल देह बधावा
फुलन के हरवा डारूं गरेवा
वारी जाऊं तुमपर रसदास।।

अरुणजींचे संगीतविषयक विचार

गायकी, रियाज, आवाज, शिकवणे, साथसंगत अशा अनेक विषयांवर अरुणजींनी आपली मते स्पष्टपणे मांडली आहेत. त्यांपैकी काहींचा येथे उल्लेख केला आहे -

सूर म्हणजे एक प्रकाशच!! कितीही अवघड लयकारी केली, तरी जोपर्यंत ती सुरांच्या प्रकाशात तेजाळून निघत नाही, तोपर्यंत बिनविजेचे दिवे नाचवल्यासारखे वाटेल!

शास्त्रीय संगीतातील अनेक तत्त्वे आत्मसात करावी लागतात. सच्चे सूर, विशुद्ध रागरूप, कलात्मक अभिव्यक्ती आणि उपज-अंगाने केलेला विस्तार यांची तालीम गुरूंकडून मिळून आपले गाणे असरदार आणि चुस्त होते. फक्त पाठ केलेले गाणे कुंठित होते, तर उपज-अंगाचे गाणे रागाचा प्रवाह पुढे पुढे नेते.

'अकार, आकार, उकार' आदी स्वरोच्चार; 'त, द, न' यांसारखी व्यंजने; ओंकार, नोम-तोम यांचा वजनदार उच्चार असे सर्व उच्चार आवाजाला स्थिरता मिळवून देण्यास मदत करतात. अशी अक्षरे स्वच्छपणे, नैसर्गिक पद्धतीने उच्चारली आणि आकारात गळा आणि जबडा न हलवता सपाट ताना घोटल्या, तर गळा स्वच्छ, नितळ होऊन आवाज वजनदार व सुरेल होऊ शकतो.

तरुण गायकांना घेण्यासारखे अरुणजींचे आणखी काही उद्गार :

- गायन ही एक भाषा असल्याने गाणे शिकण्याची सुरुवात गाऊन झाली पाहिजे; थिअरीने नाही.
- मनात ठसलेले गाणे समुद्राच्या लाटांप्रमाणे नैसर्गिकपणे, उपजेच्या रूपाने बाहेर येते. ते खरे गाणे!
- बोल करताना (अर्थाचा विपर्यास होईल अशा पद्धतीने) शब्द तोडू नयेत.
- शास्त्रीय संगीत आणि नाट्यसंगीत हे प्रकार त्यांची वैशिष्ट्ये लक्षात घेऊन गायले गेले पाहिजेत.
- गाण्यातील विरामचिन्हांचे महत्त्व लक्षात घेतले पाहिजे.
- तुम्ही स्वत: लयीत डोलला नाहीत, तर श्रोते कसे डोलतील?
- परीक्षार्थी हा पोटार्थी होण्याची शक्यता असते, तर विद्यार्थी हा कलाकार होण्याची.

- गाण्यात नैसर्गिकताही जपायला हवी. राग-तालांची तत्त्वे निसर्गाशी निगडित असतात.
- सुरांचे गाणे गोड लागते, पण लय सुरू झाल्याशिवाय त्याच्यात रमता येत नाही.
- तबला-साथसंगतकाराचा ठेका स्वच्छ, आसदार आणि लयदार असावा. त्यात भरणा किती करावा आणि नंतरचे मुक्त वादन किती आणि केव्हा करावे, यांचा योग्य समतोल तबला साथसंगतकाराला साधता आला पाहिजे.

पुरस्कार आणि सन्मान

लौकिक जगातील प्रसिद्धी, पैसा आणि पुरस्कार, मोठे कार्यक्रम यांना महत्त्व न देता अरुणजी गाण्यातच रमतात आणि अधिकाधिक प्रगल्भता कशी मिळवता येईल, याचा ते सातत्याने शोध घेत असतात. असे असले, तरीही काही मानाच्या पुरस्कारांनी त्यांना सन्मानित करण्यात आले आहे.

दादर-माटुंगा म्युझिक सर्कलचा जीवन गौरव पुरस्कार (२०१८); व्यास संगीत विद्यालय (२०१७); संगीतरत्न पुरस्कार - काशी संगीत समाज, वाराणसी (२०१०); केंद्रीय सांस्कृतिक मंत्रालयाची वरिष्ठ शिष्यवृत्ती, महाराष्ट्र संगीत समाज, उज्जैन; संगीत शिक्षक संघातर्फे संगीत शिक्षक पुरस्कार, मुंबई (२००८); स्वरसाधना पुरस्कार, मुंबई इत्यादी.

२०२२ ह्या वर्षापासून अरुणजींची नियुक्ती गांधर्व महाविद्यालय, वाशी येथे मानाच्या 'आचार्य' पदी झाली आहे.

आपल्या तीन गुरूंच्या नावाने सांगीतिक कार्यक्रमांचे आयोजन करण्यासाठी आणि कलाकारांना उत्तेजन देण्याकरता अरुणजींनी 'रागश्री प्रतिष्ठान' स्थापन केले आहे. तीन गुरूंच्या नावाची आद्याक्षरे घेऊन अरुणजींनी हे अर्थवाही नाव दिले आहे. रा - (राम मराठे), ग - (गजाननबुवा जोशी), श्री - (श्रीकृष्ण तथा बबनराव हळदणकर). या प्रतिष्ठानतर्फे त्यांनी आजपर्यंत अनेक मैफिली आयोजित केल्या आहेत, तसेच संगीतविषयक पुस्तकेही प्रकाशित केली आहेत. याबरोबरीने गजाननबुवांनी स्थापन केलेल्या 'शिवानंद स्वामी संगीत प्रतिष्ठान'चे कार्यवाह म्हणूनही ते काम करतात. या प्रतिष्ठानच्या वतीने गेली ८१ वर्षे सातारा जिल्ह्यातील औंधमध्ये संगीत महोत्सवाचे आयोजन केले जाते. यात अखिल भारतातून बुजुर्ग अणि उदयोन्मुख कलाकार भाग घेत असतात.

अरुणजींविषयी रसिकांची आणि तज्ज्ञांची मते

- मनस्वी, सोज्ज्वळ, तरल, आनंदी व्यक्तिमत्त्व.
- अरुणजींचे गाणे म्हणजे रागमांडणीतील बारकावे, रागाची वळणे, स्वरांमधील भाव, लयीचा अंदाज, रागवाचक स्वरसमूहांचा कल्पकतेने केलेला सहज विस्तार आणि जपलेली उत्स्फूर्तता!
- अंगभूत वैशिष्ट्यांसह अस्थायी-अंतरा खुबसुरतीने मांडणे; त्यांची बोलअंगाने उपज करणे; लयकारी करून, तानक्रियेने त्यांच्यावर कळस चढवणे हे सर्व गुण त्याच्या गायकीत दिसतात. अनवट आणि जोड रागांची खासियत, त्यांची उकल तो सहजपणे उलगडून दाखवतो.

- पं. शरद साठे.

- खेमकल्याण (राग) गावा, तर अरुणनेच!

- पं. बबनराव हळदणकर

- बुजुर्ग गायकांचे गाणे त्यांनी आत्मसात केल्याने रागमांडणीतील बारकावे, रागाची वळणे, स्वरांमधील भाव, सौंदर्यात्मक मांडणी, स्वरांची लयीशी घातलेली सांगड, लयीत सहज बोल गुंफण्याची कला, मात्रा-मात्रांमधील लयीचा अंदाज, रागवाचक स्वरसमूहांचा कल्पकतेने केलेला सहज वापर व त्यामागील विचार हे सर्व पाहता, उत्स्फूर्त वाटणारे त्यांचे गाणे किती अवघड आहे, हेही कळून येते.

- गायिका अपूर्वा गोखले

- गायकी, रागदारी आणि लयकारी या तिन्ही विभागांत अरुणजी पारंगत आहेत. ते प्रसिद्धी पराङ्मुख आहेत आणि त्यांच्या गुरूंप्रमाणेच स्वतःचा पुरस्कार करत नाहीत... इतके की, त्यांच्याकडे स्वतःचा लिखित परिचयदेखील नव्हता. 'माझे गाणे हीच माझी ओळख' असे ते म्हणतात.

- संगीत समीक्षक सुमना रमणन

सर्वसामान्य श्रोत्याचे केवळ रंजन करणारे आणि संयोजकांच्या मागणीनुसार गाणे हा त्यांचा स्वभाव नाही. ते तोबा गर्दीच्या मैफिली मारणारे गायक नसले, तरी समजदार रसिकांना मान डोलवायला लावेल, अशी ताकद त्यांच्या गाण्यात आहे. त्यामुळेच 'फर्स्ट एडिशन' या कंपनीच्या संचालिका देवीना दत्त यांनी 'सिक्रेट मास्टर्स सेशन' या व्हिडिओ मालिकेतील प्रथम कलाकार म्हणून अरुणजींची निवड करून त्यांची 'डायरी ऑफ अ सिक्रेट मास्टर' (मुलाखत) आणि बरवा रागाची चित्रफीत सादर केली आहे. 'रसिकांसाठी घराणेदार गायकांचे दर्जेदार गाणे सादर करण्याकरता त्यांची निवड केली आहे' असे त्या म्हणतात, ते खरेच आहे.

मनस्वी गायक

रागस्वरांचे जाणे-येणे, बंदिशींचे तालरूप यांचा चांगला परिचय झाल्याने अरुणजींना 'नीरक्षीरविवेक वृत्ती' प्राप्त झाली, गाण्यातील गुणावगुणांचे मोकळ्या मनाने विश्लेषण करता आले आणि केवळ उच्च दर्जाच्या संगीताचा आग्रह धरता आला. 'लोकांना मी चांगलंच ऐकवेन' अशी प्रतिज्ञा करूनच त्यांनी इतकी वर्षे गायन कलेची उपासना केली. घराणेदार तालमीमुळे आणि सतत अभ्यासू वृत्तीने ऐकलेल्या गाण्यामुळे आज गायक, रचनाकार, गुरू या पदावर पोहोचलेले अरुणजी सदैव गाण्यात रमलेले असतात. अरुणजींचे वडील आणि त्यांचे पहिले गुरू (ज्यांचे वर्णन अरुणजींनी 'आनंदयात्री' असे केले आहे अशा) ना. द. कशाळकर यांना कशाळकर बंधूंच्या संगीतप्रवासाविषयी वाटत असलेले समाधान आणि 'कशाळकर' या संगीतमय कुटुंबाविषयीचा अभिमान अरुणजींनी आपल्या एका कवितेत पुढील ओळींमधून व्यक्त केला आहे :

मुठीत इवल्या भरूनी त्यांनी स्वरास्वरांच्या कोटी
सुवर्णाकृतीवलये घडवुनि लेणी ल्याले कंठी
प्रभात किरणां आडुनी दिनकर, लपुनि ऐकत राही
स्वर तोडीचे ऐकत म्हणतो कशास उदया घाई
या घरट्यातुनी यशोगिरीवर चढले एक घराणे
उजळायाला इतिहासाची सुवर्णमुद्रित पाने'

❖◆❖

मुलाखत

संवादक ***पं. विवेक जोशी*** *यांनी दि. २९ जुलै २०१४ या दिवशी*
पुण्यातील गांधर्व महाविद्यालय येथे घेतलेल्या,
पंडित अरुण कशाळकर *यांच्या मुलाखतीचे शब्दांकन.*

नमस्कार, संवादाची सुरुवात आपण गायनाने करू या.
'नयने लाजवित' या नाट्यगीताची थोडीशी चाल पकडून ही बंदिश मी बांधली आहे. नंतर मला कळलं की, ही चाल 'जयमिनी कल्याण' नावाच्या रागाला थोडी जवळची आहे, पण ह्या बंदिशीत काहीतरी गंमत आली आहे. त्यामुळे नावाबिवाचं विशेष काही नाही. मी त्या जुन्या लोकांसारखं सांगतो की, 'बंदिश की हिसाब से देखो, राग का नामवाम मत पूंछना... यमन का बेस है, बस!' कारण आपण नको त्या विषयांवर उगीच वाद घालत बसतो. रागाची सगळी रूपं मानवानेच केलेली आहेत आणि कित्येक वेळा ती व्यक्तिसापेक्षसुद्धा ठरतात; पण जर त्यांचं प्रेझेंटेशन चांगलं असेल, तर कुठल्याही रागाचं रूप तुम्हाला निश्चित आवडतं. मग रागाच्या नावाचा काही प्रश्न येत नाही.

प्रात्यक्षिक १ : जैमिनी कल्याण गायन

- *दरस दिजो मोहे दीनदयाल प्रभू सबन के तुम दाता* (ताल -रूपक)
- *मोरी नैय्या पार करो तुम* (ताल - तीनताल)

पंडितजी, तुमचं बालपण पांढरकवडा (जिल्हा यवतमाळ) या छोट्या गावात गेलं. तुम्हाला संगीताची आवड कशी निर्माण झाली? आणि तिथून मुंबईला, गजाननबुवांपर्यंतचा प्रवास कसा झाला?
आमच्या वडिलांना (ना. द. कशाळकर) संगीताची आवड होती. शाळेत असताना ते थोडे दिवस संगीत शिकले होते. फक्त शाळेत शिकूनदेखील त्यांना संगीताची चांगलीच गोडी लागली. आम्हाला संगीताचे सुरुवातीचे धडे त्यांनीच दिले. 'विशारद'पर्यंत त्यांनी आम्हाला व्यवस्थित शिकवलं; पण सुरुवातीला आम्हाला बडे ख्याल मात्र येत नव्हते.

गावामध्ये जे जे गवई यायचे, ते दुसऱ्या दिवशी चहाला हमखास आमच्याकडे यायचे... छोटंसं गाव होतं... गवयांची बिदागी जेमतेम सात रुपये असायची. पाच-सात लोक जमायचे, पैसे काढायचे आणि कार्यक्रम करायचे. त्या वेळी एकदा एक कथक कलाकार आले होते. त्यांच्याकडून मी 'धिक्ड धिं धाऽ धा तू ना' हे शिकलो. रेडिओने आम्हाला खूप मोठी मदत केली. म्हणजे मी आणि वडील रेडिओवर ऐकून एकत्रच शिकलो. ते मला सांगायचे, 'हा एकताल मोज आणि मग समेवर कसं यायचं ते बघ.' तेव्हा आमचं श्रवण इतकं जबरदस्त झालं की, मला रेडिओवर गाणारे सगळे गवई नावासकट पाठ झाले. त्याच्यातून हे ताल वगैरे व्यवस्थित पक्के झाले. आमच्या वडिलांना आपल्या नावाप्रमाणेच म्हणतात तसा संगीताचा इतका 'नाद' होता की, ते ताटावर जेवायला बसले, तरी तान पूर्ण झाल्याशिवाय जेवायला सुरुवात करत नसत. असं त्यांनी आम्हाला व्यवस्थित शिकवलं. आम्ही सहा भाऊ (माझ्यात आणि उल्हासमध्ये बारा वर्षांचं अंतर आहे) आणि एक बहीण असे होतो. आम्हा सात मुलांना शिकवताना प्रत्येक बंदिशीची, पलट्याची किंवा उपजेची सात वेळा उजळणी व्हायची. मग प्रत्येक उपज सात वेळा, मग शंभर वेळा घोटली जायची. तर असं शिक्षण सुरू झालं.

मग मुंबईला कसे काय आलात? आणि गजाननबुवांकडे जाण्याचा योग कसा काय आला?

आमचं 'कशाळकर संगीत विद्यालय' होतं. त्यात थोडे लोक शिकायला यायचे; गांधर्व महाविद्यालयाच्या विशारदपर्यंतच्या परीक्षांना बसायचे. मी विशारद झाल्यावर कॉलेजसाठी यवतमाळला गेलो. तिथे 'श्री. पणके' म्हणून एक गायक होते. त्यांच्याकडे शिकलो. ते ग्वाल्हेरला कृष्णराव पंडितांकडे शिकलेले होते. पणके गुरुजींकडे शिकत असताना मी 'संगीत अलंकार' झालो. त्यानंतर मी रेडिओवर नोकरीला लागलो. तिथे संगीत-दिग्दर्शक रामभाऊ फाटक आणि प्रभाताई अत्रे होत्या. रामभाऊ नेहमी आम्हाला म्हणायचे, कोणालाही काहीही करायचं असेल, तर मुंबईला जायला पाहिजे.'' ते माझ्याही डोक्यात होतं की, 'आपल्याला संगीताचं चांगलं शिक्षण घ्यायला पाहिजे'. नागपूरला असताना मी पं. राजाभाऊ कोकजेंकडे गाणं शिकायला गेलो. रामभाऊंच्या म्हणण्यानुसार मलासुद्धा कुठेतरी जायला हवं होतंच आणि मग योगायोगाने मी डोंबिवलीला आलो. त्याच्या सहा महिने आधी, मी रेडिओवर असताना, गजाननबुवा इन्स्पेक्शनला आले होते. ते माझ्यासाठीच आले होते, असं मला कित्येकदा वाटतं; मुंबईला आलात तर या'' असं ते म्हणाले होते; पण तो विषय तिथेच संपला होता. नंतर मी मुंबईला आलो आणि माझी राहण्याची सोय योगायोगाने डोंबिवलीलाच झाली. म्हणजे हे जणू पूर्वी ठरल्यासारखंच घडत गेलं!

'विलायत हुसेनखाँसाहेबांकडे शिकायला जा' म्हणून कोणीतरी तुम्हाला सुचवलं होतं ना?

हो, माझी बी.ए.ची परीक्षा झाल्यावर कै. सुमती मुटाटकरांनी मला विचारलं की, 'तुम्ही काय करणार आहात पुढे?' मी म्हटलं, ''मी गाणं करणार आहे.'' त्यांची काही ओळख अशी नव्हती, पण त्यांनी मला सांगितलं की, 'तुम्हाला विलायत हुसेनखाँसाहेबांकडे जायचं असेल, तर मी दिल्लीला तुमची सर्व सोय करायला तयार आहे.' खरं म्हणजे त्या फक्त परीक्षक म्हणून आल्या होत्या. पाहा, परीक्षकसुद्धा किती चांगला वागू शकतो परीक्षार्थीशी!

तुमचा आग्रा घराण्याशी गहिरा संबंध येणं, हा ईश्वरी संकेत असावा का?

हो-हो, नक्कीच!! पण त्याआधीच्या घटना ऐकण्यासारख्या आहेत. मी बी. ए.ला संस्कृत आणि गायन घेतलं होतं. दुर्दैवाने मी बी.ए.ला संस्कृतमध्ये नापास झालो, कारण गाण्याचा अभ्यास करण्यापुढे संस्कृतचं पुस्तकच उघडलं नव्हतं. 'गाण्यात डिस्टिंक्शन मिळालं म्हणजे झालं!' असं माझ्या डोक्यात होतं. नंतर संस्कृतमध्ये मला भरपूर मार्क्स मिळाले, पण दुर्दैवाने ह्याच कालावधीत विलायतखाँसाहेब स्वर्गवासी झाले. त्यामुळे दिल्लीला जायचं राहिलं. दुसरी नोकरी घेऊन मी मुंबईला आलो आणि डोंबिवलीचा पत्ता मिळाला. गजाननबुवांच्या घरापासून एक किमी अंतरावर मी राहायला होतो. पहिल्या दिवशी त्यांना भेटलो, तेव्हा 'त्यांच्याकडेच शिकायचं' असं काही मी ठरवलं नव्हतं. जेव्हा त्यांचं गाणं ऐकलं, तेव्हा कामोद चालू होता. त्यांचे अलंकार वगैरे चालू होते. मला वाटत असे, 'मला नक्कीच काहीतरी गाणं येतंय', पण त्यांच्याकडे गेल्यावर तो सगळा भ्रम गळून पडला. बडा ख्याल सुरू झाल्यावर चालू असलेला मुखडाच मला पकडता येईना आणि जिथे मुखडाच पकडता येत नव्हता, तिथं बाकीचं काय करणार! तेव्हा कळलं की, 'खूप शिकावं लागणार आहे' आणि मग 'आपण ह्यांच्याकडेच शिकावं' अशी खूणगाठ मी बांधली. हा जणू पूर्वसंकेत होता. माझ्या नशिबाने मला नेहमी चांगले गुरू मिळाले. आडवळणाने गुरूची परीक्षा घेण्याची गरज मला कधी पडली नाही. खूप जण गुरूची परीक्षा घेतात! माझ्या एका मित्राने मला असंच आगाऊपणे सुचवलं होतं की, 'तू बुवांकडे जाण्यापेक्षा अमुक अमुक ह्यांच्याकडे का जात नाहीस? तेव्हा मी बुवांकडे वर्ष-दोन वर्षं शिकलो होतो.' त्यामुळे मी त्याला सांगितलं की, 'तू हे बाहेर कुठं बोलू नकोस. कारण गजाननबुवा इतके सर्वमान्य आणि विद्वान आहेत की, 'अजून दुसरा कोणीतरी चांगला बघा' असं कोणी सुचवणार नाही.' तर असे गुरू मिळणं, हे माझं भाग्यच होतं!

मग बुवांनी भैरव, बिलावल, यमन या ग्वाल्हेर घराण्याच्या रागांनी सुरुवात केली का?

बुवांनी दरबारीने सुरुवात केली... 'हजरत तुर्कमान' ही बंदिश होती. पुढे दोन वर्षं दरबारी चालला होता. सुरुवातीला मी त्यांच्याकडे गेल्यानंतर जवळजवळ आठ महिने माझी खरी शिकवणीच सुरू झाली नाही. हल्ली १५ दिवसांत येऊन विचारतात की, 'माझा मुलगा कसा गातो?' आणि आपल्यालाही वाटतं की, 'आपण रेडिओवर केव्हा जाऊ आणि टीव्हीवर केव्हा जाऊ...' वगैरे वगैरे!! या पार्श्वभूमीवर बुवांकडचं शिक्षण हे महत्त्वाचं आणि लक्षात घेण्यासारखं आहे.

म्हणजे नुसती श्रवणसाधना??

हो! आधी ह्या निव्वळ श्रवणसाधनेचा मला अंमळ रागच आला होता, पण नंतर त्याचं महत्त्व मला पूर्णपणे पटलं. मी बुवांकडे रोज जात होतो; कधी तर सकाळ-संध्याकाळ जात होतो. पण मी गेलो नाही, तर दुसऱ्या दिवशी ते विचारायचे की, "काल काय झालं?" पण प्रत्यक्ष शिकवण्याचं काही नाव नव्हतं! केवळ श्रवणभक्ती!! एकदा मी एका चांगल्या गवयाचं गाणं ऐकायला गेलो, तर बुवां म्हणाले, "उगीच वेळ कशाला वाया घालवतोस!" हे ऐकून मला इतकं आश्चर्य वाटलं! पण विद्यार्जन कसं घडतं, ह्या विषयी त्यांची मतं ठाम होती; आणि मुख्य म्हणजे, तो घराण्याचा दुरभिमान नव्हता, हे लक्षात घेण्यासारखं आहे. श्रवण, मनन, चिंतन, सातत्य ह्यांच्यातून होणाऱ्या संस्कारांचं महत्त्व स्वतःच्या अनुभवातून बुवांनी ओळखलं होतं. असे आठ महिने झाल्यावर ते म्हणाले की, "उद्या तुझी ऑडिशन घेतो." ते स्वतः गात असताना चुकून कधी ते मला थोडंसं गायला सांगायचे. त्यावरून त्यांची थोडीबहुत खात्री पटली असेल कदाचित; पण ते गाऊनसुद्धा तेव्हा चार-सहा महिने होऊन गेलेले होते. तोपर्यंत मी तोंड बंद करूनच होतो. याचा अर्थ हा की, गाण्याचे किंवा घराण्याचे योग्य संस्कार तुमच्यावर व्हावे लागतात. ते जास्तीत जास्त श्रवणातून होतात, आणि ते श्रवणातून झाल्याशिवाय त्याचा मनावर पक्का ठसा उमटत नाही. गुरूने काही उपज सांगितली किंवा स्वरावली सांगितली आणि ती तुम्ही म्हटली, तर तुमचं डोकं काम करत असतं; तुम्ही ते रिप्रोड्युस करत असता; पण ते आत्मसात होत नाही. मात्र निव्वळ ऐकत राहताना ते आत शिरतं. असो!

पुढे ते ऑडिशन वगैरे घ्यायचं बारगळलं आणि त्यानंतर माझं फॉर्मल शिक्षण सुरू झालं, ते असं - प्रत्येक विलंबित ख्याल ते लहान मुलासारखा सांगून पाठ करून घ्यायचे. त्यांची चिकाटी वाखाणण्याजोगी होती. 'मुखडा पकडता आला की, १०० टक्के झालं' असा माझा समज होता; पूर्ण बंदिश पाठ करायची गरज वाटत नसे, पण

नंतर मात्र बंदिशींचं महत्त्व मला खऱ्या अर्थाने पटू लागलं. बंदिश महत्त्वाची असते. तिचा पूर्ण प्रभाव आपल्या गाण्यावर पडत असतो. बंदिशीतून खूप गोष्टी शिकता येतात; पण हे अजूनही पूर्णांशाने सगळ्यांना पटलेलं नाही. त्यामुळे बंदिशी नीट घोटल्या जात नाहीत. बुवा आमच्याकडून बंदिशी घोटून घोटून घ्यायचे, आणि नंतर थांबवून सांगायचे, ''आता मी गातोय, तुम्ही फक्त ऐकायचं.'' मग ते बोलांचं काम करायचे, तानांचं काम करायचे. जे काही ते गायचे, त्यातून ग्वाल्हेरची डिझाईन्स आमच्या डोक्यात पक्की बसत गेली.

हल्ली शिकायला येणारे विचारतात की, 'तुम्ही कोणत्या घराण्याचं शिकवणार आहात?' मी त्यांच्याकडे आश्चर्याने बघतो की, 'यांना घराणीपण कळलेली आहेत?' दुसरा मुलगा येतो, वही काढतो अन् म्हणतो, 'वादी-संवादी, आरोह-अवरोह सांगा.'' त्याला तेवढंच माहीत असतं. तर असं शिक्षण आमच्या वेळी नव्हतं. घराण्याचे संस्कार कसे होतात, हे बुवांना माहीत होतं. त्यामुळे 'जुजबी गाणं' ही संकल्पनाच नव्हती. 'जुजबी गाणं' ही संकल्पना चांगल्या गवयांजवळ नसतेच. त्यांना सगळंच घराणेदार, कसदार पाहिजे असतं; आणि तसंच शिक्षण घेतलं पाहिजे.

तुम्हाला सुरुवातीला आम रागच शिकवले का?

होय! कुठे बिलावल... कुठे दरबारी! पण तरी माझं मत आहे की, आपला गैरसमज आहे की, बिलावल/ भूप/ यमन सुरुवातीला शिकवावेत, कारण ते सोपे असतात; पण मी आजही सांगतो की, भूप गाता येत नाही लोकांना! मला कित्येक वर्षं भूप गाता येत नव्हता. कारण भूप सोपा नाही. 'सासारेगपध गपधपगरेसा' म्हणजे भूप नाही. ते सगळ्यांना पाठ असतं; आणि 'ते झालं की भूप आला' असं सगळ्यांना वाटतं; पण तसं नसतं. रागाचा भाव, रागत्व, स्वरांचा लगाव, रागाचं चलन हे सगळं आत्मसात होऊन नंतर खरा भूप बाहेर पडतो. त्याच्यामुळे 'ऐकणं' हे आपलं पहिलं काम आहे आणि मगच ते आपल्याला कळत जातं. ऐकत असताना आपल्याला सगळं नकळत कळत असतं. मात्र कळूनसुद्धा वळतंच असं नाही; तर ते व्हावं लागतं. तसंच आमच्या बाबतीत झालं.

मग पं. राम मराठेंकडे कसे गेलात?

रामभाऊंकडे मी गेलो, कारण बुवांची तब्येत १९७१ साली जरा बिघडली होती. गाणं थोडं बंदच पडलं होतं. मला रामभाऊंच्या आक्रमक गाण्याचं फारच आकर्षण होतं. त्यांच्या दणदणीत ताना मला लहानपणापासून आवडायच्या. मग रामभाऊंची भरपूर ओळख झाली. त्यांच्याकडे मी दोन वर्षं शिकलो.

नंतर पं. बबनराव हळदणकरांकडे कसं जाणं झालं?

गजाननबुवांनीच मला 'बबनरावांकडे शिकायला जा' असं सांगितलं. त्यांनी सांगितलं आणि मी गेलो. गुरूंची आज्ञा शिरसावंद्य मानण्याचा माझा स्वभाव होता. एकदा औंधला बबनरावांनी माझं गाणं ऐकलं होतं. बुवांनी त्यांना सांगितलं की, 'ह्याला मी तुमच्याकडे पाठवतो.' गजाननबुवांसारखा प्रसिद्ध गवई आपल्या शिष्याला बबनरावांकडे पाठवतो, हा मोठेपणा त्या वेळी किती असेल बघा! (कारण बुवा सगळ्या घराण्यांचं शिकले होते!) बबनरावांना ते मुद्दाम पत्र पाठवून सांगायचे, 'खूप दिवसांत मी चांगलं गाणं ऐकलेलं नाही. तुम्ही डोंबिवलीला या आणि मला गाणं ऐकवा.' इतकं ते त्यांना मानायचे. अर्थातच मी बबनरावांकडे गेलो आणि त्याचा मला बराच फायदा झाला.

त्यांच्याकडे गेल्यावर काय फरक आढळला?

ग्वाल्हेर आणि जयपूर यांच्या गायकीच्या डिझाईन्समध्ये फरक आहे. ग्वाल्हेरवाले सट्टे मारतात आणि सट्ट्यासट्ट्यांनी ते १६ मात्रा भरतात; आग्रावाले मात्रा-मात्राच्या आघातांनी भरतात. फैय्याजखाँसाहेबांचं गाणं ऐकलं की, त्यात तुम्हाला एकेक मात्रा स्वच्छ दिसते. ग्वाल्हेर गायकीत एकेक मात्रा स्वच्छ दिसत नाही... सटकन एखादी क्रिया करतात; पुन्हा खाली येतात. कुठल्याही लयीत कामगत केली, तरी त्यांचा लयीचा तोल बिघडत नाही, ही ग्वाल्हेरवाल्यांची शैली आहे. आग्रावाल्यांनी नोम-तोम केली, तरी त्याच्यातही मात्रामात्रा दिसतात. उदाहरणार्थ, 'तरपत हूं जैसे जलबिन मीन'मध्ये (फैयाजखाँची रामकलीतली बंदिश) सोळा मात्रा दिसतात. त्यामुळे 'सुरांबरोबर तालही गातोय' असं आग्रावाल्यांबद्दल म्हणतात. ग्वाल्हेर गायकीत विविधांगी घराणेदार उपजसदृश आकृत्यांद्वारे तालाची आवर्तनं भरली जातात आणि समेवर येतात. माझ्या मते, ग्वाल्हेरची गायकी जास्त कठीण आहे... समजायलाही कठीण; ते नक्की काय करतात, हे सुरुवातीला समजत नाही, आणि त्याच्यासाठी मी सांगितले तसे संस्कार लागतात. कितीतरी दिवस बुवा म्हणायचे, ''वरती कशाला जातोयस... खालचा 'सा' नाहीये का?'' आणि खाली आलो, तर हे वरती चाललेले असायचे. त्या वेळी काय चाललं होतं, हे नक्की कळत नव्हतं, पण त्याच्यातून एक तत्त्व मला सापडलं की, फळाच्या बाबतीत जसं आहे (गुरूत्वाकर्षण तत्त्व), तसा प्रत्येक सुराचा ओघ उतरत्या भाजणीचा असतो. म्हणून 'गाणं 'अवरोही' असतं' असं म्हणतात. यामध्ये काहीतरी नैसर्गिक तत्त्व आहे. म्हणून ताना म्हणताना सारखं वरती जाऊन थांबत नाहीत. वरती आपण तेवढ्यापुरत्या दोन-चार ताना मारू, पण तानेचा रोख खाली असतो. सगळ्या गाण्याचा रोखसुद्धा खालीच असतो. तर 'गाणं अवरोही असतं' हे तत्त्व पटल्यावर बुवा तुला खालचा 'सा' दिसत नाही का असं का म्हणायचे, ते कळायला लागलं. खालच्या 'सा'वर यावंच लागतं. तुम्हाला जर वरच्या 'सा'वर जाऊन थांबायची

सवय लागली, तर ती वाईट सवय ठरू शकते; आणि वरचा 'सा' टणकन लावायला आणि असा षड्ज मिनिटंच्या-मिनिटं लांबवून धरायला ते काही नाट्यपद नाही!

पं. निवृत्तीबुवा सरनाईक यांचा प्रभाव तुमच्या गाण्यावर दिसतो, तो कसा?
गजाननबुवा जेव्हा राग सावनी शिकवायचे, तेव्हा ते ऑफबिट जायचे. त्याचं आकर्षण वाटायचं. नंतर निवृत्तीबुवांचं गाणं ऐकलं. त्यांचं तर पूर्ण गाणंच ऑफबिट होतं! पण ते नेमकं काय करत होते, ते मात्र कळत नव्हतं; ऐकून-ऐकून ते हळूहळू स्पष्ट झालं आणि निवृत्तीबुवांवर प्रेम जडलं. ज्यांना त्यांचं गाणं कळलं, ते नतमस्तक झाले. खरं म्हणजे, उस्ताद अल्लादियाखाँकडे त्यांचे भाऊ, शंकरराव सरनाईक शिकत असत, तेव्हा निवृत्तीबुवा त्यांना तबल्याची साथ करायचे. तबला वाजवता-वाजवता ते गाणं शिकले. निवृत्तीबुवांचा तबल्याचा व्यासंग जबरदस्त होता. त्यामुळे तालाच्या आकृत्या ते गाण्यात आणू शकले. त्यांच्या वळणाच्या दोन चिजा मी केल्यात. रायसा कानडा आणि केदार ह्या रागांमध्ये आहेत. त्या गाताना ह्या ऑफबिट गायकीचा पुरेपूर अनुभव गायकाला मिळतो.

गायन प्रात्यक्षिक २ : *मालनिया गुंदे लावो री* (केदार)

मला त्यांच्या गाण्याचं एवढं आकर्षण होतं की, निवृत्तीबुवांकडे शिकायचं म्हणून मी मुंबई विद्यापीठात प्रवेश घ्यायचा प्रयत्न केला, पण मला प्रवेश नाही मिळाला नाही; सांगण्यात आलं की, 'हे नवीन मुलांसाठी आहे.' नवीन मुलांना निवृत्तीबुवांचं गाणं काय कळणार! मला थोडंबहुत कळतं होतं, तर मला प्रवेश मिळत नव्हता आणि ज्यांना काहीच कळणार नव्हतं, ते तिथे तीन वर्षं सीट अडवून बसले होते! दुर्दैवाने अशी परिस्थिती होती खरी! 'गुरू मिळणं' ही भाग्याची गोष्ट असते. त्यांच्याकडे शिकता आलं नाही, याचं मला आजही दु:ख होतं.

तुमचे संगीत-शिक्षणाबद्दलचे आणि तालीम घेण्याबद्दलचे विचार काय आहेत? राग शिकवताना रागाचे वादी, संवादी, आरोह-अवरोह, पकड असे घटक आधी सांगून राग शिकवावा का? याला कितपत महत्त्व आहे?
माफ करा, पण आता मी थोडं स्पष्टच बोलतो. दुर्दैवाने आजच्या शिक्षण पद्धतीत जसं संगीत शिकवलं जातं, ती घराण्याची पद्धत नक्की नाही. राग आरोह-अवरोहावरून शिकता येत नाही; वादी-संवादीवरून तर काहीच कळणार नाही! रागाचे न्यास करण्याचे स्वर दुसरेच असतात. विद्यार्थी काहीतरी करायला जातो, कुठेतरी अडकून पडतो आणि

आपल्यासोबत रागालाही घेऊन जातो. असं गायल्यावर तो राग नेमका प्रतीत होत नाही. माझं असं स्वच्छ मत आहे की, आपण राग 'चाली'वरून शिकत असतो... मग ते सिनेमाचं गाणं असो की अगदी कौशी कानडा असो की आग्रावाल्यांचा चंद्रकंस असो... चाल आपल्याला आकर्षित करते. चाल आपल्याला आवडली, तर ते आत झिरपतंच! माझा आठ वर्षांचा नातू आहे. त्याला ती आग्रावाल्यांची चंद्रकंसची 'तीखे नैना' चीज शिकवली. त्याला ती इतकी आवडली की, दुसऱ्या दिवशी मला म्हणाला, "आबा, ती आग्रावाल्यांची चंद्रकंसची चीज सांगा." तर शिक्षणाची पद्धत ही अशी असते. चाल आपल्याला आकर्षित करते. राग म्हणजे आकर्षक चाली आहेत. म्हणून रागांच्या स्वरूपाविषयी उगीच वाद घालू नये. 'आमच्या घराण्यात असं गातात', 'तुमच्या घराण्यात असं नाही'... हे सगळं व्यर्थ आहे. यावर चर्चासत्र कशाला हवं?

आता खेमकल्याणमध्ये शुद्ध मध्यम लावायचा का नाही, हा काही वादाचा विषय होऊ शकत नाही. यमनमध्ये शुद्ध मध्यम तेवढ्यापुरता लावायचा आणि बाजूला व्हायचं; त्याच्यात सौंदर्य आहे. एकदा गाणं गाताना सुरुवातीला मी चुकून यमन-कल्याण गाणार असल्याचं सांगितलं आणि शुद्ध मध्यम लावला नाही. तर रिपोर्टरला तेवढंच सापडलं; बाकीचं काहीच सापडलं नाही. त्यानं 'शुद्ध मध्यमाचा प्रयोग नाही' असं कॅप्शन टाकलं आणि खाली दोन-तीन ओळी! आपल्या अधिकारात बातमीदारांनी विनाकारण असं करू नये. समोरचा काय करतोय आणि किती इमानदारीने करतोय, ते बघावं; आणि संबंधित रागाचं रूप उमटतं आहे की नाही, हे बघावं. मग 'शुद्ध मध्यम' लावला का नाही, हे महत्त्वाचं नाही. एकाला 'कल्याण' नाव दिलं आणि दुसऱ्याला 'यमन-कल्याण' नाव दिलं, तरी फरक पडत नाही. आपण इतकं उदारमतवादी असलं पाहिजे. रागाची चाल म्हणजेच रागाचं चलन असतं.

अजून एक गोष्ट म्हणजे, बंदिश. ही एका परीने रागाची महत्त्वाची चाल असते. ती रटल्याशिवाय खरं रागरूप उजळून निघत नाही... रट-रट-रटावं लागतं. उगीच नाही 'हजरत तुर्कमान' ही दरबारीची (बंदिश) माझ्याकडून बुवांनी असंख्य वेळा रटवून घेतली! बुवांच्या चिकाटीला मात्र दाद द्यायलाच हवी.

गजाननबुवांनी तुम्हाला शिकवताना काही आलाप-ताना बांधून शिकवलं की रागाची एखादी रूपरेषा सांगून 'चलो मेरे साथ' असं म्हणाले?

खरं म्हणजे हे गजाननबुवांच्या बाबतीत घडलं होतं. म्हणजे बुवा भुर्जीखाँसाहेबांकडे शिकायला गेल्यावर जयपूरची गायकी सोडवून कशी घ्यायची, हे त्यांना कळेना. मग त्यांनी खाँसाहेबांना सांगितलं की, मला कळत नाहीये. त्यामुळे मला दोन आवर्तनं बांधून द्या." खरंतर बुवांचं संगीताचं पुष्कळ शिक्षण आधीही झालेलं होतं, तरीही हा प्रश्न त्यांना

पडला. पण गंमत अशी की, ती दोन आवर्तनं भुर्जीखाँसाहेबांनी बुवांना एकदा बांधून दिल्यावर बुवांना पुढे काहीच सांगावं लागलं नाही!

विद्यालयीन शिक्षणापेक्षा घराणेदार शिक्षणाची पद्धत वेगळी असते. मुळात, गुरू गात असताना शिष्यानं ते गाणं ऐकायचं असतं. शिष्य जेव्हा मागे बसून शिकतो, तेव्हा गाणं ऐकून-ऐकून डोक्यात आणि मनात झिरपत जातं. मग शिष्य नकळत बैठकीवर येऊन बसतो आणि व्यवस्थित गातो. इतकी चिकाटी त्याच्याकडे असली, तर ठीक आहे; नसेल, तर मग काही खरं नाही. मनात ठसलेलं गाणं समुद्राच्या लाटांप्रमाणे, नैसर्गिकपणे उपजेच्या रूपाने बाहेर येतं. ते खरं गाणं!!

रियाज किती वेळ करावा आणि कशाकशाचा करावा?

खर्जसाधनेने तुमचा आवाज मोकळा, वजनदार आणि भरदार होतो. याखेरीज पूर्वी 'आकार-उकारसुद्धा पक्के करून घेतो' असं म्हणायची पद्धत होती. आकार आणि आघात यांसाठी पर्यायाने आपल्याला भाषिक स्वर आणि व्यंजनं घोटून घ्यावी लागतात. याशिवाय मींड आणि गमक इत्यादी प्रकारही घोटले जातात. यामुळे आवाज सर्वांगाने तयार होतो. सर्वसाधारणपणे प्रत्येकाचा आवाज खालच्या पंचमापासून वरच्या मध्यमापर्यंत असतोच. मुलांचा आवाज फुटल्यानंतर आवाजाची रुंदी वाढवण्यासाठी किंवा आवाज स्थिर करण्यासाठी खर्जसाधनेचा उपयोग होतो. रागाच्या बंदिशी घोटत बसावं लागतं. मग घराण्यांनुसार रागांचे तान-पलटे घोटत बसायचे. त्यातच घराण्यांची तत्त्वं सामावलेली असतात. पुस्तकांमध्ये ज्या आलाप-ताना लिहिलेल्या असतात, त्या सहसा एकाच पॅटर्नच्या असतात. घराण्यानुसार गाताना तो पॅटर्न सगळ्या रागांसाठी सारखा नसतो. 'सारेरे, रेगग, गमम, मधध, धनिनि, निसांसां, सांरेंरें' केलं, तर राग उमटत नाही. हाच अलंकार रागांनुसार बदलावा लागेल.

शिक्षकांचंही अजून खूप प्रबोधन व्हायला पाहिजे. त्यासाठी खूप कार्यशाळा घेण्याची गरज आहे. त्यातून आपल्या संगीताचा दर्जा सुधारू शकेल. मलादेखील कित्येक वर्षं भूप गाता येत नव्हता. तो गुरूंनी सोडवून दाखवल्यावर मला त्यातले अलंकार, तान, पलटे हे सगळं जमायला लागलं. कोर्समध्ये भूप असेल, तर मला भूप शिकवणं भागच आहे; पण मलाच थातूरमातूर भूप येत असेल, तर मी तो लोकांना कसा शिकवणार!

ज्याला प्रत्येक रागात खूप बंदिशी माहिती आहेत, अशा कोठीवाल्या गवयांना पूर्वी खूप मान असायचा; पण आता शिष्याला एकाच रागात अनेक बंदिशी शिकवाव्यात आणि त्याची ज्ञानाची खोली वाढवावी का? की यमनमध्ये एकच राग किंवा एकच ख्याल सांगितला, तर तो चमकदारपणे मांडायला शिकवावं?

एकच बंदिश शिकून राग परिणामकारक होईलच, असं नाही. त्यासाठी जास्त बंदिशी शिकवाव्या लागतात. कारण तुम्हाला यमनचा आवाका जेव्हा कळेल, तेव्हा तुम्हाला त्या बंदिशीचाही आवाका कळेल. अनेक बंदिशी शिकल्यानंतर तुमचा आवाका वाढेलच, पण तुम्ही शिकत असलेल्या बंदिशींची खोलीही तुम्हाला कळून येईल. वेगवेगळ्या मुखड्यांच्या बंदिशी तुम्ही रटल्यात की, तुमचा आवाका वाढतोच. 'बंदिश के ढंग से गाओ' याचा खरा अर्थ तोच आहे.

आग्रा घराण्याच्या गायकीचा तुम्ही अंगीकार केलात, तो विचार करून का योगायोगाने?

गजाननबुवांनी मला सांगितलं, म्हणून मी तिकडे वळलो; पण मला रामपूर-सहस्वान घराण्याच्या निसार हुसेन साहेबांचं गाणंही फार आवडायचं. मी त्यांची नक्कलपण करायचो. त्यांचं गाणं असं रगेल आणि रंगेल होतं... ताना अशा कचकचीत मारायचे... तराणादेखील अप्रतिम गायचे! त्यांचं गाणं मला भावलं. त्यामुळे कदाचित गजाननबुवांना माझ्या गाण्यात आग्राच्या खुणा दिसल्या असाव्यात, असा माझा कयास आहे; आणि बुवांना बबनरावांचं गाणं किती आवडायचं, हे मी वर सांगितलंच आहे. त्यामुळे बुवांनी मला त्यांच्याकडे शिकायला पाठवलं.

गाण्याच्या बाबतीत लोकांचा गैरसमज आहे की, गाणं फक्त गोड-गोड पाहिजे; पण गाणं फक्त गोड असून भागत नाही; त्यात तत्त्व हवं आणि ते सुरेल पाहिजे. सुरेल करण्याकरता कष्टाने सूर कमवावे लागतात. गोड गाणं म्हणजे निसर्गदत्त गळ्याचं गाणं. गळा फार सुरेख असणं, हे चांगलंच, पण सुरेल असण्यात मी रागाचं शुद्धत्वही अंतर्भूत करतो. It's a WHOLE concept!! सुरेल गाण्यातून आपल्याला मेहनतीचा आणि विद्वत्तेचा अनुभव आला पाहिजे. कित्येक लोकांचा गळा गोड नसतो, पण त्यांचं गाणं अतिशय तयारीचं असतं. तेव्हा 'गळा गोड नाही तो गवई नाही' हा लोकांमधला अपसमज काढून टाकला पाहिजे. एकदा मी एका माणसाकडे गेलो होतो. ''आम्ही हे असलं काही ऐकत नाही,'' असं सांगून फैय्याजखाँसाहेबांची कॅसेट त्याने मला देऊन टाकली. मी तर त्या माणसाला गाण्याचा मोठा शौकीन समजत होतो!

आग्रा घराण्यात सुरुवातीला नोम-तोम करण्याची जी पद्धत आहे... तर आकारात आलाप करण्याऐवजी फक्त नोम-तोम केल्याने वेगळा सांगीतिक परिणाम होतो, असं तुम्हाला वाटतं का?

नोम-तोममुळे गळा गरम होतो. कारण खूप आघात मिळतात. सगळं गाणं हे लयात्मकच आहे, हे लक्षात घ्या. लयबद्धता सौंदर्याच्या दृष्टीने गरजेची आहे. मग कोणी लयीच्या अंगावर भर देतो किंवा देत नाही. आग्रावाल्यांनी लयात्मकता खूप प्रोजेक्ट केली. पुढे बोल करायचे असल्यामुळे नोम-तोमपासूनच ते सुरू करतात. कारण नोम-तोममध्ये श्रोत्यांना एकदा कह्यात घेतलं की, नंतर जो ख्याल सुरू होतो, त्याच्यात ते रमतात. कारण ख्यालाच्या लयीशी नोम-तोमचाही लयात्मक संबंध असतो.

लयीमध्ये माणूस रमतो. सुरांचं गाणं गोड लागतं, पण लय सुरू झाल्याशिवाय त्याच्यात माणूस रमत नाही; मग तो गवई असो किंवा श्रोता! लहान मूल टाळ्या वाजवायला लागतं आणि रमतं; मोठी माणसंही लयीत रंगून जातात. लय जशी वाढत जाते, तसे गायक आणि श्रोते भजनासारखे शास्त्रीय संगीतातही रंगून जातात. विलायतखाँसाहेबांनी 'संगीताचे संस्मरण' ह्या ग्रंथात तेच लिहिलं आहे 'जेव्हा तुमचं गाणं एका लयीत चाललेलं असतं आणि त्यानंतर लय थोडीशी वाढवून तुम्ही कामगत करायला लागता, तेव्हा आदमी खुदको भूल जाता है। घंटो तक ये सिलसिला चलता है।' तर त्यांचा हा अनुभव आहे. ह्याला ते 'उपजत अंग स्वभाव' अशी संज्ञा देतात. लय जसजशी हळूहळू वाढत जाते, तसतसे आपण भजनाइतके शास्त्रीय संगीतात रमायला लागलो... तर छानच आहे ना!

धृपदिये जेव्हा नोम-तोम करतात, तेव्हा मुख्यत्वे मींड, घसीट, खेच, गमक हे गळ्याचे धर्म वापरतात; पण जर तुम्ही नोम-तोम केल्यानंतर ख्याल गाणार असाल, तर खटके किंवा मुरकी हे ख्यालाचे धर्म नोम-तोममध्ये कुठे खुबीने आणले तर चालतात का?

हो, जरूर आणू शकता. 'धृपदिये अशी नोम-तोम करत होते, म्हणून आम्ही तशी नोम-तोम करतो' असं नाहीये. ख्यालिये आपल्या पद्धतीने ती करू शकतात; नोम-तोमला प्रवाही करू शकतात. धृपदियांची नोम-तोम वेगळ्या प्रकारची असते. नोम-तोम कशी करायची, ते तुम्ही ठरवायचं असतं. आजकाल तर फार मोकळे झालेत सगळे, पण तो मोकळेपणा जर विचारांनी आणला आणि त्यात 'डिसिप्लिन्ड फ्रीडम' असेल, तर ते चालू शकतं.

बुवा, जरा नोम-तोमचं थोडं प्रात्यक्षिक होऊ द्या आता! आपली तर खासियत आहे. नोम-तोम झाल्यावर मग 'थे मारो राजेंद्र'पण थोडं घ्या. म्हणजे रसिकांना हेदेखील कळेल की, नोम-तोमनंतर ख्यालाची बढत सविस्तर कशी करावी.

प्रात्यक्षिक गायन ३ : नोम-तोम आलापी (राग : धनाश्री)

ख्याल सुरू करताना आग्रेवाले लय कशी ठेवतात?

लयीच्या बाबतीत माझं असं म्हणणं आहे की, आपली भाषा असते, तशी गाण्याचीपण भाषा असते. लय जर आपल्या बोलीभाषेच्या जवळ आली, तर ती आपल्याला कदाचित जास्त भावेल; त्याच्यामुळे ग्वाल्हेरवाले असो की आग्रावाले, 'चढी' लय ठेवायचे. 'फास्ट' कशाला म्हणायचं, 'स्लो' कशाला म्हणायचं... हे सापेक्ष आहे... आपल्या बोली भाषेच्या जवळ जायचं. भाषेची एक लय असते. ती पकडल्याशिवाय भाषेचा लहेजा कळत नाही, आणि तो जर कळायला हवा असेल, तर लय आपल्या किंवा ऐकणाऱ्याच्या आवाक्यात यावी लागते; तर श्रोता आनंद घेतो. अमीरखाँसाहेबांच्या बाबतीत बोलायचं, तर लोक त्यांच्या गाण्यामध्ये रमायचे, ते लयीमुळे नाही. कारण अमीरखाँसाहेब एकेका मात्रेमध्ये १६-१६ स्वरसुद्धा टाकायचे. त्यांचा मोठेपणा असा की, त्यांनी जे केलं, ते त्यांनी चांगलं निभावलं... यशस्वीरित्या!

पण आपल्याला जर सर्वसाधारण लयात्मकता प्रस्थापित करायची असेल, तर तुमचं-आमचं अद्वैत साधेल, अशी लय पाहिजे; आणि ती मध्य लयच असते! ती भाषेची लय असते. आपल्या भाषेपासून संगीताची भाषा फार वेगळी असू शकत नाही. माझं एक निरीक्षण आहे की, आपले जे मध्य लयीचे ख्याल आहेत, मध्य लयीच्या चिजा आहेत, त्या लयीमध्ये जगातली बरीचशी गाणी गायली जातात. कारण आपल्या सर्वांच्या बोलाण्याची लय नैसर्गिकपणे सारखी आहे. कदाचित दक्षिण भारतातला एखादा थोडं कडकड बोलत असेल, तर आपल्याला वाटतं, 'हा फार बोलतो!' पण सगळ्या जगाची लय साधारण तीच असते. मी सिंगापूरला एक छान आरती ऐकली. तिथे एका चिनी मंदिरात गेलो होतो. काहीतरी छान, सुरेल, भूपासारखं चाललं होतं; पण आपल्या चीजेसारखंच वाटत होतं. कुठे चीन आणि कुठे आपलं संगीत! पण संगीताची लय युनिव्हर्सल आहे, कारण ती आपली नैसर्गिक लय आहे. सगळ्या भाषांची नैसर्गिक लय एकच असते; गाण्याची तीच असायला पाहिजे. तुमच्या प्रश्नाचं उत्तर मी डिजिटल स्वरूपात देतो. झुमरा आणि तिलवाडा यांची आमची लय सुरुवातीला साधारण २६ ते २७ बिट्स / मिनिटं असते.

प्रात्यक्षिक ४ : गायन – राग धनाश्री
विलंबित बंदिश *थे मारो*; द्रुत बंदिश *तेरो ध्यान धरत दिनरैन*

आत्ता आपण पाहिलं की, नोम-तोम केल्यावर जेव्हा ख्याल सुरू झाला, तेव्हा त्यातून एक वेगळी सौंदर्याकृती, एक वेगळं नाट्य आकाराला आलं. आग्रावाल्यांमध्ये 'स्थायी के अंग से गाना' ह्याला फार वेगळं महत्त्व आहे. तर त्याचं खरंतर सगळंच दर्शन झालं आत्ता ह्या गाण्यात....

मगाशी मी सांगितलं की, एका रागाच्या भरपूर चिजा माहिती असल्या पाहिजेत. कदाचित आपला असा समजसुद्धा होऊ शकतो की, 'स्थायी अंगसे गाना' म्हणजे जी स्थायी आपण गात असतो, त्याच अंगाने गाणं; पण निव्वळ ती स्थायी म्हणजे संपूर्ण राग नव्हे. बंदिशी वेगवेगळ्या प्रकारच्या असतात. एक वरच्या तोंडाची बंदिश असते, दुसरी पंचमावर थांबते, तर एखादी षड्जावर थांबते. समजा, तिन्ही बंदिशी माझ्या डोक्यात एकत्र आल्या, तर गोंधळ होऊ नये, म्हणून त्या मुद्देसूदपणे मांडायचा अभ्यास करावा लागतो आणि मग आलाप वगैरे करतानासुद्धा त्याचं तोंड कुठे आहे, चीजेचा मुखडा कुठे आहे, तिथपर्यंत मला व्यवस्थित येऊन कसं पोहोचायचं आहे, हाही अभ्यास करावा लागतो. वरच्या षड्जावर गेलो आणि गंधारावर मुखडा म्हणायचा असेल, तर त्याचा अभ्यास आणि सराव हवा. संबंधित राग गाताना नेणिवेमध्ये असलेल्या त्या-त्या रागाच्या बऱ्याच बंदिशींची सुरावट रिकॉल करण्याची किंवा तत्काळ आठवण्याची कुवत यावी लागते. हे सरावाने आणि रियाजानेच साध्य होतं.

ख्याल आळवताना सरगम अंतर्भूत करावी का?

करावी! सरगम करावी की नाही, हा वादाचा मुद्दा असतो; पण माझ्या मते, सरगमसुद्धा करावी. कारण आग्रावाल्यांचा भर बोलांवर आहे; सरगममधून तेच आघात मिळतात, तोच फील येतो. दुसरी अजून एक गंमत सांगतो... म्हणजे आजसुद्धा एखाद्याला चीजेचा अर्थ व्यवस्थित माहीत नसेल, तरी तो चीजेचा आनंद घेतो की नाही? शब्दांचे अर्थ माहीत असणं चांगलंच आहे. मात्र त्याचा सांगीतिक एक्स्प्रेशनसाठी आणि रसोत्पादनासाठी कितपत उपयोग होतो, या बाबतीत मात्र संदिग्धता आहे.

ग्वाल्हेरवाले आपली आलापचारी कशी बांधतात?

ग्वाल्हेरवाल्यांची लय थोडीशी जास्त असते. ते जरा पैलवानी गातात. तुम्ही भावात्मकता म्हणत असाल, तर भावात्मकतेपेक्षा गाण्यात संगीतात्मकता किती आहे, हे जास्त

महत्त्वाचं आहे. लय संथ झाल्याशिवाय भावुकतेचा प्रत्यय येत नाही, हे नक्की! कसं, ते प्रात्यक्षिकानेच बघू या.

प्रात्यक्षिक ५ : यमन – विलंबित झुमरा – *बन रे बलईया*
द्रुत एकताल – *लंगरवा जाने दे घरवा*

वा, वा! आग्रा घराण्यात बोलअंग अतिशय प्रभावीपणे वापरलं जातं. शब्दांची कहन, लयकारी, शब्दांचा योग्य जागी अंतर्भाव हे सगळं तालमीत कसं शिकवलं जातं?
बबनरावांनी मला सारनटमधली बंदिश शिकवली. (आग्रावाले शुद्ध नटाला सारनट म्हणतात.) आवर्तन भरताना वेगवेगळ्या प्रकारची कामगत करून मुखडा पकडणं, ही आग्रावाल्यांची खासियत आहे. मी त्याचं थोडं प्रात्यक्षिक करून दाखवतो...

आग्रेवाले बंदिशीचा मुखडा सोडून बंदिशीतल्याच दुसऱ्या ओळीचा मुखडा करून सजावट करतात, तसं?
तुम्हाला याचा अनुभव असेल की, ह्यातली दुसरी ओळ पहिल्या ओळीसारखी प्रोजेक्ट करून, कव्वाली गाताना दिसून येणारा फील तुम्हाला आग्रावाले देतात.

प्रात्यक्षिक ६ : राग सारनट – ताल त्रिताल

मानो जी तुम मानो पिहरावा काहे सौतन संग प्रीत लगाई

हे पाहा, ही बंदिश किती लाडिक आहे!! आता आग्रावाल्यांनी बोल आणि लय यांचा मेळ साधून नेमका हाच परिणाम आपल्या गायनातून साधला आहे. गाताना मनात भाव निर्माण व्हावा लागतो. मग तो कोणत्याही शब्दांमधून व्यक्त होऊ शकतो. लहान मुलगा बोबडे बोल बोलत असतो, ते आपल्याला अतिशय प्रेमाचं वाटतं, कारण त्याच्या मनात तो भाव असतो. आपणही त्याच्याबरोबर निरर्थक शब्द बडबडत असतो, तेव्हा आपल्याही मनात तो भाव निर्माण होतो. तिथे शब्द बाजूलाच राहतात. कित्येक वेळा शास्त्रीय संगीतातसुद्धा शब्द असे मागे राहतात, पण भाव मात्र पुढे येतो.

बोलअंगाशिवाय आग्रा घराण्याची गायकी सिद्ध होईल का?
मला नाही तसं वाटत. आकार, सरगम आणि बोल ही आग्रामध्ये लयात्मकता निर्माण करणारी सख्खी भावंडं आहेत, असं समजा.

आग्रा घराण्यात काही ठरावीक रागांनाच जास्त पसंती का असते? उदाहरणार्थ, भैरवऐवजी रामकली, पूर्वीऐवजी पूर्वा, यमनऐवजी खेमकल्याण हे राग जास्त गायले जातात.

परंपरेने गाऊन सिद्ध झालेले राग घराण्यांमध्ये गायले जातातच. यमन, बागेश्री, भीमपलास हे राग सर्वच घराण्यांचे गायक गात असतात, पण त्याखेरीजही इतर घराण्यांनी सिद्ध केलेले राग मला गायला आवडतात. मी खेमकल्याणही गातो आणि यमनही तितक्याच आवडीने गातो; भैरवदेखील गातो. तसंच जयपूर घराण्यात पॉप्युलर असलेला संपूर्ण मालकंससुद्धा गातो. सर्व घराण्यांमध्ये गायल्या गेलेल्या आणि मी शिकलेल्या रागांमध्ये मी बंदिशीदेखील बांधल्या आहेत.

तबल्याची आणि संवादिनीची साथ कशी असावी? साथसंगत करताना किती वाजवावं?

योगायोगाने इथे उपस्थित असलेले संगतकार बऱ्यापैकी आदर्श तबला-पेटी वाजवणारे आहेत. त्यांच्यासारखी साथ असावी, असं मी म्हणेन. एका तरुण तबलजीने माझ्याबरोबर वाजवलं, त्या वेळी मी म्हटलं, "अरे, मी गात असताना तुझं सुरू झालं की मला वाटतं, तू सोलो वाजवतोयस की काय?" चार आवर्तनं झाली, तरी थांबायलाच तयार नाही तो! वाद्यसंगतीची आपली संकल्पना कर्नाटक संगीतासारखी नाही. सादरीकरणात 'इंटिग्रिटी' असायला पाहिजे, म्हणून आपण त्या दृष्टीने कायम अपेक्षा करतो. तबलजीचा सोलो असतो, तेव्हा लेहरा धरणाऱ्याने गडबड केलेली चालत नाही ना, तसं गाणाऱ्याला पाहिजे तसा ठेका दिला पाहिजे. कधीकधी मागे बसलेले तंबोरेवालेपण आगाऊपणा करतात. आम्ही आपले पंचम-धैवतापर्यंत असतो आणि हे पठ्ठे 'सा'वर जाऊन थांबतात. तसंच पेटीवाल्यानेही हे करू नये. तुमचा एकसंध आविष्कार व्हायला पाहिजे. ऐकायला येणारे लोक एक टीम म्हणून ऐकतात; आणि इथे जर पेटीवाल्याला किंवा तंबोरेवाल्याला किंवा तबलेवाल्याला वाटलं की, 'मी असं ओव्हरपॉवर करीन' तर ते एकदम चुकीचं आहे. ते मैफिलीच्या तत्त्वात बसत नाही. आज जरा विचित्रपणा चाललेला आहे. खूप तबलजी ठेकासुद्धा नीट धरत नाहीत; परंतु काही पेटीवादक आणि तबलावादक अनुभवाने सूचक वाजवतात आणि ते गायकाला फायद्याचंदेखील ठरतं. नवोदित तबलावादकांनी ऐकून-ऐकून आपले ठेके सुधारायचा प्रयत्न करावा. कारण साथीचा ठेकासुद्धा ऐकावासा वाटला पाहिजे.

बंदिशीच्या शब्दांना किंवा शब्दार्थांना शास्त्रीय संगीतात किती महत्त्व आहे? रागाचा सांगीतिक भाव आणि साहित्यातला नवरस यांचा काही संबंध आहे का?

आपण पाऊण तास/एक तास एक राग मांडत असतो. २४ तासांमध्ये आपण कसे वागतो? रागाच्या बाबतीतही तसंच आहे. चीज म्हणताना, तान म्हणताना, आलाप म्हणताना वेगवेगळा फील येऊ शकतो. राग म्हणजे जणू आपल्या जीवनाचं प्रतिबिंब असतं. आपल्या जीवनात दर २४ तासांमध्ये जितके रस येतात, तितके सगळे रस त्या बंदिशीत येऊ शकतात. एका रसापुरतं मर्यादित राहून आपल्या संगीताला मर्यादित करायची गरज नाही किंवा त्या रागालाही मर्यादित करायची गरज नाही. गमकयुक्त तान म्हटली, तर वेगळाच फील येतो, पण 'बरसे बूंदरिया' म्हणताना आपण त्याला नाजूक करून टाकतो. हे एकाच रागात, एकाच चीजेत चालू असतं. म्हणजे भाव बदलत गेले ना? एकाच वेळी सगळे भाव चालतात, हवेसे वाटतात आणि ते तुमचा आविष्कार बिघडवत नाहीत. त्याच्यामुळे 'एका सुराने असाच रस निर्माण होतो', 'एका रागाने हाच रस निर्माण होतो' किंवा मग 'त्या चीजेनी अमकंच होतं' असं मानण्याचं कारण नाही. मुळात रागच एक 'पूर्णरूप' आहे. सगळी बढत करताना प्रत्येक चीजेनुसार तंतोतंत तसाच भाव निर्माण होईल, असं नाही. चीजेचा तंतोतत भाव प्रोजेक्ट करायचा प्रयत्न आपण ख्यालाच्या मानाने ठुमरीमध्ये अधिक करतो. यासाठी वेगळे गानप्रकार अस्तित्वात आहेत. ख्याल हा भारदस्त प्रकार असल्यामुळे त्यामध्ये कशाला मुरक्या-हरकती हव्यात, कशाला हळुवारपणा हवा? कारण ही तर भावसंगीताची वैशिष्ट्यं आहेत. अर्थात, मला वाटतं, हा विचार थोड्याफार प्रमाणात व्यक्तिसापेक्ष असू शकतो. साहित्याच्या नवरसांच्या संदर्भात या सगळ्यांचा विचार शास्त्रीय संगीतामध्ये होऊ शकलेच असं नाही, असं मला वाटतं.

प्रात्यक्षिक ७ : खेमकल्याण

***सब सखियन मिलकर कर सिंगार* (मध्य लय, तीन ताल)**

तुम्हाला जेव्हा नवीन बंदिशी सुचतात, तेव्हा - काही लोक म्हणतात तसं 'शब्द आणि चाल हे डोळ्यासमोर उभे राहिले, म्हणजे झाली बंदिश'... असं होतं का? की कुठंतरी सजवावंपण लागतं?

सगळं काही पहिल्या झटक्यात आणि एकदम होत नसतं. बंदिश घडायची एक प्रोसेस आहे. कधीतरी थोडे शब्द सुचतात, कधीतरी सूर सुचतात, कधीतरी लयीची युनिट्स सुचतात. कवितेच्या भाषेत सांगायचं झालं, तर विशिष्ट अभिव्यक्तीचा रेटा जास्त झाला, म्हणजे स्फोट होतो आणि बंदिश जन्म घेते.

तुम्हाला केदारच्या दोन बंदिशी ऐकवतो. शब्द एकच, पण लयीची वजनं बदलली की वेगळेपणा येतो. याआधी 'मालनिया' म्हटली, तिच्या जवळचेच शब्द, पण वजन मात्र वेगळं! ऐका...

प्रात्यक्षिक ८ : *गुंदे लावो री मालनिया* – द्रुत त्रिताल
प्रात्यक्षिक ९ : पटमंजिरी – द्रुत एकताल

भैरवी रागाविषयीचा तुमचा विचार सांगून भैरवीनेच शेवट करू या.

कित्येक दिवस मी भैरवी गात नसे. कारण मला ती म्हणावी तशी येत नव्हती. भैरवीने तर गाणं संपवायचं असतं. मग मी भैरवीच्या मागे लागलो आणि चिजा तपासल्यावर माझ्या लक्षात आलं की, मालकंसचा आरोह म्हटल्याशिवाय भैरवी होत नाही. प्रत्येक वेळी मालकंसचा आरोह करावा लागतो आणि मग भैरवी जोडावी लागते. 'सा ग म ध' केलं, तरी भैरवी जोडता येते; 'सा ग म ध नि' केलं, तरी भैरवी जोडता येते आणि 'सा ग म ध नि सां' केलं, तरी भैरवी जोडता येते. पण हे केलं, तरच भैरवी उभी राहते; नाहीतर नाही. 'सा रे ग म प ध नि सां   सां नि ध प म ग रे सा' असं म्हटलं, तर आपल्याला अपेक्षित असलेला भैरवीचा फील येत नाही, हा अनुभव आहे. भैरवी म्हटल्यावर मैफिल संपणार, असं रसिकांना वाटणं, ह्यामध्ये पूर्वसंस्कारांचा भाग जास्त आहे, असं मला वाटतं.

प्रात्यक्षिक १० : भैरवी – बंदिश *काहे किनी मोसे बरजोरी* – अद्धा त्रिताल
बंदिश *महादेव महेश्वर* – ताल त्रिताल

❖◆❖

यातील प्रात्यक्षिक स्वरूपात केलेले गायन ऐकण्यासाठी क्यूआर कोड स्कॅन करावा किंवा या लिंकवर क्लिक करावे.

https://youtube.com/playlist?list=PLxsxVopwsAaVyr2lEHpJ_6obbeoiQ3Y-d

वा ग्गे य का र

पंडित बबनराव हळदणकर

परिचय

सकाळची वेळ असते. एक मुलगा कॉलेजला जायला निघालेला असतो. तेवढ्यात त्याला रामकली रागाचे स्वर ऐकू येतात. 'डुलिया ले ओ रे मोरे बाबूल के कहरवा' या बंदिशीचे गहिरे स्वर कानी पडताच त्या मुलाची पावले थबकतात. बरोबर घेतलेली वह्या-पुस्तकांची पिशवी तो बाजूला ठेवतो आणि जिथे गाणे चालू असते, त्या खोलीत जाऊन नेहमीप्रमाणे डग्ग्यावर ठेका धरायला लागतो.

''अरे बबन, कॉलेजला निघाला होतास ना? परत कसा आलास?'' त्याचे मोठे भाऊ विचारतात.

''निघणार होतो, पण उस्तादजींचे गाणे ऐकून गेलोच नाही. या गाण्याने मी अगदी कासावीस झालोय. रामकलीच्या या स्वरांनी मला जणू खेचून घेतले! ते ऐकले आणि कॉलेजला जावेसेच वाटेना! म्हणून मी परत फिरलो.''

''बेटा, तुला हे स्वर खरेच वेड लावत असतील, तर माझा तुला आशीर्वाद आहे. तू थोर गायक होशील आणि तुझ्या स्वरांनी रसिकांनाही वेड लावशील!'' उस्तादजी त्याला म्हणाले.

मुंबईतील एके काळचे प्रख्यात चित्रकार सावळाराम उर्फ एस. हळदणकर यांच्या घरी असा प्रसंग वरचेवर घडत असे. त्यांच्या मोठ्या मुलाला - मधुकरला गाणे शिकवायला आग्रा घराण्याचे उस्ताद बशीरखाँ येत असत आणि त्या वेळी त्याचा धाकटा भाऊ बबन डग्ग्यावर ठेका धरून मनोमन ते गाणे उत्कटतेने साठवून ठेवत असे. नुसता ठेका वाजवणाऱ्या या मुलाने नंतर मनापासून शिकून गाणे आत्मसात केले आणि अनेक वर्षे साधना करून तो मुलगा नंतर 'वाग्गेयकार पं. बबनराव हळदणकर' म्हणून प्रसिद्ध पावला.

उस्ताद बशीरखाँचा आवाज तसा खूप काही गोड नव्हता, परंतु त्यांच्या गहिऱ्या गायनाचा ऐकणाऱ्यावर खोल परिणाम होई आणि निश्चय करून कॉलेजला जाणारा बबन त्या स्वरांमध्ये बुडून जाई. आग्रा गायकीच्या सुरांचे हे हृदयस्पर्शी लगाव आत्मसात करून रसिकांच्या मनावर परिणाम करणारी आपली गायकी बबनरावांनी विकसित केली आणि उस्तादांचा तो आशीर्वाद खरा ठरवला. विशेष नोंद घेण्याची गोष्ट म्हणजे, गाणे

ऐकण्यासाठी कॉलेज बुडवणारे बबनराव पुढे पदवीधर तर झालेच; पण त्यानंतर एका नामवंत संस्थेतून पदव्युत्तर शिक्षण घेऊन संशोधकही झाले!

कै. पं. श्रीकृष्ण उर्फ बबन हळदणकर यांचा जन्म २९ सप्टेंबर १९२७ रोजी मुंबईत झाला. त्यांचे वडील सावळाराम उर्फ एस. हळदणकर (१८८२-१९६८) यांचे मूळ गाव कोकणातील सावंतवाडी हे होते. त्यांना जे.जे. स्कूल ऑफ आर्ट्समध्ये शिकण्याकरता शिष्यवृत्ती मिळाल्याने ते मुंबईला आले. प्रख्यात चित्रकार महादेव विश्वनाथ धुरंधर आणि सेसिल बर्नस हे त्यांचे चित्रकलेतील गुरू. त्यांनी १९०८मध्ये मुंबईत ऑपेरा हाऊस, फ्रेंच ब्रिजजवळ स्टुडिओ काढला. 'जलरंगातील पोर्ट्रेट' ही त्यांची खासियत होती. 'समई घेतलेली मुलगी' (Glow of Hope) हे त्यांचे गाजलेले चित्र म्हैसूरच्या राजवाड्यात आहे. त्यांना संगीताचीदेखील आवड असल्याने घरात गायक-वादकांचाही राबता असे. विसाव्या शतकात दिल्लीहून मुंबईला येऊन स्थायिक झालेले आग्रा घराण्याचे अनेक उस्ताद त्यांच्या घरी येत असत. ऑपेरा हाऊसच्या जवळ असलेल्या गोवालिया टँक परिसरात हे गवई राहत असत. दर वर्षी गणपती उत्सवात उ. विलायत हुसेनखाँ, मोगूबाई अशा अनेक गवयांचे गाणे सावळारामजी आपल्या घरी आयोजित करत. त्यामुळे बालपणापासूनच कलेचे सर्वांगीण संस्कार बबनरावांवर झाले.

घराणेदार तालीम

बबनरावांचे मोठे भाऊ डॉ. मधुकर यांना उ. अन्वर हुसेनखाँ शिकवायला येत असत. तेव्हाही बबनराव त्यांच्याबरोबर तबल्यावर ठेका धरत असत. या केवळ श्रवणभक्तीने आग्रा घराण्याच्या गायकीने त्यांच्या मनात घर केले होते. ते प्रत्यक्ष जरी गात नसले, तरी त्यांना गाणे गुणगुणण्याची आवड होती. त्या वेळी जयपूर-अत्रौली घराण्याचे अध्वर्यू उ. अल्लादियाखाँ यांच्या शिष्या विदुषी मोगूबाई कुर्डीकर (माई) या सावळाराम हळदणकरांच्या घराजवळ असलेल्या गोवालिया टँकजवळच राहत असत. सावळारामांच्या एका मित्रांनी मोगूबाईंकडे बबनरावांना शिकवण्यासाठी शब्द टाकला आणि त्या गाणे शिकवायला तयारही झाल्या, पण मोगूबाईंनी बबनरावांचे गाणे पहिल्यांदा ऐकले आणि त्या लगेच म्हणाल्या, "तुझ्या गळ्यात आग्रा घराण्याचीच गायकी आहे. मी फक्त तुझा आवाज तयार करून देते." असे म्हणून त्यांनी बबनरावांना स्नेहापोटी पाच वर्षे शिकवले. बबनराव मात्र केवळ आवाज तयार होण्याकरता नव्हे, तर जयपूर गायकीही आत्मसात करण्याच्या जिद्दीने माईंकडे शिकायला लागले. तेव्हा किशोरीताई आणि ते एकत्र शिकत असत, आणि तेव्हा या गुरुबंधू-भगिनीमध्ये निर्माण झालेला स्नेह शेवटपर्यंत कायम राहिला. २००२मध्ये

बबनरावांचा अमृतमहोत्सवी वर्षपूर्तीनिमित्त सत्कार आणि त्यांनी रचलेल्या बंदिशींच्या सीडीचे प्रकाशन किशोरीताईंच्या हस्ते झाले.

मात्र, जयपूर गायकीत बबनरावांनी रमणे, हे काही नियतीच्या मनात नसावे! कारण पुढे जाऊन आग्रा घराण्यावरील आक्षेपांचे साधार निराकरण करणारा गायक-गुरू बबनरावांच्या रूपाने नियतीने घडवला. मोगूबाईंकडे गेल्यावर बबनरावांनी आग्रा घराण्याची पाटी पुसण्याचा कितीही प्रयत्न केला असला, तरी त्यावरची अक्षरे हळूहळू स्पष्ट होऊ लागली आणि 'आता आपण आग्रा गायकीची तालीमच घ्यायला हवी' असे त्यांना वाटायला लागले. तोही योग लवकरच आला आणि माईंनी उदार मनाने परवानगी दिल्यानंतर त्यांनी आग्रा घराण्याचे प्रख्यात गायक उ. खादिम हुसेनखाँ (१९०५-१९९३) यांच्याकडे शिकायला सुरुवात केली. तेव्हा बबनरावांचे वय ३२ वर्षे होते. त्यानंतरची २० वर्षे ते खाँसाहेबांकडे शिकले. या शिष्याने पुढे मोठी शिष्यपरंपरा निर्माण करून गुरूंचे पांग फेडले.

उ. खादिम हुसेनखाँ हे आग्रा आणि अत्रौली घराण्याचे वारसदार, उ. विलायत हुसेनखाँ यांचे भाचे आणि अन्वर हुसेनखाँचे मोठे भाऊ होते. त्यांचे धाकटे भाऊ लताफत हुसेनखाँ आणि गायिका ललित राव हेही दोघे त्यांच्याकडे शिकले. बबनरावांनी जेव्हा शिकायला सुरुवात केली, तेव्हा खाँसाहेबांच्या पत्नीने खाँसाहेबांना बजावले, 'तुम्ही बबनला हातचे काही न राखता सर्व शिकवले पाहिजे.' आणि खाँसाहेबांनीसुद्धा खरेच त्यांना आपल्या मुलाप्रमाणे वागवले आणि मुक्तपणे आपली विद्या दिली. बबनरावांनी अर्थात या विद्येचे चीज केले. आठवड्यातून दोन दिवस खाँसाहेब त्यांच्या घरी शिकवायला येत असत. बबनरावांना कंपनीतून यायला उशीर झाला, तरी ते त्यांची वाट बघत आणि आणि आल्यावर शिकवत असत. बबनराव थकून आले आणि शिकायला उत्सुक नसले, तरी ते म्हणत, 'सिर्फ सा लगाओ, थोडा गाओ' असे लहान मुलाला समजावल्यासारखे करून ते बबनरावांना प्रेमाने शिकवत. ''त्यांच्याकडून मिळालेल्या शिक्षणानेच मला आग्रा गायकीचे मर्म समजले'' असे बबनराव म्हणत. खाँसाहेबांचे पुतणे व गायक राजामिया म्हणतात, खाँसाहेबांनी बबनरावांना सर्व विद्या दिली आणि बबनरावांकडे ते सर्व ग्रहण करण्याची क्षमताही होती.''

बबनराव : एक रसायनशास्त्रज्ञ

बबनरावांच्या मनात सर्व काळ गाणे असले, तरी बबनराव सुरुवातीपासून पूर्ण वेळ गवई नव्हते. त्यांनी मुंबई येथील एल्फिन्स्टन महाविद्यालयातून बी. एस्सी. (रसायनशास्त्र) केले आणि नंतर यू.डी.सी.टी., मुंबईमधूनच बी. एस्सी. टेकही पूर्ण केले. मुंबई विद्यापीठाचा एक भाग असलेली यू.डी.सी.टी. ही (आत्ताचे नाव इन्स्टिट्यूट ऑफ

टेक्नॉलॉजी) रसायन-तंत्रज्ञान विषयाची जागतिक स्तरावर प्रसिद्ध असलेली एक नामवंत शिक्षण-संशोधन संस्था होती. तेथून केमिकल टेक्नॉलॉजीमध्ये पदवी मिळाल्यानंतर अनेक वर्षे त्यांनी विविध कंपन्यांच्या संशोधन विभागांमध्ये नोकरी केली. या क्षेत्रातही त्यांना चांगली गती होती आणि त्यांनी नाव कमावले होते. नवनवीन प्रयोग करण्यातून त्यांनी आपली संशोधनवृत्ती सिद्ध केली होती. विनसॉल या रंगद्रव्ये तयार करणाऱ्या कंपनीच्या संशोधन विभागात त्यांनी दीर्घ काळ नोकरी केली. ॲझोडाईज या विभागात त्यांनी विकसित केलेल्या रंगांची नोंद आंतरराष्ट्रीय स्तरावरही केली गेली होती. इतकेच काय, एका विद्यार्थ्याला सहायक म्हणून घेऊन त्यांनी आपल्या राहत्या घरातील एका खोलीत प्रयोगशाळा थाटली होती. तिथे ते कंपनीतून रसायने घरी आणून त्यांवर प्रयोग करत असत; पण त्या रसायनांच्या प्रभावाने जेव्हा घरातील वस्तू गंजू लागल्या, तेव्हा ती प्रयोगशाळा बंद करावी लागली. मधल्या काळात त्यांनी बडोद्यालाही एका कंपनीत दोन-तीन वर्षे नोकरी केली होती. मालकांशी मतभेद झाल्यामुळे वयाच्या ४५व्या वर्षी नोकरी सोडल्यावर नंतरची दहा वर्षे त्यांनी केमिकल टेक्नॉलॉजीमध्येच 'तांत्रिक सल्लागार' म्हणून काम केले. 'गाण्याच्या कार्यक्रमांना रजा दिली नाही' हे कारणही मतभेदांना पुरेसे असे! सल्लागार म्हणून काम करताना त्यांनी चित्रकारांना लागणारे उत्तम गुणवत्तेचे जलरंग आणि तैलरंग विकसित केले. बॉलपेनमध्ये वापरल्या जाणाऱ्या सुधारित आणि अधिक प्रवाही शाईचा शोध त्यांनी लावला. कोलकात्याच्या एका कंपनीलाही ते सल्ला देण्यासाठी भेट देत, तेव्हा तेथील आयटीसीच्या संगीत रिसर्च अकादमीतही ते जात असत. १९८५पासून, म्हणजे वयाच्या ५८व्या वर्षी रसायन क्षेत्रातील काम थांबवून त्यांनी अखेरपर्यंत, म्हणजे पुढची ३० वर्षे पूर्ण वेळ संगीताला वाहून घेतले.

संगीत-संशोधक

बबनरावांची वृत्ती शोधक होती आणि दृष्टीकोन सुधारणावादी होता. 'सिख्या, दिख्या आणि परख्या' (शिकणे, निरीक्षण करणे, पारखणे) हे तत्त्व आचरणात आणून, परंपरेने चालत आलेल्या अनेक संकल्पनांचा त्यांनी खोलात जाऊन विचार केला. त्यांमध्ये त्यांना दिसलेल्या त्रुटी दाखवून त्यांनी सुधारणाही सुचवल्या; ५० रागांचे प्रमाणीकरण केले आणि स्वरसप्तकातील ३३ श्रुतींचा शोध घेऊन त्यांच्या कंपनसंख्या संगणकाच्या माध्यमातून, एका वैज्ञानिकाच्या मदतीने निश्चित केल्या. त्यांच्या प्रतिपादनाची मांडणी तर्कशुद्ध असे आणि पुराव्यानिशी ठोस विधान करण्याची शास्त्रज्ञाची वृत्ती त्यांच्या संगीत-संशोधनातही दिसून येई.

मैफिल-गायन

'गायकांचे गायक' असे नामाभिधान मिळालेले बबनराव हे रूढार्थाने मोठे दौरे करून संमेलने गाजवणारे आणि सामान्य रसिकांमध्ये लोकप्रिय असलेले गवई नव्हते. असे असले, तरीही अनेक जाणकारांना त्यांचे गाणे मनापासून आवडत असे. तीन तपाहून अधिक काळ ग्रहण केलेल्या खानदानी तालमीमुळे आलेला आत्मविश्वास आणि 'स्वर-राग-लय-ताल' यांवरची त्यांची हुकमत त्यांच्या संपूर्ण सादरीकरणातून दिसत असे. निवडक रसिकांसमोरच्या त्यांच्या मैफिली समजदार श्रोत्यांच्या प्रतिसादाने रंगतदार होत. विशेषतः बोलाचे काम सुरू झाले की आमद घेऊन ते जेव्हा समेवर येत, तेव्हा सर्वांचे हात 'वाहवा'ने वर होत. सर्वात महत्त्वाचे म्हणजे, आग्रा गायकीची बलस्थाने त्यांनी आपल्या गायनातून सिद्ध केली आणि आग्रा घराण्याच्या वैशिष्ट्यांकडे, भव्यतेकडे रसिकांचे लक्ष वेधले. संगीतजगताला त्यांचे हे योगदान आहे. आग्रा घराण्यात सांगितल्या गेलेल्या आणि उ. खादिम हुसेनखाँकडून शिकलेल्या अठरा अंगांचा (सरपा, हूंक, मुरक, तानबंधान, बिडार, लहक, गाज, डगर, बेहलावा, खटका, फंदा, गमक, धुनक, खेंच, लागडाट, मींड, मांड, सूंथ) यथायोग्य उपयोग त्यांनी आपल्या गाण्यात केला.

संगीततज्ज्ञ आणि तबलागुरू पं. विवेक जोशी म्हणतात, 'बबनरावांचे गायन बुद्धी आणि हृदय यांचा समतोल साधणारे होते. त्यांच्या आवाजाचा पोत, स्वरांचे दर्जे, स्वर व लय यांचा समतोल आणि रागाची मांडणी हे सर्व थोरच म्हटले पाहिजे. स्वरांची संस्कृती समजणाऱ्या सर्वांच्याच मनाला त्यांचे गाणे भिडत असे.' विवेकजींच्या मते, बबनरावांच्या गाण्याचा योग्य रीतीने आस्वाद घेण्यासाठी श्रोत्यांनाही थोडीफार सांगीतिक जाण असणे आवश्यक आहे. कसलेल्या गायकांनाही त्यांच्याकडून अनेक गोष्टी शिकायला मिळत. प्रख्यात गुरू आणि तीन घराण्यांची विद्या संपादन केलेले पं. गजाननबुवा जोशी यांचे तर बबनरावांवर विशेष प्रेम होते. गजाननबुवा बबनरावांना पत्र लिहून कळवत असत, 'खूप दिवसांत चांगले गाणे ऐकले नाही. तर आपण येऊन गाणे ऐकवावे.' मग बबनराव डोंबिवलीला जाऊन त्यांची इच्छा पूर्ण करत.

ध्रुपद शैलीतील धमारगायन हे लयतालावर प्रभुत्व असलेल्या बबनरावांचे वैशिष्ट्य होते. पं. गजाननबुवांसह अनेक गवयांचा दीर्घ काळ सहवास केलेल्या आणि गायनाच्या साथीचा विशेष विचार केलेल्या पं. सुरेश तळवलकर यांना बबनरावांचे गाणे विशेष भावत असे. त्यांच्या तबलासाथीत बबनरावांच्या लयकारीयुक्त गायनात अधिकच रंगत भरे. 'सुरेशजींच्या घरी होळीनिमित्त झालेले आपले गाणे त्यांच्या डौलदार ठेक्याने अधिक खुलले आणि पुढे अजून बोल करायला आपल्याला प्रोत्साहन मिळाले,' असे बबनरावांनी लिहिले आहे. पुण्याच्या भारत गायन समाजात झालेली बबनरावांची मैफिल (राग - गौडसारंग), तसेच मुंबईच्या सबर्बन म्युझिक सर्कलमध्ये झालेली सकाळच्या रागांची

मैफिल, गानवर्धनतर्फे पुण्याच्या टिळक स्मारक मंदिरात झालेली मैफिल, खैरागड येथील (राग खट) मैफिल अशा कितीतरी मैफिली त्यांनी सुरेशजींच्या साथीने संस्मरणीय केल्या. एकदा सुरेशजी त्यांना म्हणाले होते की, 'तुमचे बोलाचे काम इतके उत्तम चालले आहे की, मी अधिक काही न वाजवता ते कानात साठवून घेतो आहे.' कोल्हापूर येथील भारती वैशंपायन यांनी आयोजित केलेल्या शिवाजी विद्यापीठातील 'घराणा संगीत संमेलनात' त्यांचा दरबारी कानडाही विशेष रंगला होता.

अनेक वर्षे त्यांना तबला-साथ करणारे श्री. धनंजय खरवंडीकर म्हणतात, 'बबनरावांचे लयतालावर प्रभुत्व असल्याने बंदिशीचा ठरलेला ताल ते अगदी ऐन वेळीसुद्धा बदलून दुसऱ्या तालात बंदिश म्हणत असत. उदाहरणार्थ, 'श्री' रागातील 'गरीब नवाज' ही झपतालातील बंदिश त्यांनी ताल रूपकमध्ये किंवा खेमकल्याणमधील 'पिहरवा' ही नेहमी एकतालात गायली जाणारी बंदिश त्यांनी तीनतालात गायली आहे.'

तत्कालीन साक्षेपी समीक्षक आणि गायक कै. बटुक दिवाणजी यांनी गोदरेज थिएटर, मुंबई येथे झालेल्या बबनरावांच्या एका मैफिलीचे टाईम्स ऑफ इंडिया या वृत्तपत्रात लिहिलेले वर्णन बबनरावांच्या मैफिली रंगवण्याच्या कौशल्याचे प्रातिनिधिक वर्णन म्हणता येईल. ते म्हणतात, 'बबनरावांनी गायलेले बरवा, श्री, मारुबिहाग आणि सोहोनी हे राग त्यांच्या प्रकृतीनुसार उत्तमरित्या सादर झाले. 'चौराहेकी मल्हार' हा अनवट रागही त्यांनी तयारीने गायल्यानंतर स्वरचित 'मंगल गाओ बजाओ' हा धमार पं. सुरेश तळवलकर यांच्या समर्पक साथीने गाऊन त्यात बबनरावांनी अनोख्या लयकारीचे दर्शन घडवले.'

बबनराव अतिशय खेळीमेळीच्या वातावरणात, न रेंगाळणारे, प्रवाही गाणे सादर करत. सुरुवातीच्या नोम-तोममधून ते रागाच्या सर्व पैलूंचे मनोहारी दर्शन घडवत. या आत्मविश्वासपूर्वक केलेल्या गायनात बांधलेले बोल किंवा तिहाया नसत; तर बबनराव उपज-अंगाने गाणे खुलवत आणि त्याचा स्वतःही पुरेपूर आनंद घेत. उपस्थित रसिकांच्या डोळ्यात त्यांच्या स्वरलगावांनी अनेकदा अश्रूही उभे राहत, एवढी त्यांच्या गाण्याची ताकद होती.

'बोले तैसा चाले' ही उक्ती प्रत्यक्षात आणणारे बबनराव 'वेगवेगळ्या प्रकृतींचे राग आग्रा घराण्यात वेगवेगळ्या प्रकारे कसे गायले जातात' हे प्रत्यक्ष गाऊन दाखवत. एका मैफिलीत ते मारवा, बरवा, गौडमल्हार, सुहा असे चार भिन्न प्रकृतींचे राग पाठोपाठ गायले आणि समोर बसलेली तरुण मुले अचंबित झाली. या मुलांबरोबर कॉफी प्यायला गेल्यावर त्या मुलांनी बबनरावांना सांगितले की, अशा रीतीचे गाणे त्यांनी आधी ऐकले नव्हते. बहुधा सर्वच राग ठरावीक पद्धतीने मांडले जात असल्याचा त्यांचा अनुभव असताना बबनरावांनी हे चारही राग वेगवेगळ्या पद्धतीने सादर केल्याने ते मुलांना अधिक भावले. 'रागगायन

करताना ते त्या रागाच्या प्रकृतीनुसार करावे,' या उ. खादिम हुसेनखाँच्या तालमीमुळेच हे शक्य झाले असल्याचे बबनरावांनी म्हटले आहे. शिवानंद स्वामी संगीत प्रतिष्ठानतर्फे आयोजित औंध (सातारा) येथील वार्षिक संगीत महोत्सवात २० ऑक्टोबर २०१६ या दिवशी त्यांचे शेवटचे जाहीर गायन झाले. या वेळी त्यांनी श्यामकल्याण आणि रामगौरी असे राग गायले होते. अमेरिका, ऑस्ट्रेलिया आणि न्युझीलँड या देशांमध्ये राहत असलेल्या आपल्या मुलांकडे जेव्हा जेव्हा बबनराव जात, तेव्हा तेथेही त्यांच्या गाण्याच्या मैफिली होत.

अर्काइव्हजकरता ध्वनिमुद्रण

बबनरावांच्याच वयाचे असलेले आणि उ. लताफत हुसेनखाँ यांचेकडे गाणे शिकलेले कोलकाता येथील आग्रा घराण्याचे गायक प्रा. कुमार प्रसाद मुखर्जी यांच्या पुढाकाराने आयटीसी एस.आर.ए. कोलकाताकरता बबनरावांनी १०० तासांचे गायन ध्वनिमुद्रित केले आहे. तसेच व्यासंगी संगीत कलाकार पं. सत्यशील देशपांडे यांच्या संवाद फाउंडेशनच्या अर्काइव्हजकरता त्यांनी निवडक रागांचे ध्वनिमुद्रण केले आहे. त्या वेळेस बबनराव राग जौनपुरीमध्ये नोम-तोम करत असताना त्यांचे तारसप्तकातील रिषभ-गंधाराचे लगाव गहिरे होत गेले आणि त्यांचे हे सच्चे आणि आर्त स्वर ऐकून सत्यशीलना अश्रू अनावर झाले. "उ. फैयाजखाँचे गाणे ऐकूनही अनेक रसिकांची अशीच अवस्था होत असल्याचे मी वाचले होते. ते मला खरे वाटत नसे, पण तुमचे गाणे ऐकून मात्र आता त्याची खात्री पटली आहे." असे जेव्हा सत्यशील त्यांना म्हणाले, तेव्हा बबनरावांना कृतकृत्य वाटले.

बबनराव : एक साक्षेपी लेखक

१९५०मध्ये उ. फैयाजखाँचे निधन झाल्यानंतर आग्रा घराण्यातील गायकांची गायकी रसिकांच्या मनातून उतरू लागली होती. या घराण्यातील काही गायकांच्या गाण्यात असलेले 'भावनांचा अभाव, रेकून गाणे, अतिलयकारी करणे, स्वरालापांकडे दुर्लक्ष करणे' असे दोष संपूर्ण आग्रा गायकीतच असल्याचा गैरसमज पसरला; परंतु बबनरावांनी उ. खादिम हुसेनखाँकडून घेतलेली तालीम आणि त्यावरचे आपले चिंतन यांतून हे दोष घराण्यातील गायकीचे नसून काही गायकांचे असल्याचे पटवून दिले. या सर्व आक्षेपांचे निराकारण करण्याकरता त्यांनी लेखदेखील लिहिले. तसेच अत्यंत समतोल भूमिका ठेवून त्यांनी आग्रा गायकीवर पुस्तक लिहिले व व्याख्याने आणि चर्चा यांच्या माध्यमातून आग्रा घराण्याविषयीचे गैरसमज दूर करणारे स्पष्टीकरण दिले.

१९९३मध्ये *जुळू पाहणारे दोन तंबोरे* या राजहंस प्रकाशनाने प्रकाशित केलेल्या पुस्तकाने संगीत विषयावर मराठीतून लिहिलेल्या पुस्तकांमध्ये मोलाची भर घातली.

अनेक नामवंत गायकांचे गुरू असलेल्या बबनरावांचे अनुभवसिद्ध विचार त्यांच्या या पुस्तकामध्ये वाचायला मिळतात. पं. वामनराव देशपांडे यांनी *घरंदाज गायकी* या आपल्या पुस्तकातूनही सर्व घराण्यांमधील जयपूर घराण्याचे श्रेष्ठत्व सिद्ध करण्याचा प्रयत्न केला. पं. वामनराव देशपांडेंसारख्या अन्य समकालीन विद्वानांनी केलेल्या विवेचनाचा मुद्देसूद प्रतिवाद करतानाच परंपरेने चालत आलेल्या संगीतमूल्यांची ओळख शब्दांच्या माध्यमातून बबनरावांनी विद्यार्थी आणि रसिक यांना करून दिली आहे. वामनरावांनी त्यांच्या *घरंदाज गायकी* या ग्रंथात केलेले 'लय व स्वर यांचा सुवर्णमध्य गाठणारे जयपूर घराणे सर्वश्रेष्ठ आहे' हे विधान अयोग्य असून 'जयपूर घराणे हे श्रेष्ठ जरूर आहे, पण सर्वश्रेष्ठ नाही' हे बबनरावांनी साधार दाखवून दिले.

'जुळू पाहणारे दोन तंबोरे' हा बबनरावांचा ग्रंथ म्हणजे, त्यांना मिळालेल्या जयपूर आणि आग्रा या घराण्यांच्या गायकीच्या तालमीचा आणि त्यांनी केलेल्या अनेक वर्षांच्या चिंतनाचा आविष्कार आहे. कोठलाही अभिनिवेश न ठेवता लिहिलेल्या या पुस्तकात त्यांनी दोन्ही घराण्यांची बलस्थाने आणि मर्यादा यांची चर्चा करून सौंदर्यमूल्यांच्या मुद्द्यावर आग्रा घराण्याच्या भव्यतेचे समतोल भूमिका घेऊन समालोचन केले आहे. विशेषतः आग्रा घराण्यावर गैरसमजापोटी असलेल्या आक्षेपांना यात योग्य उत्तरे देताना त्यांनी संगीतामधील सौंदर्यतत्त्वांविषयीसुद्धा नेमकेपणे भाष्य केले आहे.

'किराना घराण्याच्या उ. अब्दुल करीमखाँ आणि पं. सवाई गंधर्व यांच्या गायकीचे आपण निस्सीम भक्त होतो; पण उ. फैयाजखाँच्या गाण्यातील भव्यतेमुळे दिव्यत्वाची प्रचिती आल्याने आपले कर आग्रा गायकीशी जुळतात' असे त्यांनी म्हटले आहे.

'जुळू पाहणारे...' या विषयी मान्यवरांचा प्रतिसाद

'जुळू पाहणारे...' या पुस्तकाचे जाणकारांनी उत्तम स्वागत केले. यावर पुणे-मुंबई येथे चर्चासत्रेही झाली. *गोमंतक* मासिकात प्रसिद्ध झालेले या विषयावरचे लेख मोगूबाई कुर्डीकरांनी आपल्या शिष्येकडून वाचून घेतले आणि 'तू जयपूर गायकीविषयी जे लिहिले आहेस, ते खरे आहे,' अशी मोकळ्या मनाने बबनरावांकडे कबुली दिली.

- जयपूर गायकीचे मान्यवर गायक पं. आनंदबुवा लिमये यांनीसुद्धा 'तुम्ही जे लिहिले आहे, ते खरे आहे आणि ते मान्य करायला पाहिजे' असे सांगितले.
- संगीततज्ज्ञ आणि *लयताल विचार* या महत्त्वपूर्ण ग्रंथाचे लेखक डॉ. शरच्चंद्र गोखले म्हणाले, 'संगीताच्या सौंदर्याची तात्त्विक चर्चा घराण्यांना अनुलक्षून, पण निःपक्षपातीपणे करणारे असे हे पुस्तक आहे.'
- 'निष्ठावंत कलाकाराने लिहिलेल्या या पुस्तकातील एकेक वाक्य सुभाषितासारखे

मननीय व आचरणीय आहे.' दिल्ली विद्यापीठातील प्राध्यापिका, संगीततज्ज्ञ आणि सुप्रसिद्ध गायिका कै. डॉ. सुमती मुटाटकर यांनी असे मत व्यक्त केले आहे.

बबनरावांच्या चिकित्सक आणि समतोल प्रतिपादनाला जयपूर घराण्यातील या दोन अधिकारी गायकांनी आणि तज्ज्ञांनीही दादच दिली आहे. 'जुळू पाहणारे...'ची सुधारित आवृत्तीही २००३मध्ये प्रसिद्ध झाली. विरोधी मतांचासुद्धा आदर करण्याच्या स्वभावामुळे हे पुस्तक प्रसिद्ध झाल्यावर यावर घेतलेल्या आक्षेपांनाही बबनरावांनी सविस्तर आणि मुद्देसूद उत्तरे दिली.

या पुस्तकाव्यतिरिक्त त्यांनी *रागांचे प्रामाणिकरण, आग्रा घराण्यातील राग,* 'Ragas as sung in Agra Gharana' (हिंदी अनुवाद : *रागोंके रंग आगरे के संग*) ही पुस्तक लिहिली आहेत. *घराण्यांची वाटचाल* या किराना, भेंडीबझार आणि ग्वाल्हेर या घराण्यांची चर्चा करणाऱ्या पुस्तकाचे त्यांनी संपादन केले. या घराण्यांमधील गायकीची तालीम घेतलेली नसल्याने हे पुस्तक स्वतः न लिहिता त्यांनी त्या-त्या घराण्याच्या अनुक्रमे डॉ. सुलभा ठकार, डॉ. सुहासिनी कोरटकर, विदुषी नीला भागवत या तज्ज्ञ गायिकांकडून लेख लिहवून घेतले. याशिवाय त्यांच्या अनेक मुलाखतीसुद्धा प्रसिद्ध झाल्या आहेत.

''नित्य साधना, सखोल चिंतन, साक्षेपी संशोधन आणि भाषण व लेखन या माध्यमातून प्रकटीकरण' या आधुनिक संगीतकलासाधकाच्या अटळ वैशिष्ट्यांचा बबनरावांच्या व्यक्तिमत्त्वात समावेश आहे,' असे संगीत विषयाचे अभ्यासक प्रा. कै. श्रीरंग संगोराम यांनी म्हटले आहे.

'बबनरावांचा विशेष म्हणजे, स्वतःच्या आग्रा गायकीच्या विश्लेषणातही त्यांचा काटेकोर, समतोल व शास्त्रीय दृष्टीकोन! संगीतासारख्या अमूर्त विषयातील संकल्पना सोप्या व नेमक्या शब्दांत सांगण्याची विलक्षण हातोटी त्यांच्याकडे आहे. इतरांच्या विचारांना चालना देण्याने आणि महत्त्वाच्या विषयांवर चर्चेची साखळी सुरू ठेवल्याने ते रसिक आणि अभ्यासक यांना विचारमंथन करण्यासाठी उद्युक्त करतात.' असे डॉ. सुहासिनी कोरटकर यांनी लिहिले आहे.

'रागभाव' आणि 'रागरस' या विषयांवर बबनरावांनी जे लेखन केले होते, ते पुस्तकरूपाने प्रसिद्ध करण्याचा त्यांच्या कुटुंबीयांचा आणि शिष्यांचा मानस आहे.

पुरस्कार

बबनरावांच्या अभ्यासपूर्ण आणि विद्वत्तापूर्ण लेखनाबद्दल त्यांना उत्कृष्ट लेखनाचा काका हाथरसी पुरस्कार (२००३); *जुळू पाहणारे दोन तंबोरे* या त्यांच्या पुस्तकाला १९९७मध्ये महाराष्ट्र राज्य उत्कृष्ट ग्रंथनिर्मिती पुरस्कार; गायक म्हणून भारत गायन समाजाचा माणिक वर्मा पुरस्कार (२००३); डॉ. प्रभा अत्रे फाउंडेशन पुरस्कार (२००४); स्वरसाधना

समिती (२००३); महाराष्ट्र राज्य पुरस्कार (२००७); संगीत नाटक अकादमी (२०११); संगीत रिसर्च अकादमी, कोलकाता

उदार गुरू

'कुठलेही आढेवेढे न घेता आणि आडपडदा न ठेवता, मुक्त हस्ताने विद्यादान करणारे गुरू' ही बबनरावांची आणखीन एक ओळख. नियमित शिकणाऱ्या शिष्यांव्यतिरिक्त अन्य गुरूंच्या इच्छुक शिष्यांनाही ते आपल्या बंदिशी शिकवत असत. आधुनिक काळाला अनुसरून शिकवताना विद्यार्थ्यांनी ध्वनिमुद्रण करायलाही त्यांची हरकत नसे. 'संगीत' हाच त्यांचा ध्यास असल्याने अत्यंत तळमळीने ते शिष्यांना शिकवत असत. शिकवताना ते रागाच्या अंतरंगाची ओळख करून देत असत. स्वरांचे गहिरे लगाव, रागानुसार अपेक्षित असणाऱ्या स्वरांच्या श्रुती आणि दर्जे हे सर्व गाऊन दाखवल्यानंतर ते हे सगळे शिष्यांकडूनही गाऊन घेत. एखाद्या शिष्याचे इतर गुरूंकडून शिक्षण झाले असले, तरी त्याने आपलीच गायकी पूर्णपणे गायली पाहिजे, अशी अपेक्षा ते ठेवत नसत. 'तुमच्या गळ्याला जे शोभेल ते गावे' असे त्यांचे म्हणणे होते. 'दुसऱ्या शिष्यांना शिकवताना इतर शिष्यांनीही ती तालीम ऐकावी' असा त्यांचा आग्रह असे. ते शिष्यांना नुसते तंत्र समजावून सांगत नसत, तर रागाची सुरुवात नोम-तोमने केल्याने राग कसा चांगला उलगडतो, याचे प्रात्यक्षिक दाखवत असत. त्यानंतर स्वतः डग्ग्यावर ठेका धरून लयीच्या अंगाने विस्तार शिकवत असत. अवघड वाटणारे आणि अनवट असलेले रागही सोपे करून सांगण्यात त्यांची हातोटी होती. शिकवताना 'आपण काही शिकवतोय' असा त्यांचा आविर्भाव नसे, तर शिष्याच्या आकलनशक्तीवर त्यांचा विश्वास असल्याने 'आपण ही गोष्ट (''शिकवली' आहे का' असे न विचारता) 'दाखवली' आहे का?' असे ते विचारत.

पं. गजाननबुवा जोशींनी त्यांच्याकडे शिकत असलेल्या पं. अरुण कशाळकर यांना आग्रा घराण्यातील गायकीचे शिक्षण घेण्याकरता बबनरावांकडे आवर्जून पाठवले. जेव्हा अरुणजींनी बबनरावांना फीस्वरूप काही रक्कम देऊ पाहिली, तेव्हा त्यांनी दिलेल्या रकमेपैकी बबनरावांनी फक्त एक रुपया घेतला. त्या वेळेस अरुणजी आणि बबनराव दोघेही नोकरी करत असत आणि संध्याकाळी ऑफिसमधून आल्यावर मग त्यांची शिकवणी चालू होई. बबनरावांचा शिष्यवर्ग संपूर्ण देशात पसरला आहे. त्यांतील काहींचा उल्लेख पुढे केला आहे : पं. अरुण कशाळकर, शुभदा पराडकर, डॉ. पौर्णिमा धुमाळे, देवकी पंडित, मानस विश्वरूप, विश्वजित बोरवणकर, चंद्रशेखर महाजन, कविता खरवंडीकर, डॉ. राम देशपांडे, डॉ. संध्या काथवटे, मंजिरी आलेगावकर, वृंदा मुंडकूर, सुमेधा देसाई (गोवा) व व्हायोलिन वादक रत्नाकर गोखले. हुबळी-धारवाड येथे कर्नाटक सरकारने स्थापन केलेल्या 'डॉ. गंगूबाई हनगळ गुरुकुल' या संगीतसंस्थेमध्येही ते २०११पासून गुरू म्हणून काही काळ कार्यरत होते.

पं. जितेंद्र अभिषेकी यांनी सुचवल्यानुसार आणि आग्रह धरल्यामुळे गोवा कला अकादमी, पणजी येथे १९८५मध्ये संगीत विभागाचे संचालक म्हणून बबनराव रुजू झाले. ही जबाबदारी त्यांनी १९८५ ते १९९३पर्यंत पार पाडली आणि या काळात त्यांच्या आवडीच्या अध्यापन, अभ्यास आणि संशोधन या तिन्ही क्षेत्रांत काम केले. याच काळात त्यांनी तीन परिसंवाद घेऊन, देशातील संगीत-तज्ज्ञांना बोलवून ५४ रागांचे प्रमाणीकरण करून त्यांची नोंदही केली. संस्थेच्या प्रशासनाचीही जबाबदारी त्यांच्यावर असल्याने या काळात त्यांनी अनेक प्रकल्प सुरू केले. महिन्याच्या शेवटच्या रविवारी विद्यार्थ्यांचे गायन असे. यामध्ये विद्यार्थ्यांच्या जोड्या करून त्यांचे सहगायन; मारवा-पुरिया-सोहोनी असे राग एकापाठोपाठ गाणे; विद्यार्थ्यांना आपले विचार व्यक्त करण्याची सवय होण्याच्या उद्देशाने बंदिश, राग-समय, घराणी अशा विषयांवर विद्यार्थ्यांची चर्चा, असे अनेक उपक्रम राबवले. अशा अनेक उपक्रमांमधून त्यांनी कला अकादमीला 'सर्जनात्मक कार्य करणारी संस्था' असा लौकिक मिळवून दिला. त्यानंतर त्यांनी मुंबई विद्यापीठाच्या संगीत विभागाचे सन्माननीय प्राध्यापक म्हणूनही काम केले.

संगीत शिक्षकांसाठी अनेक कार्यशाळा घेतल्यानंतर त्यांना आलेल्या अनुभवांमधून त्यांनी सध्याच्या विद्यालयीन शिक्षण पद्धतीतील त्रुटींवर बोट ठेवले. 'अशा विद्यालयांत शिकणारे विद्यार्थी पुस्तकी ज्ञानावर जास्त अवलंबून असल्याने नुसत्या विश्लेषणाकडे (थिअरीकडे) ते जास्त लक्ष देतात आणि त्यामुळे गाण्याच्या गाभ्याकडे त्यांचे दुर्लक्ष होते' असे त्यांना वाटत असे. ते म्हणत, 'संगीतपरीक्षांकरता पाठ्यपुस्तके लिहिणारे लेखक बहुधा घराणेदार गायकी शिकले नसल्याने त्यांचे लिखाण वरवरचे असते. अशा पुस्तकांमध्ये रागांविषयी लिहिताना संपूर्ण रागाचा एकत्रित विचार केला जात नाही आणि असे लेखक त्या रागातील स्वरांचे तुकडे करून, त्यांकडे स्वतंत्रपणे बघून चुकीची माहिती देतात'. नंद रागाचे उदाहरण देऊन त्यांनी हा मुद्दा अधिक स्पष्ट केला आहे ''या रागात बिहाग आणि राग शुद्ध कल्याण यांच्या स्वरावली आहेत' असे सांगितले गेले, तर विद्यार्थी नंद गाताना या रागांचे तुकडे जोडून गाईल; पण 'नंद रागामध्ये या स्वरावली गाताना त्या बिहाग आणि शुद्ध कल्याण रागाच्या प्रकृतीनुसार नव्हे, तर नंद रागाच्या प्रकृतीनुसार गायल्या पाहिजेत' हे सांगितले गेले पाहिजे; आणि तसे वेगळे गायले गेले, तरच नंद रागाचा अपेक्षित भाव व्यक्त होईल' या महत्त्वाच्या मुद्द्याकडे बबनरावांनी लक्ष वेधले आहे.

पणजी आकाशवाणी केंद्रावरून जुलै-डिसेंबर १९८६ या काळात त्यांनी 'यमन-कल्याण - खेमकल्याण' अशा जवळजवळच्या सहा रागांच्या जोड्यांमधील समानता आणि फरक स्पष्ट करणारी मालिका सादर केली. विविध भारतीवरील 'संगीत सरिता' या कार्यक्रमात 'नटरंग' या नावाने 'नट' रागाचे मिश्रण असलेल्या (उदाहरणार्थ,

नटबिहाग, शुद्ध नट) रागांवर त्यांनी एक मालिका केली होती. २०००मध्ये त्यांनी शारदा संगीत विद्यालयातर्फे संगीत शिक्षकांकरता आठ चर्चासत्रे घेतली होती.

बंदिशकार 'रसपिया'

आग्रा घराण्यात बंदिशी रचणाऱ्यांची मोठी परंपरा आहे. बबनरावांनीही नव्या रचना करून या परंपरेत मोलाची भर घातली आहे. विविध रागांमध्ये आणि तालांमध्ये दोनशेपेक्षा अधिक उत्तमोत्तम रचना करून ते वाग्गेयकार या पदावर पोहोचले, असे म्हणता येईल. रचलेली प्रत्येक बंदिश उ. खादिम हुसेनखाँना ऐकवून ते त्यांच्याकडून पसंतीची पावती घेत असत. खाँसाहेबांनी 'सजनपिया' या नावाने स्वतःही अनेक रचना केल्या होत्या. बबनरावांनी रचलेल्या बंदिशींच्या संग्रहाची पहिली आवृत्ती २००१मध्ये, तर दुसरी आवृत्ती २००६मध्ये प्रसिद्ध झाली. त्यानंतर त्यांचा १५० बंदिशींचा संग्रहही प्रकाशित झाला. यात तराणे आणि सरगम यांचाही समावेश आहे. पं. विष्णु दिगंबर पलुस्कर आणि पं. वि. ना. भातखंडे यांच्यासारख्यांनी सुरू केलेल्या या परंपरेत या संग्रहांनी मोलाची भर घातली. 'रसपिया' हे उपनाव घेऊन बबनरावांनी या रचना केल्या आहेत, पण काव्यरचनेला अनुकूल होण्याकरता काही रचनांमध्ये 'रस', तर काही रचनांमध्ये 'रसरंग' अशी नावेही त्यांनी वापरली आहेत. अनेक गायक, वादक, नर्तक या बंदिशींचा आपापल्या कार्यक्रमांत समावेश करत असतात. याचप्रमाणे त्यांनी राग कौसी जोग आणि चांदनी मल्हार या नवीन रागांची निर्मितीदेखील केली आहे.

रचनाकाराला अपेक्षित असलेली बंदिशीतली स्वरस्थाने, उच्चारण आणि श्रुती योग्य रीतीने समजावी याकरता या पुस्तकाबरोबर बंदिशींची एक सीडीसुद्धा त्यांनी आवर्जून उपलब्ध करून दिली आहे. या सीडीतील बंदिशींचे गायन पं. बबनरावांनी स्वतः केले आहे. पं. जितेंद्र अभिषेकी, डॉ. अश्विनी भिडे-देशपांडे, पं. राजन-साजन मिश्रा यांसारखे मैफिल गायक या बंदिशी गात असतात. बबनरावांच्या बंदिशींमधील लय-तालाच्या आकर्षक रूपांनी विदुषी शमा भाटेंसारख्या नृत्यांगनांनाही आकर्षित केल्याने त्यांनी या रचनांवर कथक नृत्यप्रस्तुतीही केली आहे. संगीतजगतातील बबनरावांच्या सात दशकांपेक्षा अधिक काळच्या व्यासंगातून 'चांगली बंदिश कोणती' या विषयी डॉ. माधुरी डोंगरे यांनी शब्दबद्ध केलेले त्यांचे विचार सर्वच गायकांना आणि रचनाकारांना मार्गदर्शक ठरतील :

- प्रभावशाली रागगायनातील भव्यता, अमूर्तता, आमद ही सौंदर्यतत्त्वे बंदिशींमध्येही आली पाहिजेत.
- बंदिशीच्या एका पंक्तिमधील स्वरवाक्यांमध्ये संतुलन असावे व दोन स्वरावलींमध्ये आंतर-संतुलन असावे.

- ज्या तालात बंदिश बांधली असेल, त्या तालाचे प्रतिबिंब बंदिशीच्या रचनेत अनुभवावयास मिळावे.
- बंदिशीला प्रवाहीपणा असावा. ती तालाच्या दोन मात्रांशीच नव्हे, तर मात्रांमधील अवकाशाशीसुद्धा जोडलेली असावी.
- बंदिशीतील शब्द नादमधुर, तर काव्य रागाभावानुरूप असावे.
- कठीण स्वराकृती किंवा लयताल यांचा अद्भुत खेळ असणारी बंदिश गायकाच्या बुद्धीला आव्हानात्मक ठरते, तर लांब पल्ल्याच्या स्वरवाक्यांनी युक्त असलेली बंदिश दीर्घ श्वासाची मागणी करते आणि ऐकणाऱ्यांना भव्यतेचा अनुभव देते.
- आकर्षक मुखडा बंदिशीची रंगत वाढवतो.

बबनरावांचे कुटुंब

बबनरावांच्या पत्नी उषाताई यांनी बबनरावांना पूर्ण साथ दिली. घरामधील कौटुंबिक बाबींकडे बबनरावांचे फारसे लक्ष नसल्याने उषाताईंनी ही जबाबदारी पेलली होती. त्या सांगतात की, ज्या दिवशी त्यांच्या मोठ्या मुलाची, गौतमची १२वीची परीक्षा होती, त्याच दिवशी गानगुरू पं. वसंतराव कुलकर्णी यांनी आग्रह धरल्यामुळे वसंतरावांचा (उ. खादिम हुसेनखाँकडून) गंडाबंधन समारंभ बबनरावांच्या घरीच पार पडला होता. हल्लीच्या काळात दहावी/बारावीत शिकणाऱ्या मुलांच्या अभ्यासात संपूर्ण वर्षभर मुलांपेक्षाही जास्त लक्ष घालणाऱ्या पालकांच्या पार्श्वभूमीवर हे आश्चर्यच आहे. १९९३मध्ये ऑपेरा हाऊस येथील एकत्र कुटुंब असलेले घर सोडून बबनराव आपल्या कुटुंबासह अंधेरीला राहायला गेले. बबनरावांचे मोठे चिरंजीव श्री. गौतम यांनी पुण्यात पर्वती पायथ्याजवळ घेतलेल्या फ्लॅटमध्ये ते २०१०पासून राहायला गेले. गाणे शिकवण्याकरता त्यांचा पुणे-मुंबई प्रवास नंतरही चालूच होता. त्यांच्या पुण्यातील घरातही गुरुपौर्णिमेचे कार्यक्रम होत असत. त्यांचे मोठे चिरंजीव गौतम हेदेखील वडिलांसारखेच यू.डी.सी.टी.मधून बी.एस्सी. टेक झाले आहेत आणि गेली पस्तीस वर्षे अमेरिकेत आहेत. बबनरावांचे धाकटे चिरंजीव अद्वैत तबला शिकले आहेत आणि न्यूझीलंडमध्ये स्थायिक झाले आहेत. बबनरावांच्या कन्या आसावरी बी.कॉम. करून मेलबर्न, ऑस्ट्रेलिया येथे स्थायिक झाल्या आहेत. या तिन्ही मुलांकडे बबनराव राहायला जात असत आणि तेथे त्यांचे गायनाचे कार्यक्रमही होत असत.

बबनरावांचे संगीतविषयक विचार

रामदास स्वामींचे 'अभ्यासोनी प्रकटावे' हे विधान बबनरावांनी सार्थ केले होते. परंपरेतून आलेले ज्ञान आत्मसात करून, त्यावर मनन-चिंतन करून त्यांनी तर्कशुद्ध मांडणी केली.

त्यांतील काही विचार पुढे दिले आहेत :

- 'स्थायी के अंगसे गाओ' - बंदिश जशी आहे तशीच, म्हणजे तिला केंद्रस्थानी ठेवून गायले पाहिजे. 'एकदा ती म्हणून झाली की तिच्याकडे बघायचे नाही' असे करायचे नाही. राग जरी एकच असला, तरी त्यातील बंदिशींच्या स्थायीनुसार तो वेगवेगळा मांडता येतो. ग्वाल्हेर घराण्यातही हा दृष्टीकोन आहे.
- 'षड्ज भरना' - स्वरविस्तार केल्यावरही परत एकदा 'सा'चा पुनरुच्चार केल्यास षड्जाचे भान येते आणि त्यातून गाण्याची एकात्मता सांभाळली जाऊन वातावरणनिर्मिती होते. अशा षड्जाचीही विविध रूपे दाखवून विस्तार करता येतो.
- ढंगदार आणि नजाकत असलेली लयकारी हा गाण्याचा अलंकार आहे.
- पठडीतील शिक्षण घेऊन गाणे, म्हणजे पठडी गिरवणे नव्हे. अशी पठडी गिरवणारे काही कलाकार असले, तरी म्हणून पठडीला बदनाम करण्याचे कारण नाही. कारण 'पठडी' ही आपली रीत दाखवत असते. ही रीत संभाळून कलाकाराने प्रतिभेचा विलास घडवला, तर प्रतिभेला प्रतिष्ठा प्राप्त होते.
- समस्वर राग आणि समाकृतिक राग या दोन वेगळ्या गोष्टी आहेत. रागांच्या स्वरसंगती, वादी-संवादी आणि स्वरांचे दर्जे वेगळे दाखवून समस्वर रागांमधला फरक स्पष्ट होतो.
- अतिठायलयीत गायल्याने तालाची आकृतीमयता हरवते.
- स्वरलगावानुसार रागाची प्रकृती ठरत असल्याने रागप्रकृतीनुसार स्वरलगाव केले पाहिजेत. रागात गायल्या जाणाऱ्या श्रुतींवर रागाची शुद्धता अवलंबून असते.
- 'घराण्याची शिस्त पाळणे' हे अनावश्यक बंधन आहे व असे बंधन न पाळता केलेले गायन म्हणजे 'मुक्त आविष्कार' ही समजूत चुकीची आहे.
- प्रत्येक घराण्यातील एक-एक सौंदर्य तत्त्व घेऊन गायक आपले रसायन बनवू शकतो, हा गैरसमज आहे.
- उच्च स्तरावरील सांगीतिक आविष्काराकरता खालील घटक आवश्यक आहेत :
  - आवाज :
    अ) प्रभावी व भारदस्त
    ब) घुमार, जवारी व वजनदारयुक्त
  - मींड व आस यांचा वापर
  - दीर्घ श्वासाच्या सुरावटीचा प्रयोग
  - तालाच्या लयीशी संबंध ठेवणारी आविष्काराची लय
  - प्रमाणबद्धता व मोजकेपणा

- अमूर्ताकडे जाण्याची क्षमता व कल
- सहजता

◆ जोड राग आणि मिश्र राग वेगळे आहेत. दोन/तीन रागांचे एकसंध मिश्रण करून गायल्यानंतर गायला जाणारा राग एकसंध वाटला पाहिजे, असे म्हटले, तरी तो सौंदर्यपूर्ण होऊ शकत नाही. ज्या दोन रागांतील दोन-तीन स्वरच समान आहेत, त्यांना एकच राग कसे म्हणता येईल? आणि जर तो एक राग वाटला, तर तो नवीन राग होईल. मग त्याला 'मिश्र राग' का म्हणायचे? म्हणजे 'तो एकच राग वाटला पाहिजे' असे म्हणायचे आणि तरीही 'मिश्र-राग' म्हणायचे, हा विरोधाभास आहे. जेव्हा समान स्वर कमी असतील (उदा : बसंत-बहार), तेव्हा दुसरा राग हा 'आश्चर्य निर्मिती' (सर्प्राईज एलिमेंट) म्हणून गायला गेला, तर ते अधिक योग्य होईल. जेव्हा जास्त स्वर समान असतील (उदा : बागेश्री-बहार), तेव्हा दोन्ही राग एकत्र गाता येतील. अशा रागांना 'जोड राग' म्हणणे अधिक योग्य होईल.

बबनरावांच्या किती मैफिली झाल्या किंवा त्यांच्या किती ध्वनिमुद्रिकांची विक्री झाली, हे लोकप्रियतेचे नेहमीचे निकष बबनरावांची थोरवी समजायला लावता येत नाहीत, तर आपल्या प्रदीर्घ तालमीतून, चिंतनामधून आकाराला आलेल्या मूलभूत विचारांवरून आणि संगीतजगताला केलेल्या मार्गदर्शनावरून त्यांनी संगीतजगताला केलेले योगदान समजून येते. गाणे हा पूर्ण वेळचा व्यवसाय नसूनही पूर्ण आयुष्य गाण्याकरता दिलेल्या आणि शेवटपर्यंत 'आग्रा घराण्याची गायकी' हाच ध्यास असलेल्या बबनरावांचे १८ नोव्हेंबर २०१६ या दिवशी पहाटे पुणे येथे अचानक निधन झाले. त्यांच्या विचारधनाचा पुढच्या पिढीकरता संग्रह करण्यासाठी योजलेल्या तीन सत्रांमधील पहिल्या भागाचे ध्वनि-चित्रमुद्रण याच दिवशी आयोजले होते. ते दुर्दैवाने होऊ शकले नाही. मोगूबाईंनी म्हणल्याप्रमाणे बबनरावांनी त्यांच्या अनेक शिष्यांपर्यंत थोर संगीत परंपरा पोहोचवली. एक समर्थ गायक, प्रेमळ गुरू, उत्तम रचनाकार, व्यासंगी लेखक, संगीत-संशोधक आणि विचारवंत असलेले बबनराव हळदणकर आज जरी आपल्यात नसले, तरी त्यांच्या इच्छेप्रमाणे त्यांच्या शिष्यांमार्फत आणि त्यांच्या साहित्यामधून त्यांची सांगीतिक दृष्टी पुढील अनेक पिढ्यांना मार्गदर्शन करत राहील.

❖◆❖

मुलाखत

*संवादक **चंद्रशेखर महाजन** यांनी दि. २९ जुलै २०१० या दिवशी स्नेहसदन, नारायण पेठ, पुणे येथे घेतलेल्या, **पं. बबनराव हळदणकर** यांच्या मुलाखतीचे शब्दांकन.*

पं. बबनरावांचं (आम्ही त्यांना काका म्हणतो) गाण्याचं शिक्षण सुरुवातीला जयपूर घराण्यामध्ये पंडिता मोगूबाई कुर्डीकर ह्यांच्याकडे झालं आणि नंतर ते आग्रा घराण्याकडे वळले. तिथे त्यांनी मरहूम उस्ताद खादिम हुसेनखाँसाहेबांच्याकडे प्रदीर्घ तालीम घेतली. काका, जयपूर गायकीमध्ये बऱ्यापैकी अवगाहन केल्यानंतर आग्रा घराण्याकडे तुम्ही कसे वळलात?

गुरुवर्या मोगूबाईंकडे शिक्षण होण्याअगोदर माझ्यावर चांगली १०/१५ वर्षं आग्रा गायकीचे संस्कार झालेले होते. माझे वडीलबंधू मधुकर आग्रा घराण्याच्या तीन उस्तादांकडे शिकले होते. उस्ताद अझमत हुसेनखाँ, उस्ताद बशीर महंमदखाँ - म्हणजे विलायतखाँसाहेबांचे पुतणे, परंतु वयाने ते विलायतखाँसाहेबांच्या एवढेच होते - आणि तिसरे होते, माझे उस्ताद खादिम हुसेनखाँसाहेब यांचे बंधू, अन्वर हुसेनखाँ. माझ्या वडील बंधूंची तालीम चालू असताना मी डग्ग्यावर ठेका धरून तालीम सतत ऐकत असे; आणि हे संस्कार ८/१० वर्षं माझ्यावर सतत होत राहिले.

त्यांतल्या काही आठवणी तुम्हाला सांगायच्या म्हणजे, उस्ताद बशीरखाँ अतिशय गहिरं गाणं गात असत. खासकरून 'मपधनीधप' या सुरांचे त्यांचे जे गहिरे लगाव होते, ते माझ्या मनात कायमचे घर करून राहिले. ते मी विसरू शकलो नाही. मोगूबाईंनाही काही महिने बशीरखाँसाहेबांची तालीम लाभलेली होती. उस्ताद अन्वर हुसेनखाँसाहेबांची अतिशय पद्धतशीर तालीम माझ्या वडीलबंधूंना मिळाली. त्या वेळेचे जुने अस्थायी-अंतरे त्यांना अगदी सहीसही मिळाले. त्यातून मी 'सुन्नी शागिर्द' तयार झालो. माझ्या वडिलांचे एक घनिष्ठ मित्र होते. ते म्हणाले, 'तू बाथरूम सिंगरसारखा येताजाता नुसत्या ताना मारतोयस, म्हणजे तुझ्या डोक्यात गाणं आहे.' 'तू मोगूबाईंच्याकडे शिक' अशी त्यांनी मला गळ घातली. मी म्हणालो, 'त्या शिकवायला तयार असतील, तर मी शिकायला तयार आहे.' मग त्यांनी शब्द टाकलाच. मोगूबाईंच्या लेखी त्यांच्या शब्दाला खूप वजन होतं.

त्याच सुमाराला आग्रा घराण्याच्या नथ्थनखाँसाहेबांच्या पुण्यतिथीला त्या आल्या होत्या. मला बघितल्यानंतर मला जवळ बोलवून त्या म्हणाल्या, 'उद्यापासून दर दोन दिवसांनी तू माझ्या घरी यायचं.' म्हणजे 'मी शिकवायला तयार आहे' वगैरे गोष्टी नाहीत. असा ग्रीन सिग्नल मिळल्यानंतर मी अतिशय आनंदी झालो आणि पहिल्याच दिवशी ज्या वेळेला गेलो, त्या वेळी नुसतं ऐकत बसलो. किशोरीताई अभ्यास करत होत्या. त्यांनी किशोरीताईंना थांबवलं आणि म्हणाल्या, "आज मला याचं ऐकायचं आहे."

"माई, तुम्ही मला काय ऐकता... मी बाथरूम सिंगर आहे... मला काहीच गाता येत नाही. 'आ'सुद्धा करता येत नाही!"

"काही हरकत नाही. तुला तंबोरा देते. तुला हवं ते तू गा. मी बाहेर जाते," असं म्हणून त्या दरवाजा लोटून बाहेर गेल्या, पण पार्टिशनच्या आडून, माझ्या नकळत त्या ऐकत होत्या. १०/१५ मिनिटं मी शुद्धकल्याण आळवला आणि डोळे झाकून माझ्याशीच तन्मय झालो... माझ्यावर खूश होतो, तेवढ्यात माई आल्या आणि मला म्हणाल्या, "अरे, तुझ्या नसानसांत आग्रा गायकी भिनलेली आहे. मी काही तुला माझी गायकी शिकवणार नाही... मी फक्त तुला तुझा आवाज मोकळा करून देते. तुला हवं ते तू गा." आणि त्यांनी मला सांगितलेली दुसरी गोष्ट ऐकून मी अवाक झालो. तुझ्या डोक्यात सगळं गाणं आहे. तुला कोणी गाणं शिकवायची जरूरी नाही. हे ऐकल्यानंतर माझ्या अंगावर रोमांच उभे राहिले, पण त्याची पार्श्वभूमी ही होती की, त्याअगोदर मी १०/१५ वर्षं ही गायकी ऐकत होतो. ते संस्कार म्हणजे शिकणंच होतं!

तर असं सर्टिफिकेट त्यांनी मला दिल्यानंतर मला हुरूप आला आणि मी ठरवलं की, 'आपण गायला सुरुवात करायची.' 'मी तुला आमची गायकी शिकवणार नाही. तुझा आवाज मोकळा करून देते' असं त्यांनी सांगितलं असलं, तरी मी मनात निश्चय केला होता की, 'का मला यांची गायकी येणार नाही?'. म्हणून आग्रा घराण्याची पाटी कोरी करून मी त्यांच्याकडे शिकायला लागलो. माझं भाग्य असं की, मी जरी नवशिका होतो, तरी त्या किशोरीताईंबरोबर मला रियाज करायला लावायच्या आणि आम्ही दोघं सवाल-जवाब करून गाणं गायचो. एक-दीड वर्षानं त्यांच्या गायकीचं बरंचसं मर्म मला मिळालं. त्यांनी गळा तयार करून घेतला, तानही तयार करून घेतली. त्यामुळे कुठे खाजगी कार्यक्रमात मी गायला लागलो, तर ते लोक माईंना येऊन सांगायचे, 'माई, तुमची सगळी गायकी बबनरावांच्या गळ्यात आहे.' हे ऐकून माईंनाही आनंद व्हायचा आणि माईंनी सांगितल्यावर मलाही व्हायचा. असं जवळपास चार-पाच वर्षं चाललं होतं. त्यांच्याकडून मला जास्त राग-रागिण्या नको होत्या, तर त्यांची गायकी हवी होती.

परंतु हे चालू असतानासुद्धा मी आग्रा घराण्याची गायकी, ते गाणं आणि खासकरून फैय्याजखाँसाहेबांचा माझ्या मनावर बसलेला पगडा काही विसरू शकलो नव्हतो. तो

पुसला जाईना, तेव्हा मी परत या गायकीकडे वळलो, पण त्या वेळी आणि आजही हे संकेत पाळले जातात की, पहिल्या गुरूच्या परवानगीशिवाय दुसऱ्या गुरूकडे जायचं नाही. म्हणून मी माईंना विचारायला गेलो. मला खादिम हुसेनखाँ यांच्याकडे शिकायची इच्छा असल्याची कल्पना मी आधी किशोरीताईंमार्फत माईंना दिली होती; किशोरीताईंनी त्यांना तसं सांगितलंही होतं. तर एक दिवस मी त्यांना भेटायला गेलो, तेव्हा इथल्या-तिथल्या गप्पा चालल्या होत्या. त्यांत गाण्याचा काही संबंध नव्हता. त्यांनीच विषय काढला, ''अरे, तू खादिम हुसेनखाँकडे शिकणार म्हणतोस ना?'' मी घाबरून म्हणालो, ''तसं नाही... पण माई, तुम्ही जर परवानगी दिलीत, तर शिकेन मी.'' माई म्हणाल्या, ''जा, जरूर जा... त्यांच्यासारखे विद्वान तुला हिंदुस्थानात सापडणार नाहीत! मी जर तुझ्या जागी असते, तर मीपण शिकले असते.'' किती मोठेपणा बघा! मला म्हणाल्या, 'हवी ती गायकी गा.' मी जयपूर गायकीसुद्धा आत्मसात केली होती, ही गोष्ट निराळी, पण त्या इतक्या मोठ्या मनाच्या की, 'आपलीच गायकी शिष्याने गायली पाहिजे' अशी त्यांची अजिबात सक्ती नव्हती, आणि जेव्हा मी असा, गुरू बदलण्याचा निर्णय घेतला, तेव्हाही त्यांनी 'जा, जरूर जा.' असं सांगितलं. मग मी खादिम हुसेनखाँसाहेबांकडे शिकायला सुरुवात केली.

जुने गुरू विद्येने नम्र होते. मोगूबाई इतक्या मोठ्या होत्या, इतकी मोठी विद्या त्यांनी पचवलेली होती आणि त्यांचं मन त्या विद्येने किती मोठं केलं होतं! फार आनंदाची गोष्ट आहे... इतकी वर्षं शिकलेला, जो पुढेमागे मोठा गवई होण्याची शक्यता असते, तो दुसरीकडे जायचं म्हणल्यावर अलीकडच्या काळात 'त्यांच्याकडे जाऊ नको. त्यांचं गाणं तुला येणार नाही' असं सांगतील.

ह्याच्या पुढचं तुम्हाला सांगतो. खाँसाहेबांच्याकडे शिकायला सुरुवात केल्यानंतर मी माईंच्याकडे अधूनमधून जायचो. तेव्हा गेल्यावर त्या पहिला प्रश्न विचारायच्या, ''काय रे, कुठला राग चालला आहे तुझा?'' रागाचं नाव सांगितल्यावर, ''हो का? हा राग मला येत नाहीये. तू मला दाखवशील का?'' 'शिष्याकडून राग शिकण्याची इच्छा' हा एवढा मोठा गुण मला इतर कोणत्याही गुरूमध्ये दृष्टोत्पत्तीस आला नाही.

उ. खादिम हुसेनखाँसाहेबांकडे तुमची जी तालीम झाली, त्याबद्दल थोडं सांगावं.

हां, पण अगोदर तुम्हाला एक सांगतो की, माईंची गायकी जेव्हा मी अट्टाहासाने आत्मसात करण्याचा प्रयत्न केला, तेव्हा जयपूर घराण्याच्या गायकीबद्दल - जरी मी आग्रा गायकी विसरू शकत नव्हतो तरीसुद्धा - मला प्रेम निर्माण झालं होतं, आणि त्याच सुमाराला मी केसरबाईंच्या मैफिली ऐकायला गेल्याने ते द्विगुणित झालं. तेव्हा वाटलं की, 'केवढी

अफाट आहे ही जयपूर गायकी! बस... आता ही गायकी आपण अंगीकारली आहे. ती सोडायची नाही.' जरी खादिम हुसेनखाँसाहेबांच्याकडे मी शिकणार होतो, तरी असं सगळं माझ्या डोक्यात चाललं होतं.

आग्रा घराण्याची विशेष गोष्ट म्हणजे, रागाची शुद्धता आणि चपखल बंदिशी! ह्या गोष्टी मला अतिशय भावल्या. त्यामुळे 'ह्या गोष्टींसाठी आपण आग्रा घराण्याची कास सोडायची नाही' असं मी ठरवलं होतं, आणि अर्थात फैय्याजखाँसाहेबांचे ते दर्दभरे लगाव, ते गाणंही भावलं होतंच, पण हे सगळं असूनसुद्धा तेव्हा माझ्या मनाची धारणा होती की, ''आग्रा गायकी' ही ठोस गायकी आहे; पुरूषप्रधान गायकी आहे; मुलायमपणा वगैरे त्या गायकीत नाही. आपल्या जयपूर गायकीत जो मुलायमपणा आहे, तो कायम टिकवायचा. आपल्याला जेवढी म्हणून जयपूर गायकी टिकवता येईल, तेवढी टिकवायची. आग्रा घराण्याच्या ह्या ज्या दोन-चार गोष्टी आपल्याला भावल्या आहेत, तेवढ्यापुरतीच आपण खाँसाहेबांची तालीम आपण ठेवायची'.

खादिम हुसेनखाँसाहेबांनीपण मला अजिबात आडकाठी केली नाही. समजा, एखादी अस्ताई त्यांनी मला आग्रा घराण्याच्या शिस्तीप्रमाणे शिकवली, पण पुढे मी जे विलंपत करत होतो, तिथे माझे जयपूर गायकीचे संस्कार येतच राहिले. पण आश्चर्याची गोष्ट म्हणजे, खाँसाहेबनी मला अडवलं नाही. असा प्रवास चालू असताना एक दिवस मला खाँसाहेब म्हणाले, ''आज हम मारूबिहाग लेते है।'' तर मी मनात म्हटलं, 'आग्रा घराण्यात, आणि मारूबिहागसारखा कोमल राग? हे काही शोभत नाही! आग्रा गायकी कशी ठोस आहे, मर्दानी आहे... आणि हा राग मुलायम, ठुमरीवजा आहे. पण आता गुरू सांगतायेत, तर शिकू या!' आणि तुम्हाला काय सांगू... खाँसाहेबांनी ज्या लोचदारपणे आणि ज्या लडिवाळपणे त्यातले सुरांचे लगाव करायला सुरुवात केली, ते ऐकून माझ्या डोळ्यांत पाणीच आलं! माझा विश्वासच बसेना की, आग्रा घराण्यात असं काही होतं. थोडा नमुना दाखवतो. मी प्रयत्न केला, तरी खाँसाहेब ते खाँसाहेबच! तेवढा मुलायमपणा येईल की नाही, शंका आहे.

प्रात्यक्षिक १ : गायन – राग मारूबिहाग

तर अशा लडिवाळपणे ते मला तो राग दाखवायला लागले, तेव्हा मी अवाक होऊन बघतच राहिलो त्यांच्याकडे! ते म्हणाले, ''अरे गाओ, देखते क्या हो?'' तेव्हा माझ्या गळ्यातून काही ते येईना. मी मोगूबाईंच्याकडे शिकलो होतो, तरी हा लडिवाळपणा माझ्या गळ्यातून येईना. मग ते हसतहसत म्हणाले, ''सब राग एक नमुनेसे गाना नहीं चाहिये। हर एक रागकी अपनी अपनी तबियत होती है। तबियत पहचानके गाना। अभी मारूबिहाग की प्रकृती ये है, ये समझके गाना चाहिये।''

प्रात्यक्षिक २ : बेहेलवा

पुढे म्हणाले, ''ये भी कर सकते हो, मगर ये इस राग की प्रकृती नही है. तो ऐसे हर एक राग अपने अपने तबियतसे गाना चाहिये। हमारे घराने में अठारह अंगे बताई जाती है। वो तुम हासील करोगे, तो कोई भी राग गाने में तुम्हे दिक्कत नहीं आयेगी।' तेव्हा माझ्यासमोर ब्रह्मांड उभं राहिलं की, 'ही कुठली अठरा अंगं?'

''मला सांगा तरी अठरा अंगं!'' मी म्हणालो. तर म्हणाले, ''नहीं, ऐसे नही बताएंगे। जब तुम सिखते रहोगे तब एक-एक अंग बताएंगे।''

''अच्छा, तो ये राग में आपने कोनसा अंग बताया?''

''हां, ये बेहलावा है।''

अनेक घराण्यांत बेहलाव्याचे निरनिराळे अर्थ आहेत. काही जण तानांच्या प्रकारांना बेहलावे म्हणतात, पण खाँसाहेबांनी मला हे सांगितलं - ''बेहलावा म्हणजे प्रेमाने ओथंबून वाहणारी भावना. ऐसे और दुसरे रागोंमे होता है। देसी राग में भी होता है। तो ये जो-जो रागोमें शोभा देती है, वो अंग तुम अपनाना।''

आग्रा घराण्याचा स्पॅन मोठा आहे. एकीकडे ठोस गायकी आणि एकीकडे अतिमुलायमपणा असा या गायकीचा संपूर्ण कॅनव्हास आहे. त्यामुळे माझा जयपूर गायकीचा अभिमान किंवा दुरभिमान म्हणा, सगळा गळून पडला. हे केवढं मोठ्ठं ब्रह्मांड आहे! जसजसे खाँसाहेब एकेक राग शिकवत गेले, तसतशी एकेक अंगं दाखवत गेले मला.

प्रात्यक्षिक ३ – राग सारनट

जयपूर गायकीमध्ये जो शुद्ध नट ('आखंन मोरी लागी' ही चीज) गायला जातो, त्याला आग्रा गायकीत सारनट म्हणतात. त्यांनी मला सारनटमध्ये 'शाहजनबाई आमिरी' ही चीज शिकवायला सुरुवात केली. मला शिकवला आणि म्हणाले, ''करो तुम आगेकी विलंपत!'' मी करायला लागलो आलापी.

खाँसाहेब म्हणाले, ''ऐसा मत गाओ!''

''रागमें गलती हुई क्या?''

''नहीं नहीं, राग सही गा रहे हो। लेकिन इस तरीकेसे ये राग गाना नहीं चाहिये।''

ते गात असताना मी मध्येच खाँसाहेबांना अडवलं... म्हटलं, ''खाँसाब, जयपूर गायकी बता रहें हो आप, हां... मोगूबाईसे मैने ऐसेही सिखी। केसरबाईसे भी ये सब सुना है।''

''हो सकता है, मगर ये जयपूर गायकी नहीं है। ये अठारह अंगोमेंसे एक अंग है। जयपूर गायकीने वो अपनाया है।''

अशा रीतीने ते माझे डोळे उघडत गेले. ज्या गोष्टी मला 'गायकीचा छाप' म्हणून वाटायच्या, तो छाप नसून ते १८ अंगांपैकी एक अंग होतं. तसंच दुसऱ्या एका रागाच्या बाबतीत त्यांनी मला हे सांगितलं होतं. जयपूर गायकीत पथ्य होतं की, 'एक (प्रकारचा) आवाज घेतला की, तो सगळीकडे एकसारखा वापरायचा. त्यामध्ये बारकावे इत्यादी काही करायची गरज नाही.' त्याप्रमाणे आम्ही शिकलो होतो. एक दिवस खाँसाहेब तिलककामोद गात होते.

प्रात्यक्षिक ४ : गायन – राग तिलककामोद

हे सगळं खाँसाहेब गात असताना मी प्रश्नार्थक चेहऱ्याने त्यांच्याकडे बघत होतो. का? कारण मोगूबाईंनी मला सांगितलं होतं की, 'आवाजामध्ये असा 'कमी-जास्तपणा' म्हणजे मॉड्युलेशन्स करायची नाहीत. एकाच आवाजात सगळं गायचं. खाँसाहेबांना मी म्हटलं, 'मेरे पहले गुरूने ऐसे गाना मना किया है।'

''अरे, क्यों मना किया? ये अठारह अंगोमेंसे एक अंग है। इसको मांड कहते है।''

हा शब्द तुम्ही ऐकला असेल. मींड-मांड हे शब्द तुम्ही ऐकलेच असतील. मींड अलग है और मांड अलग है। मींड म्हणजे तुम्हाला माहिती असेल. ह्याला मांड म्हणतात. पहिल्यांदा हळू आवाजाने सुरुवात करून मग आवाजाची तीव्रता वाढवायची आणि मग आवाज परत हळुवार करायचा. आम्ही त्याला फिजिक्समध्ये 'डॉपलर इफेक्ट' म्हणतो. उदाहरणार्थ, रेल्वे इंजिन लांबून शिटी मारत येऊन आपल्याजवळून पुढे निघून जाताना जशा प्रकारचा आवाज येतो, तसा आवाज.

तर अशा पद्धतीने एकेक अंग ते मला दाखवत गेले आणि हे विस्तारतच गेलं. मग मी ठरवलं की, 'या एकाच गायकीला चिकटून राहायचं.' कारण ही एवढी मोठी, समृद्ध गायकी होती! मात्र मला एक प्रश्न नेहमी पडायचा की, 'एवढी सगळी अंगं आहेत... किती समृद्ध गायकी आहे... आणि तरीही तिच्याबद्दल इतके पूर्वग्रह आहेत.... की आग्रा घराणं फक्त ठोस आहे, आग्राच्या गाण्यात फक्त लयकारी आहे आणि या गायकीत सुराकडे दुर्लक्ष होतं... वगैरे वगैरे'. 'सुराकडे दुर्लक्ष' हा शोध वामनराव देशपांडेंनी लावला आणि दुर्दैवाने तो सगळीकडे पसरला.

अठरा अंगांच्या विषयाला सुरुवात झालीय... तर आत्ता शुद्ध नट, तिलककामोद हे जे दोन राग आपण ऐकले आणि यांमध्ये दोन अंगं असल्याचं जे खाँसाहेबांनी सांगितलं होतं, ती कुठली? मांड सांगितलंत, शुद्ध नटातलं सांगायचं राहिलं...

प्रात्यक्षिक ५ : डगर आणि लहक अंग

उसको 'डगर अंग' कहते है । डगर म्हणजे पायरी. असं पायरी-पायरीने पुढे जायचं. लय, सूथ, लागडाट, है ये भी अंग है। बेहलावा है।' अशी आग्रा गायकीची एकंदर अठरा अंगं त्यांनी मला शिकवली. 'लहक'... लहक म्हणजे काय? तर आता तुम्हाला एक उदाहरण देतो. समजा, एखादा म्हातारा माणूस हातात काठी घेऊन थरथरत चालत असेल, तर पुढचं पाऊल नेमकं कुठे पडणार असतं, हे त्याचं त्यालाच माहीत नसतं. म्हणजे एक अनिश्चितता असते. तर त्याच्या म्हातारपणाचा, अनिश्चिततेचा जो प्रवास आपण पाहतो, तो प्रभाव 'लहक' या अंगाने व्यक्त होतो. म्हणजे, पुढे काय गाणार आहे, हे माझंच मला माहिती नसतं. त्याला 'लहक' म्हणतात. तर अशी अनेक अंगं ते दाखवत गेले. त्यामुळे 'आपण कुठलाही राग त्या-त्या रागाच्या भावप्रकृतीला न्याय देऊन गाऊ शकतो' हा आत्मविश्वास माझ्या मनात निर्माण झाला.

पण जे जवळजवळचे राग असतात, उदाहरणार्थ, रामकली-भैरव, यमन-खेमकल्याण - त्यांच्यात 'ह्यांच्यामध्ये वेगळं काय आहे?' असा संभ्रम पडू शकतो. साधारणपणे विद्यार्थी शिकताना... ह्या रागामध्ये हे स्वर आहेत; हे ह्याचे आरोह-अवरोह; मग त्याच्या फ्रेझेस... असं साधारणपणे शिकतात. तर कुठलाही राग म्हणताना सुरुवातीला छोटासा, दोन/तीन स्वरांचा आलाप घेऊन त्यात तो राग उभा राहतो, ह्याच्यामागचं इंगित काय आहे आणि ते कसं साध्य करायचं?

खाँसाहेबांनी आम्हाला एक कानमंत्र दिला. तो म्हणजे, 'सूर का लगाव'. त्यांनी सांगितलं, 'हर एक रागके सूर का लगाव अलग-अलग होता है। उस सूर का लगाव तुम ध्यान देके सुनो, तो तुम्हे राग पेश करनेमें दिक्कत नहीं आएगी।' फैय्याजखाँसाहेबांचा 'निषाद' इतका बोलका असायचा की, लावल्याक्षणी तो यमन रागाचा असायचा का बिहाग रागाचा का शंकरा रागाचा, हे लोकांना ओळखता यायचं.

जेव्हा आपण 'समस्वर' (सारखे स्वर असलेले) राग गातो तेव्हा, खासकरून हा प्रश्न येतो. 'बरवा - सिंदूरा', 'यमनकल्याण - खेमकल्याण' अशा तऱ्हेचे राग... 'जयजयवंती-गारा कानडा' हे अगदी जवळजवळचे राग आहेत. त्यामुळे ते राग कसे मांडायचे, त्यांच्यामध्ये सुरांचे लगाव कसे करायचे हा फार महत्त्वाचा प्रश्न येतो.

प्रात्यक्षिक ६ : गायन – राग यमन-कल्याण आणि खेमकल्याण

आता पुन्हा प्रश्न आला की रागप्रकृतीचा! दोन राग सारख्या स्वरांचे आहेत, पण त्यांचं चलन वेगळं आहे आणि त्यांच्या प्रकृतीही वेगळ्या आहेत. हे फार महत्त्वाचं आहे. आता यमन-कल्याण आणि खेमकल्याण या दोन्ही रागांचा सांगाडा एकच आहे.

'सा रे ग मं प ध नि सां, सां नि ध प मं ग रे सा'

दोघांमध्ये एकच आहे, पण चलनात फरक आहे.

राग खेमकल्याणमध्ये स्वरावलीचा क्रम थोडा निराळा आहे. कल्याणमध्ये गंधार, निषाद वादी-संवादी; यमन-कल्याणमध्ये धैवत, रिषभ वादी-संवादी. तुमच्यापैकी काही लोक म्हणतील की, ह्यातल्या काही फ्रेझेस आम्ही यमनमध्येपण गातो -

उदाहरणार्थ,

'नि़ रे नि़ ध़ प़, रे ग मं ध, मं ध नि ध, नि ध मं ग रे, ग मं ध नि ध'

हेपण आम्ही यमनमध्ये ऐकतो.

असं गाऊन झाल्यानंतर मग आम्ही जर त्यांना विचारलं की, 'खेमकल्याण राग तुम्ही कसा गाता?' तर ते म्हणतात की, 'खेमकल्याण आम्ही गातच नाही.' त्यामुळे प्रश्नच मिटला! असो. तर हा चलनभेद आपल्या लक्षात आलाच असेल; पण चलनभेदापेक्षासुद्धा सुरांचा लगाव फार महत्त्वाचा आहे. आता हाच जर खेमकल्याण मी असा गायला लागलो की, स्वर खेमकल्याणचेच आहेत, पण प्रकृती झाली यमन-कल्याणची... ह्याच्या उलट मी पुष्कळ वेळा यमन-कल्याण असाही ऐकतो की, सुरावट सगळी यमन-कल्याणची, पण प्रकृती झाली खेमकल्याणची... तेव्हा 'स्वरलगाव' ही सर्वात महत्त्वपूर्ण गोष्ट आहे. मी फैयाजखाँचं उदाहरण अशाकरता दिलं की, ते निषादाचा लगाव अशा तऱ्हेने करायचे आणि तो निषाद इतका बोलका असायचा की, तो यमनचा असायचा का बिहागचा असायचा का शंकराचा असायचा हे त्या लगावावरूनच कळायचं. त्यामुळे 'स्वरलगाव' हे वैशिष्ट्य आग्रा घराण्यामध्ये फार महत्त्वाचं समजलं जातं. आता, काही जवळचे राग असे आहेत की, त्यांचं चलनसुद्धा सारखंच आहे.

प्रात्यक्षिक ७ : राग बरवा आणि सिंदुरा

त्यांतला बेहलावा असा आहे...

बरवा गाताना आता वरती षड्ज लावल्यानंतर वरचा गंधार लागला. ते एक अंग आहे. तेपण ऐकवावं.

खादिम हुसेनखाँसाहेबांनी मला सांगितलं की, आर्ततेने सूर लावला, की त्याला लागडाट म्हणतात.

आता सिंदूरा बघा... तेच सूर आहेत, पण हा नुसता चलनभेद नाही, तर हा लगावभेदसुद्धा आहे. मी प्रत्येक सुराचा लगाव कसा केला, ते आता तुम्ही पाहिलं असेल. सिंदूरामध्ये तो अतिशय लाइटली घेतला... वरच्या तारसप्तकातसुद्धा 'लागडाट' नाही आणि चलनामध्ये आम्ही दुसरी एक गोष्ट खास पाळतो की, वरच्या 'सा'ला जाताना सिंदूरामध्ये 'म प नि सां रें' करतो.

तेव्हा रागप्रकृतीप्रमाणे सुरांचे लगाव असणं फार महत्त्वाचं आहे. बरवामध्ये लागडाटचे जे सूरलगाव होतात, ते सिंदूरामध्ये होत नाहीत... आणि जर तसं झालं, तर त्याचा अर्थ असा होईल की, तुम्ही सिंदूराच्या फ्रेझेस घेऊन बरवाच गाताय! 'नि सा रे म' ही फ्रेझ या दोन रागांमध्ये कॉमन आहे, पण त्या-त्या प्रकृतीप्रमाणे तिच्यामध्येसुद्धा लगावात थोडासा फरक आहे. बरवा हा गंभीर असल्यामुळे लगाव वेगळा... (सिंदूरा गायन)... बघा रागाचा मूड लगेच बदलला... तो गंधारसुद्धा मींडेने येत नाही. तेव्हा त्या सुरांचे लगाव त्या-त्या रागाप्रमाणे करण्यावर आग्रा घराण्याचा नेहमीच कटाक्ष असतो.

इतकंच काय, मी आणखीन एक गंमत तुम्हाला सांगतो. म्हणजे हे सगळं खाँसाहेबांकडून हासील केल्यानंतरसुद्धा मी खंबावती गात असताना खाँसाहेबांनी एकदा मला अडवलं.

प्रात्यक्षिक ८ : गायन – *आली री मी जागी* – राग खंबावती

मी गात होतो आणि गाता गाता मध्येच मी स्वतःची प्रज्ञाही वापरत होतो. सम जवळ आल्यावर मी शॉर्टकट घेतला... खाँसाहेबांनी मला अडवलं, क्या कर रहे हो?''

म्हटलं, ''कुछ भूल हो गई?''

''हां, फिर गाओ।'' (गायन)

''गलत गा रहे हो।''

विचारलं, ''राग गलत है?''

तर म्हणाले, ''राग गलत नही है, मगर तुम्हारे सूर का लगाव गलत है।''

''कौनसे सूर का?''

"गंधार का। गंधार को ऐसा धक्का क्यों दिया रिषभ का? वो बिलावलकी तरफ झुक गया... प्लेन गाओ।"
म्हणजे पाहा, आमच्या उस्तादांचं किती सूक्ष्म लक्ष असायचं! अगदी बारीकसारीक गोष्टींकडे ते लक्ष द्यायचे. यावरून तुमची खात्री पटली असेल की, आग्रा घराण्यामध्ये सुरांचा लगाव किती सूक्ष्मपणे जोपासला जातो!

आत्तापर्यंत आपण रागाच्या बरतावाबद्दल बोललो. तर आता थोडं ख्यालाबद्दल सांगावं. प्रत्येक घराण्यामध्ये ख्यालाचा बरताव वेगवेगळ्या पद्धतीने होतो. आग्रा घराण्यामध्ये साधारणपणे विलंबित, मग बढत, मग बोलाचं काम... अशा रीतीने होतो ना?
पहिली गोष्ट म्हणजे, रागाच्या प्रकृतीप्रमाणे त्यातले ख्याल बांधले जातात. त्या ख्यालाची लयसुद्धा त्याप्रमाणे असते. ख्यालाच्या प्रकृतीला न्याय देण्यासाठी ती लय असते. त्यामुळे तो ख्याल अधिक प्रभावी होतो. दुसरी गोष्ट म्हणजे, आग्रा घराण्यात कुठलेच ख्याल कधीही अतिठायलयीत गायले जात नाहीत.

ख्यालाचा विस्तार, म्हणजे बरताव कसा होतो आग्रा घराण्यात?
'स्थायी के अंगसे गाना' हे तत्त्व आग्रा घराण्यात कसोशीनं पाळलं जातं.

प्रात्यक्षिक ९ : राग नटबिहाग – *कैसे कैसे बोलत*

याची सम पंचमावर आहे. आता आपलं चाकोरीप्रमाणे सुरुवातीपासून विस्तार... असं आम्ही नाही करत; जिथे अस्ताई संपली आणि मुखडा घेतला, तिथूनच विलंपताला सुरुवात होते.

तर अशा रीतीने त्या रागाच्या प्रकृतीला साजेशी बंदिश मांडली जाते.

दुसरी गोष्ट, आग्रा घराण्याची खासियत ये है की, तालावर प्रभुत्व! ते असल्याशिवाय आग्रा घराण्याची गायकी पुरेसा न्याय देऊन गाता येणार नाही. आता तालावर प्रभुत्व म्हणजे लयकारी नव्हे. लयकारी हे एक अंग झालं. तालावर प्रभुत्व अशासाठी की, तुम्ही तुमची जी मांडणी करत असता, ती मांडणी किंवा तो आशय ज्या वेळेला पुरा होतो, तेव्हा तिकडे सम ठेवलेली असते; मुखडा ठेवलेला असतो... आणि हे जेव्हा तुम्हाला अगदी हुकमतीने साध्य होईल, तेव्हाच तुम्हाला लोकांची खरोखर दाद मिळते. ही दाद मिळण्यासाठी तालावर प्रभुत्व असल्याशिवाय कसं होणार? 'तालावर प्रभुत्व' याचा अर्थ, मी गात असताना माझ्या डोळ्यासमोर तालाचं संपूर्ण आवर्तन राहिलं पाहिजे. ते

आवर्तन समोर असल्याशिवाय मी माझ्या विलंबिताची बांधणी करू शकत नाही; आणि त्याच्या पलीकडे जाऊन, आमच्या घराण्यामध्ये आमदला फार महत्त्व आहे. आमद याचा अर्थ, तुम्ही मुखडा घेऊन समेवर कसे येता, ह्याची चाहूल. म्हणजे तुमचं समेवर येणं लोकांना लॉजिकल वाटलं पाहिजे. नाहीतर अचानक एकदम सम गाठली, मुखडा गाठला, असं होत नाही कधी.

प्रात्यक्षिक १० : बोल-बनाव

आता ह्याचं तुम्हाला उदाहरण सांगतो.

गायन - *'कैसे कैसे बोलत मोसे लोगवा देखो सैया'*

अशा रीतीने मग लयकारी करायची. लयकारी हा एक खेळ आहे. त्याच्यामध्ये फार काही मोठं गहन सौंदर्य आहे असं नाही, पण मजेशीर आहे तो खेळ! त्याच्यामध्येसुद्धा बोल वाकडेतिकडे म्हटले, तर ते प्रमाणबाह्य होईल. माझ्या एका शिष्येने फार सुंदर उपमा दिली आहे - 'आपण आरशाच्या दुकानात जावं, तर तिथे जसं वेगवेगळ्या प्रकारच्या आरशांमध्ये तुमचं प्रतिबिंब वेगवेगळं दिसतं... म्हणजे मोठं दिसतं, जाड दिसतं, लहान दिसतं... तशा तऱ्हेचे ते बोल वाटतात.' असे बोल आग्रा घराण्यात घेतले जात नाहीत.

बोलांना नेहमी सौष्ठव असलं पाहिजे. कुठूनही उपज करा, ते नेहमी नादमधुर असले पाहिजेत. ह्याच्यामध्ये आमच्या विलायतहुसेनखाँसाहेबांचा हातखंडा होता. १९५२/५३ साली पुण्यामध्येच विलायतखाँसाहेबांचा सत्कार झाला होता आणि मोठ्या हॉलमध्ये गाणं होतं; मास्तर कृष्णरावांनी त्यात पुढाकार घेतला होता. त्यांचं गाणं ऐकलेले एक गृहस्थ माझ्याकडे आले आणि म्हणाले की, 'अहो, खाँसाहेबांनी अशी लयकारी केली की, ती ऐकून मला उठून अगदी नाचावंसं वाटलं!' बोलांचा हा खरा प्रभाव आहे. वाटेल तसे वेडेवाकडे बोल चालत नाही.

शब्दसौष्ठवही जपलं पाहिजे. आग्रा घराण्यात बोलांचा उच्चारही महत्त्वाचा आहे. आता बघा, 'कैसे कैसे बोलत' याचा उच्चार आपण मराठी माणसं चुकीचा करतो आणि शिक्षकही विद्यार्थ्यांना अनेकदा चुकीचाच उच्चार शिकवतात. म्हणजे हिंदीमध्ये 'ए'चा उच्चार 'ॲ' होतो आणि 'ओ'चा उच्चार 'ऑ' होतो; तो सॉफ्ट केला जातो.

बंदिशीचे शब्द म्हणताना सुराचा धागा अखंड राहिला पाहिजे. तर हा धागा अखंड राखणं, हीसुद्धा आग्रा घराण्याची एक प्रतिज्ञा आहे. काही घराण्यांमध्ये 'अ'चा 'आ' करतात. आग्रा घराण्यात 'अ'चा 'ॲ' होतो. तो थोडासा सायलेंट (मौन) राहतो... इतका बोलका होत नाही.

तर अशा रीतीने बोलांचे उच्चार नादमधुर राहिले पाहिजेत. तुम्ही विलायत हुसेनखाँसाहेबांचे, फैय्याजखाँसाहेबांचे बोल ऐका, तुम्हाला ते नादमधुर वाटतील; कधीही अश्राव्य वाटणार नाहीत.

मघाशी आपण जे बोललो, ते ख्याल, बढत, बोलाचं काम, मग ताना... त्या विषयी थोडं सांगावं.

आम्ही गाण्याचा नेहमी बोल-आलापाने विस्तार करतो. मग त्याचं पुढचं अंग बोलबांट असतं. बोलबांटनंतर बोल-बनाव असतो; नंतर बोलतान. बोलबांट म्हणजे, बोल वाटले जातात.

'कैसे कैसे' हे बोलबाट झाले, आणि बोल-बनाव म्हणजे, त्याची पुढची पायरी... लयकारी नाही, पण चीजेचे एक-दोनच बोल घ्यायचे आणि ते सजवायचे. हे बोल-बनाव झाले. मग लयकारी आत्ता तुम्हाला दाखवली ती. तानेमध्ये बोल टाकले की, बोलतान झाली.

फैय्याजखाँसाहेब त्याच्यात स्वातंत्र्य घेऊन टप्पा गायल्यासारख्या ताना गायचे. नंतर द्रुत चीजेमध्ये आग्रा घराण्याची खासियत असलेली अतिशय डौलदार बंदिश असते आणि मधली ओळ सजवली जाते.

प्रात्यक्षिक ११ : राग नटबिहाग – *झनझनझन पायल बाजे*

'जागे मोरी सास' अशी मधलीच ओळ सजवली जाते. फैय्याजखाँसाहेब ही मधली ओळ पंधरा मिनिटं अशा पद्धतीने सजवायचे की, अशा मैफिलीत मध्येच येऊन ऐकणाऱ्या श्रोत्याला वाटावं, 'जणू ही ओळ हाच मुखडा आहे!' इतके ते गुंगवून टाकायचे!

कोणी विचारेल की, आग्रा घराण्याची महती कशात आहे? तर ह्या सगळ्या गोष्टींमध्ये आहे. ते एक समृद्ध घराणं आहे; रागप्रकृतीप्रमाणे न्याय देऊन गाण्याची त्याच्यात क्षमता आहे आणि त्यासाठी या अठरा अंगांचं शिक्षण दिलं जातं. या घराण्यात श्रोत्याला भव्यतेचं दर्शन घडवण्याची क्षमता आहे. त्यामुळे या घराण्याचं सर्वात जास्त योगदान कशाचं, तर भव्यतेचं आहे. सुरुवातीपासूनच खादिम हुसेनखाँसाहेब सांगायचे, 'ये गाना गंभीर होना चाहिये, बडा होना चाहिये!' म्हणून ते आम्हाला अतिशय गंभीरपणे, भारदस्तपणे गायला लावायचे. एकदा मी त्यांच्यासमोर मलुहा केदार गात होतो. गात असताना जरा छछोरपणे इकडेतिकडे गायला लागलो, तर एकदम म्हणाले, ''क्या कर रहे हो? पहले 'सा' पक्का करो!'' 'सा' पक्का केल्यानंतर पूर्ण आवर्तन फक्त 'सा'च!... माझी छाती दडपून गेलेली. म्हणजे काय त्या लोकांनी सिद्धी केलेली असेल!

एकदा श्वासाची परीक्षा घेतली माझी खाँसाहेबांनी... ''तुम्हारी साँस कहाँ तक टिकती है, मै देखता हूं।'' मी मनातल्या मनात म्हटलं, 'खाँसाहेब काय माझा श्वास बघणार! मी मोगूबाईंकडून तालीम घेतली आहे. त्यांचं जयपूर घराणं दीर्घ श्वासासाठी प्रसिद्ध आहे.' मीही त्या वेळेला दीर्घ श्वास कमावला होता. पण म्हटलं, 'आता खाँसाहेब सांगत आहेत, तर करू या त्यांच्याबरोबर महिनाभर! 'इ' करून 'सा' लावला तर काय सांगू... माझा पहिला लावलेला श्वास संपला, तरी त्यांचं चालूच 'इ' करून!'... ''दूसरा लगाव''. मग मी दुसरा लावला. तोही संपला.... पुन्हा ''तिसरा लगाव.'' त्यांचा पहिलाच 'इ'चा श्वास चालू! माझा तिसरा आणि त्यांचा पहिला श्वास एका वेळी संपला. मग त्यांनी सांगितलं की, देखो, गाना ये साँस का काम है! जितनी साँस लंबी करो, उतना गाना बडा है!'' खाँसाहेबांच्या दिव्यत्वाबद्दल मी जे सांगतोय, ते मला इथे दिसलं.

फैय्याजखाँसाहेबांचा आवाज मोठा पहाडी होता; त्याच्यात घुमार होता. त्यांच्या आवाजात लोकांना गुंगवून टाकण्याचं, लोकांना ओक्साबोक्शी रडायला लावण्याचं जे सामर्थ्य होतं, ते अद्वितीयच होतं. विक्रमादित्य कॉन्फरन्समध्ये त्यांचा रामकली ऐकून खुद्द अल्लादियाखाँसाहेब रडले आणि त्यांनी त्यांना मिठी मारून सांगितलं, ये जमानेका तूही तानसेन है।'' याला साक्ष आहेत, खादिम हुसेनखाँचे धाकटे बंधू अन्वर हुसेन. त्यांनी मला हे सांगितलं होतं. उत्तम रचनाकार आणि संगीतकार असलेले श्रीनिवास खळे बडोद्याला असताना फैय्याजखाँसाहेबांकडे काही वर्षं शिकत होते. त्या वेळी एकदा निसार हुसेनखाँ त्यांना म्हणाले होते की, फैय्याजखाँ इस जमानेका तानसेन है।' निसार हुसेनखाँसाहेबांनी हे उद्गार काढले! तेव्हा कल्पना करा, केवढे मोठे गायक होते ते! त्यांच्या गाण्यातली जी भव्यता आहे, ती मला भावते. आग्रा घराण्यात ही भव्यता प्रदर्शित झाली पाहिजे. एक झलक तुम्हाला दाखवतो. आमचे खादिम हुसेनखाँसाहेबसुद्धा कसं करायचे... तर धीम्या/मध्य लयीतली एखादी चीज असली की, असे गाडून टाकायचे की...

प्रात्यक्षिक १२ : राग भंखार - मध्यलय बंदिश

आता ही बंदिश मी ज्या लयीत म्हटली, तिचा ठेका कुठला असेल सांगा? हा बडा ख्याल आहे; तीनताल आहे, पण असा भास करून देणार की, खूप ठायलय चालू आहे. ही भव्यता आहे गाण्यामधली!

आग्रा घराण्यामध्ये जी 'आरोही-अवरोही' तान असते, त्याबद्दल काय सांगाल?
ग्वाल्हेर घराण्यापासून आग्रा घराण्याने स्फूर्ती घेतली आहे. कारण घग्गे खुदाबक्ष तिकडे शिकलेले होते.

'उपजेच्या अंगाने गाणं' ही संकल्पना काय आहे?
चांगला प्रश्न घेतला आहे. 'उपज' याचाच अर्थ एक निर्मिती, प्रज्ञा, तुमची क्रिएटिव्हिटी. दर वेळेला तीच ती फ्रेझ गात बसायचं नाही. दर वेळी तुमच्या फ्रेझेस नवीन आल्या पाहिजेत; शब्द तेच असतील. 'कैसे कैसे बोल' ही जरी फ्रेझ तीच असली, तरी तिचं सांगीतिक वळण दर वेळेला निरनिराळं ठेवणं, याला उपज म्हणतात.

'तालात गाणं' आणि 'ताल सोडून गाणं' ह्याचा तुम्ही तुमच्या पुस्तकात उल्लेख केला आहे. तर ते काय आहे?
'ताल सोडून गाणं' म्हणजे तालाचं बंधन आपल्यावर न ठेवता गाणं. यामुळे सकृद्दर्शनी असं वाटतं की, गायकाने तालाचं बंधनच झुगारून दिलं आहे आणि तो मुक्त गातोय. आग्रा घराण्याची खासियत आहे की, अस्ताई भरताना प्रत्येक मात्रा भरली जात नाही, तर स्वातंत्र्य घेतलं जातं.

प्रात्यक्षिक १३ : आग्रा घराण्याची खासियत

हे मी अगदी तालाच्या लयीला चिकटून गायलो, पण आग्रा घराण्यात स्वातंत्र्य घेतलं जातं. पाहा आता... तालाचं बंधन झुगारून मी माझी लय घेतली आहे, पण तालाचं भान आहे; बेताल नाही होऊ देणार. आग्रा घराण्याची खासियत आहे, तालावर स्वार होऊन गाणं! फैय्याजखाँ जेव्हा तालावर स्वार होऊन गायचे, तेव्हा चालू ठेका लयीमध्ये कसा ठेवायचा, असा प्रश्न तबलजीला पडायचा.

प्रात्यक्षिक 'बमना एक सगुन बिचारो'

या बंदिशीत फैय्याजखाँनी असे बोल केले की, तबलजीला खाँसाहेब म्हणाले, ''अरे भाई, जरा लय संभालो!'' असं तीनदा झाल्यावर खाँसाहेबांनी नाद सोडून दिला आणि सीधेसीधे गायला सुरुवात केली. तालावर त्यांचं असं प्रभुत्व होतं की, ते तबलजीलासुद्धा हादरवून सोडायचे!

आज आपलं भाग्य आहे की, साधारण १५० वर्षांपूर्वीच्या गायकीचा एक धागा त्याच्या विवरणासकट आपल्यापर्यंत पोहोचला... ह्या दुर्मीळ गोष्टी ऐकायला मिळाल्या! समारोपाला आपण गायन ऐकू.

प्रात्यक्षिक १४ : गायन - राग झिंझोटी - बंदिश आणि तराणा
प्रात्यक्षिक १५ : राग - झिंझोटी - ताल धमार

❖◆❖

यातील प्रात्यक्षिक स्वरूपात केलेले गायन ऐकण्यासाठी क्यूआर कोड स्कॅन करावा किंवा या लिंकवर क्लिक करावे.

https://youtube.com/playlist?list=PLxsxVopwsAaVyr2lEHpJ_6obbeoiQ3Y-d

निर्मळ स्वरधारा

विदुषी जयश्री पाटणेकर

परिचय

"तुमचे आत्ताचे गाणे ऐकून एका बाईंचा तुम्हाला फोन आला आहे." मुंबई आकाशवाणीच्या अधिकाऱ्याने निरोप दिल्यावर 'कोणाचा फोन असेल' असा विचार करतच त्या गायिकेने फोन घेतला. 'हॅलो' म्हणल्यावर पलीकडची व्यक्ती बोलायला लागली.

"हॅलो, मी मोगूबाई कुर्डीकर बोलते आहे. तू जयश्री बोलते आहेस ना?"

"हो, मी जयश्री पाटकरच बोलते आहे."

"अगं, आत्ताच तुझं गाणं ऐकलं. छान गायलीस तू! तू उद्या माझ्या घरी ये."

"हो, हो नक्की येईन, पण तुम्ही कुठे राहता ते सांगा."

"गोवालिया टँकजवळ माझं घर आहे. तिथे ये."

फोन ठेवल्यावर त्या तरुण गायिकेचा काही क्षण विश्वासच बसेना की, 'गानतपस्विनी मोगूबाईंना आपले १५ मिनिटांचे गाणे आवडल्यामुळे त्यांनी आपल्याला घरी भेटायला बोलवले आहे!'

ठरल्याप्रमाणे दुसऱ्या दिवशी ती तरुण गायिका वडिलांच्या बरोबर मोगूबाईंच्या मुंबईतल्या घरी गेली, तेव्हा मोगूबाईंनी किशोरीताईंनाही बाहेर बोलवले आणि 'काल मी तुला हिच्याच गाण्याविषयी सांगत होते' अशी ओळख करून दिली. 'कोणाकडे गाणे शिकतेस?' अशी चौकशी केली आणि 'गजाननबुवांकडे शिकते' असे उत्तर ऐकल्यावर 'मोठी गायिका होशील!' असा आशीर्वादही दिला.

त्या वेळी आकाशवाणीवर गाण्याचे ध्वनिमुद्रण होऊन प्रसारण न होता, थेट (लाईव्ह) प्रसारण होत असे. अनेक वर्षांपूर्वी घडलेला हा प्रसंग जयश्रीताईंनी अजूनही आपल्या हृदयाच्या कप्प्यात जपून ठेवला आहे. मोगूबाईंचा आशीर्वाद खरा होईल, याची त्या वेळी जयश्री पाटकर यांनी कल्पनाही केली नसेल!

जयश्रीताईंचे मूळ गाव कोकणातील सावंतवाडी. तेथे एका कलाकार घरात आई इंदिरा आणि नारायण पाटकर या दांपत्याच्या पोटी १३ जून १९४४ या दिवशी त्यांचा जन्म झाला. सावंतवाडीलाच असलेल्या विठ्ठलराव पै यांच्याकडे त्यांनी संगीताचे प्राथमिक

धडे गिरवले. तेथील कळसुलकर इंग्लिश स्कूल ही त्यांची पहिली शाळा. सावंतवाडीपेक्षा प्रगती करण्याची संधी जास्त असल्याने काही काळाने, १९५८मध्ये त्यांचे कुटुंब गोरेगाव, मुंबई येथे राहायला आले.

जयश्रीताईंचे वडील चित्रकार होते आणि त्याच पदावर सचिवालयात नोकरी करत होते; पण सरकारी नोकर असले, तरी त्यांची वृत्ती कलावंताची असल्यामुळे त्यांच्या हातून दर्जेदार कलाकृतींची निर्मिती झाली होती. त्यांनी अजंठा-वेरूळच्या शिल्पांच्या प्रतिकृती केल्या होत्या. त्यांनी केलेला गणपती देशाच्या सीमा ओलांडून अमेरिकेत पोहोचला होता आणि एका हॉस्पिटलमध्ये विराजमान झाला होता. नारायण पाटकरांना गाण्याचीही खूप आवड होती, पण स्वतःला गाणे शिकता न आल्याने त्यांनी जयश्रीला गायिका करायचे ठरवले आणि त्याकरता सर्व प्रकारे मदत केली.

जयश्रीताईंचे मोठे भाऊ रमेश पाटकर हे संगीततज्ज्ञ डॉ. अशोक दा. रानडे यांचे मित्र होते आणि मुंबईतील विल्सन कॉलेजमध्ये प्राध्यापक होते. ते साहित्यिकही होते. त्यांनी कथालेखन केले होते व कविताही केल्या होत्या, पण 'प्रसिद्धी मिळवावी' असा त्यांचा हेतू नसल्याने लेखक म्हणून त्यांचे फारसे नाव झाले नाही. पाटकर कुटुंबाचा स्थायी भाव असलेला साधेपणा जयश्रीताईंमध्येही प्रकर्षाने जाणवतो. त्यांनी जिद्दीने गाण्याचा अभ्यास केला; पण प्रसिद्धीचा मोह कधीच धरला नाही.

पाटकर कुटुंब मुंबईला आले, तेव्हा जयश्री शाळेत जात होती. दिवसा गाणे शिकत असल्याने ती रात्री सात ते दहा शाळेत जात असे, पण नंतर रात्रीच्या वेळी शाळेत जाण्यासाठी सोबतीचा प्रश्न आल्याने नववीतच जयश्रीने शाळा सोडून दिली. नंतरही फक्त गाणे हेच ध्येय ठेवल्याने तिचे पुढील शालेय शिक्षण झाले नाही.

मुंबईत ग्रांट रोडला असलेल्या उ. अब्दुल करीमखाँचे शिष्य के. डी. जावकर यांच्याकडे तिने किराना घराण्याचे शिक्षण घेण्यास सुरुवात केली. त्याच वेळी, १९६३मध्ये, आकाशवाणी संगीतस्पर्धेत, मुंबई केंद्रावर तिला दुसरा क्रमांक मिळाला, तर त्यानंतर १९६४मध्ये झालेल्या स्पर्धेत संपूर्ण भारतात प्रथम क्रमांक मिळाला आणि राष्ट्रपती राधाकृष्णन यांच्या हस्ते सुवर्णपदक मिळाले. त्या वेळी तिने गायलेल्या तोडी रागाचे ध्वनिमुद्रण दिल्लीला पाठवले गेले. सुप्रसिद्ध व्हायोलिनवादक व्ही. जी. जोग तेव्हा स्टेशन डायरेक्टर होते. या घवघवीत यशाप्रीत्यर्थ पाटकरांनी ब्राह्मण साहाय्यक संघ, गिरगाव येथे जावकर गुरुजींच्या सत्काराचा कार्यक्रम आयोजित केला होता. ग्वाल्हेर, आग्रा आणि जयपूर या घराण्यांची तालीम घेतलेले पं. गजाननबुवा जोशी यांना या वेळी प्रमुख पाहुणे म्हणून बोलवले होते. बुवांनी तेव्हा जयश्रीताईंचे गाणे ऐकले आणि नारायण पाटकरांची विनंती मान्य करून ताईंना शिकवायला ते तयार झाले. जावकर बुवांचे त्या वेळी वय झाले होते. त्यामुळे त्यांनीही जयश्रीताईंना बुवांकडे

शिकण्याची उदार मनाने परवानगी दिली. 'माझ्याकडचे मी तुला दिले आहे. आता तू पुढे शिक,' असे ते म्हणाले. असे मोठे मन असणारे गुरू भेटणे, हे जयश्रीताईंचे भाग्यच होते!

विद्वान गवई, व्हायोलिनवादक आणि गुरू पं. गजाननबुवा

तीन पिढ्यांची गायनाची परंपरा लाभलेले आणि अतोनात कष्ट करून मिळवलेली संगीतविद्या तेवढ्याच निष्ठेने आपल्या शिष्यांना सुपुर्द करणारे पं. गजाननबुवा जोशी हे भारतीय संगीतातील एक विलक्षण व्यक्तिमत्त्व होते. त्यांचा जन्म ३० जानेवारी १९११ या दिवशी मुंबई येथे झाला. त्यांचे आजोबा ध्रुपद गायक होते, तर वडील पं. अंतुबुवा जोशी ग्वाल्हेर घराण्याची गंगा उत्तरेतून महाराष्ट्रात आणणाऱ्या पं. बाळकृष्णबुवा इचलकरंजीकर यांचे शिष्य होते. वडिलांचा गाण्याचा क्लास घरीच असल्याने त्यांच्या कानावर सतत गाणे पडत होते. त्यामुळे न शिकवताच त्यांनी गाणे आत्मसात केले होते. नंतर औंध संस्थानाचे प्रमुख, श्रीमंत बाळासाहेब पंतप्रतिनिधी यांच्या आज्ञेमुळे त्यांच्या कीर्तनाला बुवांनी व्हायोलिनची साथ करायला सुरुवात केली आणि मेहनत घेऊन व्हायोलिनवादनात प्रावीण्य मिळवले. त्यामुळे एक उत्तम व्हायोलिनवादक म्हणून ते प्रसिद्ध झाले असले.

गजाननबुवांची खरी ओढ मैफिल गायक बनण्याची होती. नैसर्गिक गोड आवाजाची देणगी मिळाली नसली, तरी त्यांनी तीन घराण्यांची गायकी प्रयत्नपूर्वक आत्मसात केली. वडील अंतुबुवा जोशी व पं. रामकृष्णबुवा वझे यांच्याकडे त्यांनी ग्वाल्हेर गायकीची तालीम घेतली; उ. भुर्जीखाँकडून जयपूर घराण्याची तालीम, तर उ. विलायत हुसेनखाँ यांच्याकडे आग्रा घराण्याची विद्या घेतली. पु. ल. देशपांडे यांनी म्हटल्याप्रमाणे, 'बुवांचे संपूर्ण जीवन 'सूर-लयी'ला वाहिलेले होते.' बुवा उत्तम रचनाकार होते. त्यांनी गायनातील आणि व्हायोलिनवादनातील अनेक बंदिशी करून त्या शिष्यांना शिकवल्या होत्या. लयतालावर उच्च कोटीचे प्रभुत्त्व असलेल्या बुवांनी उ. अहमदजान थिरकवाँ, उ. अल्लारखाँ, पं. सुरेश तळवलकर यांच्यासह अनेक उत्तम तबलावादकांबरोबरीने गाण्याच्या आणि व्हायोलिनच्याही मैफिली रंगवल्या होत्या.

बुवांची तालावरील हुकमत इतकी होती की, त्यांचे चिरंजीव पं. नारायण जोशी आणि पं. सुरेश तळवलकर या ज्येष्ठ तबलावादकांनाही लयताल पक्के करण्यासाठी त्यांनी मार्गदर्शन केले होते. महान तबलावादक उ. अहमदजान थिरकवाँ यांच्याबरोबर साथीला असताना झालेल्या व्हायोलिनवादनाच्या एका मैफिलीचा किस्सा बुवांनी आत्मचरित्रात लिहिला आहे. मुलतानी रागात, विलंबित त्रितालात गत चालू असताना खाँसाहेब चुकून तेराव्या मात्रेलाच सम देऊ लागले. ही चूक बुवांनी त्यांना दाखवून पूर्ण ठेका वाजवायला

सांगितला. नंतर खाँसाहेबांनीसुद्धा दिलदारपणे 'ऐसा बेडर कलाकार देखा नही' अशी बुवांची प्रशंसा केली.

अभिजात संगीतातील अनेक दिग्गज कलाकारांचा बुवांच्या शिष्यवर्गात समावेश आहे. अरुण, उल्हास आणि विकास हे तिघे कशाळकर बंधू, विदुषी पद्मा तळवलकर, विदुषी वीणा सहस्रबुद्धे, विदुषी शुभदा पराडकर, विदुषी कौसल्या मंजेश्वर, संगीत विषयाचे प्रकांड पंडित डॉ. अशोक रानडे, सुप्रसिद्ध व्हायोलिनवादक आणि संगीत-दिग्दर्शक पं. श्रीधर पार्सेकर, तालयोगी पं. सुरेश तळवलकर ही या मांदियाळीतली काही नावे! याबरोबरीने त्यांचे पुत्र पं. मधुकर जोशी, नारायण जोशी, कन्या मालूताई हेदेखील त्यांचेच शिष्य. त्यांच्या नाती अपूर्वा गोखले आणि पल्लवी जोशी यांनी त्यांची गायनपरंपरा पुढे चालू ठेवली आहे. लयताल पक्के करण्यासाठी बुवा सर्वच शिष्यांना तबल्यातील परण, तुकडे असे प्रकार शिकवून, ते पाठ म्हणून घेत असत. अशा पद्धतीने शिकवणारे गजाननबुवा हे बहुधा एकमेव गुरू असावेत.

गजाननबुवांची तालीम

गजाननबुवांकडे असलेल्या प्रथेनुसार नवीन शिष्याला सुरुवातीला ते फक्त श्रवणभक्ती करायला सांगत. त्याकरता इतर शिष्यांना तालीम देत असताना हजर राहून ते नवीन शिष्याला गाणे ऐकायला सांगत आणि कालांतराने शिकवायला सुरुवात करत. यानुसार, बुवा दादरला राहणाऱ्या कल्पना देशपांडे ('लेकुरे उदंड जाली' या प्रसिद्ध नाटकातील नायिका) यांना तालीम देत असताना त्यांनी जयश्रीताईंना तेथे हजर राहून गाणे फक्त ऐकायला बोलावले. असे तीन-चार महिने नुसते गाणे ऐकल्यानंतर बुवांनी शिकवायचे कबूल केले, पण गोरेगावहून डोंबिवलीला त्यांच्याकडे शिकायला जाणे सोपे नव्हते. गोरेगाव हे वेस्टर्न रेल्वेवरील स्टेशन आहे, तर डोंबिवली हे सेंट्रल रेल्वेवरील! वडिलांच्या बरोबर जयश्रीताई पहाटे चारच्या लोकलने गोरेगावहून निघून, दादरला लोकल बदलून, सेंट्रल रेल्वेची लोकल पकडून, डोंबिवलीला स्टेशनला उतरून चालत कल्याण रोडला, बुवांच्या घरी जात. तेव्हाही लोकलमध्ये - विशेषतः कामगार वर्गाची - खूप गर्दी असे. वडील त्यांना डोंबिवली स्टेशनवर सोडून कामावर जात. नंतर बुवा आकाशवाणीचे सल्लागार म्हणून मुंबई आकाशवाणी केंद्रात येत असत. तेव्हा ते गिरगाव येथील बनाम लेनमध्ये राहत असलेल्या डॉ. अशोक रानडे यांना शिकवत असत. ती तालीम ऐकण्याकरता जयश्रीताई तेव्हा गिरगावला असलेल्या आपल्या काकांकडे राहिल्या होत्या. त्यानंतर बुवा आकाशवाणीवरून निवृत्त झाल्यावर मुंबई विद्यापीठाच्या संगीत विभागात शिकवू लागले. डॉ. अशोक रानडे हे या विभागाचे विभागप्रमुख होते, तर पं. निवृत्तीबुवा सरनाईक, पं. फिरोज दस्तुर हेदेखील तेथे शिकवत असत.

थोड्या दिवसांतच बुवांनी जयश्रीताईंमधील गाणे शिकण्याची जिद्द ओळखली आणि 'पुढे त्या गाणे करतील' असा भरवसा त्यांना वाटला. त्यानंतर जेव्हा ते गोरेगावला येऊ लागले, तेव्हा जयश्रीताईंना जास्त काळ शिकायला मिळाले. बुवा अनेकदा सकाळीच जयश्रीताईंच्या घरी येत असत. सकाळी सुरू झालेली तालीम संध्याकाळपर्यंत चालू असे. आवाज स्थिर करण्यासाठी आवश्यक असलेल्या रियाजावर बुवांनी भर दिला. बुवा एकच राग खूप दिवस शिकवत नसत. त्यांच्या डोक्यात जे चालू असे, ते शिकवत असत. 'सुरात लक्ष घाला' हे त्यांचे सारखे सांगणे असे. जयश्रीताईंचा आवाज त्यांनी तयार करून घेतल्याने ताईंच्या आवाजाला वजन आले. 'आत्ताच रियाज केला पाहिजे. सासरी गेल्यावर वेळ मिळणार नाही,' असे वडीलही जयश्रीताईंच्या मनावर बिंबवत. बुवा उत्तम शिकवत होतेच, तरी 'आपल्याला आता हे गाणे आत्मसात करायचेच आहे' असा ताईंचाही निश्चय होता. जयश्रीताईंनी गजाननबुवांच्या अनेक रचनांचे नोटेशन करून ठेवले होते, पण त्याचा रियाज आणि त्याचे चिंतन आणखी वाढवण्याची त्यांना ओढ लागली होती.

'आवाजाला तेज'

बुवांनी जयश्रीताईंना एक-एक पलटा अनेक वेळा म्हणायला लावला. ''पलटा परत-परत का म्हणायचा, असा प्रश्न मला तेव्हा पडत असे, पण आवाजाला तेज येण्यासाठी ते करायलाच हवे होते, हे नंतर समजले,'' असे त्या म्हणतात. डोंबिवलीला जाऊन सहा महिने शिकल्यावर मग बुवा त्यांच्या गोरेगावच्या घरी येऊन शिकवू लागले. शिकण्याकरता शिष्याने पहाटे उठून गुरुगृही जाणे, हा प्रघात असतो; पण केवळ शिष्येला शिकवण्याकरता डोंबिवलीहून पहाटे तीनला निघून पाचला गोरेगावला पोहोचणारे गजाननबुवा हे अवलिया गुरूच म्हणावे लागतील! त्या वेळी पाटकर कुटुंबातील पाच माणसे एकाच खोलीत राहत असत आणि तिथेच बुवा शिकवत असत. एवढ्या अडचणी असतानाही जयश्रीताईंनी साधना कशी केली असेल, याची आत्ताच्या काळात केवळ कल्पना करणेच आपल्याला शक्य आहे. संगीतविद्येवर कमालीची निष्ठा असलेले गुरू आणि जिद्दी शिष्य असले, तरच जयश्रीताईंसारखे कलाकार घडतात. त्या वेळी जयश्रीताईंचे वय लहान असल्याने रियाज करायचे महत्त्व त्यांना समजत नव्हते; पण नंतर वडिलांनीही त्यांना सकाळी उठून रियाजाची सवय लावली.

रियाजाचे महत्त्व सांगताना बुवा म्हणायचे, 'कंटाळा करू नकोस. केसरबाई कशा गातात बघ! तुलाही तसे गायले पाहिजे.' बुवा जसे उत्तम गुरू होते, तसेच ते यशस्वी मैफिल कलाकारही होते. कलाकाराने मैफिलीच्या सुरुवातीलाच प्रभाव कसा टाकला पाहिजे, हे स्पष्ट करण्याकरता ते आपल्या मैफिलींचे उदाहरण देत असत. मुंबईला मारवाडी भवनमध्ये

एकदा पं. रवि शंकर यांच्या सतारवादनाबरोबर गजाननबुवांची व्हायोलिनवादनाची जुगलबंदी झाली. तेव्हा बुवांनी व्हायोलिनवर पहिला स्वर लावल्याबरोबर श्रोत्यांची टाळी घेतली. ते म्हणायचे, 'रसिकांना कलाकाराचा दर्जा लगेच कळत असल्याने पहिला स्वर लावल्यानंतर मैफिल जिंकता आली पाहिजे.' सुरुवातीलाच प्रभाव पाडण्याचा हा मुद्दा बुवांनी मनावर ठसवल्यामुळे 'आपले गाणे परिणामकारक व्हावे' यासाठी जयश्रीताईंनी लक्षपूर्वक रियाज करायला सुरुवात केली.

जयश्रीताईंनी जेव्हा बुवांकडे शिकायला सुरुवात केली, तेव्हा सुरुवातीला त्यांना खूप अवघड गेले. कारण जावकरबुवांकडे शिकलेल्या किराना घराण्याच्या पद्धतीनुसार आलापी करून, सरळ पद्धतीने मुखडा पकडून सम गाठण्याची त्यांना सवय होती; पण बुवांची गायकी पेचदार होती. त्यांचे गाणे सरधोपट पद्धतीचे नसल्याने साहजिकच ते शिकणे सोपे नव्हते. सुरुवातीला असे चाचपडण्याची वेळ अनेक शिष्यांवर येते. नवीन गायकी आत्मसात करताना सुरुवातीला त्या गायकीप्रमाणे गाता येत नसल्याने वैफल्यही येते; गाणे सोडून द्यावेसेही वाटते; पण जे शिष्य जयश्रीताईंसारखे चिकाटीने प्रयत्न करत राहतात, तेच यशस्वी होतात. दोन घराण्यांची विद्या आत्मसात केलेल्या गजाननबुवांवरसुद्धा उ. भुर्जीखाँकडे जयपूर गायकी शिकायला गेल्यावर असा प्रसंग आला होता. सुरुवातीला भुर्जीखाँची गायकी बुवांच्या गळ्यावर चढेना. तेव्हा बुवांनी खाँसाहेबांना पलटे बांधून देण्याची विनंती केली आणि नंतर ते पाठ करून मग बुवा पुढचे गाणे शिकले.

कळकळीने शिकवणारे गुरू

'असो ऐसे उदंड गुरू! नाना मतांचा विचारू!
परी जो मोक्षदाता सद्‌गुरू! तो वेगळाचि असे!'

दासबोधात सद्‌गुरूची लक्षणे सांगताना समर्थ रामदास म्हणतात की, 'गुरू खूप असले, तरी योग्य मार्ग दाखवून उद्दिष्ट गाठायला मदत करणारे सद्‌गुरू मात्र त्यांच्यामध्ये कमीच असतात.'

'मला चांगले गाणे आले पाहिजे, ही कळकळ माझ्यापेक्षा बुवांना जास्त होती. गजाननबुवांसारखे सद्‌गुरू लाभल्यानेच गाण्यामध्ये प्रगती झाली,' असे जयश्रीताई म्हणतात. स्वतःकडे गाणे शिकण्याबरोबरीने ते इतर गायकांचे गाणेही आवर्जून ऐकायला सांगत. त्यांत आग्रा घराण्याचे उ. खादिम हुसेनखाँ, उ. निसार हुसेनखाँ यांचे गायन ऐकल्याचे जयश्रीताईंना आठवते. डोंबिवलीला झालेल्या विदुषी मोगूबाई कुर्डीकर यांच्या एका मैफिलीकरता बुवा जयश्रीताईंना घेऊन गेले होते. अन्य कलाकारांचे गाणे शिष्यांना ऐकवणाऱ्या अशा गुरूंना 'व्यक्तीपेक्षा संगीतविद्या मोठी आहे' ही दृष्टी असते आणि त्यांचे मनही मोठे असते. 'शिष्याला जशी तालीम द्यायची असते, तसे संस्कारही

करायचे असतात,' हे समजून त्याप्रमाणे आवर्जून कृती करणारे गजाननबुवा हे महान गुरू होते, यात शंका नाही.

बुवा आकाशवाणीतील पदावरून निवृत्त झाल्यावर गोरेगावला पं. सुरेश तळवलकर यांच्या दत्तात्रय लॉजवर अधून-मधून राहायला जात असत. तेव्हा त्यांचे व्हायोलिनवादन जयश्रीताईंनी खूप ऐकले. बुवा स्वरांवर कशा प्रकारे वजन देत, याकडे हे वादन ऐकताना ताईंनी बारकाईने लक्ष दिले. बुवा जसे छोट्याछोट्या ताना घेत, त्याचे जयश्रीताईंनी सुरुवातीला अनुकरण केले. पं. सुरेश तळवलकरही तेव्हा त्यांच्या साथीला असत. बुवा त्या वेळी सुरेशजींच्या घरी राहून सकाळी जयश्रीताईंना शिकवायला जात. शिकवताना बुवा डग्ग्यावर ठेका धरून शिकवत असत. काही वेळा जयश्रीताईंचा धाकटा भाऊही ठेका धरत असे. 'आपल्याला गाणे येईलच' ही जिद्द धरून जयश्रीताईंनी रियाज केला.

जयश्रीताईंना सर्दीचा त्रास होत असे. या त्रासावर उतारा म्हणून बुवांनी ताईंना जलनेती (नाकाने पाणी पिणे) करायला शिकवले होते. गजाननबुवांनी जयश्रीताईंची स्वरांबरोबर लय-तालाची बाजूही पक्की करून घेतली होती. बुवांची शिस्त अशी होती की, साथीला त्यांना फक्त ठेकाच हवा असे. त्यामुळे सुरेश तळवलकर आले, तरी तेही फक्त ठेकाच वाजवत असत. त्या वेळी पं. अरुण कशाळकर हेही बुवांकडे शिकत होते. ताईंनी त्याच वेळी बुवांच्या बंदिशींचे नोटेशन करायला सुरुवात केली. ग्वाल्हेर घराण्याच्या परंपरेनुसार तिलवाडा, झुमरा या तालांमधील बंदिशी बुवांनी त्यांना शिकवल्या होत्या, पण जेव्हा ताई बेळगावला गेल्या, तेव्हा कर्नाटकात हे ताल वाजवणारे तबलजी मिळत नव्हते. बहुतेकांना एकताल/त्रिताल हे ताल सोडून इतर ताल वाजवता येत नव्हते. फक्त पं. रघुनाथ नाकोड इतर ताल वाजवू शकत.

'शिष्य जोपर्यंत तयार होत नाही, तोपर्यंत त्याने बाहेर गायचे नाही' ही त्या काळातील गुरूंची शिस्त होती, पण परिश्रम घेऊन तयार केलेल्या या शिष्येच्या तयारीविषयी गजाननबुवांना आत्मविश्वास असल्याने बुवांनी अनेक म्युझिक सर्कल्सना पत्रे लिहून कळवले की, 'माझी शिष्या गाण्यात तयार झाली आहे. तिचे गाणे ठेवावे'. इतकेच काय, गजाननबुवांनी एका सिद्ध पुरुषाकडे या गायिकेकरता आशीर्वादही मागितले होते.

पुढील शिक्षण

१९७७मध्ये, जयश्रीताईंचे लग्न होईपर्यंत बुवांकडे त्यांचे सलग शिक्षण झाले. काही वर्षांनी जेव्हा गजाननबुवांना तब्येतीच्या कारणामुळे त्यांना डोंबिवलीहून गोरेगावला येणे अवघड होऊ लागले, तेव्हा गोरेगावलाच राहत असलेल्या पं. निवृत्तीबुवा सरनाईकांकडे जयश्रीताईंनी शिकायला जावे, असे बुवांनी सुचवले. पं. सवाई गंधर्व आणि उ. अल्लादियाखाँ यांचे शिष्य असलेले निवृत्तीबुवा हे तेव्हा मुंबई विद्यापीठात संगीत

विभाग प्रमुख होते. त्यांच्याकडे जयश्रीताई साधारण सहा महिने शिकल्या. या काळात जयश्रीताईंच्या वडिलांना विशेष आवडणारे 'बहादुरी तोडी' आणि 'संपूर्ण मालकंस' हे राग त्या शिकल्या. त्यानंतर जयश्रीताई जयपूर घराण्याचे गायक पं. रत्नाकर पै (१९२८-२००९) यांच्याकडेही थोडे दिवस गाणे शिकल्या. रत्नाकर पै यांनी मोहनराव पालेकर आणि उ. गुलुभाई जसदनवाला यांच्याकडे तालीम घेतली होती. जयश्रीताई म्हणतात, 'तेव्हा रागाच्या समग्र मांडणीला अधिक महत्त्व असल्याने मी गायकीला महत्त्व देऊन आपल्या गाण्याचा दर्जा वाढवण्यावर भर दिला. फक्त बंदिशी गोळा करण्याकडे मी लक्ष दिले नाही.'

बुवांकडे शिकत असताना इतर गवयांचे गाणेसुद्धा त्या डोळसपणे ऐकत होत्या आणि 'त्यातले काय चांगले आपल्या गायकीत आणता येईल' यावरही त्यांचा विचार चालू असे. पं. कुमार गंधर्वांच्या द्रुत लयीतील छोट्याछोट्या (कमी स्वरांच्या) तानांचे त्यांना आकर्षण वाटत होते, तसेच पं. मल्लिकार्जुन मन्सूर यांच्या गाण्याचाही प्रभाव त्यांच्यावर पडला होता; परंतु अशा गोष्टी गायला गजाननबुवांची अनुमती नसे. 'तू गातेस चांगली, पण मी जसे शिकवले आहे, तसे म्हण; इतर काहीतरी त्यात घुसडू नकोस.' बुवांची ही शिस्त जयश्रीताई पाळत असल्याने असे धाडस त्या बुवांच्या अपरोक्षच करत असत. त्या वेळच्या प्रसिद्ध गायकांची नक्कल करायची म्हणून दमसास दाखवणारी मोठी तान त्या घेत असत, पण बुवा म्हणत, 'तान काही असे प्रदर्शन करायला नसते. तान गातानाही काहीतरी विचार आवश्यक असतो. त्यातून काहीतरी सांगितले गेले पाहिजे.' हे ऐकल्यावर मग स्वत:चा विचार करून, मेहनत घेऊन जयश्रीताईंनी आपली गायकी बनवली.

उपशास्त्रीय संगीताचे अभ्यासक असलेले सत्येंद्रभाई त्रिवेदी यांच्याकडेही काही काळ त्या ठुमरी शिकल्या होत्या. काही मैफिलींत त्यांनी ठुमरीही म्हणली होती. मात्र त्या वेळचे प्रसिद्ध संगीत समीक्षक मोहन नाडकर्णी यांनी एकदा *टाइम्स ऑफ इंडिया* मध्ये लिहिले होते की, 'जयश्रीताईंचा आवाज शास्त्रीय संगीताला अनुकूल आहे; ठुमरीला नाही.' त्यामुळे उपशास्त्रीय संगीतप्रकार सोडून नंतर त्यांनी ख्यालगायनावरच लक्ष केंद्रित केले.

एकलव्यासारखे शिक्षण

'ताकदवान, सच्चा सूर कमावलेले आणि आपल्या आवाजाच्या जोरावर सर्व जग जिंकणारे' पं. भीमसेन जोशी आणि 'सदासर्वकाळ गाण्यात राहणारे गायक' असे ज्यांचे पु. ल. देशपांडे यांनी वर्णन केले होते, ते पं. मल्लिकार्जुन मन्सूर हे दोन दिग्गज गायक जयश्रीताईंचे प्रेरणास्थान होते. पहिल्या षड्जापासूनच रसिकांच्या मनाची पकड

घेणारा भीमसेनजींचा सुरांचा भक्कमपणा आणि त्यांतील प्रचंड ताकद ताईंना भावली होती. जी गोष्ट मनापासून आवडते, ती साहजिकच आपल्याकडून उचलली जाते. मात्र 'परिणामकारक स्वर लावणे' ही अत्यंत अवघड गोष्ट ताईंनी प्रयत्नपूर्वक आत्मसात केली. विशेष म्हणजे, केवळ भीमसेनजींच्या मैफिली आणि त्यांच्या ध्वनिमुद्रिका ऐकून त्यांची नक्कल न करता, तसा परिणाम साधणारी गायकी जयश्रीताईंनी विकसित केली. पं. मन्सूर यांची तानेची शैली जयश्रीताईंना भावली. त्यांचा सहवास न करताही आपल्या गाण्याला शोभतील असे त्यांच्या गायकीतील गुण जयश्रीताईंनी एकलव्यासारखे आत्मसात केले. जयश्रीताईंनी मन्सूर यांचा आदर्श जरूर ठेवला, पण वाट मात्र आपली निर्माण केली.

समीक्षकांची पसंती

१९६४मध्ये मिळालेले आकाशवाणी संगीतस्पर्धेतील सुवर्णपदक ही जयश्रीताईंच्या यशस्वी गायिका बनण्याची सुरुवात होती. मोजक्याच रागांमधील प्रभावी गायनाने अनेक रसिकांची आणि तज्ज्ञांची वाहवा त्यांनी मिळवली. मुंबईत होणाऱ्या मैफिलींची समीक्षा त्या काळी मराठी, हिंदी, गुजराती आणि इंग्रजी वृत्तपत्रांमधून मोहन नाडकर्णी, ज्ञानेश्वर नाडकर्णी असे जाणकार संगीत समीक्षक करत असत. जानेवारी १९७३मध्ये मुंबईत झालेल्या 'कल के कलाकार' संमेलनात जयश्रीताईंनी सादर केलेल्या गौडमल्हार आणि नायकी कानडा या रागांनी पं. मणिरामांची वाहवा मिळवली होती. त्या वेळच्या वृत्तपत्रातील हे काही नमुने :

- सुरेल आवाज आणि दर्जेदार रागस्वरूप यांनी त्यांनी मैफिल जिंकली.
- गजाननबुवांच्या षष्ट्यब्दीपूर्ती समारंभात धनाश्री राग गाऊन त्यांनी आपली छाप पाडली.
- जयश्री पाटकरने गायलेले राग श्री, सावनी आणि काफी ठुमरी यांनी मैफिल जिंकली.
- त्या आपल्या गाण्यातून घरंदाज गायकीचे दर्शन घडवतात.
- १९७२मधील 'कल के कलाकार' संमेलनातील १८ गायकांमध्ये जयश्री पाटकरचे गाणे सर्वांत लक्षणीय वाटले.
- आठ दिवसीय संमेलनमे वो श्रेष्ठ गायिका मानी जाएगी! उनके गायनमे निष्ठा और तन्मयताका रूप मिला। (*नवभारत टाइम्स*)
- डी. के. दातारांसारख्या ज्येष्ठ व्हायोलिनवादकाने रंग जमवल्यानंतर या रंगतीची कमान बिघडवू न देण्याचे आव्हान जयश्री पाटकर या तरुण गायिकेने पेलून जलशात जिवंतपणा आणला आणि आपली छाप पाडली. (*लोकसत्ता*)

१९७३मध्ये 'कल के कलाकार' संमेलनातील शांता हेमाडी आणि जयश्रीताई यांच्या सहगायनालाही चांगली दाद मिळाली. या गायनाला उ. सुलतान खाँ यांची सारंगीची साथ होती. यामध्ये जयश्रीताईंच्या सुरांची आस आणि आवाजाची फिरक यांचे कौतुक झाले. त्याच वर्षी मोहन पालेकर स्मृतिदिनानिमित्त योजलेल्या मैफिलीत आधी विदुषी पद्मा जोगळेकर (नंतरच्या तळवलकर) आणि नंतर जयश्रीताई यांचे गाणे झाले. त्या वेळी त्यांच्या गाण्यातील अप्रतिम तानफिरत, खटकेबाज बोलताना, सहजतेने गाठलेली सम या वैशिष्ट्यांकडे दैनिक *मराठा* वृत्तपत्राने लक्ष वेधले.

सप्टेंबर १९७६मध्ये झालेल्या जयश्रीताईंच्या मैफिलीतील शुद्ध नट रागाच्या पुण्यातील संगीततज्ज्ञ कै. डॉ. ना. र. मारुलकर यांनी केलेल्या वर्णनावरून त्या वेळच्या त्यांच्या प्रभावशाली गाण्याची कल्पना येते - *आखन मोरी* ही शुद्ध नटातील बंदिश श्रोत्यांची पकड घेऊ लागली. मींड व खेचकामयुक्त स्वरांत शब्दांना गुंतवून प्रत्येक आवर्तनाच्या शेवटी सहज सम येऊ लागली. लयीच्या सूत्रात स्वरपुष्पे गुंफली जाऊन भरदार हार बनू लागला. तान दाणेदार, बलपेंचयुक्त, सुरेल तर होतीच, पण एकामागे एक उपज होऊन नंतर लडींची सरबत्ती सुरू झाली.'

डिसेंबर १९७६मध्ये मुंबईच्या सेंट झेविअर म्युझिक ग्रुपने आयोजित केलेल्या संगीतमहोत्सवात 'अनेक सुप्रतिष्ठित कलाकारांबरोबर जयश्री पाटकरांनी गायलेले राग शुद्ध नट व संपूर्ण मालकंस धारदारपणे व घोटीवपणे भरले. त्यांच्या गळ्यातील तान चपळ आणि सहज आहे' असे वर्णन *महाराष्ट्र टाइम्स*मध्ये, तर *टाइम्स ऑफ इंडिया*मध्ये 'या महोत्सवाची मानकरी निर्विवादपणे सोज्ज्वळ व्यक्तिमत्त्वाची जयश्री पाटकर आहे. तिने नेमकेपणाने आणि चोखपणाने दोन्ही राग गायले' असे वर्णन आले होते.

"जानेवारी १९७७मध्ये झेविअर ग्रुपच्या सत्यशील देशपांडे यांनी दादर (मुंबई) येथे आयोजित केलेल्या संगीत परिषदेत 'स्वराशयाने परिपूर्ण, कसदार, पिळदार गायकी आणि उदंड आत्मविश्वास असलेल्या या गायिकेने वाहवा मिळवली.' अशी पावती जयश्रीताईंना मिळाली होती.

मुंबईला पंचम-निषादतर्फे झालेल्या कानडा राग महोत्सवात जयश्रीताई 'रायसा कानडा' गायल्या. त्याला उपस्थित असलेल्या किशोरीताईंनी आत येऊन आवर्जून त्यांचे अभिनंदन केले. त्याच वेळी वडिलांच्या परिचयाच्या एम. एफ. हुसेन, एन. एस. बेंद्रे, शिवाक्ष चावडा या प्रसिद्ध चित्रकारांसमोर तोडी राग गाऊन जयश्रीताईंनी या दिग्गजांचीही प्रशंसा मिळवली. जयश्रीताईंचे गाणे ऐकून त्यांना गिरिजादेवींचीही दाद मिळाली होती.

१९७४पासून त्यांच्या मैफिली सुरू झाल्यानंतर त्यांना प्रसिद्धी मिळायला सुरुवात झाली. पुण्यातील संगीतसभांचे आयोजन करणारे व 'सुरेल सभा' या संस्थेचे प्रमुख कै. रजनीकांत कर्णिक हे त्यांच्या गाण्याचे चाहते होते. त्यांनी जयश्रीताईंच्या मैफिली पुण्यात

आयोजित केल्या. जयश्रीताईंच्या मैफिलींची संख्या कमी असली, तरी या सगळ्या मैफिली रसिकांची व तज्ज्ञांची दाद मिळवणाऱ्या होत्या. यांतील काही मैफिलींचा पुढे उल्लेख केला आहे :

दादर माटुंगा सर्कल, मुंबई; सवाई गंधर्व महोत्सव, पुणे (१९७४ आणि १९९२); ग्वाल्हेर संगीत महोत्सव, ग्वाल्हेर; बसंत संगीत संमेलन, दिल्ली; आकाशवाणी संगीत संमेलन, लखनौ (२०००); शिवानंद स्वामी संगीत प्रतिष्ठान, डोंबिवली आणि औंध (सातारा); गोविंदराव टेंबे संगीत महोत्सव, गायन समाज, देवल क्लब, कोल्हापूर; सुरेल सभा, पुणे; एसजीएस सभा, चेन्नई; संगीत कलामंडल, इंदोर; कर्नाटक नृत्य संगीत अकादमी, बेळगाव; पंचाक्षरी गवई स्मृतिसंगीतसभा, रायचुर; एस.आर.ए., कोलकाता; याचबरोबर बडोदा, नाशिक, अकोला, नागपूर, जबलपूर, कुंदगोळ इत्यादी ठिकाणे.

१९७३मध्ये 'हरिदास संगीत संमेलन, मुंबई' यांनी आयोजित केलेल्या 'कल के कलाकार' या कार्यक्रमात त्यांना 'सूरमणी' हा किताब मिळाला. त्या वेळी त्यांचे आकाशवाणीवरही कार्यक्रम होऊ लागले होते. जयश्रीताई १९८३पासून आकाशवाणीच्या 'ए' ग्रेड कलाकार आहेत; आणि तेव्हापासून त्यांचे राष्ट्रीय कार्यक्रमांत आणि आकाशवाणी संगीत संमेलनातही कार्यक्रम झाले आहेत.

गायकीचा प्रवास

कितीही मातब्बर गुरू असला, तरी तो जन्मभर पुरत नाही. तसेच समकालीन कलाकारांशीही रसिकांकडून तुलना होत असते. शिष्याला स्वतःची वाट स्वतःच शोधावी लागते आणि जर अशी वाट शोधता आली नाही, तर 'महान गुरूंची नक्कल करणारा शिष्य' एवढीच शिष्याची ओळख राहते. हे ओळखून जयश्रीताईंनी मिळालेल्या विद्येवर स्वतःचा विचार केला आणि आपली वेगळी ओळख निर्माण केली. 'काळी पाच' या स्वराचा त्यांचा निकोप आवाजही त्यांना लाभदायी ठरला. अविरत स्वरसाधना, ताकदवान सुरांच्या प्रभावाला लयकारीची जोड अशा साधनेमुळे जयश्रीताईंनी यशस्वी मैफिल कलाकार म्हणून स्वतःचं स्थान निर्माण केलं. रागांचं आणि बंदिशींचं वैशिष्ट्य लक्षात घेऊन त्यानुसारच त्यांच्या सादरीकरणावर ताईंनी भर दिला. प्रसिद्ध लेखक रामकृष्ण बाक्रे यांचे धाकटे भाऊ मधुकर बाक्रे यांनी जयश्रीताईंना कौसी कानडा हा राग शिकवला. वेगळ्या वेगळ्या पद्धतींनी, पाठ न करता, आलाप जेथे संपेल त्याला अनुरूप असा स्वरानुकूल आणि सहजतेने मुखडा पकडून बंदिशी गाणे, हे जयश्रीताईंच्या गाण्याचे वैशिष्ट्य आहे. तालांगाकडे त्यांचे सुरुवातीपासूनच लक्ष असल्याने गाणे एकसुरी न होण्याकरता आकर्षक तिहाई घेऊन समेला येणे ही जयश्रीताईंची खासियत आहे.

त्या म्हणतात की, रागांच्या संख्येवर कधीच भर न देता हुकमत असणारे रागच

गाण्याचे धोरण त्यांनी कायम ठेवले. त्यामुळे नायकी कानडा, गौडमल्हार, सावनी, संपूर्ण मालकंस, बहार अशा निवडक रागांवर त्यांनी लक्ष केंद्रित केले. 'कुठल्याही रागाचे स्वर ज्या पद्धतीने लागणे अपेक्षित असते, त्याच पद्धतीने ते लागले पाहिजेत आणि गुरूंनी शिकवले असले, तरी आपण व्यवस्थित विचार केला असेल, तरच एखादा राग गावा,' हे तत्त्व त्यांनी पाळले. उदाहरणार्थ, दरबारी राग गाताना गमकेच्या अंगाने स्वर लावून, योग्य रीतीने स्वरांवर भर देऊन त्यांनी गाण्याचा विचार केला. तसेच तरुण वयात वरच्या पंचमापर्यंतही आवाज जाऊ शकत असल्याने बहारसारखे उत्तरांगप्रधान राग त्या गायल्या, तर नंतरच्या काळात आवाजाच्या क्षमतेनुसार दरबारीसारखे मंद्र सप्तकाला प्राधान्य देणारे राग त्या गाऊ लागल्या.

आयुष्यातील अवघड वळण

१९७७मध्ये जयश्री पाटकर ही जयश्री पाटणेकर बनून बेळगावला गेली आणि तिच्या आयुष्यातील नवीन अध्याय सुरू झाला. तुपाचा व्यवसाय करणाऱ्या एकत्र कुटुंबाची जबाबदारी जयश्रीताईंवर पडली. संसाराला प्राधान्य मिळाल्याने गाण्याने दुय्यम स्थान घेतले. दिवसभर घरातील कामे करून कुटुंबातील सर्वांसाठी कष्ट केल्याने मेहनतीने शिकलेल्या राग-रागिण्यांशी असलेली त्यांची जवळीक कमी होऊ लागली. मुंबईत असेपर्यंत जयश्रीताईंना आपल्या वडिलांचा भक्कम आधार, गजाननबुवांसारख्या सक्षम गुरूंची तालीम आणि सक्रिय पाठिंबा असे सगळे होते. लग्न होईपर्यंतच्या काळात वडिलांच्या प्रोत्साहनामुळे त्यांनी पूर्णपणे झोकून देऊन फक्त गाण्याचा अभ्यास, रियाज आणि मैफिली हे सगळे केले होते, पण लग्नानंतरच्या काळात त्यांनी सर्व भर प्रापंचिक जबाबदाऱ्या प्राधान्याने पूर्ण करण्यावरच दिला. 'आधी संसार करून मगच गाणे करावे' असे त्यांनी ठरवल्याने गाण्याचा अखंड असलेला त्यांचा सहवास कमी झाला.

परिणामी, बेळगावला असताना गाण्यात रमून, रियाज करून मैफिली करणे, शिष्य तयार करणे असे फारसे झाले नाही. आकाशवाणी केंद्रावर मिळणाऱ्या कार्यक्रमांपुरता त्यांचा गाण्याशी संबंध राहिला. मात्र त्या काळात बेळगावला असलेल्या बाळासाहेब दांडेकर या हौशी तबलावादकांनी जयश्रीताईंना मानसिक उभारी देऊन गाण्याचे छोटेछोटे, तरी शक्य तेवढे कार्यक्रम करण्यासाठी त्यांना उत्तेजन दिले; त्यांच्या गाण्याला साथही केली आणि त्यांच्या मैफिलींचे ध्वनिमुद्रणही केले.

जयश्रीताई बेळगावला असताना त्यांना एकदा प्रसिद्ध गायिका, विदुषी मालिनीबाई राजुरकर भेटायला आल्या होत्या. त्या वेळी एका मैफिलीची आठवण त्यांनी जयश्रीताईंना सांगितली. मालिनीबाई जयश्रीताईंना म्हणाल्या, "पंढरपूरला तू दुर्गा राग एवढा चांगला

गायली होतीस आणि त्याचा प्रभाव एवढा पडला होता की, त्यानंतर मला गाणे अवघड झाले होते.'' यावरून जयश्रीताईंचे गाणे किती ताकदीचे होते, याची आपल्याला कल्पना येऊ शकते.

१९९४मध्ये पतिनिधनानंतर त्यांनी आपला मुलगा रोहन याच्या संगोपनाकडे लक्ष दिले. त्याला मोठे करून, चांगले शिक्षण देऊन त्याचा संसारही थाटून दिला. २००१मध्ये रोहन नोकरी-निमित्ताने पुण्याला आल्यावर त्याही बेळगाव सोडून त्याच्याबरोबर पुण्याला आल्या. यानंतर त्यांच्या मैफिली व्हायला सुरुवात झाली. त्याबरोबरीने त्यांनी विद्यार्थ्यांना शिकवायलाही सुरुवात केली. पुणे विद्यापीठाच्या ललित कला केंद्राच्या गुरू म्हणून तेथील विद्यार्थ्यांनाही त्यांनी मार्गदर्शन केले. पुण्यातील एस. एम. जोशी हॉलमध्ये त्यांनी गायलेल्या राग मालगुंजीला उपस्थित रसिकांनी उभे राहून, टाळ्या वाजवून दाद दिली होती; पण २०१६मध्ये त्यांनी पुणे सोडले आणि मुलाबरोबर त्या कोल्हापूरला गेल्या. तिथे त्या सध्या आजीच्या भूमिकेत आहेत आणि नातवाला सांभाळून रोहनच्या संसाराला मदत करत आहेत.

शिष्यांचे मनोगत

''जयश्रीताईंकडे मला जरी दोन वर्षेच शिकता आले, तरी खूप काही मिळाले.'' जयश्रीताईंकडे गाणे शिकलेल्या संपदा थिटेने तिचे मनोगत व्यक्त केले आहे. ''त्यांच्या गाण्याइतकेच त्यांचे व्यक्तिमत्त्वही अतिशय लोभस आहे. मला आठवतेय, पहिल्याच दिवशी ताईंच्या केवळ स्वरांनीच मी अतिशय भारावून गेले होते. 'स्वरांची ताकद', 'स्वरांचा झोत' हे पुस्तकात वाचलेले शब्द मी तेव्हा प्रत्यक्षात अनुभवले. सुरुवातीला वाटणारा थोडासा संकोच आणि दडपण दूर झाले, ते ताईंच्या मोकळ्या स्वभावामुळेच.

''अतिशय हसत-खेळत, सहजपणे शिकवण्याची त्यांची शैली विशेष आहे. राग सुरू करताना रागरूपाचे विश्लेषण, शास्त्र यांची चर्चा न करता थेट गायला सुरुवात झाली. सुरुवातीला स्वच्छ आकारात ताई षड्ज भरायला सांगत. 'स्वर पोकळ नको; भरीव हवा. त्याकरता आतली ताकद वापर. स्वर वरचेवर न काढता त्याला वेट (वजन) दिले पाहिजे. स्वराचे वलय तयार व्हायला हवे' असे त्या सारखे सांगत. सुरुवातीच्या रागविस्तारात नवनवीन आणि अतिशय सौंदर्यपूर्ण स्वराकृती दाखवायच्या. छोट्याछोट्या स्वरवाक्यांनी राग हळूहळू उलगडत जायचा. रागाची प्रत्येक फ्रेझ त्या आमच्याकडून म्हणून घ्यायच्या.

'''मींडकाम' हे ताईंच्या गाण्याचे एक विशेष अंग! ते रागविस्तारात जवळून लक्षात यायचे. ख्यालाची किंवा मध्य लयीची कुठलीही बंदिश ताईंकडून ऐकताना इतकी डौलदार वाटायची! बंदिशीचे शब्द लिहून दिल्यानंतर ताई दोन/तीन वेळा स्वतः म्हणून

दाखवायच्या आणि नंतर आमच्याबरोबरपण सात/आठ वेळा म्हणायच्या. त्या वेळी 'लहान मुलाला हात धरून चालायला शिकवतात' त्याची आठवण यायची. आम्हाला बंदिश चपखल व जशीच्या तशी म्हणता यावी, यासाठी आमच्याबरोबरसुद्धा ताई गात राहायच्या. बंदिशीनंतर स्थायी गायनात एकेकीला स्वतंत्र आलाप सांगायच्या. एखादे स्वरवाक्य आकारात आमच्या लक्षात आले नाही, तरी लगेच सरगममध्ये सांगायच्या; न कंटाळता पुन्हापुन्हा सांगायच्या. 'गाता येत नाही' म्हणून आम्ही स्वतःवर नाराज झालो आणि 'ताई, तुम्हाला परत-परत तेच सांगावे लागते आहे, त्याचे आम्हाला वाईट वाटते आहे' असे म्हणालो, तर ताई म्हणायच्या, 'त्यात काय! मी कशासाठी इथे बसले आहे... मी बरोब्बर काढून घेणार तुमच्या गळ्यातून! येणार, नक्की येणार... आस्ते आस्ते येणार गं! चल, घे परत. स्वरांच्या पाठीपाठी ये.' असा आत्मविश्वास दिल्यावर आम्हाला हुरूप यायचा.

''ताईंच्या बोलण्यातले काही वेगळे शब्द, त्यांची 'कानडी-मराठी' हेल काढून बोलायची पद्धत त्यांच्या स्वभावासारखीच खूप गोड! ताईंचा स्वभाव अतिशय निर्मळ आणि राहणीही अतिशय साधी. लग्न झाल्यानंतर अनेक वर्षे कौटुंबिक अडचणींमुळे गाण्याचा रियाज, कार्यक्रम होऊ शकले नाहीत, तरीही ताईंच्या मनात आज कोणाबद्दल कटुता नाही, तक्रारीचा सूरही नाही. ताईंशी कधीही फोनवर बोलले की, अतिशय प्रसन्न, छान, उत्साही वाटते. एखाद्याला केवळ शब्दांतून सकारात्मक ऊर्जा कशी देता येऊ शकते आणि आयुष्यात समाधानी कसे राहावे, याचा त्या आदर्श आहेत.''

अमृता शेणॉय, सौ. धनश्री बिच्चू, नीलेश धाक्रस हे त्यांचे इतर शिष्यही अशाच भावना व्यक्त करतात.

जयश्रीताईंना मिळालेल्या पुरस्कारांमध्ये कर्नाटक सरकारचा कर्नाटक संगीत नृत्य अकादमी पुरस्कार (२०१२), पं. मल्लिकार्जुन मन्सूर पुरस्कार (२००५), सूरमणी (कलके कलाकार संमेलन मुंबई, १९७२) या महत्त्वाच्या पुरस्कारांचा समावेश आहे. पण 'प्रसिद्धीसाठी काही करू नये' असे त्यांच्या घरातलेच वळण असल्याने जयश्रीताई पुरस्कारांना फारसे महत्त्व देत नाहीत. कारण इतरांवर आपला प्रभाव पाडून काही साध्य करावे, असे त्यांना कधीच वाटले नाही. जयश्रीताई म्हणतात, 'कुमार गंधर्व जसे 'समोर किती श्रोते आहेत' याला महत्त्व न देता आपले गाणे गात असत, तसेच मलाही वाटते.' या त्यांच्या शुद्ध भावामुळेच सामान्य आणि जाणकार श्रोता त्यांचे गाणे ऐकायला उत्सुक असत. रसिकांनी व्यक्त केलेल्या उत्स्फूर्त प्रतिक्रियांपैकी काहींचा उल्लेख पुढे केला आहे :

- उच्च कोटीचा संगीतानुभव देणारे गायन.
- अवर्णनीय गायकी आणि तरी किती साधेपणा!

- किती शुद्ध... किती सात्त्विक! जयश्रीताईंचे गाणे ऐकणे म्हणजे परमेश्वराचा आशीर्वाद मिळणे!
- निर्भीडपणे कला सादर करणाऱ्या कलाकार.
- त्या बैठकीवर बसताक्षणीच आत्मविश्वासाने त्यांचे नेत्र चमकू लागतात.

जयश्रीताईंच्या गाण्यातील सहजता सर्वांना भावते. कुठलेही अवडंबर नसलेले, टाळ्या मिळवण्याची ईर्षा नसलेले आणि चमत्कृती करून, रसिकांचे मन जिंकून त्यांना खूश करण्याचा अट्टाहास नसलेले त्यांचे गाणे 'ये हृदयीचे ते हृदयी' पोहोचते. सध्याचा जमाना प्रसिद्धीचा आहे. प्रकाशझोतात राहून सोशल मिडियावर आपली लोकप्रियता जास्तीत जास्त कशी वाढेल, या खटपटीत अनेक कलाकार असतात. या पार्श्वभूमीवर जयश्रीताईंचे सात्त्विक व्यक्तिमत्त्व उठून दिसते आणि त्यांचे चैतन्यमय गाणे अधिकच भावते. 'त्यांच्या गाण्याविषयी रसिकांना वाटणारे अलोट प्रेम' ही त्यांची कमाई आहे. त्यांच्या दृष्टीने तो सर्वात मोठा पुरस्कार आहे.

❖◆❖

मुलाखत

*संवादक **डॉ. चैतन्य कुंटे** यांनी दि. २९ जुलै २०१२ या दिवशी पुण्यातील वेदशास्त्रोत्तेजक सभेच्या सभागृहात घेतलेल्या, **विदुषी जयश्री पाटणेकर** यांच्या मुलाखतीचे शब्दांकन.*

प्रात्यक्षिक १ : राग मारवा

जयश्रीताई पाटणेकर ही गायिका म्हणजे गुरू गजाननबुवांनी चढवलेली ग्वाल्हेर आणि जयपूर घराण्याची जणू काही बुलंद इमारत! तुमच्या स्वभावात मला सगळ्यात मोठा एक गुण दिसून येतो, तो म्हणजे साधेपणा आणि प्रामाणिकपणा. जे आहे, ते बोलायचं. काही काही फुलांच्या जाती अशा असतात की, त्या आधी दरवळतात, नंतर बराच काळ जातो आणि मग उमलून येतात. तसं काहीसं त्यांच्या बाबतीत झालेलं आहे. त्यांनी त्यांच्या कारकिर्दीची सुरुवातीची काही वर्षं गाजवल्यानंतर त्यांचा मधला बराच काळ काहीसा अज्ञातवासात गेला. नंतर पुण्यात आल्यानंतर आता आपलं गाणं त्या तेवढ्याच तयारीने सादर करत आहेत.

जयश्रीताई, तुमच्या गाण्याच्या प्रवासाविषयी जाणून घेऊ. सुरुवातीचं शिक्षण जावकरबुवांकडे कसं झालं आणि मग नंतर गजाननबुवांकडे कसं झालं, त्याबद्दल थोडसं सांगा.

माझं सगळं बालपण सावंतवाडीला, कोकणात गेलं. त्यानंतर मी मुंबईला आले. किराना घराण्याचे के. डी. जावकर यांच्याकडे मी तीन-चार वर्षं शिक्षण घेतलं. सूर कसा लावायचा, इथपासून सुरुवात झाली.

त्यानंतर गजाननबुवांकडे कशी सुरुवात झाली ?

आकाशवाणी संगीतस्पर्धेत १९६४मध्ये मला प्रथम क्रमांक मिळाला होता. त्या निमित्ताने माझं कौतुक करण्यासाठी जावकरबुवांनी ब्राह्मण साहाय्यक सेवा संघ, गिरगाव इथे एक कार्यक्रम आयोजित केला आणि त्याला गजाननबुवांना अध्यक्ष म्हणून बोलवलं.

त्या वेळी माझं गायन झालं. गायन ऐकल्यावर गजाननबुवांनी मला पुढचं शिक्षण द्यायचं ठरवलं, पण सुरुवातीचे सहा महिने मी फक्त ऐकायला गेले; गायचं नव्हतं; फक्त श्रवणसंस्कार! नंतर हळूहळू आठवड्यातून दोनदा/तीनदा प्रत्यक्ष शिकवायला सुरुवात केली. ते सकाळी लवकरच माझ्या घरीच यायचे, शिकवायचे, जेवायचे आणि थोडी विश्रांती घेऊन परत शिकवायचे. बुवा सांगतील तसा स्वर लावायला सुरुवातीला अवघड जायचं.

मला वाटतं, कुठल्याही एका गायकीचा संस्कार घेतल्यानंतर कोणत्याही दुसऱ्या गायकीचा संस्कार घेणं ह्याच्यामध्ये पहिली पायरी असते, त्या नव्या गायकीचा नकाशा उत्तम प्रकारे मनात ठसला पाहिजे. त्या दृष्टीकोनातून गजाननबुवांनी आधीचे सहा महिने दिलेली ऐकण्याची तालीम महत्त्वाची आहे. नाहीतर 'धड ना हे, धड ना ते' असं होऊ शकतं. पण तुमच्या बाबतीत ते झालं नाही; म्हणजे तुमच्या गळ्यात किरान्याचा सुरेलपणा राहिला आणि त्यात जयपूर गायकीचा विचारदेखील आला. गजाननबुवांची शिकविण्याची नेमकी पद्धत काय होती?

त्यांच्या पद्धतीच्या बंदिशी माझ्या गळ्यावर चढल्या पाहिजेत, म्हणून आधी त्यांनी मला बंदिशी शिकवल्या. त्यांच्या मनाला त्या पटेपर्यंत ते माझ्याकडून त्या परत परत करून घ्यायचे. 'अजून आलं पाहिजे, अजून आलं पाहिजे,' असं म्हणत ते गळ्यातून काढून घ्यायचे. मग ते हळूहळू विलंबित शिकवायला लागले. ते स्वतः डग्ग्यावर ठेका धरून मला शिकवायचे; तबल्याचे बोलसुद्धा पाठ करून घ्यायचे; बोल स्वतः तयार करायचे. त्या वेळी कळत नव्हतं; पण लय पक्की होण्याचं हे कारण असेल कदाचित. बुवा माझ्याकडून भरपूर रियाज करून घ्यायचे. 'स्वर कसा लावायचा, स्वरात वजन कसं आणायचं' ते त्यांनी मला शिकवलं. त्या वेळी रेडिओवर ऐकलेल्या इतरांच्या गाण्याबद्दल ते चर्चा करायचे. 'काय ऐकलं? मग तुला काय वाटलं? गायकी कशी होती? तुला किती कळलं? सुरांचा लगाव कसा वाटला?' असे प्रश्न विचारून चर्चा करायचे. खादिम हुसेनखाँ, निसार हुसेनखाँ, केसरबाई केरकर, मोगूबाई कुर्डीकर यांच्या तीन-तीन मिनिटांच्या रेकॉर्ड्स मी जेव्हा ऐकल्या, तेव्हा त्या ऐकून-ऐकून ही गायकी कठीण असल्याचं मला थोडं-थोडं समजायला लागलं.

एक दिवशी बुवा डोंबिवलीहून उठून, पहाटेची पहिली गाडी पकडून आले. इतक्या पहाटे मी साखर झोपेतच होते... तेवढ्यात बुवांचा आवाज आला, "उठली की नाही?" असं म्हटलेलं ऐकू आलं. धसका घेतल्याने पटकन उठले. बुवा म्हणाले, "आईला नाही सांगायचं, तूच चहा करायचास." दुधाचा चहा घेऊन रियाज सुरू! माझा मला षड्ज भरायला लावायचे.

म्हणायचे, "व्ही. जी. जोगांचं वादन ऐक. त्यांच्या आणि माझ्या व्हायोलिनमध्ये काय फरक जाणवतो तुला? स्वर पोकळ नको, तर भरीव हवा; दमदार हवा." मग माझ्या डोक्यात प्रकाश पडला की, रियाज कसा करायला पाहिजे!

शिकवणं किती वेळ चालायचं?

ते सकाळी आले की, लगेच शिकवायला बसायचे; सकाळचे राग घ्यायचे. मग थोडे फिरून आले की, पुन्हा शिकवणी सुरू! दुपारीही जेवून थोडा वेळ झोप झाली की, लगेच 'ऊठ' म्हणायचे. "दमलेय मी थोडी" असं मी म्हणाले, तरी ते काही ऐकायचे नाहीत. परत रियाजाला बसावयचेच. म्हणायचे, "ऊठ! असं झोपल्यावर गाणं येत नाही. पुन्हा स्वर लाव." संध्याकाळी चार ते सात तालीम चालायची. ते बंदिश सांगायचे आणि मला त्यांच्या पद्धतीने येईपर्यंत पुन्हा पुन्हा म्हणून घ्यायचे. मला कंटाळा आला की, मी त्यांना 'पुढचं शिकवा' म्हणायचे. त्या वेळी तीच बंदिश आवर्तनात बांधून कशी म्हणायची, ते बुवा शिकवत. किराना घराण्यापेक्षा या गायकीत लयीला धरून सूर लावायचा असल्याने तो त्या पद्धतीने बुवा करवून घेत. लयीला धरून मुखडा कसा छान पकडायचा, हे त्यांनी शिकवलं. ते दिवसातून चार तास तरी माझा रियाज करून घ्यायचे. संध्याकाळी माझा भाऊ ठेका धरायचा. अगदी साधा ठेका असे. 'धा' म्हणजे फक्त 'धा', 'धिं' म्हणजे फक्त 'धिं'... त्यात इतर कुठलीही अक्षरे त्यांना नको असायची. असं तबल्याबरोबर गात-गात विश्वास वाढला. आपण काय भर घालायची, स्वतःचा विचार कसा मांडायचा ते रियाज करून करून समजायला लागलं.

बुवा एखाद्या रागाचे विशिष्ट पलटे बांधून द्यायचे का?

ऐकवायचे. पलटे बांधून देण्यापेक्षा ऐकलेलं डोक्यात ठेवायला सांगायचे. मी त्यांचं व्हायोलिन पुष्कळ ऐकलं आहे; त्यातल्या अनेक गोष्टी मी स्वतंत्ररित्या गळ्यातून काढायला लागले.

ताई, याचं उदाहरण दाखवा ना थोडंसं! बुवांचं आधीच्या काळातलं जे गाणं होतं, ते तुमच्या गाण्यात छान पाहायला मिळतं आणि व्हायोलिनचा प्रभावही खूप जाणवतो.

प्रात्यक्षिक २ : राग जयजयवंती – झपताल – *पायल बाजे*
द्रुत तीनताल – *फुलवन की माला*

बघा, बुवांच्या व्हायोलिनचा प्रभाव किती दिसून आला आता यात! तुमचं शिक्षण चालू असताना बुवा इतर कलाकारांचंही चांगलं गाणं ऐकवायचे... आणि मग नंतर हळूहळू कार्यक्रमही सुरू झाले, त्याबद्दल सांगा ना!

माझं गाणं बघून आधी त्यांनी मला कुठेकुठे पंधरा मिनिटांचे छोटे कार्यक्रम दिले. तरीपण 'गाणं पक्व झालं नाही अजून' असंही ते म्हणायचे. 'स्वतंत्र रियाज हवा,' हेही सांगायचे. माझ्या नजरेतून ज्याचं जे चांगलं दिसायचं, ते घ्यायचा मी प्रयत्न करत असे. त्या वेळी भीमसेन जोशी होते, किशोरी आमोणकर होत्या, मोगूबाई कुर्डीकर होत्या, केसरबाई केरकर होत्या... सगळे असे मोठेमोठे गायक होते... कुमार गंधर्व होते... प्रत्येकातलं थोडंथोडं चांगलं माझ्या गाण्यात घेण्याचा मी प्रयत्न केला. बुवा स्वतः संयोजकांना पत्र लिहायचे, 'माझ्या शिष्येचं गाणं ठेवा... पैशाचा प्रश्न नाही. तिला प्रोत्साहन द्यायला म्हणून कार्यक्रमाचं आयोजन करा.' मग हळूहळू सभाधीटपणा यायला लागला. मग मीही विचार करून करून स्वतःची शैली निर्माण केली.

एकदा डोंबिवलीला कार्यक्रम झाला होता. गुरुजी पुढे बसलेले होते... समोर गर्दी... मध्यंतरापूर्वी कसंतरी गाणं म्हटलं, पण मनाचं समाधान झालं नव्हतं. थोड्या वेळाने संयोजकांना बोलवलं आणि सांगितलं, 'गजाननबुवांना पाठीमागे बसायला सांगा.' कारण त्यांना माझं गाणं पटलेलं नसल्याचं त्यांच्या नजरेतून मला कळायचं. माझंही तिथंच लक्ष जायचं आणि माझा विचार विसकळीत व्हायचा. बुवा नंतर मला म्हणायचे, 'तू गातेस की गं चांगली! मग माझ्यापुढे काय होतं?' मी म्हणायचे, 'मला येत नाही तुमच्यापुढे गायला.'

माझे कार्यक्रम चालूच होते. पुण्यात ७४ साली सवाई गंधर्व महोत्सवात गाणं झालं. त्या वेळेला जितेंद्र अभिषेकी होते, प्रभाताई होत्या, शोभा गुर्टू वगैरे अनेक दिग्गज होते. त्या वेळी मला पहिल्यांदाच प्लॅटफार्म दिलं गेलं. आधी मला कुंदगोळला संधी मिळाली होती. त्या वेळी माझं थोडंसं नाव झालं होतं. मग पुण्यातही भरपूर कार्यक्रम मिळाले.

मला वाटतं, अगदी सुरुवातीला बुवांनी पक्क्या तयार केलेल्या शिष्यांपैकी एक म्हणून तुमच्याकडे बघितलं जायचं.

मला चांगलं आठवतंय, एकदा सुरेश तळवलकरांच्या घरी एक कार्यक्रम केला होता. गजाननबुवांचं व्हायोलिनवादन होतं. जगन्नाथबुवा पुरोहित, यशवंतबुवा जोशी असे सगळे लोक होते. माझा रात्रीचा कुठला राग तयार नव्हता, म्हणून बुवांना विचारून मी 'मारवा' (जो संध्याकाळचा राग आहे) गायले. तर लोकांमध्ये कुजबुज सुरू झाली. बुवा म्हणाले, 'फक्त गाणं ऐका तिचं! राग कोणता ते बघू नका. राग कोणता, यापेक्षाही ती कशी पेश करते, हे बघा.' मग सगळे गप्प बसले.

मला वाटतं, नंतर पुष्कळ राग आणि बंदिशी असं सगळं बुवांनी तुम्हाला शिकवलं. बुवा ज्या काळात बंदिशी बांधायला लागले होते, त्या बंदिशी तुम्हाला मिळालेल्या आहेत. म्हणजे बुवांच्या नंतरच्या काळातल्या शिष्यांकडे असलेल्या बंदिशींचा साठा खूप वेगळा आहे आणि आधीच्या शिष्यांकडे, म्हणजे तुमच्याकडे किंवा अशोक रानडे वगैरे लोकांकडे असणारा संग्रह खूपच वेगळा आहे.

मला सवय होती. मी नोटेशन करून लिहून ठेवायची. नुसते शब्द लिहून ठेवत नव्हते. ते जे सांगतील, ते पटकन स्वरात बांधून मी लिहून ठेवत होते. बुवांनी बांधलेली 'काफी कानडा' रागातली बंदिश म्हणून दाखवते.

प्रात्यक्षिक ३ : गायन – काफी–कानडा;
तीनताल – *सावरिया तोहे बिन मोहे*

पुढे बुवांचं आजारपण सुरू झाल्यामुळे त्यांनी स्वतःहूनच तुम्हाला निवृत्तीबुवांकडे पाठवलं ना?

ते युनिव्हर्सिटीमध्ये असायचे... अशोक रानडे, निवृत्तीबुवा आणि गजाननबुवा. त्यांनीच सांगितल्यावरून मी निवृत्तीबुवांकडे जायला लागले. त्यांचे तानेचे प्रकार खूप वेगळे होते. त्यांचे गायकीतले खटके मी माझ्या गाण्यात उतरवले. सहा महिने गेले मी! नंतर रत्नाकर पै घरी येऊन शिकवायचे. गजाननबुवांची गायकी लयीला सोडून अशी असायची, तर रत्नाकर पैंची सरळ सरळ होती.

प्रात्यक्षिक ४ : राग सावनी
***देव देव* आणि *हरहर जिनके* (झपताल)**

निवृतीबुवा, मन्सूर यांच्या गाण्यातलं मला जे आवडत होतं, ते मी घेत होते; पण बुवांना हे फारसं मान्य नव्हतं.

तसं पाहता ही जयपूर, ग्वाल्हेर, आग्रा या तीन घराण्यांची संगम गायकी आहे. म्हणजे भास्करबुवांपासून अशी तीन घराण्यांची गायकी एकत्र मांडण्याचा खासकरून महाराष्ट्रात प्रवास सुरू झाला. तीन घराण्यांच्या गायकींचा समन्वय करून त्यांमध्ये श्रुतियुक्त स्वरलगावाचा समावेश करणं, हेही एक वैशिष्ट्य आहे; तर बुवांकडून त्या संदर्भात जो विचार मिळाला, तो सांगा ना!

मी थोडीशी झलक दाखवते....

प्रात्यक्षिक ५ : राग मालकंस, कौसी कानडा
प्रात्यक्षिक ६ : राग जोग

एक जाणवलं की, प्रचलित रागरूपांपेक्षा थोडी वेगळी रागरूपं बुवांकडच्या शिकवणीत दिसतात. मला वाटतं, मारूबिहागचंपण रूप थोडं वेगळं दिसतं. त्याचंही थोडं प्रात्यक्षिक....

प्रात्यक्षिक ७ : राग मारूबिहाग – झपताल आणि तीनताल

गजाननबुवांच्या या दोन्ही बंदिशींमधून मारूबिहागचं एक वेगळंच रागरूप दिसलं. तुमच्या गाण्याचं अजून एक वैशिष्ट्य म्हणजे, तिहायांचा भरपूर वापर... आणि या बसवलेल्या तिहाया नाहीत. तर बुवांनी हा अंदाज कसा तयार करून घेतला? तुम्ही मघाशी म्हणालात तसं तबल्याचे बोल पाठ केल्याने तो अंदाज पक्का झाला का? साधारणपणे बुवांकडे शिकलेले बहुतांश गायक झुमरा, तिलवाडा ह्या तालांमध्ये जास्त गातात. तुम्ही आपल्या गायकीचा, आवाजाचा आवाका डोळ्यासमोर ठेवून झुमरा, तिलवाडा यांपेक्षा झपताल, तीनताल या तालांमध्ये जास्त गायन केलं आहे. अनेक वेळा असं होतं की, ग्वाल्हेरची पारंपरिक बंदिश ज्या तालात असेल, त्यापेक्षा वेगळ्या तालात तुम्ही सहज गाता आणि एकच बंदिश अनेक तालांमध्येही गाऊ शकता.

ज्या वेळी मी धारवाड रेडिओ स्टेशनवर गात होते, त्या वेळी झुमरा, तिलवाडा हे ताल वाजवणारे तबलजी नव्हते. त्यामुळे तिथे सगळं एकतालामध्ये गाणं झालं किंवा तीनताल, झपताल, रूपकमध्ये गायलं गेलं.

मी तिलवाडा तालातही गाते, पण त्यात गायकीचा बाज वेगळा असतो. त्याची बरोब्बर सांगड बसली पाहिजे ना... हा भाग महत्त्वाचा! एकच चीज वेगवेगळ्या तालांमध्ये पण गाता येते. एकच चीज झपतालमध्ये, रूपकमध्ये गाता येते.

विद्यार्थ्यांसाठी हा भाग फार महत्त्वाचा आहे की, एकच बंदिश विविध तालांमध्ये गाता येते :

प्रात्यक्षिक ८ : गायन – राग गौडमल्हार

बुवांनी बांधलेल्या अशा अनेक बंदिशी तुमच्याकडे आहेत. मधला काळ संसाराला प्राधान्य दिल्याने तुमचं गाणं मागे पडलं होतं; पण आता तुम्ही पुन्हा तुमचं गाणं लोकांसमोर सादर करत आहात. मला वाटतं, संगीतात सातत्य लागतं; सतत रागाचा विचार, त्यात राहावं लागतं. मधला काही काळ हे झालं नाही, तरीही तुम्हाला मिळालेलं जुन्या तालमीचं गाणं शाबूत राहिलं, ही सगळ्यात महत्त्वाची आणि आपल्या सर्वांना प्रेरणादायी गोष्ट आहे. भारतासारख्या देशात उत्तम क्षमता असलेले अनेक कलाकार असतात, पण अनुकूल परिस्थिती सर्वांनाच मिळेल असं नाही; खासकरून स्त्रियांच्या बाबतीत ही गोष्ट फार जाणवते.

आता तरी स्त्रिया करू शकतात; पूर्वी तसं नव्हतं.

बरोबर आहे. पण ताई, सांसारिक जबाबदारी पेलताना तुमच्या मनात कुठेतरी वर्षानुवर्षं गाणं चालू होतं; आणि तरुणपणात केलेला जोरदार रियाज आता कामाला येतोय. मला हे जाणवलं की, पूर्वी तुम्ही काळी पाचमध्ये गायचात. आता तुमचा स्वर खाली आलाय, पण आवाजाचा बुलंदपणा, वजनदार गायकी, आवाजाचं वजन, स्वराची ताकद हे सगळं अजूनही तसंच आहे. पूर्वी तुम्ही उत्तरांगप्रधान राग सोहनी, अडाणा जास्त गायचात. आता पट्टी बदलली आहे; अप्पर रजिस्टर थोडं अशक्त झालं आहे, पण त्याच्यानुसार तुम्ही आपल्या गाण्यात बदल केले आहेत. आता पूर्वांगप्रधान राग तुम्ही जास्त गायला लागला आहात. कोणत्याही सुज्ञ कलाकाराला काळ, वय यांप्रमाणे आपला बदलता आवाका समजला पाहिजे. आपल्या शरीराची, मनाची अवस्था जशी बदलत जाते, त्याप्रमाणे कलाकार आपलं गाणं घडवत जातो. त्यातही लोकांना आनंद देणं आणि स्वतःल तो घेता येणं, ह्याच्यातच सारं श्रेय असतं. तुमच्या गाण्यात ते आम्हाला नेहमीच मिळतं. माझे गुरुजी डॉ. अशोक दा. रानडे नेहमी म्हणायचे, "परंपरा खूप मोठी असते. आपण तिच्यातला फक्त दुवा होऊ शकतो आणि ते आपण नेकीने केलं पाहिजे." एवढ्या मोठ्या परंपरेचा दुवा असणाऱ्या, अतिशय आत्मीयतेने मिळालेली विद्या जपणाऱ्या तुमच्या स्वभावातली आणि गाण्यातली सच्चाई मनाला कुठेतरी स्पर्श करते!

आता आपण कार्यक्रमाच्या शेवटच्या टप्प्यात आलोय. गाण्यानेच सांगता करू या.

प्रात्यक्षिक ९ : राग – यमन राग
प्रात्यक्षिक १० : राग – भैरवी

❖◆❖

यातील प्रात्यक्षिक स्वरूपात केलेले गायन ऐकण्यासाठी क्यूआर कोड स्कॅन करावा किंवा या लिंकवर क्लिक करावे.

https://youtube.com/playlist?list=PLxsxVopwsAaVyr2lEHpJ_6obbeoiQ3Y-d

संगीतसाधक

विदुषी पद्मा तळवलकर

परिचय

''पद्मा, शेजारचे काका मला सांगत होते की, तू संध्याकाळी मठात जाऊन जी भजनं म्हणतेस, ती सर्वांनाच खूप आवडतात!''

''काय सांगतेस... काका आले होते का ऐकायला? माझ्या लक्षातच आलं नाही!''

''तेच तर! ते म्हणाले, तू गाण्यात इतकी रंगून गेलेली असतेस की, बाकी कसलं भानच नसतं तुला!''

''तसं मात्र होत असेल, आई! देवाच्या समोर गाताना सगळं विसरायला होतं मला.''

पद्मा (जोगळेकर) आणि तिची आई यांच्यामधला हा संवाद पाहिला, तर आपल्या लक्षात येते की, लहानपणापासूनच पद्माताईंची अवस्था 'मन लाग्यो हरीके चरण' अशी होती आणि लहानपणापासूनच त्यांना हरीनामाची गोडी लागलेली होती. पुण्यातील सदाशिव पेठेतील पद्माताईंच्या घराजवळच्या अक्कलकोट स्वामींच्या चरणांपाशी सुरू झालेल्या, पाच वर्षे वयाच्या पद्मा जोगळेकरची गायनसेवा ती प्रख्यात गायिका 'विदुषी पद्मा तळवलकर' झाल्यावरही आणि आता वयाची सत्तरी ओलांडली तरीही अविरत चालू आहे.

पद्माताईंचा जन्म २८ फेब्रुवारी १९४९ या दिवशी पुण्यामध्ये एका सुसंस्कृत, मध्यमवर्गीय कुटुंबात झाला. त्यांचे आजोबा काणेबुवा हे कीर्तनकार होते. त्यांच्या वडिलांना गाण्याविषयी मनापासून प्रेम असल्याने घरामध्ये गाण्याचे वातावरण होतेच. बालवयातच रुजलेला हा भक्तिभाव त्यांच्या संगीतामधून उत्तरोत्तर अधिकाधिक प्रगाढ स्वरूपात प्रकट होत गेला. संस्कारक्षम वयात नकळत झिरपलेला शरणभाव त्यांच्या गाण्यामध्ये नंतर साधनेच्या रूपात आल्याने त्यांच्या स्वरांना ईश्वरी चैतन्य लाभले आहे. ऐकणाऱ्याच्या मनात हे स्वर आनंद लहरी निर्माण करतात. पद्माताईंचे गाणे हे घरंदाज गायकीची तालीम मिळालेले गाणे तर आहेच, परंतु त्या गाण्यात केवळ राग-रागिण्यांचा आविष्कार न राहता ऐकणाऱ्याला एक अलौकिक अनुभूती देण्याचे सामर्थ्यही आहे.

पिंपळखरेबुवांकडील शिक्षण

वयाच्या आठव्या वर्षापासूनच त्यांची गाण्याची तालीम सुरू झाली. 'आपल्याला गायिकाच व्हायचे आहे' हे त्यांनी अगदी तेव्हापासूनच ठरवले होते. त्यांचे पहिले गुरू होते, पं. विनायकबुवा पटवर्धनांचे शिष्य, पं. गंगाधरबुवा पिंपळखरे. ते स्वतः जरी मैफिल गायक नसले, तरी त्यांनी पं. सवाई गंधर्वांच्या मागे तानपुऱ्यावर अनेक मैफिलींमध्ये साथ केली होती. सुरुवातीला पद्मातार्इंनी पुण्यातील विष्णु दिगंबर संगीत विद्यालयात त्यांच्याकडून गाणे शिकायला सुरुवात केली. दोन/तीन वर्षे क्लासमध्ये शिकल्यानंतर त्या पिंपळखरे गुरुजींच्या घरी जाऊन शिकायला लागल्या. ही तालीम त्यांनी नंतर आठ वर्षे घेतली. कडक शिस्तीचे असले, तरी तेवढाच प्रेमळ स्वभाव असलेल्या पं. गंगाधरबुवांनी पद्मातार्इंना नियमितपणे सकाळ-संध्याकाळ असे दोन वेळा गाण्याचे धडे दिले. सकाळी सहा वाजता आणि परत संध्याकाळी सहा वाजता पद्मातार्इंची तालीम असे; ह्याच्यामध्ये खंड नसे. म्हणजे रविवारीसुद्धा सुट्टी नव्हतीच! शिकवताना ते डोळे मिटून, पूर्ण एकाग्र चित्ताने शिकवत असत. यामध्ये थोडाही व्यत्यय त्यांना चालत नसे. त्यांचे शिकवणे म्हणजे 'एक तासाचा' असतो तसा क्लास नव्हता, तर भविष्यात एक समर्थ गायिका तयार होण्याची ती पायाभरणी होती. 'इतकी मेहनत घेणारे आणि शिष्यांप्रति एवढी तळमळ असणारे गुरू तेव्हासुद्धा कमीच होते. पद्माताई नंतर जेव्हा स्वतंत्र मैफिली करू लागल्या, तेव्हा त्या ऐकवण्याकरता पिंपळखरे गुरुजी आम्हा शिष्यांना बरोबर घेऊन जात आणि त्यांच्या गाण्यातील सौंदर्यस्थळे दाखवून देत.' तेव्हा त्यांच्याबरोबर गाणे शिकणाऱ्या गायिका सौ. जयश्री रानडे यांनी ही आठवण सांगितली आहे.

पुण्यातील रेणुका स्वरूप गर्ल्स हायस्कूल ही पद्मातार्इंची शाळा. 'गोड गाणे गाणारी मुलगी' म्हणून शाळेतही त्या प्रसिद्ध होत्याच. नंतर त्या सर परशुराम महाविद्यालयामध्ये (एस.पी. कॉलेज) गेल्या. त्याच सुमारास पु. ल. देशपांडे यांच्या पुढाकाराने निर्मिलेल्या, जून १९६८मध्ये झालेल्या बालगंधर्व रंगमंदिराच्या दिमाखदार उद्घाटन सोहळ्यात मिळालेली गायनाची संधी पद्मातार्इंना गायिका बनण्याचे आपले स्वप्न पूर्ण करण्याकरता फार मोलाची ठरली. या कार्यक्रमात त्यांनी म्हटलेल्या सुरेल नाट्यगीताने या तरुण मुलीकडे अवघ्या महाराष्ट्राचे लक्ष वेधले. तेव्हापासूनच त्यांच्या गाण्याच्या बैठका सुरू झाल्या, पण त्यात त्यांचे समाधान नव्हते. 'खरे गाणे अजून वेगळे आहे आणि ते आपण शिकले पाहिजे' असे वाटत असल्याने त्यांनी पुढची वाट शोधली.

मोगूबाईंकडील शिक्षण

१९६८मध्ये त्यांना भुलाभाई देसाई ट्रस्टची शिष्यवृत्ती मिळाली आणि मोगूबाईंचे शिष्य आणि संगीत विषयावरील व्यासंगी लेखक पं. वामनराव देशपांडे यांनी शिफारस केल्यामुळे जयपूर-अत्रौली घराण्याच्या महान गायिका व उ. अल्लादियाखाँ यांच्या शिष्या विदुषी मोगूबाई कुर्डीकर यांच्याकडे वयाच्या १९व्या वर्षापासून पद्माताईंनी शिक्षण घ्यायला सुरुवात केली. गाण्यातच मन रमल्याने आणि मुंबईला जाऊन मोगूबाईंकडे गाणे शिकण्याची संधी आल्यामुळे त्यांनी कॉलेज सोडून दिले. पुढची जवळजवळ सहा वर्षे (१९६९ ते १९७४) त्यांनी मोगूबाईंकडे तालीम घेतली, पण त्याकरता त्यांना पुणे सोडून मुंबईला येऊन राहावे लागले. सुदैवाने मोगूबाईंच्या घराजवळच राहणाऱ्या, पद्माताईंच्या एका नातेवाइकांकडे पद्माताईंची सोय होऊ शकल्याने त्यांना गाण्यावर लक्ष केंद्रित करता आले. भुलाभाई देसाई ट्रस्टची शिष्यवृत्ती महिना तीनशे रुपयांची होती, पण ही रक्कम त्यांना जेमतेम पुरत असे. दोनशे रुपये गाणे शिकण्याकरता मोगूबाईंना आणि पन्नास रुपये तबलावादकाच्या साथीकरता दिल्यानंतर फक्त पन्नास रुपयेच महिन्याच्या खर्चाकरता त्यांच्याकडे राहत. गाण्याच्या शिकवण्या करून, त्या पैशांमध्ये थोडी भर घालून, त्या आपला खर्च भागवत असत. त्यांच्या घरची आर्थिक परिस्थितीही फारशी अनुकूल नसल्याने घरून मनीऑर्डर येणे शक्य नव्हते. पुणे-मुंबई प्रवासाला जरी फक्त पंचवीस रुपये लागत असले, तरी तेवढेही त्या वेळी जास्त वाटत असत; पण खर्चापेक्षाही, 'आहे तो सर्व वेळ गाणे शिकण्याकरताच दिला पाहिजे' असे वाटत असल्याने मुंबईहून पुण्याला घरी त्या अगदी कमी वेळा जात असत.

माईंची, म्हणजे मोगूबाईंची शिस्त आणि धाक या दोन्हीही गोष्टी प्रचंड होत्या. त्या वेळच्या पद्धतीनुसार, मोकळेपणाने बोलणे, विचारणे शक्य नव्हते. सकाळी नऊ वाजताची ठरलेली वेळ चुकवून चालत नसे. "उशीर चालणार नाही. तुला गाणे शिकवायचे म्हणून मी नऊ वाजता तयार होणार आहे. तू जर पाच मिनिटे आधी येऊन तानपुरा काढलेला नसशील, तर त्या दिवशी तू घरी जायचेस!" असे मोगूबाईंनी पद्माताईंना पहिल्याच दिवशी बजावले होते. पद्माताई तेथे पावणेनऊलाच पोहोचायच्या आणि नऊ वाजता माई गाणे शिकवायला सुरुवात करायच्या. त्या काळच्या प्रथेनुसार गुरु-शिष्यात संवाद असा फारसा होत नसे. जे काय सांगायचे, ते गाण्यातूनच. त्यामुळे माईंशी कोणी बोलत नसे आणि त्याही सुरुवातीला बोलत नसत. करारीपणा आणि तीच गोष्ट परत-परत करण्याची त्यांची शिस्त होती. मोगूबाईंकडे जाईपर्यंत पद्माताईंना फक्त विलंबित एकताल (१२ मात्रा) माहिती होता, पण माईंकडे जयपूर गायकीच्या परंपरेनुसार विलंबित त्रितालात (१६ मात्रा) तालीम सुरू झाली. 'पूर्ण आवर्तनाचे लयबद्ध गाणे जसे सांगितले जाते, तसेच ते प्रत्येक वेळी आले पाहिजे' यावर माईंचा भर असे. पहिली गायकी तर पुसून टाकली

होती आणि नवीन गायकी अजून गळ्यावर चढत नव्हती, अशा बिकट परिस्थितीत पद्माताईंना नैराश्य येत होते. पद्माताई गाताना थोड्या जरी चुकल्या, तरी मोगूबाई रागावून म्हणत, ''पडलीस खड्ड्यात!'' पण तरीही पद्माताईंनी नाउमेद न होता चिकाटीने प्रयत्न चालू ठेवले आणि ते शिवधनुष्य पेलले. पद्माताईंनी माईंकडे अत्यंत निष्ठेने तालीम घेतली आणि त्यांचे मन जिंकले.

पहिली दोन वर्षे माईंकडे फक्त सकाळच्या वेळी शिकणे चालू होते. तेव्हा माईंच्या गाण्याच्या बैठका अशा होत नसत, पण १९७१मध्ये, 'पद्मभूषण' ही पदवी मिळाल्यानंतर त्यांच्या काही मैफिली आयोजित केल्या गेल्या. या मैफिलींमध्ये त्यांनी पद्माताईंना आपल्या मागे बसून तानपुऱ्यावर साथ करायला सांगितल्यावर पद्माताईंनी 'आपली तयारी अजून झालेली नाही' असे सांगितले. मग त्याकरता संध्याकाळीसुद्धा त्यांची तालीम सुरू झाली आणि नंतर कोल्हापूर, मुंबई आणि पुणे इथल्या तीन मैफिलींमध्ये मोगूबाईंना स्वरसाथ करण्याची संधी त्यांना किशोरीताईंबरोबरीने मिळाली. मोगूबाईंची तालीम झाली की, त्या तालमीनंतर जयपूर गायकीत आपल्या प्रतिभेने भर घालणाऱ्या मोगूबाईंच्या कन्या आणि शिष्या किशोरीताई आमोणकर यांचे तंबोरे निघत आणि मग पद्माताईंची त्यांच्याबरोबर गायला सुरुवात होई. किशोरीताईंच्याही मागे स्वरसाथ करण्याची संधी पद्माताईंना अनेक मैफिलींमध्ये मिळाली; परंतु एकाच घराण्याच्या या गुरु-शिष्य मायलेकींच्या विचारांमध्ये बरेच अंतर असल्याने त्यांची गायकी वेगळी होती. मात्र, या काळात पद्माताईंना किशोरीताईंचा सहवास मिळाला आणि त्यांचे स्वतंत्र विचारही समजून घेता आले. त्यांचे प्रेम आणि मार्गदर्शनही मिळाल्याबद्दल पद्माताई कृतज्ञ आहेत.

पं. गजाननबुवा जोशींची तालीम

जयपूर घराण्याचे गायक पं. निवृत्तीबुवा सरनाईक यांच्या साठीच्या निमित्ताने १९७२मध्ये गोरेगाव, (मुंबई) येथे योजलेल्या कार्यक्रमात पद्माताईंचे गाणे झाले. या मैफिलीत नंतर सुप्रसिद्ध गायक व गुरू पं. गजाननबुवा जोशींचेही गाणे झाले. पद्माताईंनी या वेळी पहिल्यांदाच त्यांचे गाणे ऐकले आणि त्या भारावून गेल्या. असे गाणे त्यांनी पूर्वी कधी ऐकलेले नव्हते. 'असे हे गाणे आपल्याला आले पाहिजे' असे त्यांना तीव्रतेने वाटल्याने दुसऱ्याच दिवशी त्या सुरेशजींबरोबर गजाननबुवांकडे गेल्या. तेव्हा सुरेशजी गजाननबुवांना तबलासाथ करत असल्याने दोघांचा घनिष्ठ संबंध होता. त्यांचे नाते गुरु-शिष्याचेच होते. बुवा सुरेशजींना म्हणाले, ''तुला काय गरज होती तिला घेऊन यायची? ती तर आपल्या घरचीच आहे. चला, गाणे सुरू करू या!'' असे म्हणून लगेच तालीम सुरूसुद्धा झाली.

ग्वाल्हेर, आग्रा आणि जयपूर या तीन घराण्यांची तालीम घेतलेले गजाननबुवा हे एक विलक्षण व्यक्तिमत्त्व होते. गाण्यावर अपरंपार श्रद्धा, शिष्यांना शिकवण्याची

तळमळ आणि प्रचंड मेहनती स्वभाव हे त्यांचे गुणविशेष! ते पहाटे साडेतीन-चारला उठत असत. त्यानंतर त्यांचा रियाज आणि शिष्यांना शिकवणे असे मिळून ते दिवसभरात बारा तासांपेक्षाही जास्त काळ 'गाणे-बजावण्यात' असत. 'आज मूड नाही, तर गायला नको' असे शब्द त्यांच्याकडून कधी ऐकले नाहीत'' असे पद्माताई सांगतात.

नवनवीन राग आणि बंदिशी यांचा संग्रह करण्याची प्रचंड ओढ असलेल्या बुवांना तीनशेपेक्षाही जास्त राग उत्तम येत असत. सुरुवातीला ते व्हायोलिनवादक म्हणून जास्त प्रसिद्ध होते. उ. अहमदजान थिरकवाँ आणि उ. अल्लारखाँ यांच्या तबलासाथीत त्यांनी व्हायोलिनवादनाच्या अनेक मैफिली गाजवल्या होत्या. ते जलतरंग आणि तबलाही उत्तम वाजवत. ते तबल्याचा रियाज करत आणि तबल्याच्या विविध घराण्यांमधील परण, चक्रदार यांचा संग्रह करत असत, पण नंतर बुवांनी अतोनात मेहनत घेऊन 'उत्तम, घराणेदार गायक' म्हणूनच आपले स्थान निर्माण केले. मैफिलीमध्ये एकदा ऐकलेली बंदिश त्यांना पाठ होत असे.

'गजाननबुवांकडे सहा-सात वर्षे घेतलेल्या तालमीमध्ये रागाचे शिस्तबद्ध आणि समतोल सादरीकरण करण्याची ग्वाल्हेर घराण्याची शिकवण आपल्याला मिळाली,' असे पद्माताईंना वाटते. स्पष्ट आणि भरीव पद्धतीने राग शिकवणे, हे गजाननबुवांचे वैशिष्ट्य होते. पहिल्या दिवशी त्यांनी शिकवलेला पूर्वा राग अजूनही पद्माताईंच्या लक्षात आहे. त्यानंतर काही काळातच बुवांची प्रकृती बिघडल्याने पद्माताईंनी गोरेगावला राहत असलेल्या पं. निवृत्तीबुवा सरनाईकांकडे काही महिने शिक्षण घेतले.

साधकवृत्तीच्या गायिका

संगीतविद्या ही अथांग सागरासारखी असल्याने त्यात बुडी मारून जिथे जिथे माणिक-मोती मिळतील, ते गोळा करून, त्यांना आपल्या विचारांचे कोंदण देण्याचा प्रयत्न मोठे कलाकार करत असतात. 'समोर बसून प्रत्यक्ष तालीम न घेताही पं. कुमार गंधर्व, उ. अमीरखाँ, पं. भीमसेन जोशी यांसारख्या कलाकारांच्या गायनाचे संस्कार आपल्या गायकीवर झाले आहेत' असे पद्माताई म्हणतात. मैफिलीमध्ये एरवी गात नसल्या, तरी पद्माताई ठुमरी चांगली गातात. भजन आणि भक्तिगीते यांनी तर लहानपणापासूनच त्यांच्या मनात घर केलेले असल्याने ती सादर करताना त्या स्वतः तल्लीन होतात; श्रोत्यांनाही भक्तिरसात रंगवतात. गायनात 'स्वर-लय-ताल' यांचा सुरेख संगम करून रसनिर्मिती करण्यावर त्यांचा भर आहे. पद्माताईंचे सर्व लक्ष 'आपली साधना अजून चांगली कशी होईल' यावर असते. किती मैफिली झाल्या, श्रोत्यांच्या किती टाळ्या घेतल्या, किती देशांमध्ये दौरे केले, किती सीडीज निघाल्या, किती चाहते आणि फॉलोअर्स आहेत या सगळ्याला त्यांच्या लेखी आजिबात महत्त्व नाही. स्वरांच्या

सान्निध्यात राहून त्यांचा आनंद घेण्याकडे त्यांचे चित्त असते. घाई न करता, शांतपणे संगीतसाधना करण्यावर त्या भर देतात.

"स्वरसाधना चांगली झाली, तरच आपले गाणे आपल्याला आवडेल आणि मग ते इतरांनाही आवडेल. शिकवलेले गाणे ओळीने म्हणणे हाच फक्त रियाज नसतो, तर रियाज करताना विविध पद्धतींचा अवलंब करता येतो. एखाद्या दिवशी फक्त तानपुरा लावणे आणि असा सुरेल तानपुरा ऐकणे, हासुद्धा रियाज आहे" असे त्या म्हणतात. 'आज मला काही गावेसे वाटत नाही. आज मी फक्त स्वर लावणार... तेही दोन-तीनच... त्याच्यापुढे जाणार नाही.' असेही त्या करतात; आणि शिष्यांनाही असेच 'स्वस्थचित्त' राहून गाण्याचे आवाहन करतात. गाण्याच्या ठरलेल्या क्रमानुसार, म्हणजे 'आरोह-अवरोह-विलंबित-द्रुत, बंदिश-आलाप-तान असा भरगच्च रियाज रोज करण्यापेक्षा स्वरसाधनेवर अधिक भर द्यावा' असे त्यांना वाटते. 'सर्व काही विसरून आपल्या गाण्यात शरणभाव आला पाहिजे. त्यामुळे ऐकणाऱ्यांच्या मनाला गाणे भिडते आणि ते इतरांपेक्षा वेगळे होते' असे त्यांना वाटते. महत्त्वाचे म्हणजे, 'स्वर-लगाव कसे हवेत, स्वरांकडे प्रेमाने कसे बघितले पाहिजे याचा विचार झाला पाहिजे' असे त्यांचे मत आहे. 'संगीतातील अनेक अमूर्त संकल्पना शब्दांमध्ये समजावून सांगणे आणि शिकवणे ही अवघड गोष्ट आहे. शिष्याने याचे संस्कार गुरूकडून घेणे अपेक्षित आहे. गुरू तर शिकवत असतातच, पण या सगळ्याची अनुभूती शिष्यांनी स्वतःहून घ्यायला लागते आणि यात शिष्याची जबाबदारी जास्त आहे' असे त्या म्हणतात.

संगीतमय सहजीवन

१९७२मध्ये गोरेगाव म्युझिक सर्कलचे पदाधिकारी म्हणून पद्माताईंचे गाणे ठरवण्यासाठी सुप्रसिद्ध तबलावादक पं. सुरेश तळवलकर पद्माताईंकडे गेले होते. ती त्यांची पहिली भेट असली, तरी त्यापूर्वी सुरेशजींनी त्यांचे गाणे साहित्यसंघात आणि मोगूबाईंच्या मागे साथ करतानाही ऐकले होते. नंतर १९७५मध्ये या दोन कलावंतांचा विवाह झाला. सुरेशजींबरोबर त्यांचे लग्न झाल्यावर त्या पुण्याहून गोरेगाव, मुंबईला घर असलेल्या तळवलकर कुटुंबात राहायला आल्या. या एकत्र कुटुंबात असलेले संगीतमय वातावरण पद्माताईंच्या सांगीतिक प्रगतीला पोषक ठरले. त्या वेळी सुरेशजी देश-विदेशांत तबल्याची साथ करणारे आणि एकल वादनाचेही कार्यक्रम करणारे पूर्ण वेळचे तबलावादक होते. सारंगीवादक पं. रामनारायण, पं. शरच्चंद्र आरोलकर, पं. निवृत्तीबुवा सरनाईक यांच्यासह कित्येक घराणेदार गायक, वादक आणि नर्तक यांचा त्यांना दीर्घ काळ सहवास लाभला होता. त्यामुळे फक्त लयतालाचीच नव्हे, तर संपूर्ण संगीताची उत्तम नजर त्यांना मिळाली होती. सुरेशजी तेव्हापासूनच एकल तबलावादनाच्या साथीकरता 'लेहरा' म्हणून हार्मो

नियमच्या साथीबरोबरीने गाण्याची बंदिश घेत असत. त्यांचे एकल तबलावादन ज्या तालात चालू असे, त्या तालातील पूरक अशी गाण्याची बंदिश गायक गात असे. सुरुवातीच्या काळात पद्माताईंनीही अशा बंदिशींचा लेहरा गायला होता. लेहरा म्हणजे तालाचे आवर्तन दाखवणारी आणि जिची सतत पुनरावृत्ती होत असते, अशी स्वरावली. पद्माताई त्यातही नावीन्य आणण्याचा प्रयत्न करत असत.

"संगीत हाच आमच्यातील दुवा आहे. संगीत हेच आमचे ध्येय होते आणि माध्यमही तेच होते. इतर लौकिक गोष्टींची तमा आम्हा दोघांनाही नव्हती. आमचे इतक्या वर्षांचे साहचर्य आहे... पण तंबोरे काढून, त्यांच्या स्वरांत स्वर मिसळून तंद्री लावल्याशिवाय पद्माताईंचा एकही दिवस गेलेला मला आठवत नाही." अशा शब्दांत सुरेशजी पद्माताईंच्या संगीतसाधनेचे वर्णन करतात. या मनोगतातून या दोघा दिग्गज साधक कलाकारांच्या संगीतमय सहजीवनाची आपण कल्पना करू शकतो. पद्माताईंची गायनाप्रति किती पराकोटीची निष्ठा आहे, हेही आपल्याला यातून समजते.

त्यांचे सुपुत्र सत्यजित आणि कन्या सावनी हे दोघेही उत्तम तबलावादक आहेत आणि आपल्या कलावंत आई-वडिलांचा वारसा पुढे चालवत आहेत. या दोघांनाही रियाजाचे बाळकडू मिळाल्याने हे उत्तम कलाकार म्हणून घडले आहेत. सुरेशजींच्या 'तालयात्रा' आणि अन्य अनेक कार्यक्रमांमध्ये या दोघांचा सहभाग असतो. सत्यजितने एकल तबलावादन आणि साथसंगत या दोन्ही प्रकारांमध्ये प्रावीण्य मिळवून 'आघाडीचा तबलावादक' अशी आपली ओळख निर्माण केली आहे. अनेक प्रथितयश कलाकारांबरोबर देश-विदेशातील मैफिलींमध्ये सत्यजित साथीला असतो. सुरेशजींच्या सोलो तबलावादनाच्या कार्यक्रमांमध्ये सावनी सहवादन करत असते आणि सुरेशजींच्या संकल्पनेतील अवघड बोलही सहज पेश करते. प्रसिद्ध गायिका कौशिकी चक्रवर्तींच्या 'सखी' या फक्त स्त्री-कलाकारांच्या वाद्यवृंदातही तिचा सहभाग असतो. सत्यजितची पत्नी सौ. सायली हीदेखील गायिका आहे आणि पद्माताईंकडे तिचे गाण्याचे शिक्षण चालू आहे. संगीत हेच जीवनकार्य मानणाऱ्या या तळवलकर कुटुंबाला गानवर्धन, पुणे या संस्थेतर्फे २०१९मध्ये 'संगीतमय कुटुंब' पुरस्कार मिळाला आहे.

समर्थ गुरू

विद्यार्थिनींना गाणे शिकवताना पद्माताई त्यांच्याशी शब्दांतूनही संवाद साधून गाण्यामागचा विचार त्यांच्यापर्यंत पोहोचवतात. या 'गुरु-शिष्या' गाण्यात इतक्या तल्लीन झालेल्या असतात की, केवळ एका तासाच्या शिकवणीचे त्यांना बंधन नसते. त्यांच्या गायनकक्षात घड्याळ लावलेले नसल्याने तीन तास गाणे झाले असले, तरीही 'अजून तंबोरे चालूच राहू देत' अशीच या गुरु-शिष्यांची भावना असते.

पद्माताईंकडे पंचवीस वर्षांपेक्षा अधिक काळ शिकलेली यशस्वी सरपोतदार-साठे पद्माताईंनी दिलेल्या तालमीविषयी आणि त्यातून झालेल्या जडणघडणीविषयी भरभरून बोलते. ती वयाच्या पाचव्या वर्षापासूनच त्यांच्याकडे शिकू लागली. 'तेव्हापासूनच त्यांनी गाण्याची जी शिस्त लावली, तिच्यामुळेच आज आपण घडलो आहोत.' असे यशस्वीला वाटते.

''त्या दोन-तीन वेळाच एक गोष्ट सांगत आणि तीसुद्धा 'लिहून घ्यायची नाही, तर घरी गेल्यावर लिहायची' असा त्यांचा कटाक्ष होता. त्यांच्या दोनशेपेक्षा अधिक मैफिलींमध्ये मी मागे बसून तंबोऱ्यावर स्वरसाथ केली आहे आणि त्यातून माझे अतिशय मोलाचे शिक्षण झाले आहे. रंगमचावर मैफिल चालू असतानाही पद्माताई मला शिकवत असतात. म्हणजे त्या गात असलेला राग जर मी आधी शिकला नसेल, तर गाणे चालू असतानाच त्या रागाचे स्वर सांगून त्याची ओळख त्या मला करून देतात. तसेच चांगल्या साथीला उत्तेजनही देतात. 'रंगमंचावर गेल्यावर तानपुऱ्यातील नादामध्ये तुम्ही स्वतःला विसरले पाहिजे. म्हणजे तुमचे गाणे परिणामकारक होईल' असे त्या म्हणतात. 'किती गर्दी आहे', 'गाणे ऐकायला समोर कोण-कोण बसले आहे' अशा बाह्य बाबींकडे त्यांनी आम्हाला दुर्लक्ष करायला शिकवले. वरकरणी फारशी महत्त्वाची न वाटणारी ही गोष्टच या मोठ्या कलाकारांच्या यशाचे गमक आहे. 'गायकाने आतून स्वस्थ असले पाहिजे. अगदी ताना घेताना किंवा लयकारी चालू असतानाही संपूर्ण मैफिलभर ही स्वस्थचित्तता बिघडू देता कामा नये', हे त्यांनी ठसवले.

पद्माताईंनी आम्हाला शिकवताना फक्त राग आणि बंदिशी दिल्या नाहीत, तर 'आम्हाला काय म्हणायचे आहे, याचे प्रतिबिंब आमच्या गाण्यात उमटले पाहिजे' हे सांगण्यावर भर दिला. 'मी शिकवले म्हणून तुम्ही गाऊ नका, तर तुमचा त्यामागचा विचार काय आहे, याला महत्त्व द्या' असे त्या सांगत असल्याने आम्हाला आमच्या विचाराने मांडणी करण्याची सवय लागली. त्यांनी रियाजही अर्थातच भरपूर करवून घेतला; एखादी स्वररचना वारंवार म्हणायला लावली आणि तरीही ती परिणामकारक होत नसेल, तर त्यामगची कारणे समजून घेण्यासाठी मार्गदर्शन केले. 'आलाप किंवा तान घेताना त्यांना सुरुवात-मध्य-शेवट असा क्रम असला पाहिजे' हे सांगून स्वरवाक्ये सांगीतिक कशी होतील, याकडे त्यांनी आमचे लक्ष वेधले. ख्याल गाताना समर्पक आवर्तन भरणेही महत्त्वाचे असते. म्हणजे बंदिश मांडताना त्यातले शब्द/स्वरवाक्ये पूर्ण झाली पाहिजेत. रागाचे चलन, त्याचा विस्तार यांत भावनेला महत्त्व दिले पाहिजे. तरच असर होईल, हे त्यांच्यामुळे आम्हाला कळले.''

पद्माताईंच्या शिष्यवर्गात यशस्वी सरपोतदार, गौरी पाठारे इत्यादी अनेक नावारूपाला आलेल्या शिष्यांचा समावेश आहे. हे सर्व मैफिल कलाकार आहेत आणि त्यांनाही विविध पुरस्कार मिळाले आहेत.

सन्मान

संगीतोपासना हाच स्थायी भाव असलेल्या पद्माताईंना पुरस्कारांनी गौरवलेले आहे. त्यांमध्ये खालील पुरस्कारांचा उल्लेख करता येईल :

भुलाभाई मेमोरियल ट्रस्ट, मुंबईची शिष्यवृत्ती (१९६९ - पाच वर्षे); नॅशनल सेंटर फॉर परफॉर्मिंग आर्ट्स (एनसीपीए), मुंबई यांची दोन वर्षांची फेलोशिप; पं. जसराज गौरव पुरस्कार (२००४); श्रीमती वत्सलाबाई भीमसेन जोशी पुरस्कार (२००९); राजहंस प्रतिष्ठान पुरस्कार (२०१०); संगीत नाटक अकादमी पुरस्कार (२०१६); पं. मल्लिकार्जुन मन्सूर पुरस्कार, बंगळुरू - २०१८-१९ इत्यादी.

संगीत मैफिली

लहानपणापासून शाळा-कॉलेजच्या स्पर्धा आणि संमेलने यांतून गायिका म्हणून सुरुवात करून पद्माताईंनी जगभरातील असंख्य श्रोत्यांना रिझवले आहे. जाणकार श्रोत्यांना अंतर्मुख करणाऱ्या त्यांच्या मैफिलींपैकी काही अशा आहेत :

डोव्हरलेन म्युझिक कॉन्फरन्स, कोलकाता; सवाई गंधर्व महोत्सव, पुणे; बांगला फेस्टिव्हल, ढाका, बांगलादेश; एलिफंटा फेस्टिवल, औरंगाबाद; भास्करबुवा बखले स्मृती, पुणे (२००१); मोगूबाई कुर्डीकर रवीन्द्र भवन, गोवा (२००२); सबर्बन म्युझिक सर्कल, मुंबई (२००२); तानसेन संगीत समारोह, ग्वाल्हेर; हिंदुस्थानी संगीताचा जगातील सर्वात भव्य बेंगॉल क्लासिकल म्युझिक महोत्सव, ढाका इत्यादी.

याबरोबरीने त्यांनी अमेरिकेचेही दौरे केले आहेत. त्या आकाशवाणी आणि दूरदर्शनच्या उच्च श्रेणीच्या कलाकार आहेत आणि त्या माध्यमातूनही त्यांचे अनेक कार्यक्रम प्रसारित झाले आहेत. *फ्लाईट्स ऑफ मेलडी, हीलिंग मंत्रा, बंदिश* असे त्यांचे अल्बमही प्रसिद्ध झाले आहेत.

साधक कलाकार

पद्माताईंच्या आयुष्यात गोंदवलेकर महाराजांचे स्थान अनन्यसाधारण आहे. पद्माताईंनी महाराजांचा अनुग्रह घेतला आहे आणि दर वर्षी गोंदवल्याच्या दत्तजयंती सप्ताहात महाराजांच्या चरणी त्या आपली संगीतसेवा रुजू करतात. शिष्याच्या संगीत-शिक्षणाची सुरुवात गुरूंकडून तालीम घेऊन होते आणि त्यातून मिळालेल्या विद्येवर नंतर रियाजाचे तेज चढते. रियाजाला चिंतनाची जोड मिळाली की मैफिल सादर करण्यासाठी कलाकार सिद्ध होतो. अशा अनेक मैफिली यशस्वी होऊन बहुविध सन्मान जरी मिळाले, तरी खऱ्या कलाकारांच्या संगीतसाधनेचा प्रवास संपत नाही. पद्माताई या कलाकारांपैकीच आहेत.

आता जरी त्या गुरूच्या भूमिकेत असल्या, तरीही विद्यार्थिनीच्या भूमिकेतून, अथांग स्वरसागरात बुडी घेऊन रत्ने गोळा करण्याचा त्यांचा ध्यास यत्किंचितही कमी झालेला नाही. स्वरांचा साक्षात्कार कसा होईल, याची त्यांना सदैव आस असते. 'आपण जसे रोज वेगळे असतो, तसेच आपले गाणेही नित्यनूतन असले पाहिजे,' असे त्या म्हणतात.

गाताना स्वरांना अजिबात धक्का न देता, एका स्वरातून दुसऱ्या स्वराकडे कसे जाता येईल, याचा त्या सतत विचार करत असतात. 'म्हणजे किती अलगदपणे तो स्वर मी गाऊ शकेन? माझेच हात त्याला बोचतील का? एका स्वरातून दुसऱ्या स्वराकडे मला इतके अलगद गेले पाहिजे की, स्वरालाही कळता कामा नये, अशी स्वरांची गुंफण झाली पाहिजे. स्वर हलकेच उचलले गेले पाहिजेत. ते आदळायला नकोत. म्हणजे जणू हवेचेच हात हवेत! स्वराचा तळ दिसतो आहे का? स्वर स्थिर लागतो आहे ना? का स्वर कठीण लागतो आहे? मी स्वरांच्या मुळापाशी कसे जाईन?' असे त्यांचे चिंतन चालू असते. 'आपले गाणे बुद्धिमत्तापूर्ण असण्याची गरज नाही. ते ऐकणाऱ्यांना दिपवणारे नको, पण ते त्यांच्या भावना हेलावणारे हवे.' असे त्यांना वाटते. पद्मातार्इंचे हे विचार संगीत शिकणाऱ्या सर्वांनाच मार्गदर्शक आहेत.

गाणे सादर करताना दिग्गज गुरूंनी दिलेल्या तालमीपलीकडे जाऊन स्वत:चे गाणे पद्माताई गातात. चालू असलेल्या लयीचे भान राखून आणि तालाशी झटापट न करणाऱ्या सूक्ष्म लयकारीचा आविष्कार त्यांच्या गाण्यात दिसून येतो. 'सुध बानी, सुध मुद्रा' हे तर त्यांचे विशेष आहेतच, पण प्रसन्न व्यक्तिमत्त्वाची जोडही त्याला लाभली आहे. त्यांच्या गाण्यात कलेविषयी असणारा नम्रभाव दिसतो आणि प्रकटीकरणातील आत्मविश्वासही जाणवतो. सच्च्या सुरांचा सतत शोध घेत असलेल्या पद्माताई आपल्या गुरूंचे स्मरण करून जेव्हा गाणे सुरू करतात, तेव्हा त्या जणू स्वत:करताच गात असल्यासारखे वाटते. अमूर्त नादब्रह्माचा वेध घेण्याकरता आणि त्याचा शोध घेण्याकरता पद्माताई सतत साधना-मार्गावरून चालत असल्याने त्यांचे गाणे अधिकाधिक परिपक्व झाले आहे. त्यांच्या मैफिलीत सतत प्रसन्नतेचा शिडकावा होत असतो आणि श्रोत्यांना अलौकिक गायनाची अनुभूती मिळते.

पद्मातार्इंना एकदा एका पत्रकाराने विचारले होते, ''मोकळ्या वेळात तुम्ही काय करता?'' त्या हसल्या आणि म्हणाल्या, ''अहो, लहानपणापासून संगीतमय वातावरणात रमण्याचा सिलसिला अव्याहतपणे चालूच असल्याने मोकळा वेळ कुठे असतो? किशोरीताई जसे म्हणाल्या होत्या की, त्यांनी संध्याकाळ बघितलीच नाही, तसेच माझेही आहे. 'गाणे' या एकाच विषयात मी अहोरात्र रममाण असल्याने मी तानपुऱ्याच्या सहवासातच असते. मोकळा वेळ असा नसतो.'' आणि त्यांचे गाणे ऐकून आपल्यालाही त्यांच्या या अखंड साधनेची प्रचिती येते.

आपल्या सर्व गुरूंविषयी आणि गुरूसमान कलाकारांविषयीसुद्धा त्या अत्यंत आदराने बोलतात आणि आपल्या वाटचालीचे सर्व श्रेय विनम्र भावनेने त्यांनाच देतात. त्या म्हणतात, ''आवाज आणि बुद्धिमत्ता ही तुम्ही जन्मत:च घेऊन येता, पण गुरूंची तालीम आणि संस्कार मिळाल्याशिवाय तुम्ही घडणार नाही. याबरोबरीनेच आवश्यक असतो, तो परमेश्वराचा कृपाप्रसाद!'' आणि पद्माताईंच्या गाण्यात आपल्याला याचे प्रत्यंतर येते.

❖◆❖

मुलाखत

*संवादक **विनय हर्डीकर** यांनी दि. २९ जुलै २०१५ रोजी गांधर्व महाविद्यालय, पुणे येथे घेतलेल्या, **विदुषी पद्मा तळवलकर** यांच्या मुलाखतीचे शब्दांकन.*

१९६८ साली पुण्याच्या सांस्कृतिक वैभवात एक मोठी भर पडली. बालगंधर्व रंगमंदिराचं भव्य उद्घाटन झालं. पु.ल. देशपांडे या कार्यक्रमाचे सूत्रधार होते. त्या वेळी गंधर्व गीत रजनीचा जो कार्यक्रम झाला, त्यामध्ये पुण्याच्या पद्मा जोगळेकर नावाच्या युवतीने 'खरा तो प्रेमा ना धरी लोभ मनी' हे पद गायलं आणि त्यानंतर 'पद्मा जोगळेकर' हे नाव संपूर्ण महाराष्ट्रात पोहोचलं. तेव्हापासून सुरू झालेला पद्माताईंचा प्रवास समजून घेण्यासाठी हा संवाद आहे.

मी गाण्याने सुरुवात करते.

प्रात्यक्षिक १ : राग मुलतानी

खरं म्हणजे अनेक प्रश्नांची उत्तरं या पहिल्या ख्यालामध्येच मिळालेली आहेत. तर पद्मा जोगळेकर नावाची बालिका कोणती गाणी म्हणत होती?

रेडिओवर जे काही ऐकायचे, ते सगळं मी वयाच्या पाचव्या वर्षापासून म्हणायला लागले होते. 'गाणं ऐकून म्हणायला लागायचं' ही सुरुवात होती. तेव्हा भावगीतांचा काळ होता; भजनंसुद्धा असायची.

त्यांतलं एखादं म्हणणार का?

लहानपणापासूनच माझी आई मला आमच्या घराजवळच्या अक्कलकोट स्वामीमहाराजांच्या मठात घेऊन जायची. तिथे मी गाणं म्हणायचे. दोन-तीनच गाणी मला येत होती आणि तीच मी रोज म्हणायचे.

प्रात्यक्षिक २ : अभंग आणि भक्तिगीत

प्रचंड गर्दी असलेल्या या मंदिरात मी गाणं म्हणत असे, ते कोणासाठी? तर त्या परमेश्वरासाठी! माझ्या वडिलांनीच सांगितलं असल्यामुळे 'रोज जाऊन गाणं म्हणणं' ही सुरुवात झाली. मूर्तीत मला अक्कलकोटस्वामी दिसत होते, तरी त्यांची हालचाल काही नव्हती. म्हणजे माणसांसाठी गाणं वेगळं आणि एखाद्या मूर्तीसाठी गाणं वेगळं! तेव्हा खात्रीने वाटायचं की, 'ज्या अर्थी वडिलांनी सांगितलं आहे, त्या अर्थी ते जिवंतपणे ऐकत आहेत.' मी मानलं होतं की, 'ते आहेत' आणि मी त्या मूर्तीशी एकरूप होऊन गायला लागले. तिथे गर्दी असायची, पण मी फक्त मूर्तीकडे टक लावलेलं असायचं. का? तर जिथे मला प्रत्यक्ष काहीच दिसत नव्हतं, पण तरीसुद्धा एक शक्ती समोर उभी असल्याचं ज्ञात होतं, अशा ठिकाणी 'त्या शक्तीसाठी गायचं आहे, मला गायनातून मिळणारा आनंद तिच्यापर्यंत पोहोचवायचा आहे' अशी भावना होती. 'या शक्तीला आनंद देण्यासाठी गायचं' या संकल्पनेने माझ्या गाण्याची सुरुवात झाली. म्हणजे जे दिसत नाही, भासत नाही, अशा रूपात आहे, त्याला प्रसन्न करून घेण्याच्या भूमिकेतून गायला सुरुवात झाली आणि हे सगळं मनोभावे असल्याने 'रोज-रोज येऊन तेच तेच काय म्हणायचं!' असं एक दिवसही वाटलं नाही.

'रोज म्हणणं' ही साधना आहे. रोजच 'सा' लावायचा असतो. पुढेही मला असा प्रश्न कधी पडला नाही की, 'मी रोजच षड्ज लावत का बसायचं?' मंदिरात जाऊन मला काय वाटतं, याची मी अनुभूती घेत असे. प्रत्येक गोष्टीत काही मिळवायचं नसतं; अनुभव घ्यायचा असतो आणि तो आत्मिक आनंद असतो.

कलाकाराला गर्दीमध्येही आपला एकान्त टिकवावा लागतो. आपले पहिले गुरू गंगाधरबुवा पिंपळखरे. त्यांच्याकडे कशी सुरुवात झाली? त्यांची शिकवायची पद्धत कशी होती?

मी आठव्या वर्षी सुरुवात केली. पायाच खूप कठीण असतो. तुमच्या आयुष्याची जी इमारत असते, तिचा पायाच जर भक्कम नसेल, तर कुठल्याही गुरूकडे तुम्ही गेलात, तरी ती डोलत राहते. ते रोज-रोज माझ्याकडून म्हणवून घ्यायचे आणि 'षड्ज कमी लागलाय/जास्त लागलाय' असं सांगायचे. कारण मला संगीतातलं काहीच माहिती नव्हतं. त्यामुळे अशा ठिकाणापासून एखाद्या लहान मुलाप्रमाणे माझा हात धरून 'हा बघ, हा रस्ता आहे' असं रोज सांगत-सांगत, दरमजल करत ठरावीक ठिकाणापर्यंत नेणं, हा आमच्या गुरुजींचा फार मोठेपणा आहे!

म्हणजे एखादा राग शिकायला सुरुवात व्हायची, त्याचं हे एक उदाहरण...

प्रात्यक्षिक ३ : राग पुरिया

आता ही फ्रेझ बघा. त्याला कस आणण्यासाठी, त्याची लय पकडण्यासाठी काय करावं लागतं, हे फक्त गाणं शिकणाऱ्यालाच समजू शकतं. आता ही लय कायम ठेवणं, म्हणजे त्या रागात प्राण ओतून तो गायचा. या गोष्टी शिकवून त्यांनी मला त्या रागाच्या अगदी जवळ नेलं; आता आयुष्यात पुढे गेल्यानंतर वाटतं, त्यांनी अशा तऱ्हेने पुरिया शिकवला की, आम्ही तो जिवंत करू शकू. त्यावर आमचा आयुष्यभर प्रवास चालू आहे. रागाचे स्वर, बंदिशी हे सर्व आपल्याला तयार मिळू शकतं, परंतु त्याच्यात प्राण कसे टाकायचे आणि त्याला जिवंत कसं करायचं, हा संगीतातला सगळ्यात महत्त्वाचा विषय! भीमसेनजी, कुमार गंधर्व, अमीरखाँ यांच्यासारख्यांचं गाणं ऐकून आपण म्हणतो, 'अहाहा! काय जिवंत स्वर लागलेत किंवा मी हे स्वर जन्मभरात विसरणार नाही.' ते ऐकून आपल्या अंगावर रोमांच येतात!

अशी कोणती गोष्ट असते, जी जिवंत आणि सच्ची असते? तर संतवृत्ती आणि उत्तम व्यक्तिमत्त्व! असे अतिशय महान लोक आपल्या आयुष्यात एकदा जरी येऊन गेले, तरी आपण शेवटपर्यंत त्यांना विसरत नाही. तसं ह्या रागांचं दर्शन पिंपळखरेसरांनी आम्हाला असं काही घडवलं की, मी वयाच्या दहाव्या वर्षी शिकलेला ख्याल आज कित्येक वर्षांनी म्हणते आहे, पण आजही मला वाटतंय की, मी हा अजून शंभर वेळा म्हणत बसावा! आणि हे तालमीचं महत्त्व आहे... एकच गोष्ट खूप वेळा म्हणत म्हणत म्हणत राहावीशी वाटणं... पुढं न जावंसं वाटणं! म्हणजे त्या तत्त्वाला तेज येत राहतं... अजून येतं... अजून येतं... आणि मग असं वाटतं, अजून वेगळं गायची काय गरज आहे?

या क्षणीही मी मला विचारते की, 'जे खरं गायला हवं, तसं आपल्याला येतंय का?', तर 'नाही!' कायम हेच उत्तर मिळतं. तन-मन-धन अर्पून त्या तानपुऱ्याला शरण गेलेल्या खऱ्या कलाकाराला गाण्याची कुठलीही स्वरावली (फ्रेझ) शेवटपर्यंत पटत नाही, असं माझं मत आहे. म्हणजे तो त्याचा आनंद घेत म्हणत असतो, परंतु तो असं म्हणत नाही की, 'हे अंतिम आहे'. उद्या परत तो पुरिया घेऊन बसला, तर म्हणेल, 'नाही, कालचं काही एवढं ठीक नाही झालं. आज मला परत थोडीशी जाणीव होईल आणि परत उद्या हेच होईल.'

प्रात्यक्षिक ५ : राग मिया मल्हार, *करीम नाम तेरो*

आता ही मींड आम्हाला काही माहीत नसताना आमच्या गळ्यातून काढून घेणं किती अवघड होतं! हा गंधार कशा कल्पनेने शिकवला असेल? जिला काहीच माहीत नाही, तिला त्या गंधारावर आणून ठेवणं, ही फार कठीण गोष्ट आहे! त्या लहान वयात गाणं ऐकलं, तरी काय समज असते? पण तरी दाखवणं की, ' 'मल्हार' म्हटला की, 'हा गंधार' आहे.' आता तो आमचा इकडे-तिकडे (कमी-जास्त) होतंच असणार!

(गाऊन) *करीम नाम तेरो* हा मुखडा म्हणायचा आहे. तो तसाच आला पाहिजे. तो म्हणताना त्या लयीला सांभाळायचंय, त्या स्वरांना झेलायचंय, त्या रागाच्या स्वरांना सांभाळायचंय, अक्षरांची उच्चारणं चांगली करायची आहेत, आणि सौंदर्यही हवंच! म्हणजे एका वेळेला ह्या सगळ्या गोष्टींचं भान हवं. 'भान' ही संगीतातली फार महत्त्वाची गोष्ट आहे. गाणं सुरू झाल्या क्षणापासून भानावरच राहावं लागतं.

असे भान हरवलेले कलाकार मी पाहतो; पण तुमचा मघाचा जो निषाद होता ना, तो असा इथे रेझोनंट होत होता... बरोब्बर त्याच्या जागेवर! तो गाताना तुम्हाला जसा आनंद जाणवत होता, तसा आम्हांलाही इथे जाणवला. तुकारामांचा अभंग आहे, 'अर्भकाचे साठी पंते हाती धरिली पाटी'. म्हणजे गुरूचं ज्ञान खूप असलं, तरी शिष्यासाठी त्याला पाटी धरावी लागते; मुळाक्षरं काढावी लागतात. जे बाळबोध आहे, ते त्या शिष्याच्या पातळीवर जाऊन घटवून घेणं.

'मला संगीत यायला पाहिजे' अशी माझ्या इच्छेच्या शंभर पटींनी आमच्या गुरुजींची इच्छा होती. 'पद्माला गाणं आलं पाहिजे; पद्मा उत्तमच गायली पाहिजे. एक मुलगी शिकायला आली आहे. तिला मला घडवायचंय' ही इच्छा, हा दृढ भाव मी अनुभवला; आणि हे मीच फक्त अनुभवलं नाही, तर त्यांच्या प्रत्येक शिष्याचाही अनुभव हाच आहे. त्यांची इतकी तळमळ होती की, तो स्वर बरोबर लागेपर्यंत त्यांच्या जिवाचा होणारा आटापिटा मी बघितलाय... की 'कधी एकदा तो माझ्या गळ्यात येतोय! नाही... अजून नाही..'... तेव्हा ते अस्वस्थ व्हायचे, चिडायचे, रागवायचे. ज्याचं शिष्यावरती प्रेम आहे, तोच फक्त हे करू शकतो. मला आज पिंपळखरे गुरुजींबद्दल आणि माईंबद्दल विचार करताना जाणवतं की, माझं गाणं ऐकून त्यांना इतक्यांदा 'नाही' म्हणायला लागलं... म्हणजे माझं गाणं ऐकायचे त्यांना किती कष्ट पडले असतील! पण हे मला आता कळतंय आणि या गोष्टीचं दु:ख होतंय. माईंनी मला नऊ महिने गौरी शिकवला. कुठल्याही (नवशिक्या) मुलीचं दीड तास गाणं नऊ महिने ऐकायची माझ्यात हिंमत नाही! पण त्यांनी ते केलं, कारण त्यांना माझ्याकडून काहीतरी अपेक्षित असावं. म्हणजे गुरू किती कष्ट घेत असतो! सच्चे गुरू असेच खरे तपस्वी असतात. मी भाग्यवान आहे, कारण माझा गुरू स्ट्राँग! खरंच मला माझे सर्व गुरू इतके दिग्गज, इतके महान मिळाले की, त्यांच्याकडचा एकेक गुण जरी मी जोपासला, तरी माझ्या आयुष्याचं कल्याण होईल! म्हणजे तळमळ, प्रामाणिकपणा, श्रद्धा, भक्ती, आपल्या गुरूंवरची श्रद्धा हे सर्व आम्ही त्यांच्या तोंडून अनेक वेळा ऐकलं. त्यामुळे आमच्या गुरूंवरची ही श्रद्धा मरेपर्यंत राहायलाच पाहिजे.

शिष्यालाही तळमळ असायला पाहिजे. संगीतासाठी सगळ्यात महत्त्वाची गोष्ट ही तळमळ आहे. 'मला यावं' हे वाटून प्रत्येक 'सा'सुद्धा मी तळमळून लावणं... म्हणजे

अतिशय मनापासून, अगदी हृदयापासून, अतिशय आनंदानं! 'म्हणजे जे-जे काही जितकं सुंदर आणि आनंद देणारं असेल, तिथे मी पोहोचलं पाहिजे' ही या गुरूंची दृढ भावना होती. ते इतके तळमळीनं विद्या देत की, त्यांना कधीही वेळेचं भान राहत नसे! आमच्या क्लासमध्ये घड्याळ नव्हतं. त्यामुळे कितीतरी तास आमची तालीम चाललेली असायची. असा खूप आनंद आम्हाला मिळत गेला सरांकडे!

अशी आठ-नऊ वर्षं गेल्यानंतर तुम्हाला बालगंधर्व रंगमंदिराच्या वेळची संधी आली ना?
हो. त्याचा उद्‌घाटनाचा समारंभ होता आणि पु.ल.देशपांडे आम्हा काही मुलींचं स्वागतगीत बसवत होते. त्याची तालीम चालू असताना एक दिवस पी. एल.नी प्रत्येकीला गायला सांगितलं. मी जे गायले, ते त्यांना आवडलं बहुतेक आणि मग त्यांनी या समारंभात मला गायला सांगितलं. हा गुण का दुर्गुण माहीत नाही, पण कोणी 'गाणं म्हण' म्हटलं की मी लगेच गाणं म्हणायचे. त्या कार्यक्रमात नाट्यपद म्हणायचं होतं, पण मला ते येत नसल्याने मी नाट्यपद बसवलं आणि मला ती संधी मिळाली. त्या वेळी माझं भाग्य की, हिराबाई बडोदेकर, भीमसेनजी, वसंतराव देशपांडे, माणिक वर्मा या नाट्यसंगीतातल्या दिग्गज कलाकारांबरोबर मला गायला मिळालं. त्या वेळी मी सतरा वर्षांची तरुण गायिका होते. तो माझ्या आयुष्यातला फार मोठा दिवस होता!

'सगळ्या संधींचा हसतमुखाने स्वीकार' हे तुमचं सूत्रच दिसतंय. मग आता मूड असला, तर नाट्यपद ऐकवणार का?
गेल्या तीस/चाळीस वर्षांमध्ये नाट्यपद गायले नाही; प्रयत्न करते.

प्रात्यक्षिक ६ : नाट्यगीत - *खरा तो प्रेमा*

मग नाट्यगीत सोडावं असं का वाटलं? त्यात तुम्हाला खूप पुढे जाता आलं असतं.
हो. कारण माझ्या वयाच्या चौदाव्या/पंधराव्या वर्षापासूनच माझ्या कॉन्सर्ट्स सुरू झाल्या होत्या. मी दोन-अडीच तासांची मैफिल करू शकत होते. राग कसा मांडायचा, हे सर मला सांगतही होते. कारण तेव्हा त्याची फार गरज असते. ते सांगायचे, 'असे आलाप कर.' पाच/सात आलाप शिकवून, मग 'यात तुला जसं वाढवता येईल, तसं वाढव,' असं सांगायचे. यामुळे 'मैफिलीमध्ये कसं गायलं गेलं पाहिजे' याचा माझा बेस तयार झाला. खूप कार्यक्रम सुरू झाले, पण कार्यक्रम सुरू असले, तरी बहुधा माझी पूर्वपुण्याई असल्यामुळे मी त्यांच्यात फार काळ रमले नाही. मला वाटलं की, हे असं गाणं फार काळ

टिकणार नाही. तेव्हा मोठमोठ्या कलाकारांची गाणी मी ऐकताना - कळत जरी काही नव्हतं, तरी - वाटत होतं की, 'हे गाणं काहीतरी वेगळं आहे आणि ते मला येत नाही.' तेव्हाचं पुणं लहान असल्याने सगळे जण मला ओळखत होते, असं वाटू शकलं असतं. आपल्यालाही वाटतं की, 'आपलं बरंचसं काम झालंय आणि सगळं छान चाललयं!' पण मला 'एखाद्या डबक्यात असलेल्या प्राण्यासारखं' वाटत होतं! 'माझं गाणं लोकांना आवडतंय हे खरंय, पण मला अजून गाणं करायला हवं. जे मी अजूनपर्यंत ऐकलं नाही, शिकलेलं नाही, ते शिकायला हवं' असं वाटत होतं.

त्याच वेळी कर्मधर्मसंयोगाने वामनराव देशपांडेंशी ओळख झाली. तेव्हा त्यांच्या पुण्याच्या घरी त्यांनी माझं गाणं ठेवलं होतं. मग त्यांनी सांगितलं म्हणून मुंबईच्या भुलाभाई देसाई इन्स्टिट्यूटच्या स्कॉलरशिपकरता झालेल्या चाचणीत मी भाग घेतला. ती चाचणी खूप कठीण होती. गायन, नृत्य, सतार यांत सबंध भारतामध्ये एकेकाचीच निवड केली जाणार होती. त्या वेळेला मला सरकारी स्कॉलरशिप मिळाली होती; नंतर हीसुद्धा मिळाली. तेव्हा वामनराव देशपांडेंनी मला विचारलं, "तुला जयपूर घराण्याचं गाणं शिकायचं आहे का?" म्हटलं, "मला जयपूर वगैरे काहीच माहीत नाही". मग त्यांनी विचारलं, "मी माईंकडे शब्द टाकू का?" म्हटलं, "तुम्हीच बघा. माई कोण आहेत, हेसुद्धा मला माहिती नाही." फक्त त्यांना मी 'हो' म्हटलं. त्यांनी माईंकडे (विदुषी मोगूबाई कुर्डीकर) माझ्यासाठी शब्द टाकला आणि त्यांनी मला माईंपर्यंत नेलं. पण माईंचं वय जास्त असल्याने त्या शिकवायला तयार नव्हत्या. त्या म्हणाल्या, "आता मला मुळापासून गाणं शिकवणं कठीण आहे... या वयात मला जमणार नाही." पण याच भुलाभाई ट्रस्टतर्फे मुंबईला साहित्य संघामध्ये एक कॉन्फरन्स झाली, तेव्हा त्यांनी माझं गाणं ऐकलं. त्या दिवशी मल्लिकार्जुन मन्सूर, माई (मोगूबाई कुर्डीकर), धोंडूताई कुलकर्णी यांच्याबरोबर माझंही गाणं झालं. जसा बालगंधर्वमध्ये नाट्यपदाचा प्रसंग होता, तसं मला इथे क्लासिकल गायचं होतं. तर इथे माईंनी माझं गाणं ऐकलं आणि माझ्या तालमीला सुरुवात झाली. ज्याची मला आस लागली होती, ते गाणं शिकण्याच्या ओढीनं मी मुंबईला गेले.

मोगूबाईंकडची पाच/सहा वर्षं हा सगळ्या जीवनाचा अनुभव असणार! कारण त्यांच्या कडकपणाबद्दल, शिस्तीबद्दल, पठडीच्या आग्रहाबद्दल आम्ही इतकं ऐकलेलं आहे की, त्याबद्दल थोडं सांगाल का? तुम्ही असं म्हटलंय की, गाणं शिकवणं सोप्पं; तालीम देणं अवघड आहे.

हो, 'गाणं शिकवणं' म्हणजे आपल्याला जी माहिती आहे, ती पास करणं. म्हणजे, ख्याल गाता आला, त्यात पाच/सहा आलाप म्हणता आले, थोडी तान शिकली, तालाला आणि सुराला चुकलं नाही, राग चुकला नाही... हा शेवट असतो गाणं शिकवणाऱ्याचा.

तालमीत सुरुवात अशी असते 'तुला अजून 'सा' लावता येत नाही. तुला 'आ' म्हणता येत नाही.' आणि मोगूबाई मला हे म्हटल्यानंतर ते माझ्या अगदी डोक्यावरून गेलं होतं. कारण माझ्या मते, मी तर 'आ' म्हणत होते! पण तेव्हा त्या म्हणायच्या, नाट्यपदाचे स्वर लावलेले मला आवडत नाहीत.'' पण माझं नेमकं काय चुकत होतं, हे तर मला काहीच कळत नव्हतं.

प्रात्यक्षिक ७ : राग ललिता गौरी – *प्रीतम सैंया*

तालीम देताना मुख्य विषय म्हणजे, आकार! तो माईंचा अगदी प्राणच होता. आकार कसा लावायचा, तोंडाची मूव्हमेंट कशी पाहिजे, जीभ किती खाली पाहिजे, मान किती वरती पाहिजे हे सर्व त्यांनी सांगितलं. ह्या सगळ्या गोष्टी आधी येण्यासाठी, म्हणजे हा 'आ' म्हणताना जिभेला खड्डा पडणं अपेक्षित होतं. गाणं शिकताना काय-काय लक्षात ठेवायचं, हेच मला कळत नव्हतं. 'आ' म्हणताना हे सगळं व्हायलाच हवं होतं, पण राग सुरू केला, तर 'आ' म्हणताना जीभ वरती आलेली असायची किंवा मान खाली किंवा तिसरीकडे गेलेली असायची.

'तानपुरा घेऊन कसं बसायचं' इथपासून माईंनी आम्हांला सांगितलं. तानपुरा कसा ठेवायचा; हात कसा ठेवायचा; पाय किती लांब केला पाहिजे, जेणेकरून तो तानपुरा माझ्या अगदी जवळ येऊ नये, थोडा बाजूला असावा आणि तरी कानाशीपण यावा... हे सर्व माईंनी दाखवलं. तानपुरा असा वाजवला पाहिजे. तर ही सगळ्यात महत्त्वाची गोष्ट दाखवतेय. ही जी हाताची ठेवण आहे, ती अशी सरळ हवी; पूर्ण ताठ बसायचं आणि पोटातून सूर घ्यायचा. त्या सांगायच्या, ''पोट आत घेतलं गेलं पाहिजे, जिभेला खड्डा आणि मग सूर बाहेर पडला पाहिजे.'' मला खूप काही कळतं असं नाही, पण पोटातला स्वर आणि गळ्यातला स्वर यांच्यात जमीन-अस्मानाचा फरक असतो. आता मला गळ्यातला स्वर काढता नाही येणार, पण सर्वांत महत्त्वाची गोष्ट म्हणजे, असं पोटातून गायल्याने आपलं माध्यम निकोप, परिपक्व आणि दोषमुक्त होतं. आपण गाणं म्हणताना गळा कसा टाकतो, हे आपण बघितलेलं नसतं. ज्या गळ्याने आपण गाणं म्हणतो, तो कसा तपासायचा, हे मला तिथे गेल्यावर कळलं. तो कमवण्यासाठी घासावं लागतं. म्हणजे या माध्यमाला वेगवेगळ्या अँगलनी बघून त्याला कशा तऱ्हेने वापरायचं, हे मी शिकले. गळा टाकणं म्हणजे...

प्रात्यक्षिक ८ : ललिता गौरी आलाप

किशोरीताईंनी हा धक्का मला शिकवला आणि हा धक्का शिकायलाच लागतो. हा मला पाहिजे तेव्हा गाता आला पाहिजे. या 'ग' ला वजन दिलं आहे. ह्या स्वराला इतकी प्रचंड ताकद आहे! जेव्हा प्रत्येक स्वराला तुम्हाला धक्का लावायचा असतो, तेव्हा हा विषय आकाराचा होतो.

आता बंदिशीविषयी बोलू. 'अस्ताई-अंतरा' घेऊन समेवर येताना माईंना ऐकणं ही अक्षरशः पर्वणी होती! काय सांगू... केवढी ट्रान्स्परन्सी होती त्यात! म्हणजे ज्याला गाणं कळतं आणि कळत नाही, तोसुद्धा ठेक्याबरोबर, त्या लयीबरोबर तिथे जाऊन पोहोचायचा. म्हणजे सम आलेली असल्याचं त्याला आधी कळायचं. ही सम इतक्या आधी दिसणं, हे केवढ्या अभ्यासाचं लक्षण आहे! म्हणजे आता सम आली असल्याचं आधीच्या मात्रेवर दिसणं आणि आता आली, म्हणजे संभ्रम नसल्याचं लक्षात येणं... गाणं न कळणाऱ्यालासुद्धा तो तीनताल कळेल! तीनतालाची ९वी, १०वी, ११वी मात्रा पार करून त्या समेवर यायच्या. त्यांचं येणं जसं ठरलं होतं, तशा यायच्या. आयुष्यामध्ये कधीही, चुकूनही त्यांचं मागे-पुढे झालं नाही. आपलं असं चुकून होतं कधीतरी! मग सारखंच पुढे-मागे होतं! आणि त्याच्या स्पष्टीकरणाकरता आपणच सबबी सांगत बसतो! पण जराही, एकदाही, थोडंसंही चुकता कामा नये. आणि तसं झालं, तर आपण आपल्याला मारून घ्यायला पाहिजे की, 'माझं चुकतं म्हणजे काय?' ही शिकवण मला तिथे मिळाली. 'नाहीच चुकायचं! त्याच्यासाठी परिश्रम घेतलेच पाहिजेत. कितीही कठीण असलं तरी....' - हे शिक्षण बरोबर आहे.

गुरूनेच जर ॲडजस्टमेंट केली, तर शिष्य तसंच शिकेल. माईंनी ज्या बंदिशी शिकवल्या, त्या मात्रेच्या अलीकडे किंवा पलीकडे थोड्याशासुद्धा कधीही गेल्या नाहीत. तालमीतली ही सगळ्यांत महत्त्वाची गोष्ट असते. त्यामुळे एकेक बंदिश पाच-पाच महिनेसुद्धा चालायची, पण तरीही त्यांना हवी तशी मला ती गाता यायची नाही. तशी मलाच यायची, तर ती दोन दिवसांतच येते (हशा)! म्हणजे तसं मला वाटायचं की, 'आपल्याला तर येतंय की! म्हणजे मी समेवरपण आले की! मग काय असं एवढं?' पण माईंच्या तेजस्वी आणि करारी स्वभावापुढे बोलण्याची हिम्मत नव्हती. माई मला म्हणाल्या होत्या, 'ज्या दिवशी तबलावादक वाजवायला येतील, तेव्हा तुझी तालीम सुरू होईल.' मला कळेना की, 'सुरुवातीपासूनच तबला कशासाठी?' पण गाणं सुरू झाल्यानंतर ती ठरावीक लय, ठेका आणि ते आवर्तन यांचं महत्त्व रोज-रोज गाऊन कळायला लागलं. दोन मात्रांमध्ये काय काय सांगितलं जातं? खरंच अक्षरशः ब्रह्माण्ड सांगितलं जातं! तिच्यात इतक्या प्रचंड गोष्टी साठवलेल्या आहेत, त्याची जाणीव आता जास्त होते. लयीत आवर्तन भरणं तर फारच पुढची गोष्ट आहे... पण आधी दोन मात्रांमधलं अंतर फील होणं आणि ते गाताना योग्य लयीमध्ये कटणं महत्त्वाचं आहे.

प्रात्यक्षिक ७ : ललिता गौरी

सुरुवातीला प्रत्येक मात्रेवर एकेक स्वर लावायचा. माईंकडे जायच्या आधी मी गात होते ना, ते डोक्यात होतं... आणि यांच्यासमोर तर आता दोन मात्रांमध्ये काहीच करायचं नाही! कठीण होतं ते!

सुरुवात कुठे होते, मग गाणं कुठे कुठे जातं आणि डिझाईन्स तयार होतात....

बंदिश म्हणजे बंदिस्तपणा. ज्याला सुरुवातीलाच आकृती घट्ट करता आली, त्याला अंगण मोठ्ठं करायला सोप्पं जातं. ज्यांनी सुरुवातच मुळी मैलोन्‌मैलाची घेतली, त्याला ते आवरता येत नाही आणि बाहेरपण कुठे जाता येत नाही (हशा). बंदिस्त म्हणजे असं समजा की, एक दहा बाय दहाची खोली आहे. तर त्या खोलीतच गाणं झालं पाहिजे. म्हणजे खोलीच्या चार भिंती आणि पक्कं छत यातच सुरुवातीला काय करायचं ते करा. मैदान खुलं करून घ्यायचं असतं; पण आधी बंधनात राहून. म्हणजे जोपर्यंत तुम्ही अस्ताई तशीच्या तशी म्हणत नाही, तोपर्यंत तुम्ही बंदिशींची वेगळी रूपं करू शकत नाही. जर तुम्ही बंदिश म्हणतानाच ती वेगळी म्हणायला लागलात, तर बंदिश नेमकी काय आहे, हेच कळणार नाही.

दुसरा विषय म्हणजे, माईंच्या गाण्यामध्ये जेव्हा आलाप असायचा, तेव्हा आलापात छोटीसुद्धा हरकत नसायची आणि त्याच्यात गाणं रंगवायचं असायचं... ही तालीम! हे आधी इतकं बिंबवलं गेलं की, नंतर अभ्यास करताना जाणवलं की, तो ठोका नाही दिला, तरी साधं गाणं किती सुंदर होऊ शकतं... म्हणजे त्याला काहीही जोड न लावता! आपल्याला जोड का लावावा लागतो? आपलं (गाणं) ठाम नसल्यामुळे हे लाव, त्याने सजव... असं करावं लागतं. म्हणजे सौंदर्य काय हे समजलं नाही आणि नुसत्या हरकती गळ्यावर आल्या, तर ते सौंदर्य नाही. हरकत न घेता गाणं सुंदर होणं, हे तर खरं गाणं आहे! 'हरकत घेणं' हा विषय लाइट म्युझिकसाठी जास्त आहे. तिथे ते शोभा देतं, पण क्लासिकलमध्ये आपण किती हरकती घेणार? उदाहरण दाखवते.

प्रात्यक्षिक ८ : राग बिहाग

जर अशी गाण्याची सुरुवात केली, तर गाणं आधीच हललं! गाण्याची सुरुवात स्वस्थतेत व्हायला पाहिजे; चित्त शांत असलं पाहिजे. गाणाऱ्याला जशी स्वस्थता आली पाहिजे, तशीच ती ऐकणाऱ्यालाही आली पाहिजे. गाणं हे साधनेचं एक 'रूप' आहे. मनुष्य साधनेला बसतो, तो स्वस्थ, डोळे मिटून, चित्त शांत करून... तेच संगीत आहे. संगीत

काही वेगळं नाहीये. म्हणजे आधी १० मिनिटं आपण तानपुरा लावायचा. त्यात स्वस्थ, शांत बसायचं. म्हणजे आपल्या शरीरात ज्या हालचाली चाललेल्या असतात; मनाच्या, बुद्धीच्या ज्या हालचाली चाललेल्या असतात, त्यांना सगळ्यांना, अगदी सगळ्यांना शांत करून जमिनीवर आणायचं. हा त्यातला अर्थ आहे.

'शांत बसणं' हा संगीतातला सगळ्यात महत्त्वाचा भाग आहे. तानपुरे लावले की लगेच 'सा' लागला, हे शक्य नाही. आपण अनेक व्याधींनी घेरलेले असतो... व्याधी म्हणजे ज्यांचा आपल्याला अतिशय त्रास असतो... शारीरिक, मानसिक त्रास असतो, अशा विचारांच्या व्याधींनी आपण व्यापलेले असतो. हे सगळं घेऊन जर आपण गायला लागलो, तर ते गाणं पवित्र, शुद्ध कसं होणार? त्यामुळे आधी आपला देह स्वस्थ करावा लागतो. हेच साधनेमध्ये आणि योगामध्ये सांगतात, 'स्वस्थ बसा, डोळे मिटा, मन स्थिर करा.' ही जी साधना आहे आणि ह्या साधनेसाठीचा जो मार्ग आहे, त्याच्यासाठी गाणाऱ्यांनी तानपुरा लावायचा असतो; डोळे मिटून स्वस्थ बसायचं असतं. मनापासून तानपुरा ऐकलाय, असा दिवस जेव्हा उगवेल, तो दिवस खरा!

माझा अनुभव सांगते. असा दिवस जेव्हा उगवला, त्या दिवशी मी 'सा' लावायची हिंमत केली नाही. कारण जेव्हा तानपुरे खरंच ऐकायला आले आणि जीव स्वस्थ झाला, तेव्हा मला अशी भीती वाटली की, तानपुरे माझ्या गाण्याने बेसूर होतील! आणि मी त्या दिवशी गायले नाही! मला असं वाटतं की, त्या दिवशी मला खरोखर कळलं की, 'मला काहीच येत नाही'. ही सुरुवात असते, आणि ही सुरुवात व्हायलासुद्धा वर्षानुवर्षं लागतात. म्हणजे आत्तापण मला खरंच काही येत नाही... आणि ही स्थिती जेव्हा येते, तेव्हा तुम्ही स्वस्थतेने गाण्याकडे बघायला लागता. त्यामुळे हा विषय फार महत्त्वाचा आहे.

मोगूबाईंनी सांगितलेली आठवण आहे - सांगलीला सांबारे वैद्यांच्या घरी अल्लादियाखाँ त्यांना शिकवत असत, तेव्हा सहा महिने सलग यमन शिकवत होते. मोगूबाईंना वाटलं, 'एक दिवस तरी म्हणतील मला की, पाच मिनिटं गाऊन दाखव, पण सहा महिन्यांनी तो क्षण आला.' पाच/दहा मिनिटंच मोगूबाई गायल्या आणि दुसऱ्या दिवशीपासून पुन्हा यमन सुरू!

खरंय, म्हणजे मलापण असं वाटायचं... अपेक्षा होती असं नाही, पण मी गायची. त्यांचा प्रतिसाद काहीच नसायचा. त्यामुळे माझं गाणं आणखीन खाली-खाली जायचं. त्या कधी म्हणाल्या नाहीत की, 'छान आहे... चुकूनसुद्धा नाही!' म्हणजे मला असं वाटायचं की, 'माझं सगळंच गाणं कसं चुकतं?' खूप कठीण असतं त्या वयामध्ये ते सहन करणं; पण दोन गोष्टी चांगल्या झाल्या. माझ्यामध्ये एक भक्कमपणा आला की, 'गाणं खूप कठीण आहे आणि मला गाणं येणं खूप कठीण आहे.' पण त्याचबरोबर एक जिद्दही आली की,

'मला आयुष्यात गाणं नाही आलं, तरी चालेल, पण या जे सांगतात, ते आता मला म्हणता आलंच पाहिजे; एकदा तरी ह्यांना असं वाटू दे की, मी जरा तरी बरं गाते! आणि त्या कधीतरी थोड्या जरी खूश झाल्या, तरी आयुष्याचं कल्याण झालं माझ्या!' मला वाटतं, असं तेज पाहिजे की, आपण तिथे कधी पोहोचूच शकणार नाही. पण जरा त्याच्या जवळपास जाऊन आनंद झाला तरी बास! माईंची साधना, त्यांचं ते तेज... काय वर्णन करू! त्या तत्त्वाला घट्ट, प्रामाणिक होत्या आणि वाट्टेल ते चालवून घेण्याची त्यांची वृत्ती नव्हती, म्हणून त्या तपस्विनी होत्या.

तुम्ही तर या विद्यार्थिनींशी मैत्रिणीसारख्या वागताय, मग त्या बिघडायच्या नाहीत का?

नाही, असं नाही. प्रत्येकाचा स्वभाव वेगळा असतो. शिकवताना मी गुरू आहे आणि नंतर मैत्रीण. कारण माझ्या आयुष्यामध्ये मी दुसऱ्या कोणाच्या जवळ कधी गेले नाहीये. काही गाणाऱ्या लोकांचं असतं, तसं मला माझं सर्कल नाही. त्यांच्या अवतीभवती, त्यांच्या मागेपुढे करणारे असतात; त्यांचे फॅन असतात. मला तो प्रकार मुळात आवडत नाही. कारण माझ्या गुरूंनी कधी ते काही केलं नाही. त्याच्यामध्ये नुकसान आहे. कारण जे फॅन असतात, ते रोज येऊन त्या कलाकाराचं कौतुक करतात आणि त्याचा तो समज दृढ होत जातो. मी असं कुणाचं पाहिलं नाहीये किंवा अनुभवलं नाहीये. पण मला वाटतं की, 'आपल्यावरती आणि आपल्या गाण्यावरती खूप प्रेम करणारे लोक जवळ नकोत. कारण त्यात आपलं नुकसान आहे.'

मुंबईला असताना एक सुधाताई वाटवे माझ्याकडे गाणं शिकायला यायच्या. त्या माझ्यापेक्षा वयाने खूप मोठ्या होत्या आणि दादरचे पं. वसंतराव कुलकर्णी यांच्याकडे त्यांनी तालीम घेतली होती. माझे खूप प्रोग्रॅम्स चालूच होते. तरीपण प्रोग्रॅम नक्की कसा झाला, ते मला कळत नसे! कारण आपण गाण्याच्या ओघात असतो. मनात आलं की, 'ह्या सिनियर आहेत. माझ्याकडे शिकत असल्या, तरी संस्कारी आहेत. यांना गाणं चांगलं माहिती आहे.'

तेव्हा मी त्यांना म्हटलं की, "सुधाताई, माझा प्रोग्रॅम कसा झाला, हे तुम्ही मला सांगा. काय जास्त झालं, काय नको होतं, काय हवं होतं, गाणं किती चांगलं झालं... हे मला नकोय. तर मैफिल कशी झाली, ते हवंय."

त्या जरा संकोचून म्हणाल्या, "ताई, मी तुमच्याकडे गाणं शिकते आणि मी तुमच्यावर कॉमेंट्स करायच्या?"

मी म्हटलं, "तुम्ही रोज येत असल्याने मी कशी गाते, हे तुम्हांला माहिती आहे, पण प्रोग्रॅममध्ये माझं दर वेळी तसं घडेलच, असं नाही. तुम्ही जर प्रामाणिकपणे मला सांगितलंत, तर माझ्या गाण्यात सुधारणा होईल."

त्यांना हे पटलं आणि, 'काल तुमची सुरुवात थोडी जास्त वेळ झाली किंवा तुमचे आलाप लांबले... मग कधी बोल कमी झाले' असं त्यांना जे वाटेल, ते त्या सांगू लागल्या. म्हणजे 'वा पद्माताई, तुम्ही अप्रतिमच गायलात!' असं नको होतं मला. जर ही गोष्ट प्रत्येक कलाकाराने केली - विशेषतः जे होतकरू आहेत, त्यांनी जर आपल्याबरोबर असं कोणी ठेवलं - तर चांगलं होईल. यामुळे प्रगती होते.

आता किशोरीताईंविषयी. माईंच्या बरोबर किशोरीताईंचा सहवासही मला उत्तम लाभला. आमचे तानपुरे ठेवले जायचे आणि ताईंचे निघायचे. आमची पट्टी पांढरी पाच असे, तर ताईंची पट्टी काळी पाच. त्यात गाणं सुरू व्हायचं. ताईंकडे 'तालीम' असा विषय नसे, तर त्या गात असायच्या आणि मी आणि माणिकताई (भिडे) त्यांना फॉलो करत जायचो. जसं जमेल, तसं मी गायचे. कारण त्यांचं गाणं वेगळं होतं. म्हणजे खूपच कॉन्ट्रास्ट होतं... मला गोंधळात टाकणारं!

कॉन्ट्रास्ट काय होते नेमके?

थोडासा प्रयत्न करते... ताई अतिशय सौंदर्याने, बुद्धीने तेजःपुंज गात असत. सौंदर्य असं भरभरून! ताईंकडेसुद्धा भूप राग पाच/सहा महिने चालू होता. त्या रोज गात... आणि रोज नवीन! म्हणजे भूपाचे 'सा रे ग' किती तऱ्हेने लावत! कधीतरी म्हणायच्या, ''पद्मा, आपल्याकडे ना, एकेक लाख गंधार पाहिजेत, एकेक लाख पंचम पाहिजेत!'' स्वरांची सापेक्षता समजायला लागल्यानंतर हे सगळे गंधार दिसायला लागतात, पंचम दिसायला लागतात! रोज नवीन चमत्कार दिसायला लागतो. स्वरांचं नातं (रिलेशनशिप) काय आहे, हे समजतं. आज रिषभ काय म्हणतोय, आज रिषभाला गंधार कसा हवाय, आज गंधाराला रिषभ कसा हवाय... रोज तो वेगळा आहे. रोज आपण तेच-तेच नाही जगत; मनःस्थिती वेगळी असते.

त्यांच्यासारखं गाण्याचा थोडासा प्रयत्न करते. कारण एवढं बोलल्यानंतर आता गाणं कठीण आहे.

प्रात्यक्षिक ९ : राग भूप

थोड्या वेळात मला लगेच तसं गाता येणार नाही, पण त्यांनी 'संगीतातली प्रतिभा' हा एक विचार दिला आणि अशा खूप गोष्टी ताईंनी मला सांगितल्या. संगीतातल्या अनेक विषयांवर आमच्यात चर्चा व्हायच्या किंवा आम्ही एकत्र प्रवासात असलो की, ताई माझ्याशी गाण्याबद्दल अतिशय उत्तम तऱ्हेने बोलत. दोन स्वरांचं नातं काय आहे, स्वरांचा धक्का, मुर्की, हरकती हे सर्व काय आहे... किती सांगू! इतकी परिपूर्णता होती

त्यांच्यात की, सगळ्या प्रकारच्या गायकीवर त्यांची हुकमत होती. म्हणजे क्लासिकल तर आपण ऐकलं आहे. त्या अप्रतिम, उत्तम गजल गातात! त्या शिष्यांना गजल शिकवताना मी ऐकलं आहे. हार्मोनियमवरही त्यांचा हात सुंदर होता... आणि जे काही करायला घेतील, ते असंच... उत्तम! त्यांनी भरतकाम, विणकाम, रांगोळ्या असं जे जे केलं, त्याचे माझ्याकडे फोटो होते. एखादा आर्टिस्टही असं करणार नाही, इतकं अप्रतिम होतं ते! दीनानाथ दलालांनी काढलेली चित्रं त्या रांगोळीतून वठवायच्या. तो सगळा भाव त्या रांगोळीतल्या चित्रातून आलेला असायचा. सगळं कमाल व्यक्तिमत्त्व!

ताईंचं हस्ताक्षरही खूप सुंदर होतं.

तर! पण त्यांच्या रांगोळीमध्ये राधा आणि कृष्ण यांची जी एक्सप्रेशन्स मी पाहिली आहेत, तशी इतर कोणी काढणं अशक्य वाटावं इतकी सुंदर! सर्वांगीण कलाकारी त्यांच्यामध्ये आली, ती त्यामुळेच! त्यांनी स्वतःचं असं गाणं उभं केलं. गुरूंकडून तालीम घेतल्यानंतर सहीसही ते गाणं ऐकवणं, हा एक भाग आहे. म्हणजे तसं गाण्यामध्ये गुरू दिसतातच, परंतु मला मिळालेल्या गोष्टीमध्ये मी अजून कसा विचार करू शकते... हेच होणं जास्त गरजेचं आहे. आहे ती गोष्ट जशीच्या तशी मांडणं, हा आपला सांगीतिक विचार असताना त्यात स्वतःचं काही जोडणं ही फार महत्त्वाची गोष्ट आहे.

म्हणजे आता मी जसं म्हटलं, तसं अशीच्या अशी अस्ताई आली पाहिजे. त्याला तर धक्का नाहीच लावता कामा... कोणी कितीही क्रिएटिव्हिटी करू देत, बेसिक गोष्टी त्याच आहेत, परंतु त्याच गायकीत आपली काहीतरी भर पडली पाहिजे. म्हणजे त्याच स्वरांकडे आपलं बघणं महत्त्वाचं आहे. नुसतंच अनुकरण नको; नक्कलही नको. म्हणजे 'अगदी माईंसारखं गायली हं!', हे नको. 'अगदी माईंसारखं गायली' हा पण काळ होता. म्हणजे तेव्हा त्यांच्या सहवासात होते, तेव्हाचा. त्यानंतर पाच/सहा वर्षं त्या गोष्टीचा असर असल्यानं मी तसं गाणं अगदी जरुरीचं होतं, पण 'माईंसारखं गाते' हे माझ्यातल्या 'कलाकारा'साठी योग्य नव्हतं. 'माईंची तालीम हिला मिळालेली आहे' किंवा 'गजाननबुवांची तालीम हिला मिळाली आहे' एवढंच असायला पाहिजे आणि 'मी माझं गाणं गाते' असं व्हायला पाहिजे. कारण त्यांनी त्यांचं त्यांचं दाखवलेलंच आहे. मग परत मी त्यांचंच गाणं गाऊन शिक्कामोर्तब करणं जरुरीचं आहे का? तर माझ्या गाण्यात माझे गुरू साठवलेले पाहिजेत. मी जे करतेय, त्यात ते दिसले पाहिजेत, पण पूर्णतः ते नकोत. त्याला कुठेतरी माझ्या विचाराची एक झालर तरी पाहिजे; एक काठाचा पदर तरी पाहिजे थोडासा. मी तसा विचार केलेला पाहिजे. तर मग ते गाणं म्हणजे संगीत, कला किंवा सादरीकरण होऊ शकतं. जसं आहे, तसंच्या तसं गाणं, ही तालीम झाली. तालीम प्रत्येकाला हवीच आहे.

तुम्ही कुठलेही मोठे कलाकार ऐका... गजाननबुवांसह कोणाही मोठ्या कलाकाराचं उदाहरण घ्या... त्यांनी अनेक गुरू केले; प्रत्येकाची तालीम वेगळी. 'ग्वाल्हेर' म्हटलं, तरी प्रत्येकाची तालीम वेगळी. जसं 'जयपूर'मध्ये बघितलं, तर प्रत्येकाचं गाणं वेगळं आहे. किराना घराण्यातही प्रत्येकाचं गाणं वेगळं आहे, आणि असायलाच पाहिजे. एक गुरू आहेत, त्यांचे दहा शिष्य आहेत. तर हे शिष्य घेताना आपापल्या परीनं गाणं घेणार. प्रत्येकाची बुद्धी, कुवत, आवड आणि गळा असेल, त्याप्रमाणे तो गुरूचं ते-ते उचलून घेत असतो. त्यामुळे एकाच गुरूची तालीम असली, तरी या दहा शिष्यांचं सादरीकरण वेगळं असणार, आणि हे फार जरुरी आहे. खऱ्या गुरूला हेच अपेक्षित असतं.

किशोरीताईंवरसुद्धा माईंच्या तालमीबरोबर इतरांचे संस्कार झालेले आहेत. माईंनीपण आधी विलायत हुसेनखाँसाहेबांकडून आग्रा घराण्याची तालीम घेतली होती. माईंच्या गाण्यावर त्यांचाही पगडा असणार. मग त्या अल्लादियाखाँकडे गेल्या. ह्या सगळ्यातून आपली गायकी निर्माण करणं आवश्यक आहे. कलाकारासाठी हीच सर्वांत मोठी गोष्ट आहे. तर तो कलाकार आहे. जो गुरूचं सही-सही गातो, तोही गाणारा आहे; पण जो कलात्मक गोष्टी घेतो, आणि ते मुद्दाम करायचं म्हणून नसतं, तो कलाकार असतो. जो जाणूनबुजून करतो, त्याच्याकडून ते परत होणार नाही. कारण तिथे अहंकार आहे, मीपणा आहे. जेव्हा आपण समर्पण करतो, तेव्हाच काहीतरी मिळतं आणि त्यातून कलाकार निर्माण होतो.

प्रात्यक्षिक १० : यमन आलाप

ही एक फ्रेझ आहे यमनची. 'ही काय बरं असेल?' हा विचार जोपर्यंत पुढे येत नाही, तोपर्यंत गाणं पुढे जाणार नाही. 'ह्या एकाच सूक्ष्म तुकड्याला धरून त्याचा विस्तार मी कसा करू शकते' हा विचार सतत चालायला हवा.

मला वाटतं, इथे कलाकाराची सुरुवात होते. आता 'नि रे ग नि रे सा' ह्याच्यात काय रचना होऊ शकतात, हा विषय आहे. एवढ्या सगळ्या संस्कारांमधून स्वतःला काहीतरी करण्याची ऊर्मी असायला हवी.

सर्व मोठ्या कलाकारांनी कित्येक गुरू केले. संगीत हे एवढंसं नाही आणि घराणी वगैरे जो काही भाग आहे, तो आपल्याला शिकण्यासाठी उपयोगी आहे. पण त्या कंपाउंडच्या बाहेर पडलं की कळतं, अजून पुढे मोठं दालन आहे! प्रत्येकाची अशी घेण्याची वृत्ती वाढली पाहिजे. संगीत सातच स्वरांचं आहे, राग तेच आहेत, गाणं तेच आहे, फक्त विचार वेगळे आहेत आणि ते कोणी कसे मांडलेत, याचा अभ्यास करायला हवा.

आता गजाननबुवांच्याबद्दल थोडं सांगते. त्यांचं गाणं मी निवृत्तीबुवांच्या साठीच्या कार्यक्रमात पहिल्यांदा ऐकलं, आणि मला वेड लागलं अक्षरशः! असं गाणंच मी कधी ऐकलेलं नव्हतं. आपण आपली चाकोरी घट्ट ठेवली, म्हणजे 'आता हे सोडून कुठे जायचं नाही' असं ठरवलं, तर काही होणार नाही. गजाननबुवांचं गाणं ऐकल्यावर वाटलं की, 'बाप रे, हे काय आहे? ह्यातलं तर मला काहीच म्हणता येत नाही.' आणि मला असंही नाही वाटलं की, 'माझं जे चाललं आहे, ते छान आहे.' एकदा मनुष्य चाकोरीत घट्ट झाला की, तो इतरांना फक्त नावं ठेवतो. बोलायला फार सोप्पं असतं, पण करायला गेलं की, कळतं...किती कठीण असतं!

त्यामुळे गजाननबुवांचं गाणं ऐकून वाटलं की, 'मला ह्यांच्याकडे जायलाच हवं', आणि मी दुसऱ्या दिवशी तडक त्यांच्याकडे गेले सुरेशजींबरोबर. ते म्हणाले, वेळ कशाला, लगेच सुरू करू!'' तानपुरे सुरूच होते गेल्यानंतर. त्या क्षणी गाणं सुरू झालं! मी मोगूबाईंकडून आले असल्याचं त्यांना माहिती असल्याने त्यांना माझ्याबद्दल आदर वाटे. हे आता कुठे बघायला मिळणार? मला विचारायचे, काय गं, माई तुला कशी तालीम द्यायच्या?'' बघा, हा किती साधेपणा आहे! इतके दिग्गज कलाकार, पण हे कुतूहल!

त्यांच्याकडे पूर्वा रागाने सुरुवात झाली.

प्रात्यक्षिक ११ (१) : राग पूर्वा – *अब कैसे जाउ*

प्रात्यक्षिक ११ (२) : राग यमन – *बनरे बन बलैय्या*

नंतर निवृत्तीबुवा सरनाईकांकडे मी सात/आठ महिनेच तालीम घेतली. त्यामुळे तसा त्यांचा फार सहवास नाही झाला.

माझे सगळे गुरू इतके महान होते, हे जर मला या वयात कळत असेल, तर ते खरे काय होते, ते कळायला मला अजून दोन-चार जन्म लागतील. कारण आता जेव्हा मी एकेक आवर्तन बांधायचा प्रयत्न करते, तेव्हा ते किती कठीण आहे, हे मला कळतं; आणि ते माझ्या किती पुढे होते हेही! माझ्या आयुष्यात मला जे काही थोडंफार गाणं-बजावणं येत असेल, ते मी खूप प्रामाणिकपणे विद्यार्थिनींना देण्याचा प्रयत्न केला. म्हणजे मीसुद्धा कधी तडजोड केली नाही. पण त्यांच्या चुका झाल्या, तरी मी त्यांना संधी जरूर देते, ज्यायोगे पुढच्या वेळेला त्यांना येऊ शकेल. तशी कळकळ माझ्याही अंतःकरणात असते की, त्यांना यावं आणि तसंच यावं.

आज स्वरसाथीसाठी बसलेली आहे, ती यशस्वी साठे. पंचवीस/तीस वर्षं ती माझ्याबरोबर आहे. सगळ्यात महत्त्वाची गोष्ट आहे की, तळमळून करणाऱ्याला फायदा

मिळणारच आहे. कारण सच्चा सूर लावायचा प्रयत्न केला, तर तो सूरच आशीर्वाद देत असतो. त्याच्याशी प्रामाणिक राहायला पाहिजे. म्हणजे त्या स्वराला आपले प्राण देणं आणि त्याच्याकडूनच आपण ते घेणं!

शिष्यामध्ये एक जरी गुण स्ट्रॉंग असला, तरी इतर बरंचसं ते कव्हर करू शकतात. यशस्वीने आयुष्यात वेळ अशी काही पाळली की, ती नऊच्या क्लासला एकदाही नऊ वाजून पाच मिनिटांनी आलेली नाही. पिंपळखरे गुरुजी मला सकाळी सहा वाजता शिकवायचे आणि मी कितीही लवकर गेले, तरी ते माझ्याआधी आलेले असायचे. हे आमच्या रक्तात मुरलं. माईंनी मला नऊचीच वेळ दिली होती, जी मी तंतोतंत पाळली. आवर्तनातही वेळेवर येणं हेच आहे आणि ते आत मुरलेलं आहे. ही गुरूंची शिस्त! नुसतं म्हणायचं नसतं, तर हे करायचं असतं. ती वेळ गाठण्यामध्ये आपल्याला तालाचं नातं कळायला लागतं; ती लय, ते आवर्तन भरणं कळायला लागतं! वेळेवर पोहचणं म्हणजे काय, तर वेळेवर समेवर येणं! एवढीशी वाटणारी गोष्ट आपल्या आयुष्याचं कल्याण करून जाते. ती सांभाळलीच पाहिजे.

पद्माताई, तुम्ही खूप मिळवलं आहे आणि अजून खूप मिळवायचंही आहे. ही तुमची प्रतिज्ञा आहे. त्यासाठी आम्ही सगळे आपल्याला शुभेच्छा देतो.

माझ्याकडून काही चुका झाल्या असतील, तर त्या माझ्या आहेत; चांगलं असेल, ते सगळं माझ्या गुरूंचं आहे.

❖◆❖

यातील प्रात्यक्षिक स्वरूपात केलेले गायन ऐकण्यासाठी क्यूआर कोड स्कॅन करावा किंवा या लिंकवर क्लिक करावे.

https://youtube.com/playlist?list=PLxsxVopwsAaVyr2lEHpJ_6obbeoiQ3Y-d

व्यासंगी भाष्यकार

पंडित सत्यशील देशपांडे

परिचय

आनंद आया मन भाया
छंदमय सारा मन गाया
सुर की आस नाद का छैया

या स्वरचित बंदिशीत सत्यशील देशपांडे जणू स्वत:चेच वर्णन करत आहेत. आयुष्यभर त्यांनी संगीत कलेची आराधना केली आहे आणि आराधना करणाऱ्यांचा मागोवा घेतला आहे. सौंदर्याचा शोध सतत चालू असताना ते स्वत: तर त्यात रममाण होतातच, पण सभोवतालच्या सर्वांना त्यात सामील करून घेतात. 'पाळण्यातच' कलाकाराचे पाय दिसलेल्या सत्यशील यांना लहानपणापासूनच संगीताबद्दल विलक्षण कुतूहल होते. बालपणापासून लाभलेला महान कलाकारांचा सहवास आणि नंतर कुमार गंधर्वांकडून मिळालेल्या तालमीने सत्यशील व्यासंगी गायक, संगीतशास्त्री, भाष्यकार, समीक्षक, लेखक, वक्ता, कवी-रचनाकार असे पैलू असलेले बहुआयामी व्यक्तिमत्त्व झाले. संगीततज्ज्ञ असलेल्या वडील वामनराव देशपांडे यांच्यामुळे अभिजात संगीतातील दिग्गज कलाकार त्यांना न-कळत्या वयापासूनच जवळून ऐकायला-पाहायला मिळाले. त्यातून मिळालेली गाण्याची दृष्टी आणि त्यांची नीरक्षीरवृत्ती यांतून त्यांनी पं. कुमार गंधर्व यांच्यासारख्या महान गायकाचे शिष्यत्व स्वीकारले. सत्यशीलजींचे वैशिष्ट्य म्हणजे, वडिलांकडून मिळालेला हा वारसा त्यांनी अत्यंत डोळसपणे जपून त्यात भर घातली.

घरातच घरंदाज गायकीचे अक्षरश: बाळकडू ज्यांच्याकडून मिळाले, ते त्यांचे वडील वामनराव देशपांडे (१९०७ ते १९९०) व्यवसायाने चार्टर्ड अकाउंटंट होते. बाटलीबॉय-पुरोहित या ऑडिटर्सच्या फर्ममध्ये भागीदार म्हणून वयाच्या ७३व्या वर्षापर्यंत ते कार्यरत होते, पण त्यांची खरी ओळख 'एक संगीततज्ज्ञ लेखक' ही आहे. संगीतविषयक साहित्यात मानदंड ठरणाऱ्या *घरंदाज गायकी* या संशोधनात्मक पुस्तकाचे ते लेखक आहेत. यात त्यांनी ग्वाल्हेर, आग्रा, जयपूर या तीन घराण्यांविषयीचे विस्तृत विवेचन केले आहे. महाराष्ट्राबाहेर असलेले अनेक घराण्यांचे गायक १९५०च्या दशकात मुंबईत राहायला आले होते. त्यामुळे सत्यशील यांना अनेक घराण्यांची गायकी एकत्रित ऐकता आली. पं. विष्णु दिगंबर पलुस्करांचे शिष्य आणि कुमार गंधर्वांचे गुरू प्रा. बी. आर. देवधर हे वामनरावांचे मित्र! मुंबईतील ऑपेरा हाऊस येथील त्यांच्या देवधर स्कूल ऑफ

म्युझिकमध्ये अनेक कलाकार त्यांना भेटायला आणि गायला येत, पण त्यांचा मुक्काम वामनरावांच्या घरी असे. त्यामुळे या मोठ्या कलाकारांशी सत्यशील यांचे जिव्हाळ्याचे नाते प्रस्थापित झाले आणि ते सर्वांचे लाडकेही झाले. ऋजू स्वभावाचे वामनराव सर्व गवयांना मान देऊन त्यांचे म्हणणे ऐकून घेत. *घरंदाज गायकी*खेरीज *आलापिनी, एका गायकाचा ताळेबंद* आणि *Maharashtra's Contribution to Music* ही पुस्तकेही वामनरावांनी लिहिली आहेत.

वामनरावांना तीन घराण्यांची तालीम मिळाली होती - पं यादवराव जोशी यांच्याकडे ग्वाल्हेर घराण्याची; किराना घराण्याचे अध्वर्यू उ. अब्दुल करीमखाँ यांचे सुपुत्र आणि हिराबाई बडोदेकरांचे बंधू सुरेशबाबू माने यांच्याकडे किराना घराण्याची आणि त्यानंतर उ. नत्थनखाँ व उ. अल्लादियाखाँ यांच्या शिष्या विदुषी मोगूबाई कुर्डीकर यांच्याकडे जयपूर घराण्याची. मुंबई आकाशवाणीवर १९३२ ते १९८५ एवढा दीर्घ काळ त्यांनी गायन सादर केले होते.

घरंदाज गायकी हे पुस्तक सिद्ध होत असतानाच त्यातील प्रकरणे गायक आणि साहित्यिक यांच्यासमोर सप्रयोग, वाचून मांडली गेली. त्या वेळी या गवयांमधील सांगीतिक मतभेद आणि त्यावर घडलेल्या चर्चांचे सत्यशील साक्षीदार आहेत. *घरंदाज गायकी* या पुस्तकाचे वैशिष्ट्य हे की, अभिमानाने मिरवत असलेल्या घराण्यांविषयी शास्त्रीय आणि अभ्यासपूर्ण विवेचन बहुधा पहिल्यांदाच ठोस स्वरूपात समोर आले. 'घराण्यांचे अंतर्गत कायदे असतात आणि त्यांत सौंदर्यशास्त्राच्या विविध दृष्टीकोनांचे सातत्य असते, हे या पुस्तकातून पहिल्यांदाच उलगडले,' असे सत्यशील म्हणतात.

बालपण

सत्यशील हे त्यांचे मूळ नाव असले, तरी प्रचारातील नाव सतीश होते. कुमार गंधर्वांना सत्यशील हे मूळ नाव आवडले व ते भारदस्त वाटल्याने इंदोर आकाशवाणीचा ऑडिशन फॉर्म भरताना 'सत्यशील' हे मूळ नाव निश्चित केले गेले. सत्यशील यांचा जन्म ९ जानेवारी १९५१ या दिवशी मुंबईत झाला. त्यांच्या आई वसुंधरा याही चांगल्या गात, पण गाणे विकसित करण्याची संधी त्यांना मिळाली नाही. आचार्य अत्रे, मो.ग. रांगणेकर, अनंत काणेकर असे मोठमोठे साहित्यिक वामनरावांकडे येत. अशा पाहुण्यांसमोर सतीशला गाणे म्हणायला सांगितले की, हिरोसारखे वाटत असल्याचे सत्यशील यांनी लिहिले आहे. मोठ्या गायकांची नक्कल करण्याची हातोटी सतीशला लहानपणापासूनच होती. तेव्हापासूनच दिग्गज गायकांचा सहवास लाभल्याने सत्यशील देशपांडे यांच्यावर गाण्याचे संस्कार झाले. लहानगा सतीश मुंबईतील ऑपेरा हाऊस इथल्या देवधर स्कूल ऑफ म्युझिकमध्ये आणि रवि शंकर यांच्या स्कूलमध्ये रमायचा. त्या वयातच सतीशने बागेश्रीमध्ये बांधलेल्या रूपक

तालातील तराण्याचे पं. रवि शंकर यांनी कौतुक केले होते (हा तराणा आता कुमार गंधर्वांचा मुलगा मुकुल शिवपुत्र गातात). आग्रा घराण्याच्या गायकांपैकी उ. खादिम हुसेनखाँ सत्यशीलना जास्त जवळचे वाटत. त्यामुळे उ. खादिम हुसेनखाँ यांचे शिष्य पं. बबनराव हळदणकर यांच्याकडून सत्यशील यांनी आग्रा घराण्यातील सर्व गायकांचे गाणे समजून घेतले. उ. अमीरखाँ, उ. लताफत हुसेनखाँ यांची गायकी सत्यशीलना विशेष आवडत असे.

पुण्यात असलेले सवाई गंधर्वांचे जावई डॉ. नानासाहेब देशपांडे हे वामनरावांचे चुलत भाऊ. म्हणजे सत्यशील यांचे काका. 'ते अत्यंत प्रसन्न व्यक्तिमत्त्वाचे आणि कलाकारांचे लाडके होते,' असे सत्यशील सांगतात. सुट्टीत मुंबईहून त्यांच्या घरी पुण्याला आल्यावर वडिलांनी सुट्टीचा सदुपयोग करण्याच्या उद्देशाने घरच्याच असलेल्या हिराबाई बडोदेकरांकडे सत्यशीलना गाणे शिकायला पाठवले. 'काहीतरी ऐकव' असे म्हटल्यावर सतीशने हिराबाईंना वसंतराव देशपांडे आणि कुमारजी यांच्या बंदिशी दोघांच्या ढंगात ऐकवल्या. 'याच्या गाण्यातील हरकती आणि नाचरेपणा पुसून टाकायला पाहिजे' ही हिराबाईंची प्रतिक्रिया ऐकताच सतीशने तेथून धूम ठोकली.

शालेय शिक्षण आर्यन हायस्कूल, मुंबई येथे झाल्यानंतर सिडनहॅम कॉलेज, मुंबई येथून बी.कॉम. करून सत्यशीलनी वडिलांच्या फर्ममधून इंटरमिजिएट सीएही केले. प्रख्यात ऑडिटर आणि संगीततज्ज्ञ असलेल्या वडिलांनी त्यांना इंटर सीएच्या उंबरठ्यावर सुचवले की, 'सीए आणि गाणे दोन्ही करता येईल.' पण 'कला' ही अर्ध वेळ करण्याची गोष्ट नसून ती जीवन जगण्याची पद्धत ('वे ऑफ लाईफ') असल्याची सत्यशीलना तेव्हाच खात्री पटली होती. 'सर्व गानप्रकारांतील कोडी सोडवण्याची क्षमता अभिजात संगीतात असल्याने अभिजात संगीतच शिकायला हवे' हे सत्यशील यांचे पक्के ठरले होते. त्यामुळे 'अभिजात संगीताची निर्मितीप्रक्रिया समजली पाहिजे. त्याचा स्वभावही कळला पाहिजे' याची ओढ असल्याने त्यांनी वडिलांची ऑडिट फर्म सोडली आणि ते कुमारजींकडे गुरुकुल पद्धतीने शिकावयास गेले.

कुमारांकडील शिक्षण

१९६७पर्यंत कुमारजी देवधरांकडे मुंबईत शिकत असताना त्यांचा खूप सहवास सत्यशील यांना मिळाला. ते मुंबईला वामनरावांकडे उतरत आणि सत्यशील सुट्टीत (मध्य प्रदेशातील) देवासला कुमारांच्या घरी जात. १९६२च्या सुमारास त्यांनी कुमारांबरोबर नागपूर, अमरावती, रीवा, जबलपूर, भोपाळ असा दौरा केला. या सर्व ठिकाणी त्यांना १०-१५ मिनिटांचे गायन सादर करण्याची संधी मिळाली. नंतरच्या देवासच्या मुक्कामात कुमारांचे गुणगुणणे सत्यशीलना जास्त ऐकायला मिळाले. प्रत्यक्ष तालीम जरी मिळाली नाही, तरी 'गाणे ही सतत उलगडत जाणारी प्रक्रिया आहे' हे कुमारजींच्या सहवासात

सत्यशीलजींच्या लक्षात आले. या मुक्कामात कुमारजींच्या लाघवी आणि गुणी मुलाशी, मुकुलशी त्यांची गट्टी जमली. या दोघांना कुमारांनी जुन्या काळातील; ७८ आरपीएमच्या; फैयाजखाँ, रहिमतखाँ, रोशन आरा, बरकत अली, केसरबाई अशा बुजुर्गांच्या रेकॉर्ड्स ऐकवल्या आणि गाण्याविषयीची आवड निर्माण केली. त्यातून अनेक गवयांची खासियत आणि खुमारी सत्यशीलजींच्या मनात कोरली गेली. त्यानंतर या दोघांचे गाणे कुमारांनी त्यांच्या प्रथम पत्नीच्या, भानुताईंच्या प्रथम स्मृतिदिनी आणि नंतर देवास येथील टाऊन हॉलमध्ये केले. याच काळात कुमारजींनी दोघांना कुडता, पायजमा, जाकीट शिवले आणि बूटही घेतले. गाण्याबरोबरच कुमारजींच्या व्यक्तिमत्त्वानेही सत्यशील अक्षरशः भारावून गेले. त्यानंतर कुमारांच्या बरोबर हुबळी, धारवाड, बेळगाव, लातूर, हंपी, पाटणा या गावी त्यांनी प्रवास केला.

अनुशासन आणि कडवेपणा न बाळगता मोकळेपणा असणाऱ्या कुमारांचे शिष्यत्व पत्करावे, असे सत्यशीलना वाटले. कुमार सोडून इतरांचीही गायकी सुंदर होती, पण 'ती रियाजाने गाता येईल' असे त्यांना वाटले. लोकप्रिय गायकाचे शिष्यत्व पत्करून त्याचा व्यावहारिक फायदा मिळवण्याचा मोहसुद्धा त्यांनी टाळला. कुमारांच्या गाण्यातील ताजेपणाची, त्यांच्या व्यक्तिमत्त्वाची मोहिनी सत्यशीलवर पडली आणि कुमारांच्या गाण्यात असलेले गूढ उलगडण्याकरता त्यांच्याकडे शिकावेसे वाटले. 'हिंदुस्थानी अभिजात संगीताचा स्वभाव समजला पाहिजे आणि त्यातील निर्मितीप्रक्रियाही कळली पाहिजे' ही तळमळ सत्यशीलच्या मनात सतत होती. परिणामी, जुलै १९७२पासून सत्यशील देवासला, कुमार गंधर्वांकडे दाखल झाले. कुमारजींची तालीम शनिवार-रविवार सकाळ-संध्याकाळ असे; सोबत वसुंधराताई, मुकुल हेही असत; ती रागसंगीताचीच तालीम असे. एखाद्या रागाच्या ख्यालाचे नोटेशन समोर ठेवून बंदिशीच्या खाचाखोचांसह गाऊन दाखवल्यानंतर कुमार सत्यशीलना ते पाठ करून गायला सांगत. त्यानंतर ते बाहेर जाऊन येत आणि क्रमाने स्वतःच्या पाठोपाठ सत्यशीलकडून आवर्तने करून घेत. तो राग बुजुर्गांपैकी कोणी कसा गायला होता, याचेही एखाद्या दिवशी प्रात्यक्षिक दाखवत. कुमारजींचा मूळचा 'काळी तीन'चा स्वर असला, तरी ते 'पांढरी तीन'मध्ये शिकवत, पण सत्यशील यांचा स्वर 'काळी एक' असल्याने त्याच्या वरच्या 'पांढरी तीन' या स्वरात गाणेही त्यांना जड जात असे. सत्यशीलचे खालच्या स्वरातील गायन कुमारांच्या वरच्या पट्टीतील गाण्याच्या तुलनेत एकदम फिके लागे. याचा सत्यशीलना खूप त्रास झाला; पण कुमारांनी त्यांच्या या लटक्या नैराश्याकडे फारसे लक्ष दिले नाही. 'कलेचा मार्ग असाच खडतर असतो' हेच कुमारांना यातून दाखवायचे होते. शिष्यांच्या किंवा आपल्या मुलाच्याही मानसिक आंदोलनांना गोंजारणे त्यांना पसंत नव्हते. कुमारांनी शिष्यांना कधीही 'असेच गा' असे सांगितले नाही. मात्र 'आवाज गोल, नादमय, रेझोनंट असावा; त्याला टोक असावे; दोरे नकोत' असे

त्यांचे मत होते. यासाठी करायच्या साधनेकरता त्यांनी 'ये-अन-आईओ-अम- उई' असा मंत्र दिला. वेगवेगळे स्वर आणि अनुनासिक यांचा वेगवेगळ्या रागांत मुखबंदी करून करायचा हा जप होता; पण असा रियाज सत्यशीलना न झेपल्याने त्याचा त्यांना त्रास होत असे. यातून त्यांचा स्वतःच्या आवाजाचा शोध सुरू झाला. कुमारांनी सत्यशीलना पारंपरिक राग आणि बंदिशीच शिकवल्या; स्वतःच्या रचना शिकवल्या नाहीत. कुमारांच्या डायनिंग टेबलवरील बोलण्यातून आणि गुणगुणण्यातून सत्यशीलना कित्येक लोकगीते आणि बंदिशी पाठ झाल्या. गंमत म्हणजे, देवासचे दोन वर्षांचे शिक्षण संपवून सत्यशील मुंबईला परत गेल्यानंतर त्यांचा रीतसर गंडाबंधनाचा कार्यक्रम झाला. कुमारांनी त्यांना गंडा बांधला आणि गूळ-चणे खिलवले. या कार्यक्रमाला पु. ल. देशपांडेही उपस्थित होते.

शिक्षणानंतरचा प्रवास

कुमारांकडे शिक्षण घेऊन सत्यशील देवासहून मुंबईला परत आल्यानंतर त्यांचे स्वतःचेही कार्यक्रम सुरू झाले. कुमारजी मुंबईत यायचे तेव्हा आणि सत्यशील देवासला जायचे तेव्हा, कुमारांचा सहवास चालूच राहिला. त्यांच्याबरोबर सत्यशील स्वरसाथीकरता कार्यक्रमालाही जात असत. त्यांच्याबरोबर सत्यशीलनी दोन-तीनदा परदेश दौरेही केले होते. त्यांत हॉलंड, फ्रान्स, इंग्लंड या युरोपमधील देशांचा, तसेच अमेरिका, दुबई या देशांचाही समावेश होता. याशिवाय तानसेन संगीत समारोह - ग्वाल्हेर, सवाई गंधर्व महोत्सव - पुणे असेही कार्यक्रम झाले.

सत्यशील यांचे विशेष उपक्रम

- सप्तक अर्काइव्ह्ज, अहमदाबादसाठी दोन वर्षे स्वतःच्या संग्रहातील उत्तमोत्तम बंदिशींचे विश्लेषणासहित ध्वनिमुद्रण.
- 'पु. ल. देशपांडे जन्मशताब्दी'निमित्त पुलंच्या संगीतविषयक लिखाणात नसलेल्या लिखाणातील संगीतविश्व उलगडून दाखवणारा कार्यक्रम महाराष्ट्रात अनेक शहरांमध्ये प्रस्तुत.
- प्रफुल्ला डहाणूकर फाउंडेशनतर्फे आठ शहरांमध्ये सतत तीन वर्षे बंदिशींच्या कार्यक्रमांची प्रस्तुती व या कार्यक्रमाच्या सीडीची निर्मिती. अभिजात संगीतातील फक्त पाच मिनिटे कालावधी असलेल्या बंदिशींचा यात समावेश यात आहे. ज्यांना शास्त्रीय संगीतातील पूर्ण वेळेचा ख्याल ऐकण्याची गोडी नसते, अशा सामान्य श्रोत्यांना या संगीताची गोडी लागावी, हा हेतू या योजनेमागे आहे.
- माजी प्रमुख, भीमसेन जोशी अध्यासन, पुणे विद्यापीठ.

पुरस्कार

संगीत क्षेत्रातील सत्यशील यांच्या योगदानाबद्दल त्यांना विविध पुरस्कारांनी गौरवण्यात आले आहे. त्यांतील काहींचा उल्लेख केला आहे :

होमी भाभा शिष्यवृत्ती, १९९६; कुमार गंधर्व शिष्यवृत्ती, १९९९; विमला देवी फाउंडेशन पुरस्कार - संवाद फाउंडेशनकरता; सूरसिंगार संसद तानसेन पुरस्कार; कल्पकतेकरता रझा पुरस्कार, २००६; वत्सलाबाई जोशी पुरस्कार; कुसुमाग्रज प्रतिष्ठानचा गोदागौरव पुरस्कार, २०१८. याशिवाय मास्टर दीनानाथ फाउंडेशनतर्फे त्यांनी 'कहेन' या नावाने 'ठुमरीकथा' अशा नावाच्या सीडींची निर्मिती केली आहे. चित्रपट पार्श्वगायक म्हणून 'झुठे नैना बोले' या आशा भोसले यांच्याबरोबर गायलेल्या 'लेकिन' या चित्रपटातील गाण्याकरता १९९२मध्ये राष्ट्रीय पुरस्कार. १९८२मध्ये 'विजेता' या चित्रपटात आशा भोसलेंबरोबर त्यांनी 'आज आनंद' हे गीत गायले आहे. सत्यशील यांच्या सत्तरीनिमित्त फेब्रुवारी २०२१मध्ये त्यांच्या बंदिशींचा विशेष कार्यक्रम फेसबुकवरून सादर करण्यात आला होता.

कलाकार कुटुंब

सत्यशील देशपांडे यांचा विवाह १९८४मध्ये झाला. त्यांच्या पत्नी उषा या नामवंत लँडस्केप डिझायनर आहेत आणि पुण्यात लँडस्केपिंग क्षेत्रात गेली अनेक वर्षे काम करत आहेत. त्या राजस्थानी लोकसंगीताच्या गायिकाही आहेत. त्यांचा मुलगा सृजन वडिलांकडे गाणे शिकतो आहे आणि सध्या मणिपाल विद्यापीठात 'कुमार गंधर्वांचे सांगीतिक आगळेपण' या विषयात पीएच.डी. करतो आहे. याबरोबरीने संवाद फाउंडेशनतर्फे स्थापित केलेल्या अर्काइव्हचा संयोजक म्हणूनही तो काम करतो.

वैशिष्ट्यपूर्ण सप्रयोग व्याख्याने

सामान्यांना माहीत असलेल्या चित्रपटातील गाण्यांची उदहारणे घेऊन शास्त्रीय संगीताच्या विशाल दालनात सहजपणे हात धरून घेऊन जाणे, हे सत्यशील यांचे वैशिष्ट्य आहे. त्यांच्या गाण्याच्या धुनीतून प्रगल्भ संगीतविचार सोपा होतो आणि श्रोते त्यात तल्लीन होतात. गायकांचे तेच-तेच राग वर्षानुवर्षे ऐकूनही ताजे का वाटतात आणि श्रोते ते परत-परत ऐकायला का उत्सुक असतात, हे सत्यशील सोदाहरण स्पष्ट करतात. रागसंगीतातील बंदिशी आणि त्यांचे मुखडे वेगवेगळ्या घराण्यांत कसे गायले जातात, याची अनेक उदाहरणे देऊन ते श्रोत्यांना थक्क करतात.

उदाहरणार्थ, 'आधा है चंद्रमा' (राग : मालकंस) यांसारखी गाणी विस्तार करून गाता येत नाहीत, तर ती ध्वनिमुद्रिकेप्रमाणेच गायली जातात; पण ते गाणे जसेच्या तसे

न गाता त्यात जर मुखडा तयार केला, तर ते अधिक गाता येते. असे केले, तर त्यात गाणाऱ्याचे कौशल्य दिसू शकते. तसेच या गाण्याला असलेल्या दादरा ठेक्याऐवजी एकताल वापरला, तर त्याचा विस्तार होऊ शकतो आणि मग त्याची अभिजाततेकडे कशी वाटचाल सुरू होऊ शकते, हे ते प्रात्यक्षिकासह दाखवतात. गायला जाणारा राग, कलाकाराची मन:स्थिती, त्याने घेतलेली तालीम यांचा विचार करून गाणे फुलवता येते, याची छोटी छोटी उदाहरणे आणि रोजच्या व्यवहारातील मनोरंजक गोष्टी सांगून हा अमूर्त विषय मूर्त स्वरूपात स्पष्ट करण्याची हातोटी असल्याने सत्यशील यांची ही 'लेक-डेम' म्हणजे सप्रात्यक्षिक भाषणे अतिशय लोकप्रिय झाली आहेत. 'स्पिक मॅके'तर्फे दहा ते चौदा वर्षे वयाच्या मुलांनाही त्यांनी अशा अभिनव पद्धतीने अभिजात संगीताची ओळख करून दिली आहे. विविध उदाहरणांचा उपयोग केल्याने आपल्या रंजक संगीत गप्पांमध्ये संगीत आजिबात न समजणाऱ्यांनाही ते सामावून घेऊ शकतात.

बहुआयामी व्यक्तिमत्त्व

'एकातून अनेक विषय सुचणे' हे सत्यशील यांचे वैशिष्ट्य आहे. त्यांच्याच शब्दांत सांगायचे, तर 'एक करताना दुसरेच काहीतरी आठवत राहावे, ही माझी जुनी खोड आहे.' ते स्वत:बद्दल बोलताना 'आपण संगीतातील भ्रमर आहोत' असे म्हणतात. हे अगदी खरे आहे. त्यांच्या गप्पा म्हणजे शब्द आणि संगीत यांची मेजवानी असते. जाणिवा समृद्ध करणारे गाणे, कविता आणि साहित्य हे सर्व एका बैठकीत अनुभवायला मिळते, असे त्यांचे बोलणे ऐकताना रसिकांना वाटते. कुमार गंधर्व, अमीरखाँ, भीमसेनजी, मन्सूर, केसरबाई केरकर, फैयाजखाँ अशा अनेक महान कलाकारांच्या गायकीतील सौंदर्यस्थळे उलगडून दाखवून ते श्रोत्यांना कलाजगतातील नवनवीन दालनांमध्ये घेऊन जातात. समजतील अशा पद्धतीने अमूर्त संगीताची वैशिष्ट्ये मांडून सामान्यांचीही अभिजात संगीताशी ओळख करून देऊ शकणारी रसाळ भाषा, हे त्यांचे वैशिष्ट्य आहे. अनभिज्ञ श्रोत्यांना खुमासदार शब्दांमधून स्वरांची जादू सांगणे, ही त्यांची खासियत आहे. याबरोबरीने ते उर्दू/संस्कृतमधील शेर/सुभाषित सांगून जाणकारांच्या विचारांनाही खाद्य पुरवतात. ज्याप्रमाणे एखादा पक्षीनिरीक्षक दूर असलेला फक्त त्यालाच दिसणारा सुंदर पक्षी दुर्बिणीतून आजूबाजूच्यांना दाखवतो, तसे अभिजात संगीताच्या सौंदर्याचा बोध रसिकांना ते करून देतात. अर्थातच त्यामुळे श्रोत्यांना अधिक चांगल्या रीतीने संगीताचे आकलन होते. एकाच बैठकीत ते मनाला भावणाऱ्या स्वरांच्या सूक्ष्म श्रुतींविषयी सांगतात आणि फक्त बुद्धीला आकलन होणारी, पाव मात्रेचा भेद असलेली दाक्षिणात्य संगीतातील लयकारीही उलगडून दाखवतात. कलाकाराच्या सादरीकरणामागचा संगीतविचार ते नेमकेपणे विशद करतात. एकाच

वेळी ते अनेक पातळ्यांवर संचार करत श्रोत्यांना संगीतविश्वाची सफर घडवून आणतात. कलाकारांनी आपले स्थान निर्माण करण्याचे महत्त्वही ते सांगतात. अन्य कलांच्या तुलनेत संगीत कलेचे वेगळेपण ते नेमकेपणाने दाखवतात. ते लिहितात, 'भारतीय संगीताचा आविष्कार पूर्वनियोजित नसल्याने तो आपल्या समोर उलगडत जातो. एम. एफ. हुसेनचे चित्र चितारून झाले की, मग आपण पाहतो. चित्रपटामध्ये आपण बदल करू शकत नाही. संगीत कलेत मात्र सतत काहीतरी घडत असते.'

संवाद फाउंडेशन

घरी टेपरेकॉर्डर असल्याने त्यांना ध्वनिमुद्रण करण्याची आवड होतीच. नंतर त्यांनी त्याचे तंत्रही शिकून घेतले. १९८४मध्ये मुंबईत झेविअर्स कॉलेजमध्ये त्यांनी इंडियन म्युझिक ग्रुप स्थापन केला. पण 'संगीत-शिक्षणाला उपयोगी पडावीत म्हणून वेगवेगळ्या घराण्यांची प्रातिनिधिक रेकॉर्डिंग्ज एकत्र करून त्यांचे अर्काइव्ह करावे' हा ग्रुपचा उद्देश सफल होऊ शकला नाही. नंतर मात्र ती योजना प्रत्यक्षात आणण्याची संधी चालून आली. सत्यशील यांनी १९८९मध्ये दिल्ली येथील इंडिया इंटरनॅशनल सेंटरमध्ये एकच राग वेगवेगळ्या घराण्यांच्या अंदाजाने पेश केला होता. तेव्हा तेथे उपस्थित असलेले फोर्ड फाउंडेशनचे कार्यक्रम अधिकारी प्रभावित झाले आणि त्यांनी उत्तर भारतीय कंठसंगीतातील नष्ट होऊ पाहणारी दुर्मीळ परंपरा जतन करण्याकरता सत्यशीलना अनुदान दिले.

'अर्काइव्हच्या कामामुळे कलात्मक संवेदनांचे जतन करता आले आणि तौलनिक अभ्यासाची वास्तवता लक्षात आल्याने गायक आणि संगीत-अभ्यासक म्हणून मी समृद्ध झालो' असे त्यांनी लिहिले आहे. वामनरावांच्या इच्छेनुसार त्यांच्या वाळकेश्वर, मुंबई येथील घरातून अर्काइव्हचे काम चालते. यामध्ये महत्त्वाचे heritage recordings, तसेच मंचगायक नसलेल्या, पण गुणी आणि विद्यावंत बुजुर्ग गायकांशी संवाद, गायनाच्या साहाय्याने केलेले डॉक्युमेंटेशन, एकल तबलावादनाची ध्वनिमुद्रणे व स्वरलेखन केलेल्या सुमारे तीन हजार अप्रकाशित बंदिशी असा संग्रह आहे.

सुमारे दहा हजार तासांची ही ध्वनिमुद्रणे सूचीबद्ध केलेली आहेत आणि आता यांचे डिजिटल माध्यमात रूपांतराचे काम चालू आहे. देशातील विविध भागांत आणि विद्यापीठांत या ध्वनिमुद्रणांची मार्गदर्शनासह श्रवणसत्रे होत असतात आणि अनेक विद्यार्थी, रसिक आणि कलाकार यांचा लाभ घेत असतात.

रागसंगीताचे नियम आणि शिस्त पाळूनही एकच बंदिश/राग वेगवेगळ्या घराण्यांत/प्रांतात वेगळ्या पद्धतीने गायली जाते / गायला जातो. उत्तर भारतीय संगीतातील उस्फूर्ततेमुळे या संगीतात विविधता आल्याने ते समृद्ध झाले आहे. दाक्षिणात्य संगीतासारखे किंवा युरोपीय सिंफनीसारखे ते पूर्वनियोजित/लिखित नाही.

त्यामुळे देशातील प्रांतांचे, संस्कृतींचे प्रतिबिंब त्यात पडते. सत्यशील असे मानतात की, 'सर्वांनी एकाच सुरात किंवा एकाच पद्धतीने गाण्यातून साधल्या जाणाऱ्या एकात्मतेपेक्षा राष्ट्रीय व्यामिश्रता अधिक अस्सल आणि आकर्षक आहे.' संवाद फाउंडेशनतर्फे अभ्यास-कार्यशाळा, नवोदित कलाकारांच्या मैफिलीही आयोजित केल्या जातात. गुरु-शिष्य परंपरेत गुरूंच्या सहवासात शिष्यावर जे संस्कार होत असत, ही परंपरा खंडित झाल्यामुळे ते होत नाहीत. अशा वेळी विद्यार्थ्यांना आणि अभ्यासकांना या अर्काइव्हची चांगली मदत होऊ शकते.

बंदिशकार

सत्यशील यांना संगीत, चित्रकला अशा सर्वच क्षेत्रांतील रचना (कॉंपोझिशन) आणि रचनाकारांविषयी (कंपोझर) आकर्षण आहे. यांत गजल, ठुमरी, भावगीत, चित्रपट संगीत या गानप्रकारांच्या बरोबरीने दाक्षिणात्य आणि हिंदुस्थानी तालक्रियांचाही समावेश आहे. या क्षेत्रांतील गुणी मंडळींशी सत्यशील यांचे सांगीतिक आदान-प्रदान होत असते. याबरोबरीने अनेक भाषांचाही त्यांचा व्यासंग आहे. त्यांना लयतालाचे आकर्षण असल्याने त्याचा प्रभाव त्यांच्या बंदिशीवर पडला आहे. त्यांना बंदिशी सुचण्याच्या स्रोतात विविधता असल्याने त्या रचनाही वैशिष्ट्यपूर्ण झाल्या आहेत. उदाहरणार्थ, झपतालात पाचव्या मात्रेपासून मुखडा असणारी सावनी रागातील 'न भाए दरस एक', पोटात सम असणारी 'थै तत...' इत्यादी. सुप्रसिद्ध कथक नृत्यांगना शमा भाटे यांनी त्यांच्या बंदिशींवर नृत्यरचनाही केल्या आहेत. पं. सुरेश तळवलकर यांच्या बरोबरीने त्यांनी काही बंदिशींची रचना केली आहे. उदाहरणार्थ, यमन रागातील 'जिया में', मुलतानीमधील 'जाने नही बलमवा' इत्यादी.

संशोधक स्वभाव

त्यांचे अनेक शोधनिबंध (research papers) भारतातील अनेक विद्यापीठांमधून आणि वेगवेगळ्या संस्थांद्वारे सप्रात्यक्षिक प्रस्तुत होतात. घरी येणाऱ्या अनेक गवयांच्या चर्चा ऐकून सत्यशील यांच्या नैसर्गिक चिकित्सक वृत्तीला बळ मिळाले. गुणिजनांच्या सहवासात केलेल्या अभ्यासाला त्यांनी साहित्यादी कलांचा अभ्यास, स्वतःचे निरीक्षण आणि विचार यांची जोड दिली. सौंदर्यशास्त्राचा सिद्धान्त; आवाज-साधना शास्त्र; लयताल विचार; दाक्षिणात्य कंठसंगीत आणि तालशास्त्र; मराठी, हिंदी, उर्दू या भाषांमधील साहित्य-काव्य यांचा त्यांनी सखोल अभ्यास केला. या जोडीला उत्तम पाठांतर आणि विद्वत्तापूर्ण, तरीही रंजक शब्दांत विषय मांडण्याची त्यांची हातोटी असल्याने त्यांच्या सप्रयोग व्याख्यानांनी रसिकांना सांस्कृतिक श्रीमंती बहाल केली.

सत्यशील यांचे लेखन आणि त्यांची काही मार्मिक निरीक्षणे हा स्वतंत्र लेखाचा विषय होऊ शकेल, इतके विपुल लेखन त्यांनी केले आहे आणि इतकी भाषणे दिली आहेत. आपल्याला उमजलेले सौंदर्य मांडताना साहित्यिक, आलंकारिक, हिंदी-उर्दू भाषेतील दोहे-शेर उद्धृत करणे ही सत्यशील यांची खास लेखनशैली! त्यांच्या 'एक नायक आणि एक (खल) करणारा नायक' या दीर्घ लेखात त्यांनी कुमारांच्या गायकीचा, त्यांनी केलेल्या विशेष निर्मितीचा आणि त्यांच्या अभिजात संगीतातील योगदानाविषयीचा ओघवत्या शैलीत मागोवा घेतला आहे. जाता-जाता इतरांना टपल्या मारायचा सत्यशील यांचा तिरकस स्वभाव त्यांच्या बोलण्यातून आणि लिखाणातूनही डोकावत असतो. असे करताना अर्थातच वैयक्तिक टीका करण्याचा उद्देश नसतो, तर अनेकदा त्यामुळे ते मांडत असलेल्या संकल्पना सोप्या आणि रंजक पद्धतीने समजतात.

सत्यशील उवाच

- हिंदुस्थानी संगीतातील ख्यालातील बंदिशींपुरते बोलायचे झाले, तर स्वरांचा, रागाचा शोध घेणे; बंदिशीत दडलेल्या रागरूपांचे सुप्त संकेत, त्यांच्या छटा उलगडत बसणे हा कलाकारांचा जन्मभराचा उद्योग होऊन बसतो.
- बंदिश एका रागात असते, पण एका बंदिशीत सर्व राग नसतो.
- व्यक्तिगत संवेदनांचा पट उलगडू पाहणारी कलामूल्ये लवचीक असतात (अडिग म्हणजे 'स्टॅटिक' नसतात.)
- घराण्याच्या संस्थापक गायकाला जेव्हा कमी दर्जाचे अनुयायी मिळतात, तेव्हा घराणे सुरू होते. परंपरेतील कलामूल्ये निश्चित करून ती स्थगित करण्याचे काम दुसऱ्या/तिसऱ्या पिढीत होते.
- हिंदुस्थानी तालपद्धतीत खाली-भरीचे तत्त्व असल्यामुळे व तालाचे दोन भाग होत असल्यामुळे गायकाद्वारे नवनिर्मितीची क्षमता वाढत राहिली. कारण आवर्तनात दुप्पट अवकाश मिळाला. हा अवकाश म्हणजेच उपजेचे, निर्मितीचे, सर्जनाचे क्षेत्र आहे.
- क्लासिकल म्युझिकचे 'शास्त्रीय संगीत' असे स्वैर आणि गैर भाषांतर केले गेले आहे.
- रागव्यवस्था ही अशी बाब आहे, जी प्रत्येक कलाकार आपल्या विचाराने पुन:प्रस्थापित करतो. प्रत्येक कलाकाराचा तो जन्मसिद्ध आणि कलासिद्ध हक्क आहे.
- कलेचे गूढरम्य प्रदेश शास्त्र-व्याकरणाच्या सीमांना टेकून तिथेच असतात. या दोन्हींच्या सीमारेषेवर एकामागून एक येणाऱ्या आवर्तनांची शृंखला चांगला गायक आंदोलित करत राहतो.

- राग अप्रचलित कसे होतात?
    - जेव्हा गवयाच्या गळ्यातून एखाद्या रागाची धून गायली जात नाही आणि स्वरवाक्यांची पुनरुक्ती करायला अडचण येऊन रागप्रवाह खंडित होतो, तेव्हा असे राग अप्रचलित होतात.
    - जेव्हा विहित स्वरावलीच्या पलीकडे जाऊन, कलात्मक स्वातंत्र्य घेऊन अधिक सौंदर्याचा आनंद घेण्याकरता तिरोभावाचा उपयोग गायक करू शकत नाही. रागाच्या क्लिष्ट रचनेमुळे गायकाला कलेच्या गूढरम्य प्रदेशात फिरता येत नाही.
- कुमारांच्या मते अष्टांगे गाण्याकरता आहेत; गाण्याचा उद्देश अष्टांगे दाखवणे नाही.
- अल्पस्वरी लोकधुनांना पूर्ण सप्तकात गाण्याचा आयाम मिळतो आणि अल्पमात्रेच्या ठेक्यांऐवजी खाली-भरीयुक्त ठेक्यात बंदिश रचली जाते, तेव्हा धुनेचे रूपांतर रागात होते.
- जेव्हा ख्यालाबरोबर साथ करणाऱ्या तालाची छंदयुक्त खाली-भरी होत नाही आणि गायकाला त्यात स्वच्छंदपणे विहार न करता आल्याने उपज क्रियेवर बंधने येऊ लागतात, तेव्हा असे ताल अप्रचलित व्हायला लागतात.
- आग्रा घराण्याच्या बंदिशींची रचना 'खाली-भरी' असलेल्या कव्वालीसारखी आहे.

घरंदाज गायकीच्या छायेत राहूनही सत्यशील यांनी स्वतःचा सौंदर्यशास्त्रीय दृष्टीकोन घडवला. कलेच्या गूढरम्य प्रदेशात डोळस मुशाफिरी करून त्याचा रोचक अनुभव त्यांनी असंख्य रसिकांना दिला. त्यांचा हा सतत चालू असलेला शोध त्यांनी रचलेल्या 'सावनी' रागातील या बंदिशीतून व्यक्त केला आहे. अनेक फुलांमधून निवडक परागकण वेचणाऱ्या फुलपाखराच्या स्वभावाचे प्रतिबिंब यात उमटलेले दिसते :

'न भाए दरस एक, निरखू रूप अनेक
लुभाए मन बहुरूप, बहुरुपिनी धुन नेक'

❖◆❖

मुलाखत

दि. २९ जुलै २०१७ रोजी पुण्यातील कर्नाटक प्राथमिक शाळेच्या सभागृहात,
***पं. सत्यशील देशपांडे** यांनी केलेल्या संगीतसंवादाचे शब्दांकन.*

मी मनमोकळेपणाने हितगुज करणार आहे आणि मला आवडणाऱ्या बंदिशींबद्दल सांगणार आहे. तर मला आवडणाऱ्या बंदिशी पुष्कळ आहेत, पण या बंदिशींचा संग्रह कसा झाला, त्याची थोडी पार्श्वभूमी सांगतो. मी जेव्हा साधारण ११/१२ वर्षांचा होतो, तेव्हा माझे वडील *घरंदाज गायकी* हे पुस्तक लिहीत होते. या 'ट्रेंड सेटिंग पुस्तका'चा लोक आजही डॉक्टरेटसाठी वापर करतात. वामनराव देशपांडे, अशोक दा. रानडे आणि आपले हेड ऑफ द डिपार्टमेंट काय म्हणतात, एवढं सांगून आजचे विद्यार्थी प्रबंध पूर्ण करतात! स्वत:चं काही सांगायची गरज नाही, असा त्यांचा समज असतो. *घरंदाज गायकी* या पुस्तकापूर्वी भातखंडे यांच्यापासून सुरू झालेली किंवा मग विशेषणांनी ओतप्रोत भरलेलं लिखाण असलेली संगीताची फक्त व्याकरणात्मक पुस्तकं होती.

आरोलकरबुवा म्हणायचे, 'जुईची कळी अलगद निखळून पडावी, तसे बडे महम्मदखाँसाहेब समेवर यायचे. करा तुम्ही प्रयत्न!' यावर शिष्य जो प्रयत्न करायचा, तो केळीच्या सालीवरून घसरून पडल्यासारखा वाटे. ते समेवर कसे यायचे, ते उपमा देऊन किंवा विशेषणांचा वापर करून काही कळत नाही. तर याच कारणाने एक माध्यम दुसऱ्या माध्यमातून सांगण्याला खूप मर्यादा असतात.

गायनकलेत असलेली वेगवेगळी घराणी, म्हणजे वेगवेगळ्या सौंदर्य प्रणाली (ॲस्थेटिक आयडिऑलॉजीज) असतात, हे पूर्वी फारसं माहीत नव्हतं... घराणेदार गायकांनाही नव्हतं. कारण हे लोक जेव्हा उत्तरेतून आपली कर्मभूमी सोडून बेघर झाले आणि मुंबईत आले, तेव्हा त्यांची घराणी नावारूपाला आली आणि हे गायक घराणेदार गायक ठरले. आज तुम्ही किराना गावाला गेलात, तर तिथे काही नाही; आग्र्यालाही नाही; ग्वाल्हेरमध्ये काही नाही; ५० वर्षांपूर्वीही काही नव्हतं. तिथल्या पीएच.डी. ला तंबोरा मिळवता येत नाही! गवई असा कुणी तेथे राहत नाही; सर्व महाराष्ट्रात आले. कारण महाराष्ट्रात त्यांना उदंड प्रोत्साहन मिळालं. त्यामुळे वामनरावांसारख्यांचा

तौलनिक अभ्यास सुकर झाला. त्या निमित्ताने अनेक गायक-वादक आमच्या घरी मुक्कामाला असत. आज समोर पुष्कर लेले, मंजिरी आलेगावकर, शौनक अभिषेकी हे गायक बघून खूप छान वाटतंय. कारण सहसा दुसऱ्या गायकाचं गाणं ऐकायला गायक येत नाहीत!

विष्णु दिगंबर पलुस्करांची तालीम घेऊन बी. आर. देवधरांनी विद्यालय काढलं आणि 'देवधर स्कूल' हे गाण्या-बजावण्याचं आणि त्यावर चर्चा करण्याचं एक जिवंत केंद्र बनलं. म्हणजे कुणी काही नवीन बंदिश बांधली की, 'ती ऐकवावी, अशा तोलामोलाचे गवई इथे भेटतील' असं गुणिजनांना वाटे.

किराना घराण्याशी माझं रक्ताचं नातं आहे, कारण माझे वडील १२ वर्षं सुरेशबाबू माने यांच्याकडे शिकले. भीमसेन जोशी, बसवराज राजगुरू यांपासून संगमेश्वर गुरवांपर्यंत सगळे जण आमच्याकडे येत असत, राहत असत. देवधर स्कूलपासून जवळ असलेलं मुंबईतलं वाळकेश्वर रोडवरचं आमचं घर ही राहण्यासाठी अनुकूल जागा होती, आणि 'पाहुणा आला म्हणजे, त्याला अटॅच्ड बाथरूमची खोली दिली पाहिजे' अशा कल्पना त्या काळी नव्हत्या! एका ठिकाणी आठ-आठ लोक मजेत राहत. 'तुमच्या घराण्याचं सौंदर्यशास्त्र काय?' असं विचारलं की, ते लोक गाऊन दाखवायचे; आणि समजा, कोणाला दुसऱ्या गायकाचं काही पटलं नाही, तर म्हणून दाखवायचे. उदाहरणार्थ मोगूबाईंनी वामनरावांना शिकवलेली चीज बरोबर नाही, हे मल्लिकार्जुन गाऊन दाखवायचे. म्हणजे ती भांडणं गाऊन व्हायची.

ह्याचा माझ्या मनावर नकळत एक संस्कार झाला. तो असा की, एक बंदिश एका रागात असते. म्हणजे भीमपलासमध्ये एक बंदिश असेल, पण सगळा भीमपलास त्या एका बंदिशीमध्ये नसतो. वेगवेगळे प्रतिभावान गायक ही बंदिश त्या-त्या वेळी वेगळ्या अंगाने उलगडतात. अशा तऱ्हेने अनेक बंदिशींमधून एका रागाचे दर्शन होते. कारण आपलं रागसंगीत आपल्या स्वभावधर्मानुसार पूर्वनिश्चित (प्रीकॉंपोज्ड) नाही.

उपज-अंगाने त्याची बढत होते. हे बहुधा 'खाली-भरी'मुळे, म्हणजे आवर्तनाचे दोन भाग केल्याने शक्य होतं. खाली-भरीमुळे फक्त उत्तर हिंदुस्थानी संगीतात आपण मुखडा घेऊन समेवर येतो. असं दाक्षिणात्य संगीतात किंवा ध्रुपद गायनात होत नाही. आता बघा, 'धा धा दिंता /किट धा दिंता/ तिटकत गदिगन धा' हा ठेका म्हटला, तर हे चार मात्रांचे ठोकळे एकापुढे एक ठेवल्यासारखं वाटतं. यात खाली-भरी नाही. जर ह्याच लयीत मी एकताल म्हणालो, तर त्यात खाली-भरी आहे. म्हणजे नुसताच एक पांढरा (फर्स्ट हाफ) आणि एक काळा (सेकंड हाफ) ठोकळा नाही, तर त्याच्यामध्ये एक चढण आणि उतरण आहे. समेवर येण्याची आमद आहे.

प्रात्यक्षिक १ : एकताल बोल

एकतालात आपण वर जाऊन खाली येतो. बघा, शौनकचा हात समेला वर गेला! त्यामुळे आपण मुखडा घेऊन समेवर येतो आणि उरलेल्या आवर्तनात आपला विचार मांडतो. आपल्यावरचे गुरूंचे संस्कार, आपली त्या वेळची मन:स्थिती, स्पाँटेनिटी (ज्याला हिंदीत एक सुंदर शब्द आहे 'तत्काल उत्स्फूर्तता'), गळ्याची अनुकूलता ह्या सगळ्यावर तो आवर्तन बांधण्याचा विचार अवलंबून असतो. म्हणूनच अभिषेकीजींचा किंवा भीमसेनजींचा तोच राग ऐकायला तेच श्रोते पुन्हा-पुन्हा जायचे. कारण 'आज काहीतरी नवीन मांडणी होईल' ही त्यांची अपेक्षा पूर्ण व्हायची. नवीन मांडणीलाच अभिजात संगीतात 'नवनिर्मिती' म्हणतात. तर असं हे आपलं संगीत आहे. एक राग समजायचा असेल, तर तो अनेक लोकांनी कसा गायला आहे, हे ऐकावं लागेल. कारण भारताच्या दोन तृतीयांश भागात हे संगीत गायलं गेलं आहे. त्यामुळे सामाजिक आणि सांस्कृतिक विविधतेमुळे गायकांद्वारे वेगवेगळ्या भावस्थितीने राग उलगडले गेले आहेत.

'मी जयपूर घराण्याचा आहे' असा माझ्या वडिलांचा अभिनिवेश नव्हता. त्यांना सर्व प्रकारचं चांगलं गाणं आवडायचं. त्या वेळी रेडिओवर बिनाका गीतमाला आणि विविध भारती प्रसिद्ध होती आणि सिनेसंगीत खूप ऐकू येई. त्यामुळे लाइट म्युझिकचासुद्धा माझ्यावर खूप प्रभाव आहे.

मला आठवतंय, त्या काळी किशोरीताईंनी भावनोत्कटपणे गायलेला 'रे बिरहा' हा भीमपलासमधला ख्याल... तेव्हा त्या गानसरस्वती वगैरे झाल्या नव्हत्या! सरस्वतीलासुद्धा एक बालपण असतं, तारुण्य असतं! तर तेव्हा त्यांचा संघर्ष चालू होता. घराण्याच्या शिस्तीशी फारकत घेऊन, फार भावनोत्कट होऊन गायचा त्या प्रयत्न करायच्या. ते ऐकताना फार मजा आला मला! त्याच्या अगोदर माझी भीमपलासशी ओळख होतीच. माझ्या नेणिवेत भीमपलास होताच. 'मेरे मनका बावरा पंछी क्यूं बार बार बोले' किंवा 'दिलरुबा मधुर हा जिवाचा छेडित राग गोड प्रीतीचा' असा तो छोटा गंधर्व यांचा 'दिलरुबा' लडिवाळ उच्चार फार आवडायचा. तर एक दिवस मोगूबाई घरी आल्या होत्या... सहसा न गाणाऱ्या त्या, पण खूप आग्रह झाला म्हणून गायल्या. माझ्या भावाने तबल्यावर ठेका धरला होता, झुमरा. त्यांनी 'रे बिरहा' म्हटला, त्याचा माझ्यावर अतिशय परिणाम झाला. त्या भीमपलासमध्ये आणि बंदिशीमध्ये भावनेला शास्त्रकाट्याची कसोटी होती. म्हणजे किशोरीताई ज्या भावस्थितीत जाऊन 'रे बिरहा' गायच्या, ते चुकीचं होतं, असं माझं काही म्हणणं नाही; पण ती भीमपलासकडे बघण्याची वेगळीच नजर कशी आहे बघा...

प्रात्यक्षिक २ : राग भीमपलास
ख्याल बंदिश – रे *बिरहा*

या बंदिशीमध्ये जे आहे, त्याला आद्यान्तक यमक म्हणत असल्याचं पुढे जेव्हा मी काव्यशास्त्राचा अभ्यास केला, त्यानंतर कळलं. यमकाचे अनेक प्रकार आहेत. ओळीच्या शेवटी जे येतं, तेच एक यमक नसतं. आद्यान्तक यमक म्हणजे ओळीच्या सुरुवातीला जी फ्रेझ येते, तीच ओळीच्या शेवटी येते आणि त्या दोन्ही एकमेकांत मिसळतात. आता हा जो ख्याल गातात, तो बंदिशींनुसार अधिकतर मींड अंगाने गायला गेला पाहिजे आणि ती भीमपलासची अनेकांतली एक पद्धत आहे. मोगूबाईंचा जो ख्याल ऐकला, त्याच्यामुळे मला अभिजात म्हणजे काय किंवा क्लासिसिझम म्हणजे काय हे जाणवलं. मर्ढेकरांनी एका कवितेत म्हटलं आहे, 'भावनेला येऊ दे गा शास्त्रकाट्याची कसोटी'. इथे भावनेला एक वजन आहे. हिंदी सिनेमात नुसता 'माँऽऽ' म्हणून हुंदका फोडतात, तो नुसताच आक्रस्ताळेपणा असतो. मोगूबाईंचं असं म्हणणं होतं की, ''किशोरी भीमपलास गाताना कुठल्याही स्वरावर थांबते. असा भीमपलास नसतो.'' भीमपलासमध्ये पंचमापेक्षा मध्यम जास्त लागला पाहिजे.

प्रात्यक्षिक ३ : गायन – राग भीमपलास
बंदिश – *बिरज में धूम, बाकी छब*

काफीमध्ये 'पंचमा'वर न्यास होतो. नवनिर्मितीकरता बरेच लोक स्केलचा वापर करतात वा कुठल्याही स्वरावर कितीही थांबतात. त्यांची प्रतिभा, बलस्थानं वेगळी असतात आणि खरं सांगायचं झालं, तर उत्तमोत्तम गायकांमध्ये रागसंगीताचा शौक फार कमी असतो. त्या गायकांची बलस्थानं वेगळी असतात. तर मोगूबाईंचा भीमपलास माझ्यावर असर करून गेला.

तशीच मैहरवाले अल्लाउद्दीनखाँ यांनी देवधरांना सांगितलेली आणि त्यांनी कुमार गंधर्वांना दिलेली ही बंदिश बघा... किती सुंदर आहे! बंदिश-विस्ताराच्या (इम्प्रोव्हायझेशनच्या) दोन पद्धती असतात. पहिली पद्धत : मुखडा घेऊन नंतर उरलेल्या जागेत आवर्तन बांधून तुम्ही समेवर येता. हे फक्त आपल्या उत्तर भारतीय संगीतातच संभवतं. दुसरी पद्धत म्हणजे, समेपासूनच पद सुरू होतं. कर्नाटक संगीतातल्या कृतीमध्येही तसं होतं, पण तिथे संपूर्ण ओळ म्हणतात. त्या ओळीमध्ये व्हेरिएशन होतं. हे दाक्षिणात्य संगीतामध्ये होतं. हा विस्ताराचा एक भाग आहे. अर्थात, त्यात मर्यादा आहे.

आपल्याकडे आवर्तनामध्ये चक्क मोकळी जागा आहे, आणि तुम्ही पुढची सम येईपर्यंत काय करणार?

ही एक बंदिश बघा. झपतालात ज्या बंदिशी समेपासून उठतात, त्यांना 'सादरा' असं म्हणतात.

प्रात्यक्षिक ३ : गायन – राग भीमपलास

वाकी छब निरखतही । मोरी सुधबुध बिसर गयी । ये सजनी ॥

प्रत्येक ओळीत भीमपलास उलगडत जाईल....

या बंदिशीत जे इम्प्रोव्हायझेशन होतं, ते सबंध ओळ म्हणून होतं; व्हेरिएशन करून होतं. हा एक भीमपलासचा वेगळा मजा! उदा : 'काटा रुते', 'घेई छंद'.

मग काही वर्षांनी मला उ. अमीरखाँचं गाणं आवडायला लागलं. आमच्या बालपणी अमीरखाँचा फार द्वेष केला जायचा. म्हणजे मी इंदोर-देवासमध्ये दोन-तीन वर्षं राहिलो किंवा सुट्टीत तिकडे जायचो, तेव्हा अमीरखाँकडे जाण्यापासून मला परावृत्त केलं जायचं.

प्रात्यक्षिक ४ : गायन – राग भीमपलास
उ. अमीर खाँ गायकी

त्यांचं खर्जावर आणि खर्जातल्या मध्यमावर फार प्रेम होतं. त्याची एक गोष्ट आहे. नाहीतरी माझ्या खुमासदार बोलण्याचा उल्लेख झालाच आहे... तर इंदोर रेडिओला आमचे विष्णु वाळिवडेकर तानपुरावादक होते. 'रेडिओमध्ये येऊन सगळे गायक तेच ते गात असल्याने त्यांना नवीन राग गायला सांगायचा' असा फतवा तेव्हा रातंजनकरांनी काढला होता. त्यानुसार अमीरखाँना शंकरा राग गायला सुचवलं... कदाचित त्यांना संकटात टाकायचा हेतू असेल! अमीरखाँनी सुरू केला शंकरा राग... पंधरा मिनिटं गायल्यावर रातंजनकरांनी विष्णु वाळिवडेकर यांच्याकडे चिठ्ठी लिहून पाठवली की, 'खाँसाहेबांना सांगा, शंकरा हा उत्तरांगप्रधान राग आहे.' खाँसाहेब म्हणाले, 'पंडितजीको बोलो की, मै उनकी इज्जत करता हूं, लेकिन मै मंद्र सप्तक का उत्तरांगही गा रहा हूं!'

भेंडीबाजार घराण्याचाही परिणाम माझ्यावर होता. यातही भीमपलासची एक वेगळी मजा आहे.

प्रात्यक्षिक ५ : गायन – राग भीमपलास बंदिश

माझ्या वाटचालीतला एक महत्त्वाचा भाग म्हणजे, अमीरखाँ किंवा अमरनाथ या लोकांच्या सहवासात आल्यामुळे मला मंद्र सप्तकाची दुनिया परिचित झाली आणि माझ्या हेही लक्षात आलं की, माझा आवाज मंद्राला फार अनुकूल आहे. त्यापूर्वी कुमारांकडे असताना, तरुणपणी, 'अरे, परमेश्वराने आपल्याला असा आवाज कसा दिला नाही!' याचं फार वैषम्य वाटायचं. पु.लंच्या 'तुज आहे तुजपाशी' नाटकात एक वाक्य आहे. काकाजी गीताला सांगताना म्हणतात की, 'न पेलणाऱ्या पट्टीत गायलं की, आयुष्य बेसूर होतं.' तेव्हा सगळ्या वाटचालीत आपल्याला आपली पट्टी सापडणं, आपला आवाज सापडणं, म्हणजे आपला आत्मा सापडण्यासारखं आहे.

आता ही एक फार जुनी बंदिश ऐका...

प्रात्यक्षिक ६ : राग भीमपलास बंदिश
पियरवा मोरा रे

पिअरवा मोरा रे तुमिसन, अब लागी रतना ॥
रैन दिना मोहे ध्यान तिहारो । तनमन वारूं मै तो वारू
जिया अपना रे ॥

ह्याच्यावरून कुमारांनी काय केलं? 'जावा हू देसा' बांधली आणि ही जुनी गायची सोडून दिली. आता 'जावा हू देसा' म्हणजे एक अनोखा विषय आहे. एरवी फक्त 'पिया गये परदेस, सैय्या नही आये, सांस ननद, सौतन' हे आमचं विषय पंचायतन आहे. गायकाची बंदिश फुलवण्याची पद्धत असते. ही कुमारजींची पद्धत...

प्रात्यक्षिक ६ : गायन – राग भीमपलास – *जावा हू देसा*

पिया बसेरा - यात लयीचा झोल आहे.

यावर वामनरावांनी त्यांना विचारलं की, "ही लयकारी कुठून आली?" कुमारजी म्हणाले की, "हे माझ्यावर केशवराव आपटेंचे संस्कार आहेत. ते इंदोरचे ध्रुपदीये होते." प्रत्येक गायकाचा उच्चार कधी टणत्कार असतो, कधी तरंग असतो... आणि त्याच्यात त्याची शैली दडलेली असते. जसं अभिषेकीजींची, भीमसेनजींची, मन्सुरांची सांगता येते, पण किशोरीताईंची सांगता येत नाही. कारण 'सगळं काही निर्गुण निराकार

असावं' अशी त्यांची इच्छा होती. अशी इच्छा का होती कोणास माहीत! म्हणजे गायकाच्या व्यक्तिमत्त्वाची पुटं गाण्यावर चढायला नकोत, असं त्यांना वाटे. अशी योगी लोकांचीही कल्पना नव्हती; पण त्यांची होती. मला फैयाजखाँचा, अब्दुल करीमखाँचा, अभिषेकींचा एकच राग ऐकायला आवडतं, कारण त्यांची व्यक्तिमत्त्वं त्यांच्या पेशकशित येतात. त्या निमित्ताने ती माणसं भेटतात... आणि हे आपल्या संगीताचं किती मोठं वैशिष्ट्य आहे की, एका रागातून अनेक व्यक्तिमत्त्वं आणि त्यांनी जगलेल्या रसमय जीवनाची आपल्याला खुशबू मिळते!

प्रात्यक्षिक ७ : राग भीमपलास – बंदिश + तराणा

आता बघा, प्रत्येक बंदिशीत भीमपलासचं वेगळं दर्शन होतंय. आता भीमपलास म्हटलं की, माझ्या मनात हेपण येतं -

गायन- *गुंचाये शौक लगा हे खिलने । फिर तुझे याद किया है दिलने (गजल)*

ही गजल भीमपलासमध्ये नसली, तरी तिच्यावर भीमपलासचा असर आहे.
माझ्याकडे बहुतेक आम रागातल्या साधारण पंधरा ते अठरा बंदिशी आहेत आणि केवळ गोळाबेरीज करण्याकरता त्या ठेवलेल्या नसून प्रत्येक बंदिश त्या-त्या कलाकाराच्या शैलीची खुशबू देणारी, त्याचं भावजीवन, भावविश्व व्यक्त करणारी आहे. ही एक रचना, मुखडा कसा आहे बघा... हा वेगळाच भीमपलास आहे....

प्रात्यक्षिक ७ : राग भीमपलास – बंदिश *कनकन सूर ताल*
राग भीमपलास – तीनताल – दिम तन देरेना

कनकन सुर ताल लिनो, चुनचुन रूप गुन बहु लेत पहेचान ।।
जानू न जानू पर भेद कछु जानू सबदकी लागी है
गुन करत रागरूप लेत सूरजान ।।

आता आग्रा घराण्याकडून मी काय शिकलो, ते मी सांगतो. अहो, स्वतःची गायकी बनवणं, म्हणजे एक पुनर्रचना (रिअरेंजमेंट) असते; चिरंतन शाश्वत कलामूल्यांची ती पुनर्मांडणी असते! मी हे स्पष्ट करतो की, 'आता मध्य लयीची लयकारी करतो' म्हणण्यापेक्षा 'शब्दक्रीडा करतो' असं गायकानं म्हणावं. शब्द फिरवण्यामध्ये गंमत आहे.

सगळी दुनिया बंदिशीचा मुखडा घेते आणि गाते. बंदिशीतल्या ज्या स्वरसमूहाची किंवा शब्दसमूहाची आवृत्ती करता येते, ती ठिकाणं शोधून त्याला मुखडा बनवण्याचं काम आग्रा घराण्यात केलं जातं. हे असं कव्वालीत होतं. आग्रा घराण्यातली ही उपज 'खाली-भरीतली' कव्वाली आहे. त्याच्यामुळे ती गायला कठीण आहे. कव्वाली केरवा अंगात गायली जाते. त्यामुळे कव्वालीत उपज सोपी जाते.

तर वेगवेगळ्या प्रांतांमधल्या, वेगवेगळ्या पिंडाच्या लोकांनी गायलेल्या बंदिशी ऐकून आपल्याला खरा राग कळतो. त्याची समग्रता लक्षात येते. ही एक बंदिश बघा...

प्रात्यक्षिक ८ : गायन – राग भीमपलास
बंदिश *मनावन कोई*

ही पुढची बंदिश बांधताना माझ्या नेणिवेतून मला आवडणारे अभिषेकी आलेले आहेत आणि हे काही ठरवून होत नसतं.

एकदा अलीअकबरखाँसाहेबांना कोणीतरी विचारलं की, ''आपके सर्जनशील प्रस्तुती का रहस्य क्या है?''

तर सर्जनशील वगैरे काय असतं, हे खाँसाहेबांना काही माहिती नव्हतं. तर ते म्हणाले, ''शुरूमें मै सरोद बजाने बैठता हूं, बादमें सरोद मुझे बजाती है।''

याचा अर्थ असा की, जिथे त्यांची भावसरिता त्यांना घेऊन जाते, तिथे ते जातात. हा मिजाज आहे. काही लोक व्याकरण सांभाळून गातात. माझंच एक प्रसिद्ध विधान आहे... प्रसिद्ध अशाकरता की, मीच ते नेहमी बोलतो. (हशा) ते असं की, 'चित्रकलेप्रमाणे रवि वर्मा विरुद्ध एम. एफ. हुसेन असं काही द्वंद्व आमच्या संगीतामध्ये नाही. कलानिर्मितीचे गूढरम्य प्रदेश हे रागतालाच्या व्याकरणाच्या सीमारेषेला चिकटूनच असतात आणि ही सीमारेषा प्रत्येक प्रतिभावान कलाकाराद्वारे आंदोलत राहते; काही लोक ह्या प्रदेशात राहतात, तर काही लोक त्या प्रदेशात असतात. काही जे सीमारेषेवर असतात, ते जास्त मोठे कलाकार असतात.' बंदिशीचा अंतरा बघा;

'पीर बजत मन के तार मन रकीब मन ही यार'
'मनावन को, पीर बजत मन के तार'

हा अभिषेकींचा सौंदर्यविचार आहे. 'मन रकीब' - रकीब म्हणजे शत्रू; 'मन ही यार' - मनच शत्रू आहे आणि मनच मित्र आहे. काव्य ऐका...

प्रात्यक्षिक ९ : गायन – राग भीमपलास – बंदिश अंतरा *पीर बजत*

तुमच्या काही बंदिशींविषयी सांगा.

आत्ताची (पीर बजत) ही माझी होती, 'कनकन सुरताल' माझी होती. काय असतं, नवीन बंदिशी बऱ्याच वेळा आधीच्या बंदिशींमुळेच घडतात; आणि याचं प्रसिद्ध उदाहरण म्हणजे, भटियारमधली रातंजनकरांची प्रसिद्ध बंदिश 'तनिक सुन री'. त्याला जवाब म्हणून 'दिन गये बीत' ही सुंदर बंदिश नातूंसाहेबानी बांधली.

आता राग बदलून 'सावनी' घेतो. ह्याबद्दलची एक आठवण कुमारजींनी सांगितली होती. त्यांनी अल्लादियाखाँचं गाणं ऐकलं. त्या वेळी खाँसाहेबांना असं उचलून आणलं होतं. त्यांना खुर्चीत बसवलं होतं. त्यांची मान लटलटत होती. 'आता 'सा' तरी लागणार का...' असं वातावरण होतं. केसरबाई आणि भुर्जीखाँ तंबोऱ्यावर होते. माझे वडील असं म्हणतात, ''ते गाणं मी ऐकलं होतं, पण मी सुरेशबाबू मानेंच्या इतका पगड्याखाली होतो की, 'बाकीचं सगळं गाणं व्यर्थ आहे' असं वाटायचं. म्हणून ते गाणं मला आवडलं नाही. माझी समज नव्हती म्हणा!'' तर कुमारजी म्हणतात की, अल्लादियाखाँ 'देव देव' ही सावनी रागातली बंदिश गायले होते. ती क्लिष्ट नव्हती; रागही काही बिकट नव्हता, पण तरी ते त्यात अशी आवर्तनं भरत होते, अशा अंदाजाने समेवर येत होते की, त्या अंदाजाने केसरबाई आणि भुर्जीखाँ यांना गाता आलं नाही. ते गप्प बसले.'' म्हणजे इतक्या सुपरफाईन लेव्हलवर जाऊ शकतं गाणं!

म्हणजे काय आहे की, ' 'पारंपरिक शिस्तीशी संघर्ष' ह्याची होलसेल एजन्सी आपल्याकडेच आहे' असा किशोरीताईंनी समज करून घेतला होता, तसं काही नव्हतं. प्रत्येक अभिजात कलाकार 'पारंपरिक शिस्तीशी संघर्ष' या अवस्थेला सामोरा जातोच. 'आपण भीमपलासमध्ये अजून काय गाणार?' असा प्रश्न, हे द्वंद्व अभिषेकींच्या किंवा कुमारजींच्या जीवनात नव्हतं? जसराजजींच्या जीवनात नव्हतं? त्यांनी त्यांच्या पद्धतीने त्यातून मार्ग काढला.

एक मजेदार किस्सा आहे. जसराजजी, निवृत्तीबुवा वगैरे सगळे जण एकदा बसले होते. तर जसराजजी म्हणत होते की, 'मैं कभी ठुमरी नही गाया।' ते थोड्याशा आत्मप्रौढीने सांगत होते. म्हणजे आमचे विंदा करंदीकर सांगायचे, 'मी फक्त कविता लिहिणार किंवा ललित निबंध लिहिणार. मी इतर काही लिहिलं नाही.' म्हणजे आपलं जे माध्यम जास्त सशक्त असतं, त्यात काम करायचं. तर निवृत्तीबुवांना वाटलं की, ठुमरी गात नसल्याची जसराजजींना खंत वाटतेय. म्हणून ते त्यांना समजावून धीर देण्याच्या आविर्भावात (त्यांच्या मराठी हिंदीत) म्हणाले, ''जसराज, तुमको ठुमरी गानेका है क्या? तो तुम जो गाते हो, वोही गाओ, खाली ठुमरीके तालमें गाओ!'' म्हणजे निवृत्तीबुवांना जसराजजींचा ख्याल ठुमरीसारखाच वाटत असे. जसराजजींनी शास्त्रीय संगीताला गोडवा दिला. हे तुम्ही माना अथवा मानू नका, पण अत्यंत सुरेल

गाऊन त्यांनी रसिकांवर इतकी वर्षं अधिराज्य केलं. तर अशा या सर्व वंदनीय लोकांच्या आठवणी आहेत.

प्रात्यक्षिक १० : राग सावनी – *दरस बिन निरस*

तर असं एक लालित्य कुमारजींनी प्रामुख्याने जयपूर घराण्यात गायल्या जाणाऱ्या 'सावनी' या रागात आणलं.

जर जयपूर घराण्याचं सौंदर्यतत्त्व तुम्हाला कळलं असेल, तर हे आघात आकारात किंवा शब्दात करा. त्याकरता तुम्ही जयपूर घराण्याच्याच बंदिशी गायल्या पाहिजेत, असं काही तुमच्यावर बंधन नाही. तर 'दरस बिन निरस' हा कुमारजींनी त्यांच्यापुरता केलेला जयपूर घराण्याचा अभ्यास आहे, असं म्हणता येईल. जयपूर गायकीचं सौंदर्यतत्त्व कळण्यासाठी फक्त आकारात आघातयुक्त गाण्याची गरज नाही. तसंच तुम्हाला किराना घराण्याचं सौंदर्य दाखवण्याकरता पुरिया कल्याणमध्ये 'आज सो बना' हेच गायला पाहिजे असं नाही; पण असं होत नाही आमच्याकडे... इतका विचार केला जात नाही!

प्रात्यक्षिक १० : गायन – राग सावनी
दरस बिन सब निरस लागे री । समझ कछु नाही

थोडीशी देवीची उपासना वगैरे करायचे कुमारजी. 'साक्षात्काराशिवाय मला सगळं निरस वाटतंय' अशा अर्थाची ही बंदिश आहे.

आता निर्गुणी परंपरेतल्या 'एक निरंजन ध्याउंगी' बद्दल. या निर्गुणीचा मला माझ्या क्रिएटिव्ह प्रोसेसमध्ये फार त्रास झाला. याला कारण आमच्या भोवतालच्या अनेक लोकांनी असा अर्थ काढला की, निर्गुणी भजन म्हणजे कुमारजींच्या जीवनाचं सांगीतिक सार आहे. तर असं काही नव्हतं. उलट असे भजनाचे कार्यक्रम झाल्यावर ते म्हणायचे, "मी कलाकार आहे; भजनी नाही. भजन गाऊन मी लाखो रूपये मिळवीन, पण मला कंटाळा येत नाही, तोपर्यंतच मी गाईन. तुम्हाला आवडतं म्हणून मी कशाला गायचं?"

म्हणजे आज जेव्हा वीस वर्षांची मुलगी किंवा मुलगा निर्गुणी गायला लागतात, तेव्हा मला वाईट वाटतं. इतक्या अकाली आणि अकारण तुम्ही कशाला पोक्त होता? चार गोष्टी बघण्याचं तुमचं वय आहे. कुठलीतरी लहान मुलगी गात होती. तिला सांगावसं वाटलं, 'अजून तुझ्या डोळ्यातील मोठेपण कवळे गं!' बरं, 'एक निरंजन ध्याउंगी' म्हणजे तिथे गुरूला संपूर्ण शरण जाण्याचा भाव आहे. कारण मूर्तिपूजा नाही; शब्दाची उपासना

आहे. तर मी प्रत्यक्षात पाहिलं आहे की, निर्गुणी गाणाऱ्यांना भयंकर मिजास येते की, 'आपण काहीतरी वरच्या लेव्हलचे स्वर लावतोय'; ते फार सुरीले असतात, असंही नाही.

तर *'न भाये दरस एक निरखो रूप अनेक...'*

आता मी माझ्याच रचना ऐकवतोय, तर त्यामागची पार्श्वभूमी सांगायला हवी.

प्रात्यक्षिक ११ : – राग सावनी – *जाने अकल सब*

ह्याचा मुखडा समेपासून सुरू होतो. ही बंदिश बदलून, मुखडा घेऊन समेवर आलं, तर काय करता येईल? तर असं म्हणता येईल 'अकल सब जाने' असा मुखडा झाला. तर आग्रा घराण्याचे बबनराव म्हणाले, 'तुम्ही आमच्या घराण्यातल्या बंदिशींना बिघडवू नका.' मी म्हणालो, 'ठीक आहे, मी माझी बांधतो ना!' म्हणजे दोन गोष्टी माझ्या प्रेरणा झाल्या. पहिली म्हणजे, त्या वेळी निर्गुणी गाणाऱ्यांवर असलेला माझा राग.... चौफेर न बघता 'एक निरंजन ध्याऊंजी' हा ॲटिट्यूड बाळगण्याबद्दलचा; आणि दुसरी प्रेरणा म्हणजे, माझ्या पाहण्यात तरी या लयीमध्ये, झपतालमध्ये खालीच्या आधीपासून उठणारी बंदिश नाही. ती बंदिश अशी आहे (असली तर कुणी सांगावी. मी माझ्या संग्रहात भर घालीन)....

न भावे दरस एक निरखू रूप अनेक ।।
लुभाये मन बहुरूप बहुरूपीनी धुन नेक निरखो रूप अनेक ।।

दरस बिन या कुमारजींच्या बंदिशीला जबाब म्हणून बांधलेल्या या बंदिशीची ही अशी पार्श्वभूमी आहे.

तर आता वेगवेगळी रूपं बनवायची कशी... तर ती आघातामुळे बनतात; आघातामुळे स्वरवाक्याचा अर्थ बदलतो. या विधानाचं प्रात्यक्षिक म्हणून ही बंदिश ऐकवतो...

गायन एकताल...

कसा मुखडा छोटा-मोठा होत जातो बघा...

बीती सारी रैना
डरे जिया, अकुलावे, पियाबिना ।।
कहत गुनी जब सुनत, रागकमल ताल मे खिले
नाही छंदबिना, चाहे गा लो रैना सारी।।

अमीरखाँसाहेबांच्या काही आठवणी सांगा.

मला त्यांचा सहवास फार झाला नाही. पुण्यात मी त्यांचं गाणं ऐकलं. अगोदर भीमसेन जोशी आणि नंतर अमीरखाँ! भीमसेनजी त्यांच्या नेहमीच्या पद्धतीप्रमाणे खूप छान गायले आणि अमीरखाँ त्यांच्या पद्धतीने! भीमसेनजी तंबोरे जुळवून अगदी त्यांच्या शिष्यासारखे बसले होते स्टेजवर... अमीरखाँना फार मानायचे ते! तर भीमसेनजींना अमीरखाँचं रेकोर्डिंग ऐकायला खूप आवडायचं. म्हणायचे, "असं शांत गाणं खूप आवडतं; आक्रमक नको." तर त्यांचं हे गाणं झालं, तेव्हा अशी हवा की, 'भीमसेनजी जमले, अमीरखाँ पडले'. मला आता असं सुचतंय की, ग्रेस किंवा खानोलकर यांच्या वाचनानंतर जर आपण अमर शेखचं काव्यवाचन ठेवलं, तर कोण जमला आणि कोण पडला? जमलं का पडलं, हे ठरवायला त्या दोन्हींचं सौंदर्यमूल्य एकच नव्हतं. म्हणून अशी तुलना होऊ शकत नाही. अमीरखाँचा 'या स्वराचा त्या स्वराशी कसा संवाद चालू आहे', ह्याचा शोध चालू असे. आता बघा...

प्रात्यक्षिक १२ : गायन – राग मालकंस
जिनके मन राम बिराजे

एकेक स्वर बघा. रागरूपावर आरूढ होऊन ते आजूबाजूच्या स्वरांशी संवाद करायचे. एका लेखात मी लिहिलं आहे की, 'अशी ती मंद ज्योत म्हणण्यापेक्षा शमा, जी त्या रागाच्या गर्भगृहाचा काळोख आणिकच गडद करतीय, इतकं ते त्या रागाच्या मूळ रूपाकडे जायचे. त्यांचा एक तकियाकलाम होता. म्हणजे ते नेहमी म्हणत असत, 'नगमा जो रूह गाये और रूह सुने' अशा प्रकारचं त्यांचं आत्मलीन गाणं होतं. सहा फूट उंचीचे; डोळे मिटून स्वतःत मग्न; मध्येच डोळे उघडल्यावर, समोर दीड-दोन हजार प्रेक्षक दिसल्यावर, 'अच्छा! तुम्हीपण आहात का?' असं विचारतील... असा तो अवलिया कलाकार होता. आता बरेच जण असं म्हणतात की, 'आमच्यावर अमीरखाँच्या तानेचा परिणाम आहे.' तर ते खरं नाही. त्यांची सरगमची आणि तानक्रियेची जी मिस्टरी आहे, ती कमाल आहे! ही गोष्ट कुणी आत्मसात करू शकलं नाही. माझ्या सांगीतिक वाटचालीमध्ये मी एक बंदिश केली आहे; ती अमीरखाँच्या बंदिशीवर आधारित रचना आहे. *'लागी ला मनवा तुमीसन'* हा साडेदहा मात्रेपासूनचा मुखडा आहे.

एक जमाना होता की, तालभोगी निवृत्तीबुवा सरनाईक, तालयोगी सुरेश तळवलकर आणि तालरोगी सत्यशील देशपांडे असे तिघं जण चर्चगेटच्या लोकलमधून गोरेगावला जात होते. आम्ही तिघंही तेव्हा विचार करायचो, 'हा मुखडा कुठुन सुरू होतोय?' ते तेव्हा

कळत नव्हतं. एरवी गायकाच्या आघातामुळे ते कळतं, पण अमीरखाँ अतिशय मुलायम आघात करून हा मुखडा घेतात...

प्रात्यक्षिक १२ : गायन – राग मालकंस – बंदिश टूटे जब सपन

बंदिश :
लागीला मनवा तुमीसन । मोरे मितवा सुरजनवा
रूप गुनन सो रिझावू, मन रंग हरत रहत जियरा।

तर बुजुर्गोंका खयाल रखना चाहिये म्हणून म्हटलं. त्यांनी साडेदहा मात्रेला, तर मी साडेनऊला मुखडा सुरू करून याच बंदिशीवर 'टूटे जब सपन' ही बंदिश बांधली.

टूटे जब सपन, जाना तब थे सपन
बिछुडन ये मिलन, साच क्या या सपन?
टुटे सो सपन

शब्दांचा मजा घेतला पाहिजे. गायकांना फार मिजास असते की, आम्ही शब्दांच्या पलीकडले... 'टूटे जब सपन'... तुटण्यामध्ये एक अकस्मात भावना आहे... अमीरखाँच्या प्रभावामुळे झालेली ही रचना आहे.

तुमच्या बाबतीत बंदिश-निर्मितीची प्रक्रिया कशी असते? शब्द, राग, ताल टप्प्याटप्प्याने सुचतात का?

ही प्रक्रिया प्रत्येक वेळी वेगळी असते. कधी एकदम सगळं सुचतं, तर कधी एखाद-दुसरा शब्दच सुचतो. तो मुखड्याचाच असतो असंही नाही. त्याभोवती बांधलं जातं. कधीकधी एखादी पूर्ण ओळ सुचते, तर कधीकधी विचार करून केली जाते. उदाहरणार्थ, 'न भाये / जाने अकल सब'साठी जवाब, 'अकल जाने सब' का केलं, तर दुसऱ्याच्या घरात जाऊन आपण त्याचं इंटेरियर का बदलावं? आपण आपली स्पेस निर्माण करावी. कधीतरी एखाद्या काव्याच्या प्रेमात पडून काहीतरी सुचतं. एकदा मी एका गायकाचं गाणं ऐकलं. चांगला गात होता तो; समजून गात होता; गुरूची नक्कल नव्हती. तो त्यांचं गाणं गात होता, इमाने इतबारे गात होता, तरी दुसऱ्याचा रंग त्याच्यावर चढत नव्हता. 'आपल्या आतून निघालेला आपला रंगच आपल्याला शोभून दिसतो' असा हा विचार आहे. 'स्वत:चं मंथन महत्त्वाचं! त्यातून विष निघेल किंवा अमृत; पण विचार कर, तुला तू सापडशील' हा थॉट त्या गाण्यात होता. म्हणून मग ह्यासाठी बंदिश झाली...

प्रात्यक्षिक १३ : गायन – राग अहिरभैरव
बंदिश *निरख रंग*

बंदिश सुचण्याचा हा क्रम उलटसुलटही होतो. यातल्या अहिर भैरवाचं रागरूप हा माझ्यापुरता एक विचार आहे. तो दुनियेवर लादण्याचा मला काही शौक नाही.

बंदिशरचना हे मी नित्यकर्म मानत नाही. एखादी बंदिश दुसऱ्या बंदिशीवरची प्रतिक्रिया असते. त्यामुळे काही दिवसांनी ती आवडेनाशी होते. असं चालूच असतं.

प्रात्यक्षिक १४ : गायन – राग नंद – बंदिश *ए राजन*
बंदिश *लगाये लगे ना*

आता यानंतर कुमारजींची *घुंघट घोलो नाही लागू पैय्या* ही बंदिश ऐकली आणि गौरीचं वेगळंच रूप जाणवलं. म्हणून प्रत्येक कंपोझरने आपल्याला भावणाऱ्या रागरूपानुसार आपली बंदिश बांधावी. आपल्याला काय म्हणायचं आहे, तेच प्रत्येक रचनाकार त्यातून मांडत असतो.

कुमारजींचा विचार या बंदिशीबद्दल असा आहे – 'गंधार लावून नंद रागाला वात्सल्याची तीट लावली जाते.'

अजहूं न आये शाम, बहुत दिन बिते ही बंदिश यानुसार त्यांनी बदलली. आग्रा घराण्यातल्या गायकांनी याला हरकत घेतली, म्हणून त्यांनी नवीन बंदिश केली. तिच्यात त्यांनी या बंदिशीवरून सुचलेलं सौंदर्यमूल्य घेतलं.

अब तो आजा रे राजन

आणि ही माझी बंदिश... थोडा बदल केला की कोलमडून पडायला नंद राग लेचापेचा नाही!

लगाये लगे ना मन कही सजनसे लागे अब नईं लगन ।।
न लागे जिया इत उत कही, बनाये बात नहीं बनत, बिनपी।

खूप आहे ही चर्चा! तुम्ही असं पंधरा दिवस ठेवलं, तरी संपणार नाही!

संगीत शिक्षकांनी घराण्याचं शिक्षण घेतलं पाहिजे का ?

सर्वांनीच घेतलं पाहिजे. विष्णु दिगंबर पलुस्कर सर्व घराण्यांच्या गायकांना बोलवून परिषद घेत असत; पण नंतर संगीताचा प्रचार करण्याकरता त्यांनी शिक्षकांची फौज तयार केली. आलाप, बोल आलाप, तान ही जी गायनाची अंगं गायक वापरतो, त्यांची तोंडओळख व्हावी, असा त्या शिक्षणक्रमाचा हेतू होता. आता असं सांगतात की, 'आलाप/तान क्र. एक ते पाच पाठ करा!' दुसऱ्या कुठल्या पद्धतीने तुम्ही विद्यार्थ्यांना तोंडओळख करून देणार? आज संगीताला प्रतिष्ठा आहे. शंभर-सव्वाशे स्त्री-पुरुष इथे बसले आहेत. पलुस्कर आणि भातखंडे नसते, तर हे शक्य नव्हतं. माझ्या लहानपणीची गोष्ट आहे. बडे गुलाम अलीखाँ, अमीरखाँ रेड लाइट एरियात राहत होते. त्यांना कोणी 'देशपांडे, पाध्ये' मिळाले नाहीत की, 'वा! वा! तुम्ही छान गाताय, आमच्या घरी येऊन राहा''... मग मुलींनी कुठे जाऊन गाणं शिकायचं? 'आपली विद्या आपल्या मुलालाही द्यायची नाही; शिकवायचंच नाही' असं होतं. त्यामुळे या गाण्याचा दर्जा खूप घसरला. तर त्या अभ्याक्रमात पाठांतर करून जे विशारद झाले, त्यांची एक वेगळी जमात निर्माण झाली, आणि तो अभ्यासक्रम ही तोंडओळख असल्याचं विसरून त्या अभ्यासक्रमालाच सगळे गाणं समजले आणि 'गाणं हे असंच गायचं असतं' असं त्यांना वाटायला लागलं.

म्हणजे नृत्यासाठी आवश्यक एरोबिक्सच्या व्यायाम-प्रकारांना जर नृत्य समजलं गेलं, तर कसं होईल? बरं, जो पाठ करून शिकला, तो पाठ करायलाच शिकवणार, पाठच करून घेणार. 'अभ्यासक्रमात हे राग आहेत. ह्यांत मुखडा घेऊन स्वतःच्या विचाराने उरलेल्या जागेत बरंवाईट योग्य पद्धतीने करा; तुम्हाला आपल्या पद्धतीने हा खेळ खेळता येईल' असं सांगायला हवं. रागाचं आवर्तन भरायचा खेळ खेळायचा आहे. तर तुमचा होमवर्क काय? तर ज्या-ज्या लोकांनी आपापल्या पद्धतीने हा आवर्तन भरण्याचा खेळ खेळला आहे, त्यांच्या गाण्याचा अभ्यास करा. म्हणजे ते फैयाजखाँ, केसरबाई, अभिषेकी, भीमसेन जोशी कोणीही असोत... त्यावरून तुम्हाला तुमचा मार्ग सापडेल; एकूण सर्वच शिक्षण क्षेत्रात अशी परिस्थिती आहे, असं सगळे म्हणतात; फक्त गाण्यातच आहे असं नाही. पण कलाकार होणारा होतो. त्याला तेवढी समज असते. ही शिक्षण पद्धती योग्य आहे. आणि गाणं शिकवण्याची पद्धती जरी आदर्श असली, तरी ती राबवणाऱ्या शिक्षकांचा दर्जा कसा आहे? बरेच ठिकाणी 'सत्यशीलजी आपका वर्कशॉप रखना है, पर क्या है, अभी परीक्षा है, बादमे करेंगे।' असं म्हणतात. अरे, पण मी ज्ञानच देतोय ना!

फ्युजनबद्दल आपलं मत व्यक्त कराल का ?

फ्युजन मला आवडत नाही; फ्युजन मला मान्य नाही. अशाकरता की, दोन संस्कृती असतील, तेव्हा एकमेकांचा गुण घ्यावा; वाण घेऊ नये; आपल्याकडे 'खाली-भरी' हे आपलं वैभव आहे. ते इतर संगीतामध्ये नाही.

जगाच्या पाठीवर (उत्तर हिंदुस्थानी संगीत सोडून) खाली-भरी, म्हणजे उदाहरणार्थ त्रितालाचा ठेका 'ना धिं धिं धा, ना धिं धिं धा, ना तिं तिं ता, त्रक धिं धिं धा' अशी संकल्पना आहे का? पाश्चिमात्य संगीतात आहे का? दाक्षिणात्य संगीतात आहे का? तर नाही. खरंतरं हा ठेका चुकीचा वाटतो! खरी खाली-भरी अशी पाहिजे...

'धा धिं धिं धा, धिं ना ना तिं, ना तिं तिं ना, धिं ना ना धिं'. तर आपण पाश्चिमात्य संगीतकारांना 'खाली-भरी' पद्धतीत आणलं पाहिजे आणि त्यांचं हार्मोनिक प्रोग्रेशन आपल्या रागसंगीताला पोषक ठरतं का, हे तपासून घेतलं पाहिजे.

प्रात्यक्षिक १५ : राग कोमल रिषभ आसावरी
बंदिश *जावा हूं देसा*

त्रितालाचे खंड सांगणारी ही बंदिश ऐका...

हे बघा, आघातामुळे स्वरवाक्य बनतं. त्या स्वरवाक्याचा अर्थ कोणी कोणाला सांगू नये; प्रत्येकाने आपापला अर्थ लावावा. किशोरीताईंप्रमाणे 'स्वरांना जे सांगायचं आहे, ते आपल्यावर खास अनुग्रह असल्याने ते आपल्यालाच सांगत आहेत' असं मला वाटत नाही. बडे गुलाम अलीखाँना स्वरांनी काही सांगितलं नाही का? प्रत्येक गायक हा त्या स्वराचा अर्थ लावतोच ना? आणि दुसरं असं की, अमुक एक गोष्ट किशोरीताईंना त्या स्वरांनी सांगितली असली, तर ती एकच गोष्ट आहे का त्या स्वराकडे? दुसऱ्या कोणाला तो स्वर आणिक वेगळं काही सांगत असेल. त्यामुळे 'रागाला अमुक भाव असतो' हे मला मान्य नाही. प्रत्येकाचा विचार वेगळा असू शकतो. तालाचं शास्त्र सांगता येईल, पण कलाकाराचा आवाज काय व्यक्त करतो, हे प्रत्येकाला वेगळं जाणवतं. व्यक्ती तितक्या प्रकृती! पूर्वीची पिढी के. एल. सैगलच्या आवाजावर लट्टू होती, तर आजच्या पिढीला ते आवडत नाहीत. कलाकाराच्या अनुगाम्यांना काय आवडतं आहे, हे मी माझी समज वाढवून जाणून घ्यायचा प्रयत्न केला. शास्त्र म्हणजे काय आहे, तर ते सायन्स नसून थिअरी आहे; आपल्यापर्यंत चालत आलेल्या आपल्या अगोदरच्या पिढीच्या सौंदर्यनिर्णयांची एक ठेव आहे, असं मी मानतो. ती प्रत्येकाला एकसारखी मिळालेली नाही. संगीताचं शास्त्र हे चूक का बरोबर, असं सांगून चालत नसलं, तरी योग्य का अयोग्य असं सांगतं.

प्रात्यक्षिक १६ : गायन – गौडसारंग – शुद्ध सारंग कुकुभ बिलावल

इतरांच्या सौंदर्यनिर्णयाला आक्षेप घेऊ नयेत, एवढंच माझं मत आहे. धन्यवाद!

❖◆❖

यातील प्रात्यक्षिक स्वरूपात केलेले गायन ऐकण्यासाठी क्यूआर कोड स्कॅन करावा किंवा या लिंकवर क्लिक करावे.

https://youtube.com/playlist?list=PLxsxVopwsAaVyr2lEHpJ_6obbeoiQ3Y-d

ग्वाल्हेर गायकीचे रेखीव शिल्प

पंडित शरद साठे

परिचय

"शरद, तू ठेका चांगला वाजवतोयस! पण तुला गाणंही आवडतंय ना?"
"फारच! छान वाटतंय एकदम!"
"मग तू गाणं का नाही शिकत?"
"मी तयार आहे, पण मला गाणं कोण शिकवेल?"
"एवढंच ना... अरे मी शिकवेन तुला!"

एका तरुण मुलाला गाणे शिकवण्याची तयारी दाखवणारे हे होते, दिग्गज गायक पं. डी. व्ही. पलुसकर! यांच्या आश्वासनाने तरुण शरदला अतिशय आनंद झाला नसता, तरच नवल! शरदची थोरली बहीण कमल साठे (लग्नानंतर कमल केतकर) डी. व्ही. पलुस्करांकडे गाणे शिकत असे, तेव्हा १६ वर्षांचा शरद तिच्याबरोबर तबल्यावर ठेका वाजवत असे, तेव्हाचा हा प्रसंग आहे. १९४८मध्ये झालेली ही घटना म्हणजे, शिष्याने गुरूचा शोध घेत फिरायचे सोडून गुरूनेच शिष्याला म्हणावे, 'वत्सा, तुजप्रति कल्याण असो! तुला गाणे शिकायचे आहे? मी शिकवतो तुला!' केवढे मोठे भाग्य! तरुण शरदवर झालेली ही गुरुकृपा त्याच्या मेहनतीने फळाला आली आणि शरदचे कीर्तिमान गवई पं. शरद साठे झाले.

पं. शरद साठे यांचा जन्म पुण्यामध्ये १८ फेब्रुवारी १९३२ या दिवशी संगीताची पार्श्वभूमी असलेल्या घरात झाला. शरद यांचे आजोबा व्हायोलिन वाजवत, तर आजी हार्मोनियम वाजवत असे. त्यांची आई यमूताई दिलरुबा हे वाद्य (साधारणपणे सारंगी व सतार या वाद्यांचे संगम असलेले वाद्य) वाजवत असत. ग्वाल्हेर घराण्याची गंगा उत्तरेतून महाराष्ट्रात आणणारे गायक पं. बाळकृष्णबुवा इचलकरंजीकर यांचे नातू रामभाऊ चांदुरकर यांच्याकडे त्या शिकल्या होत्या. दिलरुबा शिकण्यासाठी १९४०च्या सुमारास पं. विष्णु दिगंबर पलुस्करांचे शिष्य पं. विनायकबुवा पटवर्धन यांनी स्थापन केलेल्या पुण्यातील गांधर्व महाविद्यालयात त्या शिकायला जात असत. शरद यांची मावशी, म्हणजे यमूताईंची बहीण, सुप्रसिद्ध गायिका, लीला लिमये याही विनायकबुवांकडे गाणे शिकल्या होत्या. शरद हे तीन भावांमधील सर्वात मोठे आणि बहीण कमल केतकर यांच्यापेक्षा लहान! सुरुवातीला कमलताई गांधर्व महाविद्यालयात

डी. व्ही. पलुस्कर यांच्याकडे गाणे शिकायला जात, पण नंतर डी. व्ही. पलुस्कर आणि विनायकबुवा यांचे मतभेद झाल्यामुळे डी. व्ही. पलुस्कर गाणे शिकवायला साठेंच्या घरी येत असत. शरदजींचे वडील श्रीपाद साठे सिव्हिल इंजिनिअर म्हणून सरकारी नोकरीत असल्याने त्यांच्या नेहमी बदल्या होत. या सर्व ठिकाणी चार मुलांना घेऊन फिरणे कठीण झाल्यामुळे शरदजींच्या आईने मुलांसह पुण्यातील शनिवार पेठेत राहण्याचा निर्णय घेतला.

शरदजींचे शालेय शिक्षण पुण्याच्या न्यू इंग्लिश स्कूल, रमणबाग येथे झाले. ते क्रिकेटही उत्तम खेळत. वयाच्या सातव्या वर्षापासूनच त्यांना गाण्याची आवड निर्माण झाली. त्यांच्या लांबसडक बोटांचा उपयोग तिहेरी झाला : कागदावरचे रेखांकन, क्रिकेटमधे बोलिंग आणि तबल्यावर ठेका धरणे! बालवयातील शरदला गाणे आणि तबला या दोन्हींची जात्याच आवड होती. लयतालाचे आकर्षण शरदजींना तेव्हापासूनच असल्याने घरात रेडिओवर लागलेल्या गाण्यांवर शरद टेबलावर सहजपणे ठेका धरत असे. याशिवाय मोठी बहीण कमल हिलाही तो साथ करत असे. पुण्यातील तबलावादक पं. शिवरामपंत साठे यांच्याकडे दोन महिने त्यांनी तबल्याचे शिक्षणही घेतले होते. त्यानंतर त्यांनी फर्ग्युसन महाविद्यालयातून बी.एससी. केले.

शरदजींचे धाकटे बंधू प्रभाकर साठे लिहितात, 'शरद हा सभ्य वृत्तीचा आणि हळव्या मनाचा होता. त्याचे हस्ताक्षर सुबक होते आणि उत्तम चित्रकलेमुळे कॉलेजमध्ये त्याची जर्नल्स आदर्श म्हणून दाखवली जात. तो कॉलेजमध्ये उ. फैयाजखाँची अंगठ्या आणि फरकॅप अशा वेषभूषेसह नक्कल करायचा. त्या वेळी तंबोऱ्याला मी बसत असे आणि मुलांचा इतका प्रचंड प्रतिसाद मिळे की, वन्समोअर घेऊन परत गायला परवानगी नसली, तरीही आम्हाला वन्समोअर घ्यायलाच लागे.'

शरदजींना क्रिकेटची आवड होती आणि शाळेच्या क्रिकेट संघाचे ते कप्तानही होते. क्रिकेटच्या सामन्यांचे गुणलेखक म्हणूनही त्यांनी काम केले होते.

पं. पलुस्करांकडे सुरुवात

प्रत्यक्ष गुरूंचीच आज्ञा शिरसावंद्य मानून १९४९मध्ये शरदचे डी. व्ही. पलुस्करांकडे शिक्षण सुरू झाले, परंतु 'वयाच्या १६व्या वर्षी गाणे शिकणे, हा उशीरच झाला' असे ते बोलून दाखवत. कदाचित लहान वयातच आपला आवाज तयार न झाल्याने त्यांना असे वाटत असावे. 'नक्कल करणे म्हणजे गाणे नाही, तर ते गांभीर्याने शिकले पाहिजे,' हे डी. व्ही. पलुस्करांनी शरदला सांगितले आणि या हिऱ्याला पैलू पाडण्याचे काम केले. पलुस्करांनी शरदजींना आपल्यामागे तानपुऱ्यावरही अनेक मैफिलींना स्वरसाथीला घेऊन त्यांना मैफिल गायनाचाही अनुभव दिला. 'सुध मुद्रा-सुध बानी' म्हणजे प्रसन्न मुद्रेने सुरेल

गायन कसे सादर करावे, याचीही शिकवण त्यांनी दिली. पं. विष्णु दिगंबर पलुस्कर यांचे पुत्र आणि शिष्य असलेले डी. व्ही. पलुस्कर ग्वाल्हेर गायकीशी पूर्णपणे समरस झाले होते. त्यांनी शरदजींना अत्यंत प्रेमाने शिकवले.

डी. व्ही. पलुस्करांची गायनकलेशी पूर्ण बांधिलकी होती आणि त्यांचे वागणेही शिस्तबद्ध असे. सादरीकरणातील सहजता आणि सफाई यांमुळे ते त्या वेळी अतिशय लोकप्रिय झाले होते आणि त्यांच्या अनेक ध्वनिमुद्रिकाही निघाल्या होत्या. ते शब्दाचे पक्के होते; आणि आपल्या साथीदारांविषयी त्यांना आदर असल्याने त्यांच्या बिदागीची पाकिटे ते मैफिलीच्या आधीच तयार करून ठेवत. 'साथीदारांना नंतर बिदागी देईन' असे वायदे करून आपला शब्द न पाळणाऱ्या काही कलाकारांच्या तुलनेत असा चोख व्यवहार उल्लेखनीय आहे. 'तानपुरा वाजवताना योग्य बैठकीचा आणि प्रेक्षकांना तानपुऱ्याच्या तारा दिसतील, अशा पद्धतीने तो ठेवून वाजवण्याचा' त्यांचा आग्रह असे. ते स्वतः तबल्यावर ठेका वाजवून शिष्यांना शिकवत असत. त्यामुळे 'लयतालाशी आपली घट्ट मैत्री झाली' असे शरदजींना वाटते. किरकोळ वाटणाऱ्या, पण कलाकाराचे व्यक्तिमत्त्व घडवणाऱ्या या सर्व गोष्टी शरदजींनी आत्मसात केल्या आणि अभिमानाने अमलातही आणल्या.

चित्रकला शिक्षण आणि नोकरी

पलुस्करांकडे फक्त पाच-सहा वर्षे शिक्षण झाल्यानंतर १९५५मध्ये डी. व्ही. पलुस्करांचे वयाच्या अवघ्या ३४व्या वर्षी मेंदूच्या विकाराने अकाली निधन झाल्याने शरदजींना पोरके झाल्यासारखे वाटले; पण शरदजींना चित्रकलेची प्रचंड आवड आणि त्यात गतीही असल्याने ते जे. जे. स्कूल ऑफ आर्ट्स, मुंबईला शिकायला आले आणि तेथे तीन वर्षे अभ्यास करून तेथून त्यांनी जी.डी.आर्ट. ही पदविका संपादन केली. त्यानंतर त्यांनी मुंबईतील बोमास या जाहिरात कंपनीत आर्टिस्ट म्हणून नोकरी करायला सुरुवात केली. तेथेच त्यांची प्रख्यात चित्रकार रवि परांजपे यांच्याशी भेट झाली व नंतर या दोन कलाकारांची दीर्घ काळासाठी मैत्री जमली. त्यानंतर 'वकील्स', 'सिस्टाज' आणि 'प्रतिभा ॲडव्हर्टायजिंग' या कंपन्यांमध्येही शरदजींनी नोकरी केली. 'टायपोग्राफी' (अक्षरांची वळणे) या विषयात त्यांना विशेष रुची होती आणि त्यात त्यांनी प्रावीण्य मिळवले होते. वेगवेगळ्या फाँट्सचा - अक्षरांचे आकार यांची कला (कॅलिग्राफी) 'सुलेखन' या विषयाचा स्वतःच अभ्यास करून त्यात ते पारंगत झाले; प्रदर्शनांमध्ये त्यांनी अनेक पारितोषिकेही मिळवली. अनेक कलाकारांना ते स्वतःच्या वळणदार अक्षरात पत्रे पाठवत असत.

मुंबईला आल्यावर त्यांचे प्रा. बी. आर. देवधर (१९५६-१९६६) यांच्याकडे शिक्षण सुरू झाले. देवधर मास्तरांनी पं. विष्णु दिगंबर पलुस्करांकडे तीन-चार वर्षे

च शिक्षण घेतले होते, पण या अल्प काळात त्यांनी पलुस्करांचा विचार समजून घेतला होता. त्या प्रेरणेतून त्यांनी पुढे काम केले. देवधर मास्तर हे पंडित किंवा बुवा असे गवई-परंपरेतील मैफिल कलाकार नव्हते आणि गुरु-शिष्य परंपरेतूनही शिकलेले नव्हते. तरीही ते संगीततज्ज्ञ आणि उत्तमोत्तम बंदिशींचे आणि दुर्मीळ गानविद्येचे संग्राहक होते. गुणी, पण लहरी आणि स्वच्छंदी स्वभावाच्या कित्येक गायकांची तबियत संभाळून, त्यांच्या कलाकलाने त्यांच्याकडून विविध बंदिशी आणि अनवट रागस्वरूपांचे संकलन करून, त्यांनी ते विद्याधन रसिकांना खुले केले. विशेष म्हणजे, त्यांनी हे सर्व वैयक्तिक प्रयत्नांमधून जमवले. त्यांनी जर हे केले नसते, तर ही सांगीतिक संपत्ती या कलाकारांबरोबरच काळाच्या पडद्याआड गेली असती. ते 'आवाज जोपासना शास्त्रा'चेही तज्ज्ञ होते. *थोर संगीतकार, आवाज जोपासना शास्त्र* यांसारख्या अनेक मौलिक पुस्तकांचे लेखन आणि *संगीत कलाविहार* या मासिकाचे संपादक म्हणून त्यांनी अभिजात संगीताच्या प्रसाराचे मोठे काम दीर्घ काळ केले आहे. ग्वाल्हेर घराण्याबरोबरीने अन्य घराण्यांमधीलही चिजा त्यांनी शिष्यांना दिल्या होत्या. विशेष म्हणजे, 'त्या-त्या घराण्यातील शिस्तीनेच या बंदिशी गायल्या पाहिजेत' यावर त्यांनी भर दिला.

त्याच सुमारास शरदजींना भारत सरकारच्या संगीत नाटक अकादमीची महिना २५० रुपयांची शिष्यवृत्ती मिळाली. त्या वेळी देवधर मास्तरांचे मित्र असलेले उ. बडे गुलाम अलीखाँ यांच्याकडे शिकण्याचा प्रस्ताव आल्यामुळे ते त्यांना देवधर मास्तरांबरोबर भेटायलाही गेले होते. संगीत नाटक अकादमीने नंतर उ. अमीरखाँ यांच्याकडून शिकावे अशीही शिफारस केली होती. पण ग्वाल्हेर घराण्यातील गाणे पुढे चालू राहावे म्हणून त्यांनी हे दोन्ही पर्याय नाकारून देवधर मास्तरांकडेच शिकायचे ठरवले. मास्तरांकडील दहा वर्षांमध्ये पहिली दोन वर्षे ते फक्त यमन आणि भीमपलासी या रागांमधील ख्याल शिकले. यामुळे परिचित असलेलेच राग खुलून येण्याकरता त्या रागातील बलस्थाने, खाचाखोचा शिकता आल्या. त्याबरोबरीने रागशुद्धतेलाही देवधर मास्तरांनी महत्त्व दिले. एकाच रागाची किंवा बंदिशीची विविध घराण्यांमध्ये गायली जाणारी रूपे देवधर मास्तरांना चांगली माहीत असल्याने शरदजींचा सर्वांगीण अभ्यास झाला. 'चीजेचा अर्थ समजून चीज गायली पाहिजे,' असेही देवधर मास्तर सांगत असत.

देवधर मास्तरांचे वास्तव्य मुंबईबाहेरच जास्त असल्यामुळे आणि शिक्षणात खंड पडू नये म्हणून शरदजींनी नंतर पं. शरच्चंद्र आरोलकर यांच्याकडे शिकायला सुरुवात केली. ते शरदजींचे तिसरे गुरू होते. त्यांच्याकडे शरदजींनी २८ वर्षे (१९६६-१९९४) एवढी दीर्घ काळ तालीम घेतली. आरोलकरबुवा हे रसिकांचे नव्हे, तर

गायकांचे गायक म्हणून प्रसिद्ध होते. तबला उत्तम जाणणाऱ्या आरोलकरबुवांकडून अस्सल आणि तडजोड न करणाऱ्या गाण्याची तालीम शरदजींना मिळाली. तेव्हा शरदजी दादरला शिवाजी पार्क येथे राहत असत आणि दिवसभराची नोकरी झाली की रात्री गाणे शिकायला जात असत. आरोलकरबुवांकडे शिकायला न जाण्याविषयी काहींनी सुचवले असले, तरी त्यांच्याकडे दुर्लक्ष करून मुख्यतः टप्पा शिकण्याकरता शरदजींनी त्यांच्याकडे जायला सुरुवात केली. खटका, मुरकी, जमजमा यांसारख्या अलंकारांनी सजलेली 'टप्पा गायकी' शरदजींनी प्रयत्नपूर्वक आत्मसात करून नंतर ती विद्यार्थ्यांनाही दिली. त्यानंतर अर्थातच 'टप्पा शिक्षण' एवढ्यापुरतेच मर्यादित न राहता आरोलकरांनी शरदजींची ख्याल आणि तराणा यांचीही तालीम घेतली. ग्वाल्हेर घराण्यातील सौंदर्यस्थळे आणि शब्दोच्चारणासहित अन्य बारकावेसुद्धा या वेळी शरदजींनी समजून घेतले.

बंदिशींची नक्षीदार वळणे, आवाजाचे लगाव आणि साहित्य या सर्वांनी सजणारे आणि त्यानंतर स्वतःचा विचार मिसळून प्रस्तुत होणारे ख्यालगायकीचे संस्कार शरदजींनी आरोलकरबुवांकडून घेतले. मूळ ग्वाल्हेर गायकीत असलेला, पण महाराष्ट्रात प्रचलित नसलेला काही भाग आरोलकरबुवांनी शरदजींना शिकवला. याची तालीम बुवांना त्यांचे गुरू कृष्णराव पंडित, एकनाथ पंडित आणि पं. कृष्णराव मुळ्ये यांच्याकडून मिळाली होती.

शरदजींनी एकूण जवळजवळ ४४ वर्षे एकाच घराण्यातील या तीन दिग्गजांकडून तालीम घेतली, हे विशेष! याशिवाय त्यांनी पं. गजाननबुवा जोशी आणि पं. राम मराठे यांनाही तानपुऱ्यावर अनेक मैफिलींमध्ये स्वरसाथ केली होती. विद्वान आणि अधिकारी घराणेदार गायक असूनही शरदजींची विद्यार्थीवृत्ती शेवटपर्यंत कायम होती आणि त्यांचा विनम्र भावही कधी ढळला नाही. स्वतःला कार्यक्रम मिळावेत म्हणून त्यांनी कधीही खटपट केली नाही, पण 'जाणकारांनी आपले गाणे ऐकावे' असे त्यांना वाटत असे. 'तज्ज्ञ आणि सुजाण श्रोत्यांसमोर आपले गाणे अधिक खुलते' असे त्यांना वाटत असल्याने ते अशा सुजाण श्रोत्यांना पुढे बसून ऐकायचे आवाहन करत असत. शरदजींना २५पेक्षा अधिक जोड राग गाता येत असत. हे असाधारण कौशल्य त्यांना मिळालेल्या दीर्घकालीन तालमीमुळे आणि केलेल्या डोळस निरीक्षणामुळे संपादन करता आले. 'अभिजात संगीतातील जास्तीत जास्त प्रकार, म्हणजे ख्याल, ख्यालनुमा, तराणा, टप्पा, ठुमरी, चतरंग हे ग्वाल्हेर घराण्यातच गायला मिळतात,' असे शरदजी आवर्जून सांगत आणि या सर्व प्रकारांवर त्यांची पकड होती.

मैफिली

गानविद्येचे बुद्धीला आकलन होणे, एवढेच पुरेसे नसते, तर ती गळ्यावर चढण्यासाठी खूप मेहनतही लागते. तीन दिग्गज गुरूंकडे मिळालेल्या विचारधनाला शरदजींनी रियाजाची आणि चिंतनाचीही जोड दिली. आपल्या गाण्यात तोचतोपणा येऊ नये, यावर शरदजींचा भर होता. 'गाणे नित्यनूतन असले पाहिजे. त्यात उपज आणि कल्पकता असली पाहिजे,' असे ते म्हणत असत. शरदजींनी ख्याल, तराणा, टप्पा, अष्टपदी, ठुमरी, भजन हे प्रकार आपल्या मैफिलींमध्ये खास ग्वाल्हेरी शैलीत गायले आहेत. १९७४मध्ये महाबळेश्वरच्या एका हॉटेलमधील कोपऱ्यातील खोलीत राहून त्यांनी १५ दिवस रोज १० तास रियाज केला. याचा त्यांना खूप फायदा झाला. जाहिरात कंपनीतील चित्रकार-सुलेखनकाराची त्यांची नोकरी गायनाला पूरकच असल्याचे शरदजींचे मत होते. त्या क्षेत्रातही त्यांनी उल्लेखनीय कामगिरी करून देश-विदेशात अनेक ठिकाणी मैफिली केल्या. त्यांपैकी प्रमुख मैफिलींचा उल्लेख पुढे केला आहे :

तानसेन संगीत समारोह, ग्वाल्हेर; स्वामी हरिदास संगीत संमेलन, मुंबई; सवाई गंधर्व महोत्सव, पुणे; गुणीदास संगीत संमेलन, मुंबई; ग्वाल्हेर घराणा संगीत संमेलन इत्यादी. याशिवाय त्यांनी नेपाळ, दुबई, बहारीन आणि अमेरिका येथेही कार्यक्रम केले होते. भारतीय विद्याभवन, लंडन येथे त्यांनी शिकवण्याचेही काम केले होते. ते आकाशवाणी आणि दूरदर्शन या माध्यमांचे मान्यताप्राप्त गायक होते आणि आकाशवाणी संगीत संमेलनामध्ये त्यांनी गायन सादर केले होते.

'आपण केलेल्या मैफिलींमध्ये श्रोत्यांचा अनुनय करण्यासाठी श्रेष्ठ गुरूंकडून घेतलेल्या विद्येचा दर्जा कधीही कमी केला नाही,' असे त्यांनी नमूद केले आहे. 'बाह्य, दिखाऊ गोष्टींचे सादरीकरण करणे हा कलेचा उद्देश नसून 'आत्मप्रकटीकरण' हा कलेचा उद्देश असतो.' ग्रीक तत्त्ववेत्ता ॲरिस्टॉटलचे हे विधान शरदजी उद्धृत करत असत आणि त्यांची कृतीसुद्धा त्याला समर्पक असे. त्यांचा ग्वाल्हेर आणि अन्य घराण्यातील गायकीचा शोध सतत चालू असे आणि त्यांतील अधिकाधिक सौंदर्यस्थळांचे दर्शन कसे घडवता येईल, याकरता ते प्रयत्नशील असत. तसेच हे करताना, बाह्य जगतात काय चालले आहे, यापेक्षा आतून काय वाटते आहे, हे त्यांना मोलाचे वाटत असे. पं. डी. व्ही. पलुस्कर यांच्याकडे शिकताना त्यांच्या सुमधुर आवाजाचा शरदजींवर जास्त प्रभाव असल्याचे ते नमूद करतात. त्यामुळे शरदजींच्या सुरुवातीच्या ध्वनिमुद्रणांमधलाही आवाज गोड आल्याने डी. व्ही. पलुस्कर आणि शरदजी यांच्या आवाजातील फरक सांगणे त्या वेळी कठीण होत असल्याची आठवण शरदजींनी सांगितली आहे. नंतर पं. आरोलकरांकडच्या तालमीमुळे उत्स्फूर्तता, आश्चर्य या गुणांचाही समावेश शरदजींच्या गायकीत झाला, तर आरोलकरबुवांचे गुरू पं. कृष्णराव पंडितांची ध्वनिमुद्रणे ऐकून शरदजींच्या गायकीत कल्पकता आणि कलात्मकता आली.

"शरदजी ग्वाल्हेर टप्पा गायकीचे 'लास्ट ऑफ दी रोमन्स' होते. ख्याल, तराणा, अष्टपदी असे सर्वच प्रकार ते ग्वाल्हेरच्या शैलीत उपज-अंगाने पेश करत. बंदिशीची बांधेसूद मांडणी, आलापचारीतील डौल, लयीच्या अंगाने बांधलेले बोल, तिन्ही सप्तकातील पेचिदा तानक्रिया आणि अवचितपणे येणाऱ्या तिहायांच्या लाटा हे गायकी कळणाऱ्यांचे आनंदनिधान होते." डॉ. चैतन्य कुंटेंनी शरदजींच्या सांगीतिक गुणांचे असे अगदी चपखल वर्णन केले आहे.

पुरस्कार

घरंदाज गायकीतील सौंदर्याचा सतत मागोवा घेणारे शरदजी प्रसिद्धीच्या मागे कधीच नव्हते, पण त्यांच्या रियाजातून आणि चिंतनातून ते गायनकलेतील एक अधिकारी व्यक्तिमत्त्व बनले होते. साहजिकच त्यांना अनेक संस्थांतर्फे सन्मानित केले गेले. त्यांचा उल्लेख पुढे केला आहे :

भारत गायन समाज, पुणे यांचा आबासाहेब मुजुमदार पुरस्कार (२००२); आयटीसी संगीत रिसर्च अकादमी, कोलकाता (२००६); संगीतरत्न काशी समाज (२००७); पं. विनायकराव पटवर्धन स्मृती (२००९); पं. वामनराव सडोलीकर (२०११); महाराष्ट्र शासनाचा राज्य गायक पुरस्कार (२०१२-१३); पं. राम मराठे पुरस्कार (२०१४); श्री वल्लभ संगीत आश्रम पुरस्कार (२०१३); गानतपस्विनी मोगूबाई कुर्डीकर स्मृती (२०१९); हृदयेश संगीत सेवाव्रती पुरस्कार (२०१९).

निर्मिती : नादब्रह्मयोगी डी. व्ही. पलुस्कर यांच्यावरील दृकश्राव्य कार्यक्रमाची निर्मिती त्यांनी केली होती. तसेच 'सूर्यफूल तानसेन' यांच्या संगीतिकेचे संयोजन आणि संगीत-दिग्दर्शनही त्यांनी केले होते. टाइम्स म्युझिकने 'गोल्डन अर्काइव्ह्ज' या नावाने शरदजींच्या तीन सीडींचा संच काढला आहे. तसेच 'स्वरश्री' या कंपनीने त्यांच्या सीडीज व कॅसेट्स काढल्या आहेत. तसेच कला-संस्कृती संचालनालय - गोवा आणि संगीत रिसर्च अकादमी - (एस.आर.ए) कोलकाता यांच्या संग्रहाकरिताही शरदजींनी ग्वाल्हेर घराण्याच्या निवडक रागांचे ध्वनिमुद्रण केले आहे. विष्णुदास शिराली निर्मित पं. विष्णु दिगंबर पलुस्कर यांच्यावर फिल्म्स डिव्हिजनने काढलेल्या चित्रफितीला पंडितजींच्या गाण्याकरता शरदजींचा आवाज वापरला आहे.

कलाकार कुटुंब

शरदजींनी 'व्यावसायिक चित्रकार', 'घराणेदार गायक' आणि 'कुटुंबवत्सल, प्रेमळ पालक' या तिन्ही भूमिका यशस्वी केल्या. त्यात त्यांना पत्नी सुनेत्रा साठे यांची मोलाची साथ मिळाल्याने समतोल साधता आला. पूर्वाश्रमीच्या शकुंतला मेहेंदळे या त्यांच्या पत्नी,

सखी, सहचरी तर होत्याच, पण स्वतः गायिका असल्याने त्यांनी 'सहृदय समीक्षक' ही भूमिकासुद्धा उत्तम वठवली. गोपाल गायन समाजाचे प्रमुख आणि पं. विष्णु दिगंबर पलुस्कर यांचे शिष्य पं. गोविंदराव देसाई यांच्याकडे त्या वयाच्या आठव्या वर्षापासूनच गाणे शिकलेल्या आहेत. त्यांचे गाणे थांबू नये म्हणून गाणाऱ्या मुलाचे स्थळ पाहून, म्हणजे शरद साठे यांच्याशी त्यांचा १९५८मध्ये विवाह झाला. लग्नापूर्वीपासून त्या संगीत नाटकात काम करत असत. त्यांच्या लग्नात पं. राम मराठे यांचे गाणे झाले होते आणि विशेष म्हणजे, ते गाणे ऐकण्यासाठी रामभाऊंचे गुरू मास्तर कृष्णराव फुलंब्रीकर पहिल्यांदाच हजर होते. याचा रामभाऊंना खूपच आनंद झाला होता. या क्षणांबद्दल ते नेहमी बोलून दाखवत असत. या उभयतांचे ६१ वर्षांचे सहजीवन 'संगीत' याच धाग्याने घट्ट बांधले गेले होते. लग्नानंतरही त्यांनी नाट्यसंगीत गाणे सुरू ठेवावे, याकरता शरदजींनी उत्तेजन दिले होते. तरीही सुनेत्राताईंनी शरदजींच्या सावलीचीच भूमिका मनापासून स्वीकारली.

त्यांचे चिरंजीव समीर साठे (जन्म १९७२) यांनी कॉमर्स शाखेची पदवी घेऊन नोकरीबरोबरीने गाण्यातही प्रगती केली आहे. शरदजींकडेच ते गाणे शिकले आहेत आणि संगीताच्या विविध अंगांवर त्यांचा शरदजींशी सुसंवाद होत असे. सुनेत्राताई आणि समीर हे दोघेही शरदजींच्या मुळे गुरू पं. शरच्चंद्र आरोलकर यांच्याशी जोडले गेले. समीर यांना १९८५ ते १९९४ एवढा काळ आरोलकरबुवांचा सहवास लाभला आणि या काळात आरोलकरबुवांशी त्यांचे भावुक नाते निर्माण झाले. एकट्या असलेल्या बुवांच्या शेवटच्या आजारपणात शरदजींबरोबर सोबतीला जाऊन समीरनी त्यांची सेवाही केली. 'बुवांचे व्यक्तिमत्त्व मला प्रेरणादायी वाटे. त्यांच्याकडून मला गाणेही शिकायला मिळाले आणि त्यांच्याबरोबर झालेल्या चर्चांमधून गाण्याकडे पाहण्याची दृष्टी मिळून मला गाण्याच्या अंतरंगात प्रवेश करता आला,' असे समीर यांनी लिहिले आहे.

शरदजींची कन्या सौ. स्मिता महाजन (जन्म १९६३) या भरतनाट्यम्‌मध्ये पारंगत असून त्यांनी प्रख्यात नृत्यांगना सुचेता भिडे यांच्याकडे शिक्षण घेतले आहे. गणिताच्या पदवीधर असलेल्या स्मिता यांनी 'आर्टिट्यूड' या संस्थेची स्थापना केली आहे. नृत्यसंरचनाकार आणि नृत्यगुरू असलेल्या स्मिता महाजन यांनी देश-विदेशात नृत्याचे सादरीकरण केले आहे. शरदजींच्या निधनानंतर 'शरदाचं चांदणं' हा शरदजींच्या सांगीतिक जीवनाचे दर्शन घडवणारा सुरेख ग्रंथ स्मिताताईंनी संपादित केला आहे.

आखीव-रेखीव शरदजी

कलाकार म्हटले की, 'लहरी आणि मनस्वी आयुष्य जगणारी व्यक्ती' अशा साधारणपणे रूढ असलेल्या समजुतीला शरदजी हे सन्माननीय अपवाद होते. स्वातंत्र्य आणि बंधन यांचा एकाच वेळी सुंदर समन्वय ते साधू शकले. त्यांच्या सहवासात आलेल्या सर्वांनीच

त्यांचा काटेकोर तरीही प्रेमळ स्वभाव, त्यांचा वक्तशीरपणा, त्यांची नीटनेटकेपणाची आवड आणि तिचा आग्रह, त्यांची शिस्त आणि त्यातील सौंदर्य या त्यांच्या ठायी असलेल्या सुरेख संगमाचा उल्लेख केला आहे. जाहिरात कंपनीत, संगीतक्षेत्रात आणि कुटुंबात अशा तिन्ही जगांमध्ये वावरताना त्यांनी टापटीप, चोखंदळपणा, रसिकता, उदारमतवादी दृष्टीकोन, गुणांचे संवर्धन या मूल्यांना धरूनच वाटचाल केली; त्यांपासून फारकत घेतली नाही. शेवटच्या आजारपणातही अत्यंत आशादायी दृष्टीकोन ठेवणारे शरदजी वर्तमानात जगत असल्याने भविष्याची चिंता करण्यात वेळ घालवत नसत. तसेच घडलेल्या घटनांविषयीसुद्धा खूप विचार न करता 'आज, आत्ता आपल्याला काय करायचे आहे' यावर भर देत. त्याच वेळी उद्या जे काही होईल, त्याला तोंड द्यायचीही त्यांची तयारी असल्याने 'रुग्णालयातून आपण बरे होऊन घरी गेल्यावर विद्यार्थ्यांना कोणत्या चिजा शिकवायच्या' याचा विचार ते करत असत. शरदजी हे उत्तम नकलाकारही होते; पण नक्कल करण्यामागचा त्यांचा उद्देश निव्वळ करमणूक नसे, तर गवयांच्या गायकीसह त्यांची खासियत सांगून त्यांच्या गायकीचेही दर्शन शिष्यांना घडवणे, हा असे. कलाकार असले, तरीही शिस्तबद्ध जीवन जगलेले शरदजी एक एप्रिल १९५१पासून ९ एप्रिल २०१९पर्यंत रोज डायरी लिहिल्याशिवाय झोपत नसत. कितीही रात्र झाली असली, तरी त्या दिवशी घडलेल्या घटनांची नोंद आपल्या प्रतिक्रियेसह करून मगच त्यांचा दिवस संपत असे. इंग्रजी भाषेत नोंदी असलेली ही डायरी त्या पाच दशकांमध्ये घडलेल्या अनेक घटनांचा एक दस्तऐवज आहे.

'अक्षरवळणातील सौंदर्य, उत्तम डिझाईन सेन्स आणि सादरीकरणातील डौल यांच्या एकत्रीकरणामुळे त्यांचे सुलेखन पाहणे हा एक भारदस्त अनुभव असे.' असे प्रख्यात चित्रकार रवि परांजपे यांनी म्हटले आहे. त्यांचे १९६२पासूनचे, म्हणजे ४५ वर्षांपेक्षाही जास्त काळ मित्र असलेले श्री. रवि परांजपे 'बोमास' या जाहिरात कंपनीत शरदजींना प्रथम भेटले आणि दोघांच्या रेषा आणि मनाच्या ताराही जुळल्या. ऑफिसमध्येही ते शरदजींबरोबर रामकृष्ण वझेबुवा, उ. फैयाजखाँ, उ. बडे गुलाम अलीखाँ अशा बुजुर्ग गायकांच्या विषयी चर्चा करून त्यांच्या गायकीतील वैशिष्ट्ये शरदजींकडून समजून घेत. इतकेच काय, या दिग्गजांची एखादी बंदिशही शरदजी त्यांना गाऊन दाखवत असत. गाण्यातील मुरके, खटके, लांब पल्ल्याच्या ताना रवि परांजपे आपल्या चित्रकलेत उतरवत होते, ज्याला उपज अंग म्हणता येईल. 'गायन कलेच्या प्रभावामुळेच आपल्या चित्रशैलीत चांगला बदल झाला' असेही परांजपे म्हणतात. स्वतः गायनवेडे असलेले आणि गायनविद्या न शिकल्याने खंत वाटणारे रवि परांजपे आपल्या चित्रकलेतील रेखांकन शैलीवर गाण्याचे संस्कार शरदजींमुळेच झाले असल्याचे ऋण

व्यक्त करतात. पं. जगन्नाथबुवा पुरोहित, पं. शरच्चंद्र आरोलकर, उ. खादिम हुसेनखाँ, उ. अमीर हुसेनखाँ, उ. अल्लादियाखाँ, उ. अब्दुल करीमखाँ अशा कलावंतांची पोर्ट्रेट्स त्यांनी शरदजींमुळे काढली.

रसिक आणि कलाकार यांच्यातील दुवा असणाऱ्या, संगीत-प्रसाराचे मोलाचे काम करणाऱ्या, वैभवशाली परंपरा असलेल्या मुंबईतील दादर-माटुंगा म्युझिक सर्कलचे अध्यक्ष म्हणून शरदजींनी विविध कार्यक्रम आयोजित केले. नवीन कलाकार पुढे यावेत, या दृष्टीने गायन-वादनाच्या स्पर्धाही शरदजींनी सुरू केल्या.

समर्थ गुरू

'आपल्याला मिळालेली खानदानी विद्या पुढच्या पिढीला सोपवून ही परंपरा वृद्धिंगत व्हावी' ही त्यांची तीव्र इच्छा असल्याने ते मोकळेपणे शिकवत असत. त्यांना शिष्यांविषयी प्रेम आणि आपुलकी वाटत असे आणि अतिशय मनापासून त्यांनी विद्यादानाचे काम केले. अनेक विद्यापीठांमधून, कोल्हापूर, भुवनेश्वर इत्यादी ठिकाणी झालेल्या संगीताच्या चर्चासत्रांमधून, तसेच अनेक परिसंवादांमधून शरदजींनी आपले विचार मांडले आहेत. २०१३पासून ते मुंबई आणि पुणे येथे एक-एक महिना राहू लागले; आणि जानेवारी २०१५मध्ये प्रकृतीच्या कारणाने साठे पती-पत्नी मुंबई सोडून पुण्यात, भांडारकर रोडवरील त्यांच्या मूळ जागेत राहायला आले. येथे त्यांना अनेक नवीन शिष्य मिळाले. त्यांच्या शिष्यांमध्ये मुकुल कुलकर्णी, विशाल मोघे, डॉ. प्रियल साठे हे पूर्ण वेळ संगीत कलाकार असून तेही आता ही परंपरा पुढे नेत आहेत. शरदजींच्या अनेक आठवणी त्यांच्याकडे शिकलेल्या शिष्यांनी, संगीतकारांनी आणि त्यांच्या सहवासात आलेल्या गायक-गायिकांनी लिहिल्या आहेत.

'घराण्यात जशी बंदिश शिकवली गेली आहे, तशीच तंतोतंत म्हणली गेली पाहिजे' यावर त्यांचा भर होता. उदाहरणार्थ, स्थायीमधील मींडसह पूर्ण आकृती त्यांच्या मनाप्रमाणे आम्हाला जोपर्यंत म्हणता येत नसे, तोपर्यंत ते पुढे शिकवत नसत. तानपुरा कसा ठेवायचा आणि वाजवायचा यावरूनसुद्धा मी त्यांची बोलणी खाल्ली आहेत. अनेक गुरूंकडून अत्यंत कष्टाने शिकलेल्या मोलाच्या गोष्टी आम्ही सहज शिकलो,' असे त्यांच्या शिकवण्याविषयी विशाल मोघे यांनी म्हटले आहे.

आग्रा घराण्याचे गायक पं. अरुण कशाळकर यांच्याकडे आधीपासूनच शिकत असलेल्या मुकुल कुलकर्णींना शरदजींनी आधी स्वरसाथीकरता बोलवले आणि नंतर स्वतःहून शिकवायलाही सुरुवात केली. ते लिहितात, ''पं. साठे काका म्हणजे दिग्गज गवयांच्या उत्तम प्रतिमांचा एका व्यक्तीमध्ये झालेला अभ्यासपूर्ण संगम होय. कलेवरचे प्रेम, अत्यंत परिपक्व सौंदर्यदृष्टी, गाण्याचा सतत ध्यास, गुरूबद्दल नितान्त आदर या

गोष्टी त्यांच्या सहवासात नेहमी जाणवत असत. मी तानपुरा काढण्यापासून गवसणी घालण्यापर्यंत सर्व गोष्टींचे ते निरीक्षण करत. विस्तृत नोम-तोम करून रागस्वरूप सांगितल्यानंतर अस्ताई सुरू होत असे. बंदिशीचे शब्दोच्चारण, ठेक्याशी तिचे नाते, विराम, बंदिशीतील अलंकरणं अशा रियाजाच्या अनेक गोष्टी साठे काकांनी संयमाने शिकवल्या. ग्वाल्हेरच्या अभिव्यक्तींमध्ये, मुखड्यांमध्ये, चालींमध्ये असलेले सौंदर्यात्मक वेगळेपण ते गाऊन दाखवत. मला त्या जागा घ्यायला जमल्या नाहीत, तर म्हणत, 'ग्वाल्हेर गायकी शिकायला वेळ लागतोच. ती रियाजाने सोपी वाटते, पण ती बाळबोध नाही.' ' पं. अरुण कशाळकर आणि शरदजी यांच्यातील परस्पर आदरामुळे मुकुल कुलकर्णी दोन्ही गुरूंकडे शिकत राहिले.

''शरदकाका कितीही प्रवास करून आले, तरी त्यांनी माझी तालीम बुडू दिली नाही. अशा गोष्टींमुळे गुरूचे नव्हे, तर शिष्याचे अपरिमित नुकसान होते, असे त्यांना वाटायचे. माझ्या इतर गुरुबंधूंना शिकवताना मला हजर राहण्याची परवानगी देताना त्यांच्या डोळ्यातील कौतुक मला मोलाचे वाटते. ठायलयीचा अतिरेक न करतासुद्धा ठायलयीची रंजकता आणि सौंदर्य श्रोत्यांपर्यंत पोहोचवणे, हे त्यांचे वैशिष्ट्य होते. बंदिशीच्या मुखड्याला वेगळ्या प्रकारे गोंजारून समेवर येणे; स्वरांचे निरनिराळे दर्जे; वादक, शिष्य आणि श्रोते यांना सोबत गाण्यासाठी मजबूर करणे अशी त्यांची अनोखी अदाकारी होती.'' असे त्यांच्याकडे पाच वर्षे शिकलेली आणि त्यांच्या कुटुंबाचा एक भाग बनलेली शिष्या डॉ. प्रियल साठे म्हणते.

रसरंग– रचनाकार

संख्येनी जरी जास्त नसल्या, तरी 'रसरंग' या नावाने शरदजींनी रचना केल्या आहेत. ललिता गौरी, छायानट अशा रागांमध्ये बंदिशी; तर कौसी कानडा, देवगिरी बिलावल, प्रभात भैरव या रागांमध्ये तराणेही केले आहेत. 'जोपर्यंत गळ्यावर बंदिश चढत नाही, तोपर्यंत ती मैफिलीत गाऊ नये' असे त्यांचे मत असल्याने त्यांनी मैफिलींमध्ये स्वतःच्या बंदिशी फारशा गायल्या नाहीत.

शरदजींनी मराठी आणि इंग्रजी भाषेतूनही ग्रंथरूपाने नसले, तरी स्फुट लेखन केले आहे. तसेच मुलाखतीही दिल्या आहेत. संगीत-समीक्षक कसा असावा, गुरु-शिष्य परंपरा, ग्वाल्हेर गायकी, Music & Calligraphy, Pedagogy in Music, Hindustani classical music - Past, present and Future. अशा अनेक विषयांवर त्यांनी विचारप्रवर्तक लेखन केले आहे. एका घराण्याची उत्तम तालीम घेतल्यानंतर अन्य घराण्यातील गायक आणि गायकी यांची वस्तुनिष्ठ मीमांसा शरदजी करत असत. 'आपल्या गुरूंशिवाय केसरबाई केरकर, ओंकारनाथ ठाकूर, मिराशीबुवा, के. जी. गिंडे,

भीमसेन, कुमार गंधर्व, कागलकरबुवा, अमीरखाँ यांचा आपल्यावर प्रभाव पडला आणि त्यांच्याकडूनही आपण शिकलो,' असे ते म्हणत असत.

शरदजींचे संगीतविषयक विचार

- राग, कविता आणि ठेका या त्रयीचा एकत्रित आविष्कार, म्हणजे ख्यालगायन. ठेक्याचे चलन व शब्दांशी एकरूप झालेल्या स्वराकृती यांच्या आविष्कारातून अनेक रूपे निर्माण करणे रागगायनात अपेक्षित आहे.
- ख्याल गाताना ठेका तुमच्या नजरेत पाहिजे.
- अक्षरातून शब्द आणि शब्दांतून कविता जन्मते; स्वरांतून धून आणि धुनीतून राग उत्पन्न होतो; लयीतून ताल जन्माला येतो आणि तालाचा नंतर 'ठेका' होतो.
- इंग्रजीचे उच्चारण जसे ब्रिटिश लोकांसारखे हवे, तसे बंदिशीच्या भाषेला अपेक्षित असलेले शब्दोच्चारण व्हायला हवे.
- 'सरगम घेणे' म्हणजे व्याकरण किंवा रागाची स्वरावली गाण्यासारखे आहे. राग गायनात सरगमची जागा उपरी वाटते. जे गायक सरगमचा भरपूर वापर करतात, ते सरगमच्या पाठोपाठ आकारानेही गातात. मग सरगमचा काय फायदा? तर शिकवताना किंवा आलाप/तान स्पष्ट करत असताना सरगमचा उपयोग होतो.
- खंडमेरू गायकी ही यांत्रिक संकल्पना आहे. ती रियाजाकरता उपयुक्त आहे. मैफिलीमध्ये तिचा अवलंब करण्याने बंदिशीच्या सौंदर्याला बाधा येऊ शकते.
- स्त्री किंवा पुरूष या दोघांनीही पूर्ण ताकदीने आणि खुल्या आवाजाने (फुल्ली रेझोनेटेड) गायले पाहिजे.
- 'संगीत' ही करून दाखवायची कला आहे. कलाकाराने शास्त्र आणि कला यांतला तोल संभाळणे अपेक्षित असते.
- बंदिश प्रथम होते आणि मग तिचे व्याकरण! स्वर, ताल, परंपरा आणि कल्पकता यांतील समतोल गायकाने साधला पाहिजे.
- रस आणि रंग हे कुठल्याही चांगल्या रचनेचे महत्त्वाचे घटक असतात.
- चित्रकलेत असलेल्या पांढऱ्या (रिकाम्या) जागांप्रमाणे गाण्यामध्ये पॉज म्हणजे विश्रांतिस्थानाचे महत्त्व आहे.

शिष्यांना संदेश :

- खुल्या मनाने शिका आणि हंसासारखे नीर-क्षीर विवेकाचे तत्त्व वापरा.
- वेड्यासारखा रियाज करा.

- गुरूंचा सदैव आदर ठेवा.
- सिंहासारखा आत्मविश्वास ठेवून मैफिल जिंका.
- प्रयोग करायला घाबरू नका.
- रियाज आणि मैफिल यांतला फरक ओळखा.
- शिकणे कधीही संपत नाही. तो एक सततचा प्रवास आहे.

पं. अरविंद पारीख यांनी फेब्रुवारी २०१९मध्ये घेतलेल्या त्यांच्या शेवटच्या मुलाखतीमध्ये 'गायनाची ही वैभवशाली परंपरा तेवढ्या जोमाने पुढे जाईल की नाही' या विषयी शरदजींनी शंका व्यक्त केली होती. 'अलीकडच्या गायकांचा दर्जा आता पूर्वीपेक्षा कमी झाला आहे' असेही त्यांना वाटत होते. ते म्हणाले की, ''अभिजात संगीताचा प्रसार पूर्वीपेक्षा जास्त झाला आहे, पण त्यात प्रगती होते आहे की नाही, हे सांगणे कठीण आहे. सध्याचे शिष्य त्यांची जबाबदारी पूर्ण पार पाडत नाहीत आणि त्यामुळे घराणेदार गायकीची मूल्ये सांभाळली जात नाहीत. त्याचबरोबरीने योग्य मार्गदर्शन करणाऱ्या गुरूंचीही उणीव भासते आहे. विद्यार्थ्यांमध्ये शिस्त नाही आणि विद्येसाठी नव्हे, तर पैसे मिळवण्यासाठी आणि नाव किंवा प्रसिद्धी मिळवण्यासाठी शिकण्याकडे जास्त लक्ष आहे. त्यांनी अधिक सखोल विचार करण्याची गरज आहे आणि लोकांकडे लक्ष न देता, गुरूंवर पूर्ण विश्वास ठेवून, एकाग्रतेने गाण्याचा अभ्यास करून, पूर्ण लक्ष गाण्याकडे दिले पाहिजे.''

त्यांचा शेवटचा कार्यक्रम ३१ मार्च २०१९ रोजी पं. अरविंद पारीख यांच्या बोरीवली, मुंबई येथे 'बैठक' या मालिकेत झाला. १३ एप्रिलला त्यांनी आपला मुलगा समीर याला 'अब मेरो राम' हा तोडी रागातील ख्यालाचा अंतरा रुग्णशय्येवरून शिकवला. शेवटच्या श्वासापर्यंत सुरांप्रति आणि आपल्या कर्तव्याप्रति निष्ठा असलेल्या शरदजींनी १७ एप्रिल २०१९ रोजी या जगाचा निरोप घेतला.

❖◆❖

मुलाखत

*संवादक **डॉ. चैतन्य कुंटे** यांनी २९ जुलै २०११ या दिवशी पुण्यातील स्नेहसदन, नारायण पेठ येथे घेतलेल्या, **पं. शरद साठे** यांच्या मुलाखतीचे शब्दांकन.*

पंडित शरद साठे यांना पं. डी. व्ही. पलुस्कर, प्रा. बी. आर. देवधर आणि पं. शरच्चंद्र आरोलकर या ग्वाल्हेर घराण्याच्या बुजुर्गांकडून शिक्षण मिळालं आहे. ग्वाल्हेर घराण्याची जी सौंदर्यतत्त्वं आहेत, त्यांचा प्रत्यय आपल्याला पंडितजींच्या गाण्यात येतो. ग्वाल्हेर घराणं, त्याची गायकी आणि त्यातली सौंदर्यतत्त्वं यांविषयीच्या काही खास बाबी आज पंडितजींकडून जाणून घेऊ.

सुरुवातीलाच मी सांगतो की, मी इथे एक परफॉर्मिंग आर्टिस्ट म्हणून उपस्थित आहे. संगीततज्ज्ञ, संगीतातला दर्दी या भूमिकेतून नव्हे. माझे जे विचार आहेत, ते प्रात्यक्षिकावर आधारित आहेत. मला जे पटलं, समजलं, ते मांडण्याचा मी प्रयत्न करीन. माझ्या गुरूंनी मला शिकवलं. त्या प्रत्येकाची एकेक खासियत होती. ते तिघंही ग्वाल्हेर घराण्याचेच होते. डी. व्ही. पलुस्कर हे विष्णु दिगंबरांचे सुपुत्र. ते विनायकबुवा पटवर्धनांकडे आणि नारायणराव व्यासांकडे शिकले; मिराशीबुवांकडेही त्यांनी थोडी तालीम घेतली होती. बी. आर. देवधर हे विष्णु दिगंबरांचे पट्टशिष्य होते. ते संगीततज्ज्ञ म्हणून प्रसिद्ध होते आणि एक उत्तम शिक्षक होते. त्यांना अनेक बुजुर्गांचा सहवास लाभला. त्यांच्याकडून मला ज्या काही गोष्टी ऐकायला मिळायच्या, समजायच्या, त्यांचं मी अनुकरण करण्याचा प्रयत्न करतो. पं. शरच्चंद्र आरोलकर हे माझे तिसरे गुरू. त्यांच्याकडे मी जवळजवळ १९६६ सालापासून १९९३सालापर्यंत, म्हणजे ते जाण्याच्या आधी एक वर्षापर्यंत शिकत राहिलो. आजही मी विद्यार्थी आहे. अगदी लहान मुलाकडूनसुद्धा चांगलं काही मिळालं, तर ते मला आकृष्ट करतं आणि ते मी आत्मसात करायचा प्रयत्न करतो. असं केल्याशिवाय गाणं वाढत नाही. आता या तिन्ही गुरूंचं स्मरण करून मी ग्वाल्हेर गायकीविषयी बोलतो.

हद्दूखाँ आणि हस्सूखाँ हे ग्वाल्हेर घराण्याचे जनक समजले जातात. ख्याल या गानप्रकाराची सुरुवातच मुख्यतः ग्वाल्हेर घराण्यातून झाली. लोकांनी त्याची

कदर केली. त्यामुळे ख्यालाचा उगम असणारं ग्वाल्हेर घराणं ही घराण्यांची गंगोत्री मानली गेली आहे. तसं म्हटलं, तर दिल्ली घराणं हे तानरसखाँचं. महंमदशहा रंगीले, तसंच सदारंग अदारंग ह्यांनीसुद्धा खूप चिजा बांधलेल्या आहेत. त्याच्या अगोदर ग्वाल्हेरमध्ये, दौलतराव शिंदे ह्यांच्या कारकिर्दित अनेक गुरूजनांना आश्रय मिळाला. मिळालेली विद्या गुरुजनांनी चांगली जतन केली आणि भारतभर त्यांचं नाव झालं. एक प्रवाद असा आहे की, हद्दू-हस्सूखाँ ह्यांनी बडे महम्मदखाँची गायकी चोरली; पण 'चोरली' हा शब्द मला खटकतो. कारण मुळात हद्दू-हस्सूखाँकडे प्रतिभा नसती, तर नुसती तनायत आत्मसात करून ते गायकीसाठी प्रसिद्ध झाले नसते. हद्दू-हस्सूखाँ ह्यांची शिष्यपरंपरा बरीच मोठी होती. ग्वाल्हेरच्या परंपरेत बंदे अलीखाँ बीनकार यांच्यासारखे अनेक वादक कलाकारही होते. प्रत्येकाचं काहीतरी वैशिष्ट्य होतंच. 'ग्वाल्हेरकडे ठुमरी नाही' असं जे म्हणतात... तर ह्या लोकांनी ठुमरी चांगल्यापैकी जोपासली होती. दुर्दैवाने तिचा प्रसार झाला नाही. उत्तरेतले गायक महाराष्ट्रात कमी आल्यामुळे त्यांची ठुमरी ऐकायची संधी आपल्याला कमी मिळाली. पण त्यांपैकी काही गायकांचे चांगले नमुने माझ्याकडे आहेत. ती ठुमरी फारच चांगल्या पद्धतीची गायली गेलेली आहे. ग्वाल्हेरला जेवढे गायक आले, त्या सगळ्यांना महाराजांनी आश्रय दिला. त्यातून या गायकांची विद्या वृद्धिंगत झाली. म्हणून आम्ही ग्वाल्हेर घराण्याला विद्यापीठ म्हणतो. मात्र ग्वाल्हेर घराण्याबरोबर बाकीच्या घराण्यांचेही जे गायक महाराजांकडे आले, त्यांनाही आश्रय मिळाला.

आपण म्हणतो, ग्वाल्हेरची गायकी अष्टांग गायकी आहे. तर ती आठ अंगं कोणती?
बऱ्याच लोकांचा गैरसमज आहे की, अष्टांग म्हणजे आलाप, बोल-आलाप, तान, बोलतान इत्यादी. ही अष्टांगं नव्हेत. 'सर्व दृष्टींनी सुंदर' असा अष्टांगचा अर्थ आहे. अशा ह्या अष्टांगामध्ये अनेक गोष्टी समाविष्ट आहेत. ग्वाल्हेरच्या अष्टांगांचा 'मींड' हा प्राण आहे... मींड आणि गमक. मींडनंतर खटका, मुर्की, घसीट, जमजमा अशा प्रकारची आठ अंगं आहेत आणि कुशल गायक आवश्यकता आणि औचित्य यांनुसार या अंगांचा गाण्यात वापर करतो. मात्र जिथे ती शोभत नाहीत, तिथे त्यांचा वापर केला जात नाही. मींड हा त्यातला प्राण असल्याचं कारण सदारंग आणि अदारंग हे बीनकार होते. बीनकार असल्याने 'मींड' हे ग्वाल्हेर गायकीतलं मुख्य अंग आहे. मी वादक नाही, पण मला कल्पना आहे की, मींड काय असू शकते.

आपण ग्वाल्हेर घराण्यातल्याच वेगवेगळ्या गायकांची ध्वनिमुद्रणं ऐकली, तर गायकीत थोडंथोडं परिवर्तन झालेलं दिसतं. तर त्यामागचं कारण काय असेल? उत्तरेतली गायकी आणि महाराष्ट्रातली ग्वाल्हेर गायकी यांच्यात काय फरक आहे? त्याबद्दल सांगाल का?

त्याला आम्ही 'मोठी पाती', 'छोटी पाती' असं संबोधतो. कारण ग्वाल्हेरमध्ये जे मूळ होतं, ते शिकून बाळकृष्णबुवांनी महाराष्ट्रात त्याचा प्रचार केला. मी दोन्हीकडे शिकल्यामुळे माझ्या हे निदर्शनास आलं की, हे करताना महाराष्ट्रातल्या ग्वाल्हेर गायकीत मूळचा साचा जवळजवळ तसाच, पण त्यातली बरीचशी सौंदर्यस्थळं गेलेली दिसतात. म्हणजे, कोणी आठ वर्षं शिकल्याने, कोणी १० वर्षं शिकल्याने, कोणी गुरुसहवासात कायमचं राहून शिकल्याने जो फरक पडतो, तो झालेला असावा, असा माझा अंदाज आहे. तर बाळकृष्णबुवांचे शिष्य विष्णु दिगंबर पलुस्कर, अनंत मनोहर जोशी, मिराशीबुवा या लोकांच्या गाण्यामध्ये असलेला फरक त्यांच्या व्यक्तिमत्त्वातल्या फरकामुळे झाला आहे, पण त्यांचा ढाचा बघितला, तर मांडणी वगैरे जवळजवळ तशीच आहे. तर असे व्यक्तिमत्त्वाधिष्ठित बदल प्रत्येकाच्या गाण्यात झालेले आहेत. माझ्याकडे काही उदाहरणं आहेत. आपण ती ऐकू. त्यांच्यात काही-काही वेळा असा फरक झालेला आहे की, समेचं अक्षर बदलतं. काही वेळा एखाद्या अक्षरावर सम असेल, तर ती बदलून दुसऱ्या अक्षरावर केलेली आहे.

मला वाटतं, 'करीम नाम तेरो' या बंदिशी-बाबतीत असं झालं आहे.

हो, कुणी आकारावर सम ठेवतं, कुणी 'तेरो'वर. नंतर दरबारीतल्या बंदिशीतही असा फरक आहे. स्वर चालू ठेवू या. कारण स्वर मागे असल्याशिवाय मला गाता काय, बोलताही येत नाही. स्वराशिवाय काहीच नाही ना... पहिला तो स्वर आहे. स्वर, ठेका आणि कविता या तिघांचं उत्तम मिश्रण म्हणजे ख्याल.

आरोलकरबुवा तालांचे खूप सुंदर ठेके सांगायचे, त्या विषयी सांगावं.

बुवांचा तालाचा खूपच चांगला अभ्यास होता, पण गाण्याच्या बाबतीत 'मी पब्लिकचा गवई नाही' असं ते म्हणायचे. 'माझ्याकडे यावं' असं ज्या लोकांना वाटेल, त्यांना पाहिजे ते शिकवेन.' ते म्हणायचे की, 'छोट्या मैफिलीत जिथे तुम्हाला दाद मिळते, तिथे गाणं पुढे जातं, पण जर दाद मिळाली नाही, तर गाणं फ्रीज होतं.' म्हणजे तिथे पुढे काही सुचतच नाही. गाणं हे नुसतं कॉन्व्हर्सेशन नाही, तर ते हॅप्पी कॉनव्हर्सेशन असतं. तो सुखसंवाद हवा. जर तो सुखसंवाद झाला नाही, तर गाणं पुढे जमत नाही. आत्ताच्या काळातल्या ऑडिटोरियममध्ये हे काही होत नाही. तुम्हाला गाणं आवडलंय का, तुम्ही वैतागलाय

का हे (तुम्ही अंधारात बसल्याने) आम्हाला कळत नाही. आमचं आपलं गाणं चालू असतं! पूर्वी असं नव्हतं. तेव्हा दाद मिळत असे. अशी गोष्ट होती. बंदे अलीखाँचे शिष्य असलेल्या मुरादखाँची एक गोष्ट सांगतो. ते सारंगीवादक होते. त्यांची एक मैफिल झाली. त्यात त्यांना बिदागी मिळाली, पण 'कोणी वादन ऐकलं नाही' अशी त्यांची भावना झाली. रात्रीची मैफिल संपवून ते कृष्णराव मुळ्येंकडे गेले आणि म्हणाले, ''वहाँ किसीने सुना नही. इसलिये आपको सुनाने यहां आया हूँ।'' आणि रात्री दोननंतर मुरादखाँनी मुळ्येंना बीनवादन ऐकवलं, तेव्हा त्यांचं समाधान झालं!

खरं तर साठेकाकांकडे अनेक आठवणी आहेत आणि ज्यातून बोध घेता येईल, अशा खूप कथा आहेत. आपण आरोलकरबुवांच्या ठेक्याचा तिलवाड्याचा किंवा झुमऱ्याचा एखादा नमुना सांगाल का?

प्रात्यक्षिक १ : तिलवाडा

असा तो जुना ठेका अभिप्रेत होता. ह्याच्यापेक्षाही जुना तिलवाडा होता. बुवांनी तो सांगितला होता, पण त्यात कोणी गाणारं नाही, ऐकणारं नाही... त्यामुळे तो विसरला गेला आहे. तिलवाड्याच्या ठेक्यामधली १६वी मात्रा सॉफ्ट वाजवायची. म्हणजे ती समूर्त शांत आहे. ठेक्याची जी लय घ्याल, ती लय तुमच्या नजरेत पाहिजे. सम आणि खाली ह्याचा अंदाज राहिला पाहिजे. बुवांना विचारलं जायचं की, 'काही जण इतक्या ठायलयीत गातात, तर तुमचं मत काय?' ते म्हणायचे की, 'मी काय सांगणार! ते ठायलयीत का गातात, ते त्यांना विचारा. तो त्यांचा कॅनव्हास आहे. त्यांची काय आयडिया आहे, ती तेच सांगू शकतील.'

प्रात्यक्षिक २ : राग मियां मल्हार

'महमंदशा रंगीले' हा प्रसिद्ध ख्याल आहे. या ख्यालातली दोन निषादांची मींड इतकी सुरेख आहे.... हे त्याचं मूळ चलन आहे. असे कित्येक नमुने आहेत!

ग्वाल्हेर गायकीमधल्या तराण्याबद्दल काही सांगाल का?
हो, तराणा म्हणजे 'शुष्काक्षर गीत' असं म्हणतात, पण काहींच्या मते 'नादिर दिरदिर, तोम' ह्याला अर्थ आहे. ही अक्षरं फारसी भाषेत आहेत आणि अमीरखाँसाहेबांच्या म्हणण्याप्रमाणे त्यांना काहीतरी अर्थ आहे. मला फारसं माहीत नाही, पण आम्हाला 'शुष्काक्षर गीत'

म्हणून सांगितलं गेलं आहे. तर ख्यालासारखा गायला जाणार ठायलयीतला एक तराणा आहे. त्याचा नमुना मी आपल्याला ऐकवतो.

प्रात्यक्षिक ३ : तिलवाडा ठेका आणि ख्यालनुमा गायन

हल्ली काय प्रकार झाला आहे की, कुठलीही अस्ताई एका आवर्तनात संपवायची आणि 'सुटलो बुवा!' असा एक सुस्कारा टाकून 'आता आलाप करू या, ताना मारू या' असं म्हणत गायचं. माझ्या मते ह्या गायनाला ख्यालगायकी म्हणत नाहीत. जे आपण गातो, ते ध्रुपद नाही, टप्पा नाही किंवा ठुमरी नाही, म्हणून ह्याला ख्याल म्हणायचं का? ख्याल ही एक कर्णगोचर आकृती आहे. ती आकृती बंदिस्त आहे. त्याला 'खाली-भरी' सगळं आहे आणि ती एक 'विचारप्रस्तुती' आहे. त्याला 'एक्स्टेंशन ऑफ व्हॉवेल्सने' परिपूर्ण केलेलं आहे.

ख्यालनुमा हा प्रकार ख्यालासारखा मांडायचा असतो. म्हणून त्यात एक्स्प्रेशन हवं; खुंटीवरचे स्वर नकोत, तर त्यात भाव आवश्यक आहे. तो गीताविष्कार आहे. ते गीत असल्याने ते पूर्ण गायलं गेलं पाहिजे.

सुरुवातीला शिकताना सगळ्यांना पाठ करावंच लागतं... घराणं कुठलंही असो... कोणाकडेही शिकायला गेलं, तरी सुरुवातीला पाठ करावंच लागतं, पण पुढच्या टप्प्यावर गेल्यावर मात्र 'आजही तेच गायचं आणि उद्याही तेच गायचं', असं नको... पुण्यतिथी असो, सत्कार समारंभ असो किंवा गणपती उत्सव असो, तेच गाणं कसं असू शकतं? पण पाठ केलेल्यांचं तेच असतं. तेव्हा ऐकणाऱ्यांचा अपेक्षाभंग होतो. आमचं ग्वाल्हेरचं गाणं हे अशा अर्थाने पाठ केलेलं नसतं.

तराण्याविषयी बरेचदा असं ऐकायला मिळतं की, मध्यलयीची चीज आणि तराण्यातला फरक कळत नाही. लयकारी तराण्यात अतिशय महत्त्वाची असते. ती नसेल, तर तराणा म्हणून त्याचं काहीच वैशिष्ट्य दिसणार नाही.

यमन रागामध्ये कितीतरी विविधता आहे! नि़ रे ग मं प ध नी सां, नि़ रे ग मं ध नी सां ही स्वरावली पूर्वीच्या कुठल्या ख्यालात नाही. पहिल्यांदा अस्ताई-अंतरे आले. मग माझ्या मते त्यांचं व्याकरण झालं, पण व्याकरण आवश्यक आहे. यमन आणि भैरवी हे राग असे आहेत की, सगळी दुनिया फिरून आलं, तरी तुम्हाला परत तिथे यावंसं वाटतं आणि त्यांच्यापुढे नतमस्तक व्हावं, इतकं त्यांच्यात वैविध्य आहे. भैरवीत अनेक ख्याल आहेत. म्हणजे किती आहेत, त्याला काही अंतच नाही! म्हणजे ७०/७५व्या वर्षी एका उस्तादाने सांगितलं की, अभी तो मुझे यमन थोडा-थोडा समझने लगा!' म्हणजे शिकणं अखंड चालूच राहतं; संपत नाही.

आता बिलावलमध्येसुद्धा असे ख्याल आहेत की, ते नेहमीच्या नियमात बसत नाहीत, कारण त्यांत मध्यम जास्त लागतो.

प्रात्यक्षिक ४ : बिलावल टपख्याल

आता हा मध्यम तुमच्या नेहमीच्या बिलावलमध्ये नाही बसणार.
असाच एक टपख्याल ऐका. (*मिया सुन जानिवे;* ताल झुमरा) यात टप्पा अंगाचं खूप काम असल्याने हा टपख्याल झाला. असे टप्पा अंगाचे खूप ख्याल आहेत. आता एक टप्पा ऐकवतो.

प्रात्यक्षिक ५ : यमन – टप्पा – ताल पश्तो (७ मात्रा)

ग्वाल्हेरमधल्या ठुमरीबद्दल सांगावं.

प्रात्यक्षिक ६ : बंदिश की ठुमरी – राग खमाज

माझ्या मते बंदिश की ठुमरी साधारण अशा प्रकारची ऐकायला मिळत नाही, पण ठायलयीची ठुमरी?
भरपूर आहेत! पण मला किती मिळालं आणि मी किती गाऊ शकतो, हा मुद्दा आहे!

ग्वाल्हेर घराण्यात काय काय गोष्टी आहेत, त्याचा आपण आत्ता थोडक्यात आढावा घेत होतो. या तीन गुरूंकडे आपण शिकलात, तर तिघांची तालीम देण्याची पद्धत काही वेगळी होती का?
मी जेव्हा डी. व्ही. पलुस्करांकडे शिकायला गेलो, तेव्हा मी १७/१८ वर्षांचा होतो. त्यांची शिकवण्याची पद्धत म्हणजे, जी पूर्वापार होती, तशीच अमलात आणली होती. ते स्वतः ठेका वाजवून शिकवायचे. 'दुसरा तबलजी ठरवा, मग त्याचे पैसे तू भर, त्याची वेळ बघ' असं नव्हतं. कृष्णराव पंडित तर डाव्या हाताने डग्गा आणि उजव्या हाताने तंबोरा वाजवून रियाज करायचे. तसा फोटोही आहे त्यांचा! तर ही पूर्वापार पद्धत आहे. यामुळे लय, ठेका आणि ताल पक्का होतो. अस्ताई, अंतरा, मग रागाची पकड अशा परंपरेचे ते पाईक होतेच. डी. व्ही. पलुस्करांच्या वडिलांनी त्यांच्या शिक्षणाचा पाया पक्का केला आणि नंतर विनायकबुवा पटवर्धन यांच्याकडूनही चांगल्यापैकी शिकल्यामुळे त्यांची लयतालाचीही बाजूही फार उत्तम झाली.

म्हणजे तुम्ही विद्यालयीन पठडीतून शिकलात ना?

नाही. मी कुठल्याही विद्यालयात शिकलो नाही. ते माझं सुदैव, असं मी म्हणतो. कारण विद्यालयाप्रमाणे 'सुरुवातीला आलाप नं. १, आलाप नं. २, नंतर तान सुरू कर, आता बोलतान सुरू कर...' असं मी शिकलो नाही. मी या पद्धतीला नावं नाही ठेवत, कारण विद्यालयीन शिक्षण पद्धती आवश्यकच आहे. गांधर्व महाविद्यालयाची ख्याती आहे की, सुरुवातीचं शिक्षण झाल्यानंतर पुढे तुमचा विचार तुम्हाला वाढवता येतो. ते महत्त्वाचं आहे.

१९५६ साली देवधरांच्याकडे गेलो आणि मग ११ वर्षं त्यांच्याकडे शिकलो. देवधर मला अस्ताई-अंतरा शिकवायचे, पण त्यांनी ठेका वाजवून शिकवलं नाही. ते सांगायचे की, 'ही चीज जयपूर घराण्याच्या मोहनराव पालेकरांकडून घेतली. ती अशा पद्धतीने गायली जाते.' हे सगळं ज्ञान त्यांनी मला फार उत्तम तऱ्हेने दिलं आणि बघण्याची दृष्टी चांगल्यापैकी तयार केली. कुठल्या गायकीतलं काय ऐकायचं आणि काय ऐकायचं नाही, हे समजलं पाहिजे. सगळे गायक ऐकायचे आणि आपल्याला जे अभिप्रेत असेल, जे पटेल, जे रुचेल आणि आपल्या संगीत-ज्ञानात जे भर घालू शकेल, ते आत्मसात करण्याचा प्रयत्न करायचा, असं मला वाटतं. माझ्या सर्व गुरूंनी 'हे नकोय, मी सांगतो तेच कर' असं सांगितलं नाही, हे माझं सुदैवच! त्यामुळे मीसुद्धा त्याच विचारांचा आहे. मी माझ्या विद्यार्थ्यांना सांगतो की, 'अस्ताई-अंतऱ्यासह बंदिश जशी गाणं अपेक्षित आहे, तसंच मी शिकवणार. तुम्हाला ती आठ-दहा दिवसांत म्हणता आली, तर उत्तमच! त्याच्यापुढे महिना लागला तरी चालेल, पण ती कशी बसवायची, ते तुम्ही बघा. कुणाला जास्त वेळ लागतो, पण तुम्हाला नीट गाता आल्याशिवाय मी पुढे जाऊ शकत नाही. मुख्य म्हणजे, त्यात स्वतःची भर घातलीच पाहिजे. पूर्वीच्या गवयांनी स्वतःची बुद्धी वापरून गायनाला खूप समृद्ध केलेलं आहे, आणि ते दिसतंच आहे आपल्याला.'

देवधर मास्तर ख्यालाचा निकास किंवा उपज कशा रीतीने सांगायचे?

जयपूर-अत्रोलीचे (घराण्याचे) काही ख्याल त्यांनी नुसतं चलन सांगून शिकवले, पण नंतर मी चांगल्या गवयांचं स्वतःहून ऐकूनही शिकत असे. केसरबाईंचं गाणं मी कसं ऐकलं, ते तुला माहीत आहे.

हो, मला वाटतं की, संगीतासाठी पोटात जी एक आग असावी लागते, त्याचं हे खूप सुंदर उदाहरण आहे. साठेकाकांनी ज्या रीतीने गवयांची गाणी ऐकली, ते अनुकरणीय आहे.

मी याची दोन उदाहरणं तुम्हाला सांगतो. पुण्यात असलेल्या पूना म्युझिक सर्कलचे डॉ. पाबळकर यांनी साधारण १९५३ साली केसरबाईंचं गाणं आयोजित केलं होतं. मी तेव्हा विद्यार्थी होतो आणि मला गाणं ऐकायचंच होतं. सकाळचं गाणं होतं. मला वडिलांकडे पैसे मागायचे नव्हते. कारण 'आपला शौक पूर्ण करण्यासाठी वडिलांना त्रास द्यायचा नाही' हे पक्कं होतं. 'गाणं ऐकायचं' ही तर जिद्द होतीच. केसरबाई काय, फैय्याजखाँ काय... असे कित्येक गायक होऊन गेले, जे मला नितांत आदरणीय आहेत. मी जरी प्रत्यक्ष शिकलो नसलो, तरी इतर घराण्यांत ज्या चांगल्या गोष्टी आहेत, त्या आत्मसात करण्याचा मी प्रयत्न केला. मी आणि माझा मित्रही गाणं ऐकण्याच्या बाबतीत माझ्याइतकेच वेडे! त्याला म्हटलं, 'आपल्याला जायचंय केसरबाईंचं गाणं ऐकायला. ते पुण्यात आहे आणि ते सोडायचं नाही.' पण तिथे गेल्यावर आम्हाला 'आत कसं जायचं?' हा प्रश्न पडला. संयोजक असलेल्या डॉ. पाबळकरांना म्हटलं, 'आम्हाला आत सोडा. आम्हाला गाणं ऐकायचं आहे. आम्ही विद्यार्थी आहोत. आम्हाला ऐकायला पाहिजे.'

'नाही नाही, गर्दी फार आहे... तुम्हाला कसं सोडणार?' त्यांनी झटकलं. त्यांची इच्छा नव्हतीच! काय करता आलं असतं, याचा विचार केला. गाणं हिराबागेत होतं. तो तसा जुना भाग आहे. त्याच्या आतल्या बाजूला एक बाथरूम होती. तिथे कडी लावलेलं एक दार होतं. मी मित्राला म्हटलं, 'आपण युक्ती करू. तू ओणवा हो. मी तुझ्या पाठीवर चढतो; बोल्ट काढतो आणि आपण आत जाऊन बसू. एवढा प्रयत्न करून बघू.' तसं केलं आणि आम्हाला यश आलं. केसरबाईंच्या डाव्या बाजूला माजीदखाँ सारंगीवाले होते.

आम्ही दोघं बसलो. पाबळकरांनी आम्हाला पाहून विचारलं, 'तुम्ही कसे आलात?' म्हटलं, 'आता आलोय, तर दोन तास... तीन तास काय... गाणं संपेपर्यंत उठणार नाही! तुम्हाला काय करायचं ते करा, पण आम्हाला हे गाणं ऐकू द्या हो!' जौनपुरी, गांधारी, देवगंधार असे सकाळचे राग त्या इतक्या अप्रतिमपणे गायल्या की, ते गाणं कानात आहे अजून!

तसंच फैय्याजखाँचं एक उदाहरण सांगतो. १९४८ सालची गोष्ट आहे ही. पुण्याच्या भानुविलास थिएटरमध्ये पूना म्युझिक सर्कलतर्फे कॉन्फरन्स होती. फैय्याजखाँसाहेब अहमदाबादहून यायचे होते. त्यांचं गाणं ऐकून अक्षरशः वेड लागलं होतं. त्यामुळे 'हेही गाणं सोडायचं नाही' असं ठरवलं होतं. मी आणि माझा मित्र कुलकर्णी असे आम्ही गेलो. मला आठवतंय, तिथे भावे नावाचा एक डोअरकीपर होता. त्याला सांगितलं, 'आम्हाला सोडा ना आत! खाँसाहेबांचं गाणं आहे आणि आम्ही सगळे खरे विद्यार्थी

आहोत. नुसते शेठ वगैरे नाही. हे गाणं ऐकून त्याचं चीज करणार आम्ही!' तो म्हणाला, 'नाही हो, इतकी गर्दी आहे... कसं सोडणार?' शेवटी तो कंटाळला. पण एकांनी त्याला सांगितलं, 'हे फैय्याजखाँचे शिष्य आहेत. ह्यांना आतमध्ये सोडा.'' आम्ही खूश! आम्ही स्टेजवरती गेलो आणि स्टेजवरून आम्ही फैय्याजखाँचं गाणं ऐकलं. त्या वेळचे त्यांचे दरबारी, सोहनी हे राग अजूनही कानात आहेत माझ्या.... इतकं अप्रतिम! त्यांचा गाणं पेश करण्याचा अंदाज काही अपूर्वच होता! स्टेजवरती पुण्यातले रा.शं. वाळिंबे (समीक्षक), मी आणि त्यांचे साथीदार अशा सगळ्यांनी ते गाणं तिथे बसून दोन तास ऐकलेलं आहे! त्यामुळे मी मला भाग्यवान समजतो.

पं. गजाननबुवा जोशी जेव्हा आकाशवाणीवर सल्लागार होते, तेव्हाचा अजून एक प्रसंग सांगतो. रेडिओवर माझा कार्यक्रम होता. तेव्हा सकाळी मी तोडी, यमनी बिलावल आणि संध्याकाळी भीमपलास असे राग गायले. गजाननबुवांनी ते सगळं ऐकलं आणि मला पत्र पाठवलं. 'शरद साठे यांस : तुमचं गाणं मी ऐकलं. मला तुम्हाला भेटायचं आहे, तर तुम्ही यशवंतबुवा जोशींच्या घरी येऊ शकाल का?' मी लगेच 'हो' म्हटलं. 'त्यांचं बोलावणं, म्हणजे काहीतरी विशेष असणार, तर जायला पाहिजे.' असं वाटलं. ते म्हणाले, ''तुमचं गाणं ऐकलं. सकाळचा तोडी, दुपारचा यमनी बिलावल ऐकला. तुम्ही फैयाजखाँ, केसरबाई यांची किती गाणी ऐकली?'' वाटलं, 'हा काय प्रश्न आहे?'

मग त्यांनी विचारलं, ''हे तुम्ही शिकलात कोणाकडे?'' म्हटलं, ''बी. आर. देवधरांकडे शिकलो.''

''पण ही देवधरांचीही गायकी नाही. कारण ते गायकीसाठी प्रसिद्धच नव्हते. ते उत्तम शिक्षक होते.''

''कोणाकडून काय आणि किती घ्यावं, हे मला त्यांनी सांगितलं.''

''त्यामुळे केसरबाई आणि फैयाजखाँ यांचा प्रभाव दिसतोय तुमच्या गाण्यात!''

मी माझी तारीफ करत नाहीये, पण माझा जो विचार होता, म्हणजे माझी जी नजर होती, ती बुवांनी ओळखली. गजाननबुवांबद्दल मला नितांत आदर आहे. एकदा रात्री श्रीधर पार्सेकरांचं व्हायोलिन झाल्यावर पहाटे तीन वाजता मी आणि मिराशीबुवांचा मुलगा यांनी जाऊन तंबोरे आणले आणि गजाननबुवांना, 'बुवा, गाणं पाहिजे हो!' अशी विनंती केली. त्यांनी अर्धा-पाऊण तास बिभास रागातली 'मोरा रे' ही बंदिश गायली. मग आम्ही शांत झालो. बुवा पट्टीचे गवईच! त्यामुळे इतके कसून गायले ते!

मुख्य म्हणजे तुमची लगन असल्याशिवाय प्रगती नाही.

प्रात्यक्षिक ७ : राग यमनी बिलावल

आपण डी. व्ही. पलुस्कर आणि देवधर यांच्या शिकवण्याबद्दल बोललो. आरोलकरबुवांची शिकवण्याची पद्धत काय होती?

आरोलकरबुवा स्वत: ठेका धरून शिकवायचे. अस्ताई-अंतरा पहिल्यांदा बसवून घ्यायचे. नंतर गायला सांगायचे. स्वर कमी लागतात का जास्त, हे बरोबर त्या-त्या वेळी सांगायचे. शिकवण्याची पद्धत जवळजवळ तीच.

आरोलकरबुवांनी कसा विचार केला होता?

तो ते मुद्दामहून स्पष्ट सांगत नसत; आम्हाला तो शोधावा लागत असे. त्यांनी ३००/३५० अप्रतिम बंदिशी बांधल्या आहेत. त्यांना विचारलं, "ह्यात तुमचं नाव नाही. तर लोकांना कसं कळणार?" त्यावर ते म्हणाले, "आरोलकरच माहीत नाही लोकांना, तर नुसतं नाव कळून काय करणार? त्यांना शोधू देत बंदिश कोणाची ते. बंदिश आवडली, तर कोणाची म्हणून ते शोधतील; मग सापडेल!" त्यांच्या बंदिशींमध्ये 'खाली'ला सुरू करून समेला आलं, असं सरळ-सोपं नसे. सहाचा हिशेब असेल, तर 'तीन अधिक तीन' असं न करता, 'पाच अधिक एक' किंवा 'दोन अधिक चार' असं ते करायचे! त्यामुळे त्यांच्या बंदिशी खरंच चांगल्या बांधल्या गेल्या होत्या. मला त्यांनी काही शिकवल्या होत्या.

प्रात्यक्षिक ८ : अरोलकरबुवांची बंदिश

खरं तर रियाज कसा करावा किंवा तालीम कशी घ्यावी, असे खूप विचार साठेकाकांकडून ऐकण्यासारखे आहेत.

रियाजाचा विषय निघाला, म्हणून सांगतो. रियाज किती प्रकारचा आहे? तर... आवाजाचा तर आहेच आणि बोल आणि उच्चारांचाही आहे; बोल कसे बांधावेत, कसे म्हणावेत, याचाही आहे. यात स्पष्टता तर हवीच, पण स्पष्ट म्हणजे कठोर नव्हे, तर म्युझिकल उच्चार हवा. तानेचाही रियाज आहे. निरनिराळ्या लयींमध्ये ताना घेण्याचा रियाज आहे. असे असंख्य प्रकारचे रियाज आहेत. एकच तान स्वराला जोर देऊन कशी करता येईल, निरनिराळ्या पद्धतींनी घेऊन कशी वेगळी होईल, याचाही रियाज आहे. आवाजाचा तर मी सांगितला आहेच. तसाच अस्ताई-अंतरा यांचा रियाज मुख्य आहे. प्रत्येक अस्ताई-अंतऱ्याला स्वत:ची एक लय असते. ती ठरावीक प्रमाणात कमी करता येते आणि ठरावीक प्रमाणात वाढवता येते. अस्ताई-अंतऱ्यात जास्त बदल करता येत नाहीत. त्यांचा एक रियाज आहे. लय कमी केली, तर किती जास्त कमी होऊ शकेल, ह्यासाठी आपल्याला अस्ताई-अंतऱ्याच्या लवचीकतेचा अंदाज आला पाहिजे. तर रियाजाचे असे असंख्य प्रकार आहेत. त्यांतले काही मी केलेले आहेत.

म्हणूनच इतकी अप्रतिम गायकी आपल्याला ऐकायला मिळतेय. तुम्ही जो रियाजाचा भाग सांगितलात, तो तुमच्या गुरुजनांनी सांगितला की तुमचा तुम्ही केलात?

गुरुजनांनी तर सांगितलाच आहे आणि श्रेय सगळं त्यांचंच आहे. त्याचं एक उदाहरण सांगतो. आरोलकरबुवांकडे मी शिकत असताना एकदा नाशिकला, गणपतीत माझं गाणं होतं. तिथे फैज महमंदखाँसाहेबांचे एक शिष्य होते. ते चांगल्यापैकी गाणारे होते. ते म्हणाले, ''आवडलं मला तुमचं गाणं! तुम्ही आरोलकरबुवांची चांगली तालीम घेतली आहे, तर त्यांच्याकडून आणखीन एक गोष्ट शिकून घ्या.''

म्हटलं, ''कोणती?''

''उच्चार! उत्तर हिंदुस्थानी गवयांसारखं त्यांच्या उच्चारात एक मार्दव आहे. ते शिका. त्या प्रकारचे उच्चार हवेत. नाहीतर आपलं मराठी हिंदी खटकतं.''

माझाही असाच अनुभव आहे. आरोलबुवांचे उच्चार ऐकताना मलाही कधीही ते खटकले नाही. शब्दांचं उच्चारण कसं करायचं, तराणा म्हणताना अक्षरावर जोर किती कमी-जास्त ठेवायचा, हे सगळं त्यांनी सांगितलेलं आहे. मुद्दाम नाही, पण गातागाता लक्षात आलं, विषय निघाला की, ते सांगायचे.

प्रात्यक्षिक ९ : राग शुद्ध कल्याण – तराणा

❖◆❖

यातील प्रात्यक्षिक स्वरूपात केलेले गायन ऐकण्यासाठी क्यूआर कोड स्कॅन करावा किंवा या लिंकवर क्लिक करावे.

https://youtube.com/playlist?list=PLxsxVopwsAaVyr2lEHpJ_6obbeoiQ3Y-d

संगीतयोगी

पंडित सुरेश तळवलकर

परिचय

दृश्य १

स्थळ : गिरगाव, मुंबई. वेळ : सकाळची. रस्त्यावरच्या गर्दीत, भर रस्त्यात, मधोमध एक १२ वर्षांचा मुलगा उभा आहे. तो हाताच्या बोटांवर काहीतरी मोजतो आहे आणि तोंडाने काहीतरी पुटपुटतो आहे. त्याच्या एका बाजूला ट्रॅम आणि दुसऱ्या बाजूला बस, टॅक्सी, मोटारी अशी वाहनं येऊन जोरजोरात भोंगे वाजवत थांबली आहेत, पण या मुलाचे कशाकडेच लक्ष नाही. तो त्याच्याच तंद्रीत आहे. काहीतरी म्हणण्यात त्याचे भान हरपले आहे. एवढ्यात त्या गर्दीतील एक जण पुढे येऊन, त्या मुलाला रागावून बाजूला ओढतो. दोन धपाटे बसल्यावर तो मुलगा दचकून भानावर येतो आणि तो अनेक वाहनांनी वेढला गेला असल्याचे आणि एका जिवावरच्या प्रसंगातून वाचला असल्याचे त्याच्या लक्षात येते. कोण होता हा मुलगा? आणि असा रस्त्यावर मधोमध काय करत होता?

तो तबला शिकणारा एक विद्यार्थी होता. त्याला त्याच्या गुरुजींनी समोरच्या इराण्याकडे चहा सांगायला पाठवले होते. परत येताना, रस्ता ओलांडत असताना तो त्रितालातील नुकत्याच शिकवलेल्या मूळ लयीची दीडपट, दुप्पट, तिप्पट अशा पटी म्हणून बघत होता. त्यातच त्याची तंद्री लागल्याने त्याला इतर जगाचा विसर पडला होता. तो विद्यार्थी म्हणजे, आजचे तालयोगी पं. सुरेश तळवलकर आणि त्यांचे गुरू होते, पं. पंढरीनाथ नागेशकर. पुढे जाऊन भारतीय संगीतविश्वातील लयताल-विचारात लक्षणीय भर घालण्याची ही पूर्वतयारी होती.

दृश्य २

ही मैफिल एकल तबलावादनाची आहे, पण इथे नेहमीपेक्षा जरा वेगळे दृश्य दिसते आहे. वादनात अतिशय रंगून गेलेले मुख्य तबलावादक मध्यभागी आहेतच, पण नेहमी लेहरा वाजवणाऱ्या हार्मोनियम वादकाच्या बरोबरीने एक गायक, एक तबलावादक आणि एक पखवाजवादक असे अन्य कलाकारही रंगमंचावर दिसत आहेत. थोडे जवळ गेले, तर हार्मोनियमवरच्या

लेहऱ्याबरोबरीने गायकाने गायलेली त्या तालातील बंदिशही ऐकू येते आहे. सुरेल बंदिशीचे लयीत गुंफलेले शब्द श्रोत्यांच्या कानी पडून आवर्तन स्पष्ट होते आहे आणि त्यांना मात्रा मोजण्याची आवश्यकता उरलेली नाही. तालाचे बोल कळण्याकरता तबल्यावर ठेकाही वाजतो आहे. जे जाणकार आहेत, ते पेशकारातील आणि कायद्यातील फरशबंदीचा आनंद घेऊ लागले आहेत. सुरुवातीला फक्त ठेक्याच्या अक्षरांच्या आधारे आणि नंतर आघात आणि विराम यांच्या योग्य मिश्रणाने तालाचे भव्य रूप उभे राहू लागले आहे. संगीतसागराच्या तळाशी जाऊन वेचलेल्या रत्नांची उधळण होते आहे. लयतालात स्वतः रममाण झालेले हे तबलावादक उत्कृष्ट पढंत आणि धुवांधार वादनातून केलेल्या पेचदार पेशकशीतून उपस्थित सर्व रसिकांना संगीतानंदात भिजवून टाकत आहेत. पं. सुरेश तळवलकर यांच्या एकल वादनाच्या रंगलेल्या असंख्य मैफिलीपैकी एकीचे हे प्रातिनिधिक वर्णन आहे.

तबला शिक्षण

तालयोगी सुरेशजींना संगीताचा वारसा लहान वयातच त्यांच्या घरातून मिळाला आहे. त्यांचे आजोबा (वडिलांचे मामा) ढोलेबुवा हे कीर्तनकार आणि मामा नाफडे हे गायक होते. वडील दत्तात्रय तळवलकर पखवाजवादक होते. त्यांनीच सुरेशजींचा हात तबल्यावर ठेऊन सुरुवातीचे धडे दिले. सुरेशजींचा जन्म २० जुलै १९४८चा. अनेक गवयांचा वावर असलेल्या मुंबईच्या गिरगावात त्यांचे बालपण गेल्याने अगदी योग्य वयात त्यांच्यावर संगीताचे संस्कार झाले. त्यांना आजोबांची, म्हणजे ढोलेबुवांची कीर्तन परंपरा लाभली असल्याने कीर्तनकारांची साथ करायला त्यांनी लहानपणीच सुरुवात केली होती. त्या वेळचे कीर्तनकारही चांगले गाणे जाणणारे असल्याने नेहमीच्या कीर्तनी ठेक्यांबरोबर जलद झुमरा, जलद तिलवाडा असे ठेकेही सुरेशजींना या कीर्तनकारांकडून समजले होते. तबला शिकायला सुरुवात झाल्यावर वयाच्या दहाव्या वर्षापासूनच सुरेशजी ख्याल गायकांची साथही करू लागले. गिरगावातील घराजवळच, पं. भास्करबुवा बखलेंनी स्थापन केलेल्या ट्रिनिटी क्लबमध्ये पं. लक्ष्मणराव बोडस, पं. रत्नाकर पै, पं. सी. आर. व्यास असे अनेक गवयी येत असत. ज्येष्ठ गायक बाळासाहेब टिकेकर शाळकरी सुरेशला तिथे घेऊन जात. त्या वेळीसुद्धा हा मुलगा 'केवळ पाठ केलेले वाजवत नाही, तर स्वतःच्या विचाराने साथ करतो आहे' असे त्यांचे कौतुक होत असे.

पं. पंढरीनाथ नागेशकर

सुरेशजींचे पहिले तबला गुरू फरुखाबाद घराण्याचे खलिफा, उ. अमीरहुसेनखाँ यांचे शिष्य पं. पंढरीनाथ नागेशकर हे होते. खाँसाहेबांना हैदराबादहून मुंबईला आणण्यामध्ये त्यांचा सहभाग होता. प्रख्यात गायक पं. सी. आर. व्यास यांचे गुरू पं. राजारामबुवा पराडकर यांची साथ सुरेशजी करायला लागले, तेव्हा त्यांनी नागेशकर गुरुजींना 'पंढरी, सुरेशला झुमरा शिकव' अशी चिठ्ठी लिहिली होती. असे गायन-वादनाचे संस्कार इतक्या लहान वयातच झाल्याने तेव्हापासून तळवलकारांना गाण्या-बजावण्याची इतकी गोडी लागली की, शालेय शिक्षण पूर्ण करावेसे वाटले नाही. १९६३नंतर तळवलकर कुटुंब मुंबईतील गोरेगाव येथे राहायला गेले. तेथे त्यांच्या वडिलांचा लॉजचा व्यवसाय होता. सुरेशजींनी नंतर काही वर्षे हा व्यवसाय केला आणि त्याकरता ते पालघरलाही जात असत, पण या व्यवसायात ते अर्थातच रमले नाहीत आणि 'संगीतसाधना' हेच त्यांनी आपल्या आयुष्याचे ध्येय ठरवले. तबलावादनाचा भरपूर रियाज करून, आपल्या चिंतनाने त्यात भर घालून, 'गायन-वादन-नृत्य' या तिन्ही विद्यांचा समन्वय साधणारी स्वतःची अशी शैली त्यांनी निर्माण केली. त्या वेळेस त्यांनी मैफिलींमधून सारंगीवादक पं. रामनारायण यांच्यासह त्या वेळच्या प्रसिद्ध गायक-वादकांची साथ करायला सुरुवात केली होती.

पं. रामनाड ईश्वरन

जानेवारी १९७१मध्ये पं. रामनारायण यांनी सुचवल्यानुसार, सुरेशजी आणि अन्य सहकाऱ्यांनी स्थापन केलेल्या गोरेगाव म्युझीक सर्कलतर्फे आयोजित कार्यक्रमात दिल्ली आकाशवाणी केंद्रावर असलेले विद्वान मृदंगवादक पं. रामनाड ईश्वरन यांना आमंत्रित केले गेले. त्यांच्याबरोबर तालवाद्यकचेरीच्या कार्यक्रमात सुरेशजीपण सहभागी झाले. आधीपासूनच लयीच्या अभ्यासाचे विशेष आकर्षण असलेल्या सुरेशजींना कर्नाटकी संगीतातील तालशास्त्रात खोल बुडी मारावी वाटणे स्वाभाविक होते. त्यासाठी त्यांनी नंतर दिल्लीला जाऊन ईश्वरनजींकडून तालीम घेतली. 'ईश्वरनजींनी लयीचे सूक्ष्म भेद माझ्या तनामनात रुजवले, आणि 'सूक्ष्म लयीतील अवघड लयकारी सहजतेने वठली पाहिजे' हा कानमंत्र मला दिला,' असे सुरेशजी म्हणतात. चक्रदारांच्या गणिती हिशेबापेक्षा त्या कटणाऱ्या लयीचा परिणाम कसा होतो याकडे मुख्यत्वे सुरेशजी लक्ष केंद्रित करत.

पं विनायकराव घांग्रेकर

"तबला खूप झाला, आता दासबोध वाचू या" असे म्हणणारे, पेण (जि. रायगड) येथे राहणारे तबलावादक पं. विनायकराव घांग्रेकर (पं. सुब्रावमामांचे शिष्य) हे सुरेशजींचे तालवादनातील तिसरे गुरू! 'गायनविद्येत जशी स्वरसाधना असते, तशी तबल्यामध्ये

अक्षरसाधना असते' हे आपल्या मनावर त्यांनी बिंबवल्याचे सुरेशजी सांगतात. त्यांच्याकडून मुख्यत: झपताल आणि आडाचौताल हे ताल ते शिकले!

पं. गजाननबुवा जोशींचा सहवास

गोरेगावला राहणाऱ्या गायिका विदुषी जयश्री पाटणेकर यांना तालीम द्यायला येणाऱ्या पं. गजाननबुवा जोशींच्या संपर्कात सुरेशजी आले आणि सुरेशजींच्या आयुष्यातील एक नवीन पर्व सुरू झाले. गजाननबुवा हे अनेक घराण्यांची विद्या आत्मसात केलेले गायक, गुरू आणि प्रख्यात व्हायोलिनवादक होते. बुवांनी तबलावादक म्हणून मैफिलीत साथ किंवा एकल वादन केले नसले, तरीही त्यांना तबल्याचे उत्तम ज्ञान होते आणि त्यांनी काही काळ तबल्याचा जोरदार रियाजही केला होता. त्यांच्या गायक शिष्यांनाही ते तबल्याचे बोल पाठ करायला लावत असत. बुवा त्यांच्या शिष्यांना जेव्हा गाणे शिकवत असत, तेव्हा सुरेशजी डग्ग्यावर फक्त ठेका धरून साथ करत असत, पण अशी साथ करता करताच घराणेदार गायकीच्या तत्त्वांबरोबरीने ठेक्याची स्थिरता कशी संभाळायची, म्हणजे बुवांसारखे लयदार कसे व्हायचे याचेही संस्कार सुरेशजींनी घेतले. बुवांच्या याच गुणांमुळे उत्तर हिंदुस्थानातील तबलावादक 'जोशीजी तो लयके पुतले है' असे का म्हणत, हे सुरेशजींना काही काळाने उमगले.

गवई लोक त्या काळी तालीम देताना फक्त डग्ग्यावर ठेका धरत, हे सुरेशजींच्या पथ्यावर पडले. कारण अशी साथ करताना त्यांनी डोळसपणे अनेक राग-रागिण्यांचा अभ्यास केला आणि त्यांचा तो व्यासंग आजही चालू आहे. संगीतसागरात खोलवर बुडी मारण्याची दीक्षा बुवांच्या सहवासात मिळाल्याने सुरेशजी गजाननबुवांना आपले गुरूच मानतात. "श्वास घेतो, तशी सहज तालक्रिया आणि छंदमय झाल्यामुळे सोपी वाटणारी आवर्तनक्रिया आपण बुवांकडून शिकलो. सुरुवातीला घेतलेली लय पुढेही स्थिर ठेवणाऱ्या संगीताची प्रचिती आणि शिक्षणही मला बुवांकडून मिळाले." असे सुरेशजी म्हणतात. त्यांच्या व्हायोलिनवादनाच्या आणि गाण्याच्या अनेक मैफिलींना सुरेशजींनी साथ केली आहे.

पं. निवृत्तीबुवा सरनाईक

जयपूर घराण्याचे प्रख्यात गायक आणि तबल्याचेही उत्तम ज्ञान असलेल्या निवृत्तीबुवा सरनाईक यांनाही सुरेशजी आपले गुरू मानतात. तेही त्या वेळी गोरेगावला राहायला होते. 'कलाकारापेक्षा कला मोठी असते आणि आपल्याला साधलेल्या मर्यादित कलेपेक्षा इतरांकडे सुंदर कला असू शकते; तिचा आपण आनंद घ्यावा, ही वृत्ती निवृत्तीबुंवानी आपल्यात भिनवली,' असे सुरेशजी म्हणतात. त्यांच्या संस्कारातून सुरेशजींनी तालाच्या

समेचे विविध ग्रह दाखवणारी, यमन रागातील 'जिया में' ही वैशिष्ट्यपूर्ण बन्दिश रचली आहे. त्यांच्या बलपेंचदार गाण्याच्या कित्येक मैफिली सुरेशजींनी समर्पक साथ करून रंगवल्या आहेत.

'सिख्या, दिख्या, परख्या' या पद्धतीने विद्यार्थ्यांनी संगीत-शिक्षण घ्यावे, हे सूत्र सुरेशजींनी आचरणात आणले आहे. यानुसार, गुरूंकडून रीतसर तालीम घ्यावी; गुणिजनांना ऐकावे, बघावे आणि या सर्वांचा एकत्रित विचार करून, पारखून मिळवलेली विद्या आपल्या पद्धतीने मांडावी, हे तत्त्व त्यांनी आचरणात आणले आहे.

पं. रामनारायण आणि परदेश दौऱ्यांची सुरुवात

सारंगी या साथीच्या वाद्याला मैफिलींमध्ये एकल वाद्याचा दर्जा मिळवून देण्याचे श्रेय ज्यांना दिले जाते, असे प्रख्यात सारंगीवादक पं. रामनारायण यांना सुरेशजींनी १९६८मध्ये साथ करायला सुरुवात केली. पुढच्या वर्षी लगेचच एका सांस्कृतिक शिष्टमंडळातर्फे सुरेशजींना रामनारायण यांच्याबरोबर साथीकरता अफगाणिस्तानच्या दौऱ्यावर जाण्याची संधी मिळाली. त्यानंतर रामनारायणजींबरोबर भारतात आणि १९७१मध्ये युरोप, अमेरिका अशा देशांमध्ये अनेक दौरे करून तळवलकरांनी त्यांना साथ केली. त्यानंतरही सुरेशजींनी अनेकदा साथसंगत, एकल वादन आणि तबला कार्यशाळा घेण्याकरता विदेश दौरे केले.

दिग्गज गायक–वादकांचा सहवास

पं. गजाननबुवा आणि त्यांच्या शिष्यांबरोबर अनेक वर्षे सुरेशजींनी साथ तर केलीच; पण त्याबरोबरीने गाण्याचेही सखोल ज्ञान प्राप्त केले. 'विलंबित लयीतही व्हायोलिन किंवा गाण्याच्या बरोबरीने अधिक तबलावादन करून मुख्य कलाकारांच्या वादनातील रंगत वाढवणे' हे सुरेशजींच्या तबलासाथीचे वैशिष्ट्य तेव्हापासूनच दिसून आले आहे. "गजाननबुवा, निवृत्तीबुवा आणि पं. शरच्चंद्र आरोलकर यांसारख्या गवयाच्यां संगतीमुळे मला शुद्ध, डौलदार आणि आसदार ठेक्याचे महत्त्व आणि सौंदर्य लक्षात आले. ते करत असलेल्या ठेक्याची पढंत ऐकून मी त्यातील भावना आणि बारकावे (एक्स्प्रेशन) शिकलो." असे सुरेशजी म्हणतात.

ख्याल गायकी, तंतुवादन आणि कथक नृत्यशैली यांचे सखोल ज्ञान आत्मसात केल्यामुळे सुरेशजी पूर्ण संगीतकार झाले. सुरेशजींनी त्या काळातील आणि नंतरच्याही कित्येक गायक आणि वादक यांच्या मैफिलींमध्ये साथ केली आहे. यांतील काहींचा पुढे उल्लेख केला आहे :

विदुषी मोगूबाई कुर्डीकर, उ. खादिम हुसेनखाँ, पं. यशवंतबुवा जोशी, पं. प्रभाकर कारेकर, पं. अजय चक्रवर्ती, पं. बबनराव हळदणकर, पं. भीमसेन जोशी, पं. जितेंद्र

अभिषेकी, उ. राशीदखाँ, विदुषी अलका देव-मारुलकर, सतारवादक उ. विलायतखाँ, व्हायोलिनवादक पं. डी. के. दातार आणि एन. राजम, सरोदवादक पं. ब्रिज नारायण, बासरीवादक पं. हरिप्रसाद चौरसिया इत्यादी.

सुरेशजींचा गाण्याचा व्यासंग किती उच्च होता, हे दाखवणारी एक आठवण बबनरावांनी लिहिली आहे. त्यात ते लिहितात, 'औंधच्या उत्सवात माझा पहिला राग गाऊन झाल्यावर, मीच रचलेली, पण अभिषेकीबुवा सोडून इतर कोणाला न दिलेली जयत-कल्याणमधील बंदिश गाण्याविषयी सुरेशजींनी मला सुचवले. मी स्थायी गायला सुरुवात केली, पण मला अंतऱ्याचे शब्द आठवेनात. तेव्हा साथीला बसलेल्या सुरेशजींनी मला ते शब्द सांगितले, आणि मी थक्कच झालो!' सुरेशजींनी अनेक गवयांचे संस्कार डोळसपणे आत्मसात केल्यानेच अनेक गायकांनाही माहीत नसलेली रागस्वरूपे आणि विविध घराण्यांतील बंदिशी यांचा सुरेशजींकडे संग्रह तयार झाला आहे.

सुरेशजींनी पं. राम मराठे, पं. निवृत्तीबुवा सरनाईक यांच्या अनेक मैफिलींना साथ केली आणि त्यांच्या सहवासात गाण्यातील अनेक बारकावे समजून घेतले, पण एका अर्थाने त्यांचे गुरुबंधू असलेले सुप्रसिद्ध गायक पं. उल्हास कशाळकर यांच्याबरोबरच्या त्यांच्या पाच दशकांहून अधिक काळ असलेल्या साहचर्याचा विशेष उल्लेख केला पाहिजे. सुरेशजींच्या *आवर्तन* या पुस्तकालाही उल्हासजींनी प्रस्तावना लिहिली आहे. 'ख्याल गायनाच्या साथीचा एक वस्तुपाठ सुरेशजींनी निर्माण केला' असे प्रसिद्ध तबलागुरू पं. सुधीर माईणकर यांनी म्हटले आहे. याचे प्रत्यंतर विशेषत्वाने उल्हासजींबरोबर साथ करताना येते. गायनाला पोषक साथ कशी असावी, यावर सखोल विचार केल्यानेच त्यांना हे शक्य झाले आहे. गायन-वादन-नृत्याची साथ करताना काय, किती, कसे आणि केव्हा वाजवावे, याची मार्गदर्शक सूत्रे सुरेशजींनी तयार केली आहेत. विशेषतः तंतुवाद्याच्या साथीकरता उपयोगी पडणाऱ्या छंदोबद्ध रचना करून सुरेशजींनी त्या शिष्यांना शिकवल्या आहेत. कथकनृत्यातील 'ता-थै-दिगदिग-ताथुंगा' अशा भाषेला सुसंगत असे कोणते संगीतमय बोल तबलावादकाने वाजवावेत, याचेही ते मार्गदर्शन करतात.

स्वतंत्र तबलावादक

साथसंगतीचे कार्यक्रम आणि विद्यादान चालू असतानाच सुरेशजींनी एकल तबलावादक म्हणूनही स्वतःचे वैशिष्ट्यपूर्ण स्थान निर्माण करायला सुरुवात केली होती. १९६६मध्ये औंध (जि. सातारा) येथील शिवानंद स्वामी प्रतिष्ठान आयोजित संगीत महोत्सवात उ. अहमदजान थिरकवा उपस्थित होते, पण आजारी असल्याने विश्रांती घेत होते. मात्र सुरेशजींचा तबला सोलो सुरू झाला आणि तो कानी पडल्यावर 'चांगला तबला

वाजतोय' म्हणून ऐकायला ते बाहेर आले. एवढे प्रभुत्व सुरेशजींनी तरुणपणीच मिळवले होते. पेशकार, कायदा, रेला, परण या एकल तबलावादनातील प्रकारांची हळूहळू बढत करून, रंगत वाढवण्याचा दृष्टीकोन ठेवून त्या क्रमाने वादन करण्याचा पायंडा सुरेशजींनी आपल्या वादनातून रूढ केला. पारंपरिक रचनांना स्वतःच्या चिंतनातून नवीन आकार देऊन बुद्धीला आवाहन करणारे लयबद्ध सादरीकरण केल्याने त्यांचा तबला समकालीन तबलावादकांपेक्षा वेगळा झाला आणि लोकप्रियही झाला.

'सुरेशजींच्या वादनातील सूरलयीतील उत्कृष्ट परिपोष आपल्याला भावल्याने आपण त्यांच्या तबल्याकडे आकृष्ट झालो' असे त्यांचे शिष्य रामदास पळसुले यांना वाटते. लयतालातील सिद्धी वाटाव्यात, अशा अनेक गोष्टी सुरेशजी लीलया करतात. लयभास्कर खाप्रुमामा पर्वतकर करत असलेले तीन वेगवेगळ्या मात्रांचे ताल एकाच वेळी सादर करण्याचे प्रात्यक्षिक हे त्यांपैकी एक.

पखवाजवादनातील योगदान

सुरेशजी पखवाजाला तबल्याचा पितासाज मानतात. ते स्वतः पखवाजवादक नसले, तरी त्यांचे या वाद्यावर मनापासून प्रेम आहे. खाली-भरी नसलेल्या रचनांचा समावेश असलेल्या, पारंपरिक पद्धतीने केल्या जाणाऱ्या पखवाजवादनात त्यांनी आपल्या विचारांनी भर घातली आहे. उदाहरणार्थ, ठेक्याच्या बोलांचा प्रस्तारातील उपयोग; बंदिशींमध्ये क्रियापदाचा वापर; पाव, पाऊण, सव्वादोन, पावणेतीन इत्यादी मात्रांचे दम असलेल्या परणांच्या नवीन रचनांचा समावेश इत्यादींचा उल्लेख करता येईल. तसेच आकर्षक आणि सांगीतिक रीतीने बोलांची पढंत करावी, याचाही त्यांनी एक आदर्श घालून दिला आहे. यामुळे कित्येक पखवाजवादकही त्यांच्याकडे तालीम घेतात, याचे आश्चर्य वाटत नाही.

सांगीतिक एकात्मिकता

गायन, वादन आणि नृत्य या सर्व संगीत प्रवाहांमध्ये सुरेशजींना एकात्मतेचा अनुभव येत असल्याने ते एकाच वेळी गायक, तंतुवादक, कथक-नर्तक, तबला-पखावजवादक, वेस्टर्न ड्रम्स, जेंबे, कलाबाश, काहोनवादक, या सर्वांना 'तकधिमी'ची भाषा शिकवत असल्याचे दुर्मीळ दृश्य तालयोगी आश्रमात पाहायला मिळते. हे सगळे शिष्य या एकाच भाषेत गात/वाजवत/नाचत असतात. सुरेशजींना सर्वच वाद्यांचे अंतरंग ठाऊक असल्याने त्यांतील शक्यता आणि मर्यादा यांचा विचार करून ते नेमके मार्गदर्शन करू शकतात. लयतालाच्या दृष्टीने सतारीतील 'दा-दिडदा' चा निकास कसा हवा, व्हायोलिनचा बो कसा फिरवला पाहिजे, सरोदवादकाने अधिक चांगले सांगीतिक वादन कसे करावे, कथक

नर्तकीच्या पायातून कुठल्या बोलाला कसा ध्वनी अपेक्षित आहे, हार्मोनियमवादकाने भाता कसा वाजवला पाहिजे यांतील बारकावे ते सांगून करवून घेतात. सतार-सरोद यांसारख्या वाद्यांमध्ये डाव्या हाताने स्वर (राग), तर उजव्या हाताने लय दाखवली जाते. या दोन्हींचा समन्वय कसा करावा, हे ते स्पष्ट करतात. ते स्वतः ही वाद्ये वाजवायला किंवा नृत्य करायला शिकले नसले, तरी त्यांच्या अफाट निरीक्षणशक्तीने आणि आकलनशक्तीने त्यांना या वाद्यांचा स्वभाव आणि कथक नृत्याची शैली समजल्यामुळे त्यांच्या मार्गदर्शनाने गायक-वादक-नर्तकांच्या सादरीकरणाचा दर्जा उंचावतो.

गायन, वादन आणि नृत्य यांची उत्तम तबलासाथ कशी करावी, यावर सुरेशजींनी अनेक ठिकाणी सप्रयोग व्याख्याने दिली आहेत. या प्रात्यक्षिकांमध्ये सत्यशील देशपांडे, विजय कोपरकर हे गायक; सतारवादक सुधीर फडके आणि कथक नर्तिका श्रीमती शमा भाटे आणि त्यांच्या शिष्या यांचा सहभाग होता. *आवर्तन* या आपल्या पुस्तकात त्यांनी साथसंगतीविषयीचे सविस्तर विवेचन केलेले आहे. सर्वच गायक-वादकांनी या पुस्तकाचा अभ्यास करण्यासारखे हे पुस्तक आहे. मैफिलीपूर्वी तबलावादकांनी काय तयारी केली पाहिजे आणि मैफिलीत कसे वादन केले पाहिजे, याचे अगदी तपशीलवार मार्गदर्शन त्यांनी या पुस्तकात केले आहे.

कलात्मक सहजीवन

१९७५मध्ये शास्त्रीय संगीतातील मान्यवर गायिका आणि कलेची साधना करणाऱ्या पद्माताई जोगळेकर यांच्याबरोबर झालेल्या विवाहाने सुरेशजींच्या संगीतसाहचर्याची सुरुवात झाली. त्यापूर्वी पद्माताईंचे शिक्षण विदुषी मोगूबाई कुर्डीकरांकडे झाले होते. लग्नानंतर त्यांनी गजाननबुवांकडेही तालीम घेतली. त्यांचा मुलगा सत्यजित आणि कन्या सावनी हे दोघेही उत्तम तबलावादक आहेत. सत्यजितची पत्नी सायली हीसुद्धा गायिका आहे आणि आपल्या सासू-सासऱ्यांच्या मार्गदर्शनाखाली पुढील वाटचाल करते आहे. या कलावंत परिवाराला पुण्यातील गानवर्धन संस्थेने २०१९मध्ये 'सांगीतिक कुटुंब पुरस्कार' प्रदान केला आहे.

गुरु-शिष्य परंपरा

जे जे आपणासी ठावे। ते-ते इतरांसि सांगावे। शाहणे करूनि सोडावे। सकळ जन।।

ही रामदास स्वामींची उक्ती सुरेशजींनी शालेय वयापासूनच आचरणात आणली आहे. म्हणजे शाळकरी वयातही त्यांच्याकडे तबला शिकणारे विद्यार्थी होते. स्वतः प्रतिभावान मैफिल कलाकार असूनही अनेक उत्तम शिष्य घडवणारे गुरू म्हणून सुरेशजींची ओळख आहे. अवघड संकल्पना सोप्या रीतीने स्पष्ट करून सांगण्यात त्यांचा हातखंडा आहे.

तबलावादन कलेचा प्रसार करण्याचे व्रत घेतलेल्या सुरेशजींना शिष्यांविषयी आत्यंतिक प्रेम, आपुलकी असल्याने सुरेशजी शिष्यांमध्ये रमतात. विद्यादानाची मनस्वी आवड असल्याने देशात आणि परदेशात कार्यशाळा, शिबिरे घेऊन त्यांनी असंख्य शिष्यांना तबलावादन आणि पखवाजवादन यांत पारंगत केले आहे. 'शिष्यांना सतत ऊर्जा देणारे आणि त्यांना संगीताची नजर देणारे गुरू' असे त्यांचे व्यक्तिमत्त्व आहे. विशेषतः पुणे, कोल्हापूर, औरंगाबाद, नाशिक आणि नांदेड अशा कित्येक गावांमध्ये त्यांनी कित्येक वर्षे सलग दर महिन्याला तीन दिवसांची शिबिरे घेऊन हजारो विद्यार्थ्यांना घडवले आहे. या शिबिरांमध्ये सुरेशजींनी दिवसभरात आठ तासांपेक्षाही जास्त वेळ शिष्यांना शिकवले आहे आणि त्यांच्या बरोबरीने रियाजही केला आहे. कर्नाटकी तालशास्त्राचा अभ्यास करून उत्तर हिंदुस्थानी तालवादनाला सुरेशजींनी एक नवा आयाम दिला आहे. या तालशास्त्रातील लघुलयीमुळे सर्वच कलाकारांना विस्ताराची नवी दिशा मिळाली आहे. सुरेशजींचे वैशिष्ट्य हे की, एरवी अवघड वाटणाऱ्या या लघु-गुरू मात्रांचे हिशेब त्यांनी सोपे करून शिकवले. त्यामुळे लहान मुलेसुद्धा कठीण लयकारी आत्मसात करू शकतात. उदा : तकदिमी = ४ लघु, तकिट = ३ लघु, तकतकिट = ५ लघु... अशी भाषा वापरून त्यांनी तालशास्त्र सुलभ केले आहे. ६-६-४ = १६ किंवा ९-४-६-४-९ = ३२ असे लघुमात्रांचे विविध पलटे तयार केल्याने एकल वादन आणि साथसंगत सहज आणि समृद्ध झाली आहे. तसेच गायक, तंतुवादक आणि नर्तक हीच भाषा वापरून आपल्या प्रस्तुतीत लयतालाचे आविष्कार सहजरित्या करू शकतात.

सुरेशजींचे शिष्य पद्मश्री विजय घाटे म्हणतात, ''गुरुकुल पद्धतीने शिकलेला मी त्यांचा पहिला शिष्य असल्याने अत्यंत कडक शिस्तीत माझी तालीम झाली. गुरुजींना कायम संगीतविचारांमध्येच बघितलं आहे. त्यांच्याकडे मिळालेल्या संस्कारांमधूनच मला माझे सांगीतिक विचार मांडण्याची प्रेरणा मिळाली.'' सुरेशजींचे अनेक शिष्य पूर्ण वेळ तबलावादक आहेत. त्यांत रामदास पळसुले, चारूदत्त फडके, सुप्रीत देशपांडे, अजिंक्य जोशी, रोहित मुजुमदार, नीलेश रणदिवे, आशय कुलकर्णी अशा अनेक गुणवंत शिष्यांचा समावेश आहे. त्यांच्या शिष्य परंपरेतील पाचवी पिढी आता विद्यादानाचे कार्य करून ही परंपरा पुढे नेत आहे. सर्वात महत्त्वाचे म्हणजे, कोठल्याही आर्थिक अपेक्षा नसलेल्या, सहा दशकांपेक्षा अधिक काळ चालू असलेल्या सुरेशजींच्या या ज्ञानयज्ञातून उत्तमोत्तम मैफिल कलाकार घडले आहेत. तबलावादकांशिवायही लयतालाचे शिक्षण घेणारे अनेक गायक/तंतुवादक/नर्तक त्यांच्याकडे शिकले आहेत. त्यांतील काहींचा उल्लेख पुढे केला आहे. कथक नृत्यांगना - विदुषी शमा भाटे, शांभवी दांडेकर, मनीषा साठे, सोनिया परचुरे, ऋजुता सोमण, अमृता परांजपे; गायिका - आरती अंकलीकर;

वेस्टर्न ड्रम्सवादक - त्रिलोक गुर्टु, मुकुल डोंगरे, शिवमणी; सरोदवादक - अजित बेलवलकर; सतार - अनिरुद्ध जोशी; पखवाजवादक - ओंकार दळवी, कै. गोविंद भिलारे; हार्मोनियमवादक - तन्मय देवचके इत्यादी.

गुरुमुखी विद्येचं महत्त्व

सध्याच्या यूट्यूबच्या जमान्यात तबल्याचे साहित्य (कायदे, रेले, चक्रदार, परण) कोणालाही सहज उपलब्ध होतात; पण सुरेशजी म्हणतात की, ''वादनाचे मॅटर (काय वाजवावे) जरी सहज मिळत असले, तरी त्याचे मॅनर (कसे वाजवावे) आणि त्याचे चांगले सादरीकरण गुरूकडूनच शिकता येते.'' यापुढे जाऊन ते म्हणतात की, ''गुरूकडून मिळणारी ऊर्जाच शिष्यांना प्रगतीचा मार्ग दाखवते. तंत्र आणि विद्या याबरोबरीने या कलेमधील पुढील प्रगतीला आवश्यक असलेली नजर आणि संस्कार हे गुरूंकडून मिळतात. त्यातूनच, जे शिकवले आहे तेवढेच न मांडता, शिष्याने आत्मसात केलेले ज्ञान तो/ती स्वतःचे म्हणून मांडू शकतो''. 'शिष्यात इच्छेत पराजयम' या उक्तीशी सुरेशजी सहमत असल्याने 'शिष्यांनी गुरूपेक्षा पुढे गेले पाहिजे, तरच प्रगती होईल' असे ते सांगतात. साने गुरुजींनी म्हटल्याप्रमाणे, सुरेशजींसारखे गुरू 'सुरुवातीला शिष्याला ज्ञानाच्या अंगणात आणि नंतर ज्ञानाच्या गाभाऱ्यात घेऊन जातात'.

तालयोगी आश्रम

गुरु-शिष्य परंपरेतून उत्तम कलाकार घडवण्याच्या सुरेशजींच्या प्रयत्नांना २०११मध्ये पुण्यातील धायरी येथील गुरुकुलाच्या स्थापनेतून स्थायी रूप आले. देशभरातून तेथे विद्यार्थी येतात. विशेषतः ग्रामीण भागातील आणि बेताची आर्थिक परिस्थिती असलेले विद्यार्थी येथे अत्यंत अल्प खर्चात निवास करून विद्याग्रहण करत असतात. या गुरुकुलाच्या व्यवस्थापनाकरता त्यांनी 'तालयोगी आश्रम' या नावाने एक ट्रस्ट स्थापन केलेला आहे. संगीतप्रेमींच्या सहयोगाने या आश्रमाची सर्व व्यवस्था बघितली जाते. सादरीकरण करण्याला संधी मिळावी म्हणून तेथे 'बैठक' या नावाने विद्यार्थ्यांच्या मासिक सभाही आयोजित केल्या जातात. वयाच्या ७५व्या वर्षीसुद्धा सुरेशजी तेथे नियमितपणे जाऊन, स्वतः वादन करून विद्यार्थ्यांना मार्गदर्शन करत असतात. कोविड महामारीमध्येही यात खंड पडला नाही. दर वर्षी भव्य प्रमाणात आयोजित होत असलेला पाच दिवसांचा दर्जेदार गुरुअभिवादन सोहळा म्हणजे लहान मुले आणि तरुण वादक व नृत्य कलाकार यांना मंचप्रदर्शनाची उत्तम संधी असते. यांतील एकल आणि सहवादन-नर्तनाची तयारी कित्येक दिवस आधी सुरू होते आणि सुरेशजी या सर्वांकडून कसून तयारी करून घेतात.

विद्यार्थ्यांना संगीत-शिक्षण देण्याची सुरेशजींना प्रचंड आस असल्यामुळे संगीत-शिक्षण देणाऱ्या अनेक संस्था, विद्यालये आणि विद्यापीठे यांच्या कामात ते सक्रिय सहभाग घेऊन मार्गदर्शन करतात. यामध्ये त्यांचे शिष्य रामदास पळसुले यांच्या पुढाकाराने स्थापन केलेल्या आवर्तन गुरुकुल, भारती विद्यापीठाचे कला महाविद्यालय, एमआयटी कला अकादमी, पुणे विद्यापीठाचे ललित कला केंद्र इत्यादी संस्थांचा उल्लेख करता येईल. याशिवाय त्यांच्या शिष्यांनी देशात आणि परदेशात स्थापन केलेल्या संगीत विद्यालयांनाही ते मार्गदर्शन करत असतात. सुप्रसिद्ध गायक पं. उल्हास कशाळकरांच्या सहकार्याने स्थापन झालेल्या ढाका येथील 'बंगाल परंपरा संगीतालय' या हिंदुस्थानी संगीत-शिक्षण देणाऱ्या विद्यालयातही सुरेशजींचा सक्रिय सहभाग आहे. ते आणि त्यांचे काही शिष्य ढाका येथे जाऊन तेथील विद्यार्थ्यांना तबल्याचे मार्गदर्शन करत असतात.

विशेष कार्यक्रम

१. जोडताल

गायनात जसा दोन रागांच्या समन्वयाने जोडराग असतो, तसे दोन तालांच्या एकत्रीकरणातून जोडताल वाजवला जातो. सुरेशजींनी 'झपताल-सवारी', 'दादरा-रूपक', 'धमार-चौताल' आणि 'धुमाळी-रूपक' (७+८ = १५ मात्रा) असे जोडतालांचे प्रयोग केले आहेत. धुमाळी आणि रूपक या दोन्ही तालांत पहिल्या मात्रेवर खाली आहे आणि त्याकरता शिवकल्याण या रागात सुरेशजींनी अनुरूप बंदिश-नगमा रचला आहे. सरोदवादक ब्रिजनारायण यांच्याबरोबर त्यांनी सरोदवरती जोडराग आणि त्याला तबल्यावर जोडतालाची साथ असेही प्रयोग केले होते. जोडतालासारखीच त्यांनी 'त्रिवेणी' या शीर्षकाने तीन वेगळ्या तालांची एकत्रित रचना प्रस्तुत केली, जिच्यात 'त्रिताल, रूपक आणि झपताल' हे ताल एकत्रित ऐकायला मिळतात.

२. तालमाला

एकानंतर एक ताल सलग वाजवणे, म्हणजे तालमाला. सुप्रसिद्ध कथक नृत्यांगना रोहिणी भाटे यांचे गुरू पं. मोहनराव कल्याणपूरकर यांच्या संकल्पनेतून आलेल्या तालमालेचा पहिला प्रयोग सुरेशजींनी १९७२मध्ये केला. यात तीनताल (१६ मात्रा)+ झपताल (१०)+ एकताल (१२ मात्रा) + धमार (१४ मात्रा) + रूपक (७ मात्रा) आणि अष्टमंगल(११ मात्रा) अशा एकूण ७० मात्रांची तालमाला त्यांनी प्रस्तुत केली होती. पं. अण्णासाहेब रातंजनकरांनी रचलेल्या, सहा रागांचा समावेश

असलेल्या बंदिशीचा लेहरा या तालमालेसाठी घेतला गेला होता. नंतरच्या काळात सुरेशजींनी द्रुत लयीतील कथक नृत्यरचनांचा समावेश असलेली तालमालाही सादर केली होती.

३. ताल यात्रा (१९९४)

२५पेक्षा अधिक कलाकारांकडून संगीतामधील गायन-वादन-नृत्य आदी सर्वांगांचे भव्य दर्शन घडवणारा हा कार्यक्रम म्हणजे सुरेशजींचे अभिजात संगीताला असलेले एक लक्षणीय योगदान आहे. तबला, पखवाज या वाद्यांबरोबरीने वेस्टर्न ड्रम्स, जेंबे यांसारखी पाश्चात्त्य तालवाद्ये; बासरी, हार्मोनियम, की-बोर्ड आणि सतार ही वाद्ये, कथक नृत्य आणि गायन असा संगीतातील सर्व विधांचा सुरेल मेळ घालून हा कार्यक्रम संपूर्ण संगीताचा अनुभव देतो. देशात आणि परदेशातही ४०पेक्षा अधिक कलाकारांनी भव्य रंगमंचावर तालयात्रा सादर केली आहे. खूप कठीण लयकारी यात संगीतमय होऊन छंदमय झाल्यामुळे सामान्य रसिकही यात सहज गुंगून जातो.

४. गाण्याच्या बंदिशीचा लेहरा घेऊन एकल वादन

नवीनतेचा ध्यास घेताना परंपरेशी असलेले नाते सोडायचे नाही, हे तत्त्व सुरेशजींनी पहिल्यापासूनच आचरणात आणले आहे. 'स्वतंत्र तबलावादन' हा प्रकार जास्तीत जास्त रसिकांपर्यंत पोहोचावा आणि श्रोते जाणकार नसले, तरी त्याचा आनंद त्यांना घेता यावा, या दृष्टीने त्यांनी हार्मोनियम किंवा सारंगी यांवरच्या लेहऱ्याला गायनाच्या बंदिशीची जोड देऊन अशा प्रकारच्या तबलावादनाच्या कार्यक्रमांना १९७१पासून सुरुवात केली. गायल्या जाणाऱ्या बंदिशीमुळे तालवादनाच्या बौद्धिक आनंदाबरोबरीने रसिकांना सांगीतिक आनंदही मिळतो आणि तालाचे आवर्तन अधिक स्पष्ट होते, असा त्यांचा अनुभव आहे. सुरेशजींचे वेगळेपण म्हणजे, ते एकल वादनाकरता त्रितालेतर तालांची निवड करतात. एकल तबलावादन म्हटले की, बहुतेक वेळा त्रिताल ऐकायला मिळतो, परंतु सुरेशजी बहुधा झपताल, रूपक, दीपचंदी, आडाचौताल अशा तालांमध्ये विलंबित लयीतील एकल वादन करतात. त्यानंतर द्रुत त्रितालातील वेगवेगळ्या मात्रांपासून सुरू होणारे मुखडे असणाऱ्या बंदिशींची निवड करून तुकडे, चक्रदार, परण अशा रचना सादर करतात. हे करताना, बंदिशीचा मुखडा सुरू होणारी मात्रा ही समेची जागा समजून, सर्व रचना तेथेच संपवून मुखडा घेऊन ते समेवर येतात. बंदिशीचे स्थायी आणि अंतरा हेसुद्धा वेगवेगळ्या मात्रांना सुरू होत असल्याने या सर्व सादरीकरणात

अजून विविधता येते. याकरता आवश्यक असलेल्या लेहऱ्याकरता आवश्यक बंदिशींचीही रचना ते करतात. 'पद्मदीप' हा नऊ मात्रांचा ताल ही त्यांची निर्मिती आहे. नऊ मात्रांच्या मत्त तालापेक्षा याची ठेवण (साडेचार मात्रांचे दोन भाग) आणि बोल वेगळे आहेत. सुरेशजींचे मित्र आणि सुप्रसिद्ध चित्रपट व रंगभूमी कलाकार कै. श्रीकांत मोघे यांनी सुचवले की, ''पद्माताईंच्या नावावरून 'पद्म' आणि या तालाची ठेवण दीपचंदी या तालासारखी असल्याने या तालाचे नाव (पद्म+ दीप) पद्मदीप असे ठेव.''

समकालीन कलाकारांशी संवाद

अनेक समकालीन कलाकार, गुरू आणि संगीत साधक यांच्याबरोबर सुरेशजींचा निकटचा संबंध राहिला आहे. त्यांच्याबरोबरच्या सांगीतिक विचारांच्या देवाणघेवाणीमुळे त्यांना तर फायदा झालाच, पण त्याबरोबरीने रसिकांनाही लाभ झाला. सुरेशजींनी मुंबईला एनसीपीएतर्फे आणि पुणे विद्यापीठाच्या ललित कला केंद्रातर्फे तबला सेमिनार आयोजित करून, देशभरातील नामवंत कलाकार आणि संगीततज्ज्ञ यांना बोलवून तबलावादनातील अनेक संकल्पनांवर चर्चा घडवून आणली. तबलावादकांमध्ये उ. अल्लारखाँ, पं. किशन महाराज, उ. झाकीर हुसेन, पं. अनिंदो चटर्जी, पं. योगेश समसी, पखवाजवादनाच्या पानसे घराण्यातील कै. पं. वसंतराव घोरपडकर, तबलावादनाचे जाणकार आणि गुरू कै. पं. सुधीर माईणकर, 'गायकी व तंत' अंगाचा सुरेख संगम साधणारे सतारवादक उ. शाहीद परवेज, साक्षेपी संगीतमर्मज्ञ पं. सत्यशील देशपांडे, सतारवादक आणि बंदिशकार पं. शंकर अभ्यंकर, पं. यशवंतबुवा जोशी, पं. बबनराव हळदणकर असे अनेक कलाकार या चर्चेत सहभागी झाले होते. सुरेशजींचे आणि सुप्रसिद्ध कथक नृत्यांगना श्रीमती रोहिणी भाटे यांचेही अनेक वर्षांचे सांगीतिक साहचर्य होते. यातून त्यांच्यात लयतालाच्या अनेक संकल्पनांची देवाणघेवाण होत असे. ''सुरेशजींचा उत्साह, कुशाग्र बुद्धी आणि प्रत्येक गोष्टीच्या तळापर्यंत जाऊन ती सोडवून घेण्याची त्यांची वृत्ती मला आवडते,'' असे रोहिणीताईंनी म्हटले आहे.

पुरस्कार

संगीतक्षेत्रातील देदीप्यमान कामगिरीसाठी सुरेशजींना अनेक सन्मान आणि पुरस्कार मिळाले आहेत. त्यांतील काहींचा उल्लेख पुढे केला आहे :

अखिल भारतीय पातळीवरील आकाशवाणी संगीतस्पर्धा - पहिला क्रमांक (१९६६); संगीत नाटक अकादमी - श्रेष्ठ कलाचार्य गौरव (२००४); शंकराचार्यांच्या

हस्ते - तालयोगी (२००१); आय.टी.सी-एस.आर.ए. (कोलकाता) पुरस्कार; मध्य प्रदेश सरकारतर्फे राष्ट्रीय कालिदास पुरस्कार (२०१८); महाराष्ट्र शासनाचा वसंतराव नाईक पुरस्कार (२००५); भारत सरकारतर्फे पद्मश्री (२०१३) असे सत्तरपेक्षाही अधिक पुरस्कार त्यांना मिळाले आहेत.

सुरेशजींचे संगीतविचार

कलाकाराचे विचार त्याच्या कलेमधून व्यक्त होत असतातच, पण ते समर्थपणे शब्दांतही व्यक्त करण्याची क्षमता असलेल्या कलाकारांमधे सुरेशजी अग्रणी आहेत. सादरीकरणामागील आपल्या भूमिकेची सकारण मीमांसा करून ते श्रोत्यांना नवीन दृष्टी देतात. सुरेशजी जशी गाण्या-बजावण्याची मैफिल जमवतात, तशीच ते शब्दांचीही मैफिल उत्तम जमवतात आणि आपल्या असाधारण प्रतिपादनातून सर्वसामान्यांनाही वैचारिक श्रीमंती बहाल करतात. अभिजात संगीत सामान्यांपर्यंत पोहोचवण्याचा वसा त्यांनी घेतल्यामुळे अनेकविध संस्था, व्यासपीठे, विद्यालये, विद्यापीठे यांच्या वतीने होणाऱ्या दृक-श्राव्य कार्यक्रमांत सहभागी होऊन ते आपले मौलिक आणि मूलगामी विचार मांडत असतात. त्यांना जशा गायन-वादन-नृत्यादी कला वश आहेत, तशीच अर्थवाही शब्दकळाही अवगत आहे. अनेक व्याख्याने, मुलाखती यांतून त्यांनी व्यक्त केलेल्या सांगीतिक विचारांनी असंख्य रसिकांच्या कलात्मक जाणिवांना समृद्ध केले आहे.

सुरेशजींकडे दिग्गज कलाकारांच्या सहवासातल्या कितीतरी हृद्य आठवणी, प्रसंग आहेत आणि या सर्वांचा श्रोत्यांना जिवंत प्रत्यय देणारी कथनशैलीसुद्धा आहे. त्यांच्या सहा दशकांच्या संगीतविषयक अभ्यासातून आणि चिंतनातून प्रकटलेले विचार त्यांच्या *आवर्तन - भारतीय संगीतातील स्थूलता आणि सूक्ष्मता* या राजहंस प्रकाशनाने प्रसिद्ध केलेल्या ग्रंथामध्ये शब्दबद्ध झाले आहेत. 'तबला या वाद्याच्या खिडकीतून त्यांना दिसलेले गायन, तंतवादन आणि नर्तन यांची तत्त्वे या पुस्तकात त्यांनी मांडली आहेत. सुरेशजींनी केलेली सांगीतिक विधाने घोटीव आणि पिळदार स्वरूपात पुस्तकात आली आहेत. त्यांचे विचार अनुभवसिद्ध आहेत.' असे पं. उल्हास कशाळकर यांनी या पुस्तकाच्या प्रस्तावनेत म्हटले आहे.

या पुस्तकातील संगीतविचारांनी रसिकांची 'संगीत' विषयाची समज तर वाढतेच, पण कलाकारांनाही नवीन दिशा मिळून आपली कला वाढवण्याची स्फूर्ती मिळते. सुरेशजी नम्र भावनेने या सर्वाचे श्रेय त्यांच्या गुरुजनांना देतात. ज्या सुभाषितवजा वाक्यांमधून ते अमूर्त वाटणाऱ्या संकल्पना नेमक्या शब्दांत स्पष्ट करतात, त्यांतील काहींचा पुढे उल्लेख केला आहे :

- तालाचे भारतीय संगीताला योगदान :
  - कुंपण (सीमारेषा)
  - शिस्त (अनुशासन)
  - आवर्तनक्रिया (पुनरावृत्ती)
  - मुखडा
  - सम
- रियाज केवळ शारीरिक नसतो, तर रियाजात आणि कलासादरीकरणात बुद्धीची भूमिकाही महत्त्वाची असते.
- शास्त्र-तंत्र-विद्या-कला ही चतु:सूत्री कलाकाराच्या प्रगतीचे अधिष्ठान आहे.
- उत्तम शिष्यामध्ये शरणभाव, श्रद्धा, कष्टाळू वृत्ती, नियमितपणा आणि एकनिष्ठता हे सहा गुण असले पाहिजेत.
- गुरूंच्या अनुकरणाच्या पलीकडे जाऊन जी कला तुम्ही सादर करता, तिच्याशी तुम्ही इतके एकरूप व्हायला हवे की, ती तुमची स्वत:ची व्हावी.
- ख्याल गायनाच्या मैफिलीत तबला हा लयीचा तानपुरा आहे.
- 'रागतालरूपी ठेवा' हे भारतीय संगीताचे सर्वोत्तम बलस्थान आहे.
- लय-ताल हे कलाकाराचा आत्मविश्वास सांगतात, तर स्वर-राग हे कलाकाराची एकग्रता दाखवतात.
- सूक्ष्माने स्थूलाचे भान ठेवावे आणि सूक्ष्माकडे झेपावण्याकरता स्थुलाचे अस्तित्त्व असावे, हा मंत्र सांगणारे आपले भारतीय संगीत आहे.
- 'ठेका' ही तालाची पहिली बंदिश आहे.
- बंदिश तालात येणे पुरेसे नाही; ती त्या तालातीलही वाटली पाहिजे.
- शरीर, मन, बुद्धी, आत्मा यांमधून संगीताचा आविष्कार होतो.

उत्कट चैतन्यमय व्यक्तिमत्त्व

रंगमंचावर एकल वादन करताना असोत अथवा साथ करताना असोत किंवा प्रेक्षागृहात समोर चालू असलेले कार्यक्रम बघताना असोत, सुरेशजी प्रसन्नपणे दाद देत असतात. सभागृहातील त्यांची निव्वळ उपस्थितीही कलाकारांना प्रेरणादायी असते आणि बैठकीचे वातावरणही चैतन्यमय करते. त्याबरोबरीने नवोदित कलाकारांना अभिजाततेपासून दूर जाण्यापासून रोखू शकेल, अशी एक जरबही त्यांच्या व्यक्तिमत्त्वात आहे. 'लहानपणी लयकारी शिकण्याच्या नादात नागेशकर मास्तरांच्या विद्यालयासमोरच्या रस्त्यावरच्या संभाव्य अपघातातून आपण सहीसलामत वाचलो, याचे कारण बहुधा आपल्या हातून

पुढे संगीतक्षेत्रात काहीतरी कामगिरी व्हायची असावी असा नियतीचा संकेत असावा. त्या लयीच्या शक्तीने आपल्याला वाचवले. कारण एखाद्या चांगल्या, अमूर्त गोष्टीमध्ये जर मन रमलेले असेल, तर त्याचा रक्षणकर्ता तो असतो.' सुरेशजींचे हे विचार त्यांच्या कर्तृत्वाने खरे ठरले आहेत.

भारतीय संगीतातील महान लयतालविचारमूल्ये अधिक समृद्ध करणे, ती आत्मसात करणारे अनेक गुणवंत गायक-वादक घडवणे आणि अभिजात संगीतातील 'स्थूल' आणि 'सूक्ष्म' या संकल्पना आपल्या वादनातून, भाषणातून आणि लिखाणातून सोप्या करून रसिकांपर्यंत पोहोचवणे असे प्रचंड कार्य या संगीतयोगीकडून झाले आहे आणि अजूनही तेवढ्याच निष्ठेने, उत्साहाने आणि तळमळीने ते चालू आहे.

❖◆❖

मुलाखत

*संवादक **केशव परांजपे** यांनी २९ जुलै २०१८ या दिवशी पत्रकार भवन, पुणे येथे घेतलेल्या, **पं. सुरेश तळवलकर** यांच्या मुलाखतीचे शब्दांकन.*

प्रात्यक्षिक १ : ताल झपताल – एकल वादन

आनंदापर्यंत जाण्याची गायकांची, वादकांची आणि श्रोत्यांची कुवत वाढावी, यासाठी अहर्निश झटणारा ऊर्जावान कलाकार म्हणून आपण पंडित सुरेश तळवलकर यांना ओळखतो. संगीतामधील शास्त्र, तंत्र, विद्या आणि कला या संकल्पना स्पष्ट करून, त्यांचे महत्त्व ओळखून कलाकारांनी त्यांचा उपयोग कसा करावा, याचे मार्गदर्शन त्यांनी केले आहे. संगीत विषयाचा सजगपणे अभ्यास करणे आणि त्यावर चिंतन करून आपले विचार निर्भयपणे आणि स्वच्छपणे मांडणे, हे सुरेशजींचे विशेष आहेत. आपण आजच्या मुलाखतीची सुरुवात त्यांच्या गुरुजनांपासून करणार आहोत. कारण सुरेशजींचे महत्त्वाचे कार्य म्हणजे, बुजुर्ग पिढी आणि उत्सुक तरुण पिढी यांच्यातील ते एक उत्तम दुवा आहेत. त्यांच्याकडून गुरुजनांच्या आठवणी ऐकू या आणि ही सांगीतिक दृष्टी त्यांच्यापर्यंत कशी पोहोचत गेली, हे समजून घेऊ या.

गुरुपौर्णिमेच्या कार्यक्रमात सगळे शिष्य सहभागी होऊन आपल्या गुरूंविषयी आदर व्यक्त करत असतात. या गुरुजनांनी आम्हाला सगळंच दिलं. मुख्य म्हणजे, विद्या दिली. त्या विद्येमुळे सगळी कृपा झाली; कलेत आनंद घेता आला; प्रसिद्धी मिळाली, मानमरातब मिळाले, पण ह्यापलीकडे जाऊन त्यांनी आपल्याला साधनेचा मार्ग दाखवला. म्हणजे 'आज आपलं वाजवणं झालं नाही; शिकवणं झालं नाही, तर आपल्याला बरं न वाटणं' या स्थितीला येणं. असं माझं होत असलं, तरी 'आपण साधना करतोय' हे मला माहिती नव्हतं.

आध्यात्मिक क्षेत्रातलं आदरणीय व्यक्तिमत्त्व बाबा (के. वि.) बेलसरे यांच्याबरोबर माझा संवाद होत असे. एकदा मी त्यांना म्हणालो, ''संगीतक्षेत्रात कळलेली गोष्ट परत

परत करायला लागते. नाहीतर त्या कळलेल्या गोष्टीला तेज येत नाही. ती करताना त्या कलाकाराच्या भोवती एक ऊर्जा उत्पन्न होते, जी त्याला शक्ती देते. नंतर असं वाटायला लागतं की, 'आपल्यासारखं तयारीचं कोणाचंच वाजत नाही! (उदाहरणार्थ, 'तिरकिट' (बोल)) म्हणजे जणू ती शक्तीच आपल्यावर हल्ला करते!' त्यांनी कुतूहलाने सगळं ऐकून घेऊन विचारलं, "तर असं जाणवल्यावर तुम्ही काय करता?" मी म्हणालो, "असे हल्ले आले की, तो कलाकार पुढे जाण्याऐवजी मागे जातो, हे मला समजलं आहे. माझ्यापेक्षा मोठे कलाकार होऊन गेले आहेत आणि माझ्याबरोबरचे कलाकारही खूप चांगले आहेत. एवढंच नाही, तर पुढल्या पिढीतली मुलंही खूप चांगली आहेत, हेही मला ठाऊक आहे. त्यामुळे रियाज करताना मला त्या गोष्टीचा अडसर होत नाही. माझं वाजवणं कोणाशी स्पर्धा करणारं आहे का नाही, हे बघायचा मोह मला होत नाही." हे ऐकून बाबा बेलसरे म्हणाले, "अहो, म्हणजे तुम्ही साधनेला लागलात!"

त्यांचं हे मत ऐकून मला असं वाटलं की, 'आपले गुरू आपल्याला साधनेच्या मार्गावर अलगद घेऊन गेले.' पण असं एका रात्रीत होत नाही, तर त्याला अनेक दिवस लागतात... अनेक प्रसंग यावे लागतात... अनेक तऱ्हेचे अनुभव यावे लागतात. पण सगळंच शब्दांमध्ये व्यक्त करता येत नाही. अशा अनेक अनुभवांमधून जी गोष्ट जाणवते, तिला अनुभूती म्हणतात. कारण अनुभूती साधनेशिवाय होत नाही. अनेक वेळा आलेल्या अनुभूतींमधून ज्ञान प्राप्त होतं. ज्ञान काही बाहेरून येत नाही. बाहेरून येते, ती माहिती. ज्ञान हे आतूनच बाहेर जातं. मात्र त्याला साधनेची जोड पाहिजे. साधनेसाठी संस्कार पाहिजेत आणि संस्कारांसाठी गुरू पाहिजे. अशी ती साखळी आहे. मग गुरूंचं महत्त्व जास्त जाणवायला लागतं.

म्हणजे अनुभूतीशिवाय ज्ञान नाही, साधनेशिवाय अनुभूती नाही, संस्कारांशिवाय साधना नाही आणि गुरूशिवाय संस्कार नाहीत. गुरूने आज शिकवलेली गोष्ट आजच कळत नाही... 'आपल्याला ती कळली आहे' असं जरी वाटलं तरी! आपण जेव्हा १० वर्षं त्या गोष्टीवर मेहनत करतो, त्यानंतर आपल्याला कळतं की, ते काय शिकवत होते! मी 'आवर्तन' नावाचं पुस्तक लिहिलं आहे. त्याचा विषय आहे, 'संगीतातील स्थूल आणि सूक्ष्म'; पण हे विचार आमच्या गुरूंनी शब्दांनी न सांगता फक्त खुणेनी दाखवले. (ते बोटांची हालचाल करून जे सांगत, ते आम्ही समजून घेत असू). त्याचं आज पुस्तक झालं. मग ते केवढे मोठे असतील!

'तंत्र, शास्त्र, विद्या, कला' हे चार घटक संगीताचं अधिष्ठान आहेत. तंत्र शिकवलं जातं, शास्त्र समजावलं जातं, विद्या दिली जाते आणि कला संस्कारित होते. या चार गोष्टी महत्त्वाच्या आहेत. शास्त्रानं रागाचं महत्त्व दाखवलंय. 'सा रे ग प ध सां' हे स्वर म्हटले

की, देसकार होतो; भूपही होतो. हेच पाच स्वर घेऊन भूप होतो, देसकार होतो, जयत होतो, आणि पहाडीही होतो, पण शास्त्रानं या रागांना वेगळेपण दिलंय. काय करावं आणि काय करू नये, हे शास्त्र सांगतं. धमार, आडाचौताल आणि दीपचंदी हे १४ मात्रांचेच ताल आहेत, पण शास्त्रानं त्यांच्यातला फरक दाखवला आहे; आणि एकदा शास्त्र समजावलं की, ती परतपरत शिकवण्याची गोष्ट नाही. परत परत शिकवलं जातं, ते तंत्र. 'बघ, तुझा आकार लागत नाही... 'आ'चा 'अ' होतोय.' 'अरे, तबल्यावर असा हात ठेवायचा, तबल्याची चाट खुली लागत नाही!' ज्या गोष्टी वारंवार शिकवाव्या लागतात, ते तंत्र.

विद्या म्हणजे साहित्य (मॅटर) आहे. ही कोणा एकाची मालमत्ता नसते. आपल्याला सुचलेली एखादी बंदिश हीसुद्धा आपली नसते. उगीच आपल्याला असं वाटतं की, ती आपली आहे. म्हणजे कोणी नवीन करू नये, असं नाही. बंदिशी कराव्यात, पण त्यांच्यावर लगेच आपलं नाव चिकटवून टाकावं, असं नाही. संगीतात फार तर आपण एकत्रीकरण (कॉंबिनेशन) करतो. त्याला 'रचना केली' असं म्हटलेलं आहे; 'बंदिश केली' असं नाही. 'बंदिश' आणि 'रचना' यांच्यातला फरक मी माझ्या पुस्तकात मांडला आहे. तर या गुरूंनी आम्हाला दिलेल्या तालमींमधून नुसतं शिकवलं नाही, तर संस्कार केले, आणि संस्कारांमधून दृष्टी दिली. ती फार महत्त्वाची आहे. त्यामुळे आपण जे शिकतोय, त्याच्यामध्ये नेमकं काय सांगितलं आहे, त्याचं मूळ कुठे आहे याचा शोध घेता येतो. संपूर्ण बंदिशीमध्ये एक जागा अशी असते की, त्या जागेमध्ये बंदिशीचं मर्म सांगितलेलं असतं, आणि ती जागा म्हणजे त्या बंदिशीचा प्राण असतो. ती जागा जर ओळखता आली नाही, तर काही उपयोग नाही. आज मला हे थोडेबहुत विचार व्यक्त करता येणं, ही गुरुकृपा आहे. याचं एक उदाहरण बघा. माझे पहिले गुरू, पंढरीनाथ नागेशकरांनी तीनतालाच्या एकपट, दीडपट, दुप्पट, तिप्पट, चौपट अशा वेगवेगळ्या पटी कशा करायच्या, हे शिकवलं.

प्रात्यक्षिक २ : लयकारी - पढंत - तीनताल

हे शिकल्यानंतर त्यातलं दहातलं एकदा बरोबर यायचं. अभ्यास केल्यावर अर्ध्या वेळा बरोबर येऊ लागलं आणि मग प्रत्येक वेळी बरोबर यायला लागलं, पण ते परिपूर्ण (परफेक्ट) येत होतं का? आणि त्यानंतरची पायरी म्हणजे, सुंदरही येत होतं का? हा प्रवास संपत नाही... आपल्याला असं वाटतं की, 'आता झालंच!' पण असं न संपणारं जे आहे, ते भारतीय संगीत आहे. आज साधना केली की, लगेच फळ मिळत नाही. आठ/दहा वर्षं जातात... आणि त्यावर साधना झाली, तरच तिचं महत्त्व कळतं. मी एकदा नागेशकर गुरुजींना म्हटलं की, लहानपणी तुम्ही एकपट, दीडपट, दुप्पट शिकवलीत; पण

आज या स्थितीला आल्यानंतर मला दीडपट आणि तिपटीपेक्षा दुप्पट कठीण वाटते!'' ते मिश्कीलपणे म्हणाले, ''तुझं काहीतरी नवीनच असतं! चल, दाखव, दुप्पट दीडपटीपेक्षा कशी कठीण आहे ते?'' मी म्हटलं की, ''दीडपटीचं आकर्षण असल्याने ती कटली जाते, पण दुप्पट फार सोपी वाटते, म्हणून आपण बेसावध असतो आणि त्यामुळे दुप्पट करताना लय वाढते. ती वाढता कामा नये.''

आपण निवडलेल्या लयीकडे तटस्थपणे बघण्याची ताकद आपल्यामध्ये आली पाहिजे. लयदार म्हणजे लयीला घट्ट असणं, निवडलेल्या लयीमधल्या दोन मात्रांमधलं अंतर आपण जोपर्यंत स्वतःहून कमी/जास्त करायचं ठरवत नाही, तोपर्यंत तीच लय कायम राहणं, याला लयदार म्हणतात. लयकारी म्हणजे मूळ लयीला वेगवेगळे आकार देणं... जे आत्ता करून दाखवलं ते. मूळ लयीची दीडपट, दुप्पट, तिप्पट... इत्यादी. लयकारी शिकवली जाते, पण लयदारी शिकवली जात नाही; परंतु संस्कारित केली जाते.

म्हणजे मूळ लयीच्या एका मात्रेत कधी दोन मात्रा, तर कधी तीन मात्रा घेतल्या, तर त्याला लयकारी करणं म्हणायचं ना?

बरोबर. 'तालिया' म्हणजे जो आपल्या कृतीतून ताल दर्शवू शकतो, व्यक्त करू शकतो, तो तालिया. या लयतालातल्या सिद्धी आहेत. आपण घेतलेली लय पुढे-मागे न होता तीच लय स्थिर आहे का, हे बघायचं कसं? ताल मशीन घेतलं, तर मशीनकडे बघत राहायचं का? तर नाही. हे गजाननबुवांनी मला कसं दाखवलं, त्याचा एक प्रसंग सांगतो. मी एकदा परदेश दौऱ्यावरून परत आल्यावर गजाननबुवांकडे गेलो होतो. तेव्हा ते विद्यार्थ्यांना शिकवत होते. अर्धा-पाऊण तास शिकवणं झाल्यावर मला म्हणाले, ''चल, माझी फिरायला जायची वेळ झाली. आपण बाहेर जाऊन येऊ.'' निघताना त्यांनी गाणाऱ्यांना आणि त्यांच्याबरोबर ठेका वाजवणाऱ्यालाही सांगितलं, ''तुम्ही चालू ठेवा. आम्ही फिरून येतो.'' त्यांचा तिलवाड्यातला (तालातला) एक ख्याल चालू होता. आम्ही बाहेर फिरायला गेलो, तेव्हा बुवा माझी चौकशी करत होते. 'किती कार्यक्रम झाले... कुठल्या गावांना गेला होतास' असं सगळं, पण त्यांचं हातावर बोटाने काहीतरी हालचाल चालू होतं. मला ते कळत नव्हतं. आमच्या गप्पा चालूच होत्या. आम्ही अर्धा तास फिरून परत आलो आणि त्यांचं घर दिसायला लागल्यावर हातावर पेढा द्यावा, तशी त्यांनी माझ्या हातावर तिलवाडा तालाची चालू असलेली 'धा तिरकिट धिं.... ' ही लय दिली आणि म्हणाले, ''ही लय तिथपर्यंत बिघडवू नकोस. तू जाऊन बघ, तिथे काय चाललंय ते.'' तर काय, ठोक्याला ठोका ऐकायला यायला लागला. तीच लय होती, आणि नंतर अजून पुढे गेल्यानंतर मात्राही तीच होती. तर त्या वेळी मला मोठा धक्का बसला की, 'आपण एवढी लयकारी करतो, पण आपल्याला हे येत नाही. आपली लय एवढी स्थिर राहत नाही.'

जवळजवळ आठ वर्षं मी त्यांच्याबरोबर फक्त डग्ग्यावरती तिलवाडा, झुमरा, तीनताल असे ठेके वाजवत असे.

तुम्ही जरी तबल्याची संगत करण्यासाठी जात होता, तरीही तुम्ही त्यांच्याकडे शिकत होतात.

हो, पण मी बुवांना जर म्हणालो की, ''डग्ग्यासोबत तबला द्या ना कधीतरी!'' तर बुवा म्हणायचे, ''तबल्याची कटकट होते. त्यावर तू तुकडा, तिहाई वाजवणार. तर नुसता ठेका धर.'' साथसंगत करणाऱ्याला, तबला वाजवणाऱ्याला हा धीर (पेशन्स) पाहिजे. ते गाणं, ती बंदिश काय सांगताहेत, कशा प्रकारे त्यांतली लय मांडली जाते आहे, ते ऐकायला लागतं. तबला सोलोच्या वेळेला तुम्ही पाहिजे ते वाजवू शकता, पण गाण्याबरोबर ठेका कशा रीतीने आला पाहिजे, हे वादकाला कळलं पाहिजे. तेव्हा बुवांकडे जयश्री पाटणेकर शिकत असताना मी त्यांच्याबरोबरही वाजवत असे. बुवा त्या वेळी माझ्याकडे गोरेगावला येऊन राहायचे. दहा-बारा वर्षं गेल्यानंतर मी विचार केला की, 'फक्त ठेका धरून आपल्याला काय मिळालं?' तर राग कळायला लागले, बंदिशी पाठ व्हायला लागल्या आणि त्यांच्यातली गायकीही कळायला लागली. 'अरे, ही ग्वाल्हेर गायकी, ही किराना, ही आग्रा किंवा ही जयपूर गायकी आहे...' पण आजकाल हे कळण्यासाठी कोणी वेळ देत नाही. फार तर शिकण्यासाठी वेळ देतात, पण कळून घेण्याला नाही. कारण तेवढा पेशन्सच नाहीये कोणाकडे. हे शिकण्यापेक्षा वेगळं आहे. ह्यालाच संस्कार म्हणतात.

प्रात्यक्षिक ३ : बुवा असा ठेका डग्ग्यावर धरत होते.
पायल बाजे मोरी रे सजना

मागे वळून बघताना 'अरे, अशी गायकी कळून आपण श्रीमंत झालो. आपल्याला नवीन दृष्टी मिळाली' असं वाटतं. शिष्याने जर मागितलं की, 'मला हे द्या, मला ते द्या...' तर गुरूंना जे द्यायचं असतं, ते बाजूला पडतं. कारण काय शिकवायचं, हे त्यांना माहिती असतं. आपण मागायचं नाही. मला एकदा विनायकराव घांग्रेकर म्हणाले, ''तुम्ही मागत का नाही माझ्याकडे... जसे इतर शिष्य मागतात?'' मी म्हटलं, ''तुम्हालाच माहिती आहे, मला काय शिकवायचं ते.'' त्यांनी झपताल आणि आडाचौताल यांच्यावर चांगल्या रीतीने विचार केलेला होता. आडाचौताल हा कसा 'आडा' आहे, हे त्यांनी समजावलं होतं. पूर्वी 'आडाचौताल' असं नाव नव्हतं; फक्त 'आडा' म्हणत होते. त्यांनी मला फक्त दोन आवर्तनं म्हणून दाखवली आणि त्यातून मला दृष्टी मिळाली. केवळ त्यांची पढंत ऐकून केवढा फरक झाला! नंतर मग मी विचार केला की, कुठल्याही तालात 'ना' आणि

‘तिरकिट’ ह्या बोलांवर टाळीही नाही आणि खालीही नाही. ते या तालात आहेत, त्यामुळे याला ‘आडा’ म्हणतात. एरवी ज्या तालाचं विभाजन २-२-२-२-२-२-२ असं असताना तो आड कसा असेल? तो समच असला पाहिजे, असं वाटतं. पण बघा...

प्रात्यक्षिक ४ : आडाचौताल – बोल

पूर्वीच्या लोकांची बघण्याची कशी नजर होती! जिथे भरी आहे, तिथे खाली असेल असं वाटतं आणि जिथे खाली आहे, तिथे भरी वाटते! त्यामुळे या तालाचा माझ्या मनात छंद झाला. आडा चौतालातली एक बंदिश ऐकू...

प्रात्यक्षिक ४ : राग सोहनी
बंदिश : *चलो हठो पिया अब निक ना आओ*

साथ करताना, ठेका वाजवताना, बरोबरीचे अधिक वादन करताना उपज-अंगाचा तुम्ही उपयोग सुरू केलात ना?

होय. तसं मी निवृत्तीबुवा, गजाननबुवा आणि राम मराठे ह्यांच्याबरोबर वाजवताना उपज-अंगानेही वाजवत होतो. हा प्रवाह अल्लारखाँसाहेबांनी सुरू केला. त्यांनी सलामत, नजाकत अली यांच्याबरोबर पूर्वी आणि मधुवंती रागांमध्ये वाजवलेलं आहे. अडाणा रागात त्यांनी वझेबुवांबरोबरच्या साथीमध्येसुद्धा उपज-अंगाने वाजवलं आहे. गाण्याची साथ करताना अलीकडच्या काळात मी हे मांडायचा प्रयत्न केलाय. मला आता अनेक फॉलोअर्स आहेत, पण मला पहिली प्रेरणा गाणाऱ्या लोकांकडून मिळाली. आता उदाहरणासाठी ही बंदिश ऐकू...

प्रात्यक्षिक ५ : यमन
बंदिश : *ननदीके वचनवा सह ना जाय*

चौथ्या मात्रेला मुखडा आहे. ते छोटे-छोटे आलाप शिकवायचे. इतक्या छोट्या-छोट्या आलापांमध्ये तुम्हाला ‘ननदीके...’ मनापासून पकडता आलं पाहिजे. अहो, तबलजीला ऐंशी मात्रांचा चक्रदार वाजवणं सोपं वाटतं, पण मनाने दोन मात्राही वाजवायला कठीण वाटतं!

एखादी बंदिश सरळ-साधी असली, तरी तिला श्रीमंत करून तिचा दर्जा वाढवता आला पाहिजे. अवघड बंदिश असली, तर ती जात्याच चमत्कृतीपूर्ण असते. मात्र अवघड बंदिश सोपी करून मांडणं, हा कलाकाराचा प्रवास आहे.

आत्ता ही जी बंदिश तुम्ही म्हटली, ते एक उदाहरण आहे ना, ज्याच्यापासून तुम्हाला उपज करण्याची स्फूर्ती मिळाली?

हो. गायक सारखेच उपज करून, सारखेच भरून गातात. कर्नाटकी संगतकार गायकाबरोबरीने वाजवतात, कारण त्यांना गाणं माहिती असतं. निवृत्तीबुवांच्या वेळेपासून असं बंदिशीच्या मुखड्यापर्यंत वाजवायला मी सुरुवात केली होती. कारण ते धुरंधर लयकार होते. निवृत्तीबुवांच्या सहवासात राहून, त्यांच्या प्रेरणेने मला सुचलेली ही एक बंदिश आहे. त्यांनी कशी नजर दिली, बघा... याचे शब्द सत्यशील देशपांडे यांचे आहेत.

प्रात्यक्षिक ६ : यमन – *जिया में बस किनो शाम*

यातली समेची जागा 'पोटात' आहे किंवा अनाघात आहे किंवा अतीत आहे, आणि बेछूट लयपण आहे. त्याकरता विचार समजला पाहिजे. मग तो विषय सोपा होतो. म्हणजे अवघड मुखडा जरी असला, तरी ह्या हिशोबाने फार सोपा होतो. ही बंदिश अवघड आहे. समेच्या अगोदर 'जि'वर यायचं आणि नंतर 'या' म्हणायचा. या बंदिशीच्या पाठीमागे विचार काय सांगतो - सम (म्हणजे तालाची पहिली मात्रा) चार प्रकारे दाखवता येते. याला ग्रह म्हणतात. ह्या ग्रहांचं प्रात्यक्षिक 'जि' आणि 'या' म्हणजे 'जिया' शब्दात आहे. 'जि' हा अनाघात (कर्नाटक पद्धतीत अतीत) आहे. आपल्याकडे समेच्या आधी जोर लागला, तर अनाघात म्हणतात (पहिल्या मात्रेच्या आधी); समेनंतर जोर लागला, तर (समेनंतरची मात्रा) अतीत म्हणतात आणि विषम ग्रह तालाच्या आवर्तनात कुठेही येतो.

तुम्ही चांगल्या गायकांच्या सहवासातून गाण्यातली लयताल संकल्पना तबलावादनात आणली. तबल्यातल्या लयकारीचं काम गाण्यात कोणी केलंय का?

हो, ते गजाननबुवा, निवृत्तीबुवा या दोघांनी केलंय. दोघंही उत्तम तबलावादक होते. गजाननबुवा तर शिष्यांना रोज तबल्याची एक बंदिश म्हणायला लावायचे. पद्माताई तळवलकर, उल्हास कशाळकर... सर्वांनाच!

ताल जरा फटकणारा असतो आणि सूर थोपटणारा असतो, असं असतं का? असं असेल, तर तालात काही नवीन करता येण्यासारखं आहे का ते उपजतच येतं?

तालाचं अध्ययन करायला लागतं; नुसता अभ्यास पुरेसा नाही. अभ्यास म्हणजे नुसतं कळणं आहे, पण कळलेली गोष्ट वारंवार म्हणायची. त्याला अध्ययन म्हणतात. कळलेलं अंगात रुजवण्याला 'अध्ययन' म्हणतात. अध्ययन झालं पाहिजे, ते मुरलं पाहिजे आणि आत्मसात झालं पाहिजे.

प्रात्यक्षिक ७ : मत्तताल

१८ मात्रांचा मत्तताल मी म्हणतोय, त्याच वेळी एका हाताने त्रिताल, तर दुसऱ्या हाताने एकताल पकडलाय.

हो निवृत्तीबुवांनी, एका गवयांनी मला सांगितलेली गोष्ट आहे. लयीचा किती सूक्ष्म अभ्यास केला होता त्यांनी! शिकलेल्या गोष्टीमध्ये सौंदर्य नेमकं कशामुळे आहे आणि ते दुसरीकडे कसं वापरायचं, ती नजर फार महत्त्वाची! हो, लय स्वरात भिजलेली पाहिजे. नाहीतर लय हा कठीण विषय होतो.

लयतालाला सूरमय करण्याची नजर तुमच्या सगळ्या संगीतविचारामध्ये आहे.

हो, नाहीतर लयीचं काम कठीण होईल. कठीण गोष्ट सुंदरही झाली पाहिजे. माझे गुरू पं. रामनाड ईश्वरनजींनी अर्धी मात्रा मोजायला शिकवलं. कर्नाटक तालपद्धतीमधली त्यांची एक रचना म्हणतो...

प्रात्यक्षिक ८ : ताल रूपक

किती सूक्ष्म आहे हे! पण सूक्ष्म वाटणार नाही, अशा स्थितीपर्यंत न्यायचं. अध्ययन केलं की ते होतं. नाहीतर तो वरवरचा अभ्यास झाला. त्याच्यावर प्रभुत्व तर आलं पाहिजे ना! मग त्याच्यात उपज करता येते.

ईश्वरनजी शिकवत असताना त्यातल्या लयीचा प्रभाव इतका व्हायचा की, मी त्यातल्या गणितापेक्षा त्या कटणाऱ्या लयीकडे बघायचो. तिचा परिणाम जास्त होतो. त्यामुळे ते एक मात्राअक्षर असलं, तरी मी त्याच्यावरती लक्ष केंद्रित करायचो.

आता हीच गोष्ट स्वरांमध्येही असते. 'यांचा गंधार कसा लागतोय!... आपला लागत नाही; खडबडीत लागतोय, किंवा गंधारच्या श्रुतीच्या आजूबाजूला लागतोय; नेमका लागत नाही.' जशा त्या गंधाराच्या श्रुती सूक्ष्म आहेत, तशीच लयीची गोष्ट आहे.

थिरकवाँखाँसाहेबांचं एक उदाहरण देतो. थिरकवासाहेबांचा तबला समजायला सोपा होता आणि बैठकीत बसलेल्या अर्ध्या तबलावादकांना पाठ होता, पण पाठ असलेली गोष्ट जमणं फार कठीण! कारण त्यांनी त्या बोलांवर सिद्धी प्राप्त केलेली होती.

त्यांचा जो 'धा' वाजे, त्या 'धा'चं तबल्यामधलं महत्त्व कित्येक तबलजींना माहिती नाही. कारण तबल्यातला 'धा' हा संगीतातल्या षड्जाची भूमिका निभावतो. षड्जाचं महत्त्व सांगाल तेवढं कमी आहे. आपल्या आणि लोकांच्या मनात षड्ज स्थिर व्हावा,

म्हणून तंबोरा घेतात. तंबोरा अतिशय सुरीला मिळवल्यानंतर आपला स्वर लागला आहे की नाही, हे कळतं. आपलं संगीत असं रिलेट करणारं आहे. जसे तंबोऱ्याशी गाणाऱ्याचे सगळे स्वर रिलेट होणार आहेत, तसं आपण जे वाजवतो ते आपण निवडलेल्या लयीशी निगडित होणार आहे. आपणच आपलं ठरवायचंय की, आपण कसे आहोत? कसं वाजतयं? आपलं बरोबर आहे की चूक आहे, हे आपलं आपल्यालाच कळलं पाहिजे. नाहीतर सुरुवातीला 'आपलं सगळं लाजवाब आहे' असं वाटू शकतं! 'लय' आणि 'सूर' ह्या सूक्ष्म गोष्टी आहेत; समजायला फार कठीण आहेत. ते समजण्याकरता संस्कार लागतात; आणि हे सहज होत नाही.

प्रात्यक्षिक ९ : 'तकिट'ची रचना

लयीची किती सूक्ष्मता आहे यात! आणि ईश्वरनजींकडे गेल्यानंतर कळलं की, या सूक्ष्म लयीमधला नुसता हिशेब नाही, तर ती बंदिश कशी संपूर्ण उलगडून म्हणायची. बघा, ही लय कशी कटते ते. आता ही जर म्हणता आली, तर लयीच्या समस्या दूर होतील.

काही गवयांना लयीचा आत्मविश्वास नसतो. त्यामुळे गाणं पांगळं राहतं. हे कसं बदलता येईल?

ते सुधारणं शक्य आहे. मी काही वर्षांपूर्वी कोल्हापूरला गेलो होतो. तिथल्या संगीत विभागात त्या वेळी आनंदबुवा लिमये होते. मी म्हटलं की, 'लयताल हा विषय थोडाबहुत शिकवता येतो.' त्यांच्या १५/२० शिष्या गात होत्या. त्यांची बिहागडा रागामध्ये 'प्यारी पग होले' ही बंदिश चालू होती. राग-सुराला त्या मुली व्यवस्थित होत्या, पण समेच्या जवळ यायला लागलं की, दडपण येऊन लयीला पुढे-मागे व्हायच्या. मग त्यांच्यावर लिमयेबुवा कावायचे, 'लक्ष नाही, बघ नीट' म्हणून एक पूर्ण आवर्तन म्हणायचे, पण मुलींना काही तसं गाता येत नव्हतं. ते मला म्हणाले, ''ह्या मुलींचा मुखडा ठीक करून घ्या.'' मी आव्हान स्वीकारलं. त्याच लयीत त्रितालाच्या फक्त १३ ते १६ या चारच मात्रांचा ठेका चालू ठेवून मुखडा म्हणायला सांगितलं. यांतल्या पहिल्या दोन मात्रांमध्ये उपज आणि पुढे दोन मात्रांचा मुखडा घ्यायला सांगितला.

प्रात्यक्षिक १० : राग बिहागडा
बंदिश : *ए प्यारी पग हो*

दीड मात्रेचा आलाप करून मुखडा घ्यायचा. असा सराव घेतल्यावर त्यांना मुखडा पकडायला जमू लागलं.

प्रात्यक्षिक ११ : राग कामोद – *कारे जाने ना दूंगी*

इथे लयीत कसं गायचं, ते ठोस पद्धतीने शिकवता येऊ शकतं. किती वेगवेगळी डिझाईन्स होऊ शकतात! द्रुत लयीमध्ये मुखडा घेऊन समेला येणं आणि विलंबित ख्यालातली लय शिकवणं आणि तिथे मुखडा घेऊन समेला येणं ह्या दोन्ही गोष्टी फार भिन्न आहेत. लयतालाचा अभ्यास करताना गुरू गायकांना मध्य लयीतली बंदिश शिकवू शकतात. या मध्य लयीतल्या बंदिशीमधून आलाप गाऊन मुखड्याला सहज येता आलं पाहिजे. तालावर हुकमत येण्यासाठी असं काही ठोस शिकवून त्यांना तो विषय उलगडून सांगता येईल. काही गुरू म्हणतात, 'लय सिखायी नही जाती, कुदरती होती है!' लय कुदरती असतेही, पण नसणाऱ्यांनी काय गाणं-बजावणं शिकायचं नाही का?

गाण्यात 'बोलांचं काम' कसं करायचं, हे दाखवायला एक बंदिश म्हणून दाखवतो. बोलामध्ये दोन गोष्टी आहेत - बोल-बनाव आणि बोलबांट. ज्याच्यात शब्द लालित्यपूर्ण रितीने येतात आणि शब्दांमधून लय व्यक्त होते, ते बोल-बनाव आणि बोलबांट म्हणजे 'वाटलेली लय'; त्याला बोलतानही म्हणतात.

प्रात्यक्षिक १२ : राग खमाज
आज मोरी कलाई मुरक गई

हे करणाऱ्यांमध्ये उस्ताद खादिम हुसेन माहिर होते; हुकमी बोल करायचे. त्यांनी बोल म्हणायला सुरुवात केली की वाटायचं, एक-एक आवर्तन फ्रेम करून लावावं! अहाहा! एक दिवस ते ह्यातलीच एक बंदिश आणि आडीतले बोल बनवत होते.

प्रात्यक्षिक १३ : राग खमाज – *मुरली मनहरन*

मी ठेका सोडून अधिक काही वाजवत नव्हतो, तर त्यांनी मला विचारलं, "तुम क्यूं नही बजा रहे हो? चलो।" तर मी त्यांना उत्तर दिलं, "इच्छा नही हो रही बजानेकी. ऐसे लग रहा है के एकेक आवर्तन पी जाऊं मैं।" त्यांनी मिठीच मारली मला. म्हणाले, "कितनी खूबसूरत बात कर रहे हो। खुश रहो।" आणि असंच बबनराव हळदणकरांबरोबर एकदा झालं. आमच्याकडे होळीचा कार्यक्रम व्हायचा. बबनराव त्या दिवशी जोग

रागामधली विलायत हुसेनखाँसाहेबांची बंदिश गात होते. बबनरावांच्या पुस्तकातही त्यांनी ही आठवण लिहिली आहे.

प्रात्यक्षिक १४ : राग जोग – *घडी पलछिन कछु ना सुहावे*

या रागात आग्रा घराण्याचे गवई शुद्ध निषादचा कण लावतात. आग्रा घराण्याचा नखरा दर्जेदार असतो; आधी नखरा आणि त्याच्यातली अभिजातता! १५ मिनिटं त्यांची अशी एकापाठोपाठ बोलांची आवर्तनं चालली होती. मी ऐकत होतो आणि मला अधिक वाजवावंसं वाटत नव्हतं. त्यांनी मला विचारलं, ''क्यूं नही बजा रहे हो?'' मी म्हटलं, ''इच्छा नहीं। इतने अच्छे बोल बन रहे है...'' म्हणजे मी वाजवू शकलो असतो, पण तो जमलेला माहोल बिघडवायचा नव्हता. फक्त ऐकायची इच्छा होती.

चांगल्या गायकांचे कार्यक्रम ऐकण्यासाठी तुम्ही तुमचे घेतलेले कार्यक्रमसुद्धा सोडले होते का?

होय. एकदा मला कळलं होतं की, 'माईंचं (मोगूबाई कुर्डीकर) गाणं आहे.' मग मी ते ऐकायला गेलो, पण मी साथीला जाणार असलेल्या कार्यक्रमाची जाहिरात त्यांनी वाचली होती. त्यांनी मला विचारलं, ''तुझा आत्ता प्रोग्रॅम आहे आणि तू इथे कसा?'' मी म्हणालो, ''तुमचं गाणं ऐकायला आलो आहे. तिकडे 'येत नाही' म्हणून सांगितलं.'' असा मी शौक केला.

तुमचा हा शौक तुमच्या साधनेचा भाग आहे. गाणं ऐकणं हे तुमचं तत्त्व आहे आणि म्हणून तुमच्याकडून लयताल इतका सुमधुर झालेला आहे. हे सर्व तुमच्या शिष्यांपर्यंत तुम्ही नक्कीच पोहोचवलेलं आहे.

असं शिकवणं तसं अवघड आहे. अनेक शिष्य आता हिशोब समजण्याच्या उद्देशाने येतात आणि मॅटरमध्ये गुंगलेले आहेत. यातून ते बाहेर पडले की, मग त्यांना हा विषय कळेल. अजून एक मुद्दा म्हणजे, तबल्यासह सर्वच संगीत प्रकारांत हल्ली वेगाला फार महत्त्व आलंय. तबलावादकांनी 'धा, ता, ना' यांची मूल्यं (व्हॅल्यूज) समजून घ्यायला हवीत. मी म्हणलं तसं तबल्यातला किंवा पखवाजातला 'धा' हा षड्जाची भूमिका निभावतो. एकदा भीमसेनजी षड्जाचं महत्त्व सांगत होते. संस्कार भारतीतर्फे झालेल्या एका कार्यक्रमात अभिषेकीबुवा भीमसेनजींची मुलाखत घेत होते. त्यांनी विचारलं, ''स्वरस्थानांचा अभ्यास कसा करायचा?'' भीमसेनजींनी सांगितलं, ''निसर्गामध्ये खालच्या 'सा'पासून वरच्या 'सा'पर्यंतची असलेली अंतरं पक्की आहेत. त्यातलं षड्जाचं स्थान जोपर्यंत तुम्ही बळकट

करत नाही, तोपर्यंत गंधार, रिषभ कळणार नाही. कारण बाकीची स्थानं त्या षड्जाला अनुसरून फार सहज जाणारी आहेत. त्याचं उदाहरण देऊन त्यांनी सिद्ध केलं. 'षड्जाचं महत्त्व' हा किती दर्जेदार अणि योग्य विचार आहे! तसा तबल्यातला 'धा' आहे. तो 'धा' कळला नाही, तर कठीण आहे. त्रितालातल्या चौथ्या मात्रेचा 'धा' आणि पहिल्या मात्रेचा 'धा' एक आहे का? तर नाही. ते सगळे वेगळे आहेत. थोड्या चढ्या लयीत चौथ्या, आठव्या आणि पंधराव्या मात्रेचा 'धा' वाजवला जात नाही, तर नुसता 'ना' वाजतो.

प्रात्यक्षिक १५ : ताल व ठेका यांतला फरक

भारतीय संगीतात सलगतेला महत्त्व आहे (ते कनेक्टेड आहे). अगोदर वाजवलेल्या गोष्टीशी पुढची गोष्ट संबंधित असते.

मशीनवर असा ठेका मिळतो. आता ठेका आणि ताल यांच्यातला फरक समजून घ्यायची गरज आहे. ताल कधीही बदलत नाही. ताल म्हणजे सांगाडा (स्केलेटन) आहे. ताल हा 'तल' धातूशीच संबंधित आहे आणि ठेका हे शरीर (बॉडी) आहे. ताल सांगतोय तसा त्रितालाचा ठेका वाजत नाही. यात पहिल्या 'धा'ला टाळी आहे, पाचव्या मात्रेच्या 'धा' ला टाळी आहे, नवव्या मात्रेला खाली का आणि मग तेराव्या मात्रेला जिथे 'धा' किंवा 'धिं' पाहिजे, तिथे 'ता' आहे. का? आणि तेराव्या मात्रेला वजन नाही, तर खरं वजन चौदाव्या मात्रेला आहे; आणि हे जर दिलं नाही, तर गायकाची बंदिश चांगली लागणार नाही. ठेका ही बोली आहे; कविता आहे. थोड्या अंतरावर जशी भाषा बदलत जाते, तसं पुण्या-मुंबईच्या ठेक्याचं स्वरूप कोलकात्याला वेगळं होतं. सोळा मात्रांचा सांगाडा पक्का असतो, पण वाजवण्याची वजनं वेगळी असतात. म्हणून गायक त्याच्या पसंतीचा तबलावादक का घेतो, हे कळतं. मग हे लयीप्रमाणे बदलणं, प्रत्येक तालाच्या बाबतीत आहे. लय कमी झाली, तर तो डग्ग्यावरचा हात कसा लागतो आणि जर लय वाढली, तर १४व्या मात्रेचा 'धा' हा 'ना' वाजतो, पण ऐकायला 'धा'च येतो. कारण अगोदरच्या 'धिं' मात्रेचं गुंजन चालू असतं. तिसऱ्या मात्रेचा 'धिं' आणि दुसऱ्या मात्रेचा 'धिं' यात फरक आहे; आणि ह्याचे संस्कार व्हावे लागतात. मग त्यांचं वजन कळायला लागतं आणि नजर प्राप्त होते. ठेके असे बदलत जातात. मला आरोलकरबुवांनी सांगितलेले झुमऱ्याचे ठेके दाखवतो.

प्रात्यक्षिक १६ : ताल झुमरा
राग हमीर – बंदिश *चमेली फूली चंपा*

सत्यशील देशपांडेच्या अर्काइव्हकरता त्यांचं रेकॉर्डिंग चालू असताना त्यांनी हमीर असा म्हणून दाखवलाय.

जसा त्यांनी म्हणलाय, तसं वाजवता आलं, तर काय बहार होईल! माझ्या ठेकावादनाबद्दल (चांगलं) बोलतात, तेव्हा असं वाटतं की, हे या गवयांचं श्रेय आहे. आरोलकरबुवा, गजाननबुवा... दोघंही काय सुंदर ठेका म्हणायचे! त्यांनी एक आवर्तन म्हटल्यानंतरच वाटायचं की, आपण मोठेमोठे तुकडे म्हणतोय; पण इतकी सहजता येत नाही. पण ज्यांची पाठीवर शाबासकी पाहिजे असं वाटतं, ते गुरू आता राहिलेले नाहीत. प्रत्येक कलाकाराच्या बाबतीत असं घडतं. कारण तो आपल्या गुरूंसाठी गाणं-बजावणं करत असतो.

आता दुसरा ठेका बघा...

प्रात्यक्षिक १६ : गायन – झुमरा – बंदिश *मती मालनिया*

किती आरामात मुखड्यामध्ये येतोय बघा! ठेका डोक्यात पक्का झाला आहे. त्यामुळे ठेक्यात येणारं 'तिरकिट' ही कितवी मात्रा आहे, हे मोजावं लागत नाही. ठेक्याचा छंद झाला पाहिजे. मग त्या ठेक्यानेच आपलं डोक्यातलं आवर्तन पूर्ण होतं. वेगळं लक्ष द्यायची जरुरी नाही; आणि ठेक्याचं हे सौंदर्य तबलावादकाने उत्पन्न केलं पाहिजे. कारण गायकाच्या डोक्यामध्ये चाललेलं तालाचं आवर्तन गायकाने (प्रत्येक मात्रा) न ऐकताही गायकाच्या डोक्यामध्ये तबलावादकाला ठेक्यातून स्थिर करता आलं पाहिजे. हा फार मोठा विचार आहे! गायकाला आपल्या वादनातून उत्तरं देण्याची खटपट करण्यापेक्षा स्थिर आवर्तनाचा विचार तबलावादकाने केला पाहिजे. गायकाच्या लयकारीला (वादनातून) उत्तर देण्याची तबलावादकाला घाई असते. ती नकोय. त्याच्या डोक्यातलं आवर्तन तुम्ही पक्कं करून दाखवा; आणि ते आव्हान आहे. अशा प्रकारचे चॅलेंज घेतले पाहिजेत; आणि ही दृष्टी मला ह्या दोघांची आणि अनेक गवयांची साथ करता करता मिळाली.

झुमऱ्याचा अजून एक प्रकार ऐका.

प्रात्यक्षिक १७ : गायन – *जय जय रामकृष्ण हरी*

नंतर शंकराचार्य झालेले कीर्तनकार कऱ्हाडकरबुवांची मी एकदा साथ केली. तेव्हाचा एक प्रसंग सांगतो. ते मला 'बाळ' म्हणायचे, मग नमस्कार करायचे. नंतरही 'बाळ' म्हणायचे आणि आशीर्वाद द्यायचे. मग मी माझ्या काकांना, रघुनाथरावांना विचारलं, "हे असं का करतात?" ते म्हणाले, "अरे, तू ढोलेबुवांचा नातू म्हणून ते त्यांचा मान

तुला देतात.'' कीर्तनकार असलेले आमचे आजोबा, ढोलेबुवा हे तत्त्वनिष्ठ म्हणून प्रसिद्ध होते. मी त्यांना पाहिलंही नाही, पण त्यांचा गाढा अभ्यास होता. 'पूर्वरंग' या विषयावर त्यांची पकड फार घट्ट होती! या कऱ्हाडकरबुवांनी एकदा त्यांना विचारलं होतं, 'पूर्वरंगात माझी काहीतरी गडबड होते. एका विषयातून दुसरा विषय सुरू होतो आणि मग मी कुठे होतो, ते आठवतच नाही. तिथून मागे कसं यायचं?' तर यावर त्यांना उत्तर मिळालं, 'निवडलेल्या विषयाची पाठ टेकल्याशिवाय दुसरा विषय काढायचा नाही.' असे हे लोक मार्मिक बोलायचे.

तर ते मला म्हणाले, ''बाळ, बस कीर्तनाच्या साथीला. आज झुमरा लाव.'' मी म्हटलं, ''धुमाळी ठेका आहे ना?'' ते म्हणाले, ''आज धुमाळीत नाही; झुमरा वाजव.'' मी सवयीने विलंबित लयीत वाजवायला लागलो, तर म्हणाले, ''अरे, ख्याल गायचा नाही. 'जयजय रामकृष्ण हरी' म्हणायचंय. तर जलद लयीत हवा.'' असा जलद झुमरा असतो, हे मला माहितीच नव्हतं. जलद तिलवाडाही माहिती नव्हता, पण त्यांनी म्हणून दाखवला.

इतका वेळ आपण अभिजात संगीतामधली गायकी, लयताल अशा अनेक पैलूंवर सुरेशजींचे विचार प्रात्यक्षिकांसह ऐकले. आज आपण बरंच काही ऐकलयं... हळूहळू ते आपल्यापर्यंत पोहोचेल आणि ज्या वेळेला आपण काही वेगळं ऐकू, त्या वेळेला आपल्याला खूण पटेल की, 'हां! हे असं आहे तर!' 'पेरणं' ज्याला म्हणतात, ते ह्यात होत असतं.

❖◆❖

यातील प्रात्यक्षिक स्वरूपात केलेले गायन ऐकण्यासाठी क्यूआर कोड स्कॅन करावा किंवा या लिंकवर क्लिक करावे.

https://youtube.com/playlist?list=PLxsxVopwsAaVyr2lEHpJ_6obbeoiQ3Y-d

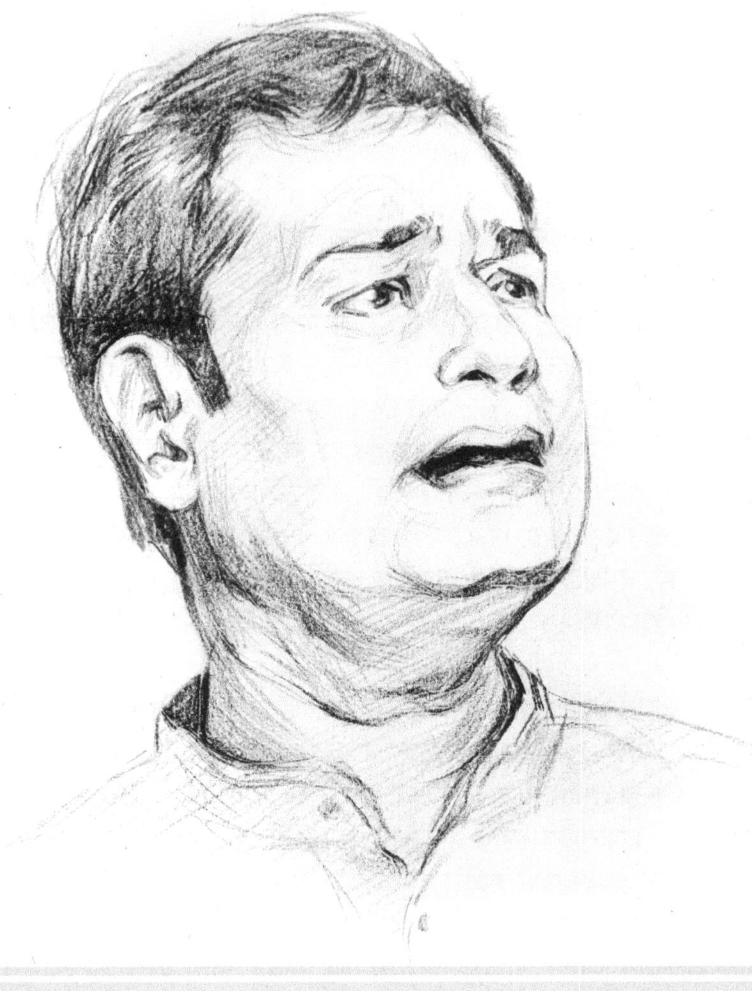

ध्रुपद गायकीचा मानदंड

पंडित उदय भवाळकर

परिचय

''बेटा उदय, शेजारून जरा पेपर आणतोस का? आणि जाताना आपलाही घेऊन जा!''

''हो बाबा, मी चाललोच आहे आणायला.''

इंदोरहून प्रसिद्ध होणारे त्या दिवशीचे 'नई दुनिया' हे वर्तमानपत्र नेहमीप्रमाणे शेजारच्या घरातून उदयने आणले आणि ते सहज चाळताना त्याला एक जाहिरात दिसली. केवळ योगायोगानेच नजरेस पडलेली ती जाहिरात त्याचे आयुष्य घडवणार असल्याची तरुण उदयला जराही कल्पना नव्हती. त्याने जाहिरात वाचली आणि उत्साहाने तो वडिलांना म्हणाला, ''बाबा, ही जाहिरात बघा! यात लिहिलंय की, भोपाळमध्ये डागर बंधू ध्रुपद गायकी शिकवणार आहेत. मला तेथे शिकायला जावेसे वाटते आहे. मी जाऊ का?''

''हो, तू जाऊ शकतोस. माझी परवानगी आहे, पण तुला तुझ्या गाण्याच्या प्रमोद शास्त्री गुरुजींनाही विचारले पाहिजे'' वडील त्याला म्हणाले.

ही गोष्ट घडली होती, मध्य प्रदेशामधील उज्जैन शहरात राहणाऱ्या वसंतराव आणि मालती भवाळकर यांच्या घरी! उदय म्हणजेच आजचे सुप्रसिद्ध ध्रुपद गायक पं. उदय भवाळकर!

उदय हा वसंतराव आणि मालती भवाळकर यांचा धाकटा मुलगा. आपल्या आई-वडिलांचा आपल्याला लगेच होकार मिळाला, ही गोष्ट उदयजींना आश्चर्याची वाटत नाही. कारण व्यवसायाने वकील असलेले त्यांचे वडील जरी गाणे शिकले नव्हते, तरी ते नेहमी गाणे गुणगुणत असत आणि घरी आलेल्या पाहुण्यांसमोर उदयला अनेक वेळा गाणे म्हणायला सांगत. वडिलांना उदयचे गाणे आवडे आणि थोड्याशा चेष्टेने ते म्हणत, ''कोणी चांगला गुरू भेटला, तर तुला त्याच्याकडे शिकायला पाठवून देईन.'' उदयच्या पाहण्यात आलेल्या या जाहिरातीच्या निमित्ताने वडिलांची ही इच्छा खरोखरच पूर्ण झाली आणि पंधरा वर्षांचा वयाचा उदय आपले उज्जैनचे घर सोडून ध्रुपद गायकी शिकण्याकरता १९८१मध्ये भोपाळला दाखल झाला. अर्थात, त्याकरता त्याला गाण्याच्या चाचणी परीक्षेत उत्तीर्ण व्हावे लागले होते. पं. कुमार गंधर्व, ठाकुर जयदेवसिंग, डॉ. प्रेमलता शर्मा, मणी कौल, पं. बाळासाहेब पूंछवाले, उ. असद अलीखाँ (बीनवादक), राजा छत्रपतीसिंग (पखवाजवादक) अशा नामवंत परीक्षकांनी त्याची निवड केली होती.

उज्जैनपासून जवळ असलेल्या रतलामजवळील जावरा या छोट्या गावात ५ फेब्रुवारी १९६६ या दिवशी उदयजींचा जन्म झाला. तेव्हा त्यांची आई जावरा या गावी शिक्षिका होती. त्यानंतर सहा महिन्यांनी ते उज्जैनला आले. भवाळकरांचे घर अगदी साधे असले, तरी संगीताचे संस्कार करणारे होते. ठरावीक लयीत आणि आघात देऊन देवळात म्हटल्या जाणाऱ्या संस्कृत स्तोत्रांचे पाठांतर लहानग्या उदयच्या नकळत झाले होते. उदयपेक्षा आठ वर्षांनी मोठी असलेली त्याची बहीण मीना खैरागड इंदिरा संगीत विद्यापीठाशी संलग्न असलेल्या उज्जैनमधील माधव संगीत विद्यालयात गायन शिकत होती. ग्वाल्हेर घराण्याचे गुरू पं. प्रमोद शास्त्री घरी येऊन मीनादीदीला शिकवत असत. छोटा उदय त्यांच्यासमोर बसून शिकला नाही, पण संगीताची जात्याच आवड असल्याने खेळता खेळता कानावर पडणारे संगीत तो नकळत ग्रहण करत होता. त्याच्या घरामध्ये तबला, तंबोरा आणि हार्मोनियम ही वाद्येही होतीच. आपल्या दीदीचे गाणे ऐकून उदयही गाणे म्हणू लागला. वयाच्या दहाव्या वर्षी संगीत विद्यालयात जाऊन उदय गाणे शिकू लागला. तिथे त्याची ख्याल, ध्रुपद, टप्पा, ठुमरी या गायनप्रकारांशी ओळख झाली. त्याला गाणे शिकण्याची इतकी गोडी होती की, रविवारी, सुट्टीच्या दिवशीसुद्धा तो विद्यालयात जाऊन, कुलूप बघून परत येत असे. त्या काळी उज्जैनला क्वचित, पण इंदोरला गाण्याच्या मैफिली होत असत. माधव संगीत विद्यालयातील शिक्षक प्रसिद्ध नसले, तरी गुणी गायक होते. त्यांच्या गाण्याचा उदयवर प्रभाव पडला. उदय नववीमध्ये (१९७९) असताना इंदिरा संगीत विश्वविद्यालयाची संगीत मध्यमा परीक्षा उत्तीर्ण झाला होता, पण पुढच्या परीक्षा देण्याकरता त्याचे वय कमी असल्याने काही वर्षे थांबून, १२वी झाल्यानंतर त्याने गाण्यातील पदवी परीक्षा दिली. दरम्यान त्याने गाण्यातील पदविका (डिप्लोमा) पूर्ण केली आणि नंतर संगीत घेऊनच एम.ए.ही पूर्ण केले. तेव्हाही परीक्षेसाठी ख्यालाबरोबर असलेले ध्रुपद, टप्पा आणि ठुमरी हे प्रकार तो शिकला होता. त्या वयात चित्रपटगीतांसकट जे जे संगीत प्रकार गायला आवडले, ते सगळे त्याने गायले होते.

ध्रुपद गायन-शिक्षणाची सुरुवात

उदयजींच्या आई-वडिलांप्रमाणेच त्यांचे गुरू प्रमोद शास्त्रींनीसुद्धा ध्रुपद शिकायला जाण्यासाठी लगेच परवानगी दिली. 'हा गुणी मुलगा चार वर्षांनी आपल्याकडे परत शिकायला येईल' ही अपेक्षाही यामागे असावी, पण उदयजींनी एकदा ध्रुपद शिकायला सुरुवात केल्यावर ते त्यातच इतके रमले की, पुढे 'ध्रुपद' हेच त्यांचे जीवनध्येय झाले. उज्जैनपासून भोपाळ दोनशे किमी लांब आहे आणि तेथे राहून गाणे शिकण्याकरता त्यांना पुढच्या शिक्षणाला राम-राम ठोकावा लागला. हे अर्थातच आई-वडिलांच्या पाठिंब्यामुळेच जमू शकले. मध्यप्रदेश सरकारतर्फे १९८१मध्ये तत्कालीन सचिव अशोक

वाजपेयी यांच्या पुढाकारातून ध्रुपद, टप्पा या गायन प्रकारांचे आणि पखवाज, सारंगी, वीणा, संतूर या काहीशा दुर्लक्षित वाद्यांचे प्रशिक्षण देण्यासाठी उ. अल्लाउद्दिनखाँ संगीत व कला अकादमीची स्थापना झाली होती. तिथेच डागर घराण्यातील बंधूद्वय उस्ताद झिया फरिदुद्दीन डागर (यांना छोटे उस्ताद म्हणत.) आणि उस्ताद झिया मोहीउद्दिन डागर (हे रुद्रवीणावादक होते. यांना बडे उस्ताद म्हणत असत.) या दोघांकडे उदयजींचे ध्रुपद गायकीचे शिक्षण सुरू झाले. गुरु-शिष्य परंपरेत शिकण्याकरता दिली जाणारी शिष्यवृत्तीही त्यांना संस्थेतर्फे मिळाली होती. एक स्वतंत्र खोली घेऊन उदयजी भोपाळमध्ये राहायला लागले. पहाटेपासूनच रियाजाला सुरुवात होत असल्याने उदयजी पहाटे साडेतीनला उठून, स्नान करून, सायकलवरून दोन किलोमीटर अंतरावर असलेल्या गुरुकुलात चार वाजता पोहोचत असत. गुरुकुलात राहिल्याने बारा महिने, सातही दिवस सतत गायन हा एकच विषय होता. त्यांच्या शिक्षणाला राग मुलतानीने सुरुवात झाली होती. उदयजींची गाण्याविषयीची तीव्र इच्छा बघून बडे उस्ताद छोटे उस्तादांना म्हणाले, ''तुम उदय को अब तुम्हारे घर में रहने दो!'' त्यामुळे १९८२पासून १९९३पर्यंत चोवीस तास त्यांना आपल्या गुरूंचा सहवास लाभला.

या दोन उस्तादांपैकी त्यांना मुख्यत्वे छोटे उस्तादांनी शिकवले. गाण्यामध्ये सर्वात महत्त्व असलेल्या स्वरांचे गांभीर्य उस्तादांनी त्यांच्या ध्यानात आणून दिले. ते म्हणायचे, 'स्वर के उपर खडे रहो और स्वर को देखो! अब यह जो स्वर मैंने गाया है, उसका 'सा'से क्या संबंध है, इस को गौर करो! कितनी बारिकीसे यह उपर-नीचे हो रहा है!' असे करत त्यांनी स्वराची उंची, खोली, रुंदी अशा सर्व बाजू उदयजींना समजावल्या. स्वर हा अनंतासारखा आहे. त्यामुळे तो पूर्णतः आवाक्यात येत नाही. छोटे उस्तादांनी उदयजींना स्वराच्या सर्व दिशा दाखवल्या. गाताना शब्दांचे स्पष्ट उच्चारणही त्यांनी शिष्यांकडून करवून घेतले. छोटे उस्ताद हे फकीर स्वभावाचे होते. त्यांच्या गूढ स्वभावामुळे ते कधी काय बोलतील, करतील, आणि काय शिकवतील याचा अंदाज येत नसे. त्यांना 'अमुक एक शिकवा' असे सांगायची उदयजींची हिंमत नव्हती. उस्तादजींचे निरीक्षण करून जे जे दिसेल, ते शिकून आत्मसात करण्यावर उदयजींनी लक्ष दिले; ते कसे गात, तानपुरे कसे लावत हे उदयजींनी बारकाईने बघितले; त्या वातावरणाचा आनंद घेतला आणि त्यात ते मिसळून गेले. पहाटेच्या वेळी खर्ज-साधनेने सुरुवात करून (मंद्र सप्तकातील स्वर) नंतर तीन सप्तकांतील अलंकारांचा रियाज होई. त्यानंतर उस्तादांच्या मागोमाग आलाप आणि बंदिश असे चालत असे. खर्जसाधना केल्याने स्वर ताकदवान होतात आणि गाणाऱ्याच्या गाण्याचा प्रभाव पडतो, पण त्यासाठी साधनेबरोबरीने चिकाटी आणि संयमही शिकणे आवश्यक असते. संपूर्ण व्यक्तिमत्त्वच स्वरमय होणे; सर्व शरीरच जणू गात असल्याची भावना होणे हा अनुभव उदयजींना येत असे. कारण स्वर काही फक्त गळ्यातून येत नाही.

'आज उस्ताद काय शिकवतील?' हा प्रश्न त्यांना कायमच पडत असे. त्यांनी आधी सांगितलेली एखादी गोष्ट नंतर त्यांनाच म्हणून दाखवली की म्हणत, "अबे, ये क्या कर रहे हो?" शिष्य आश्चर्याने बघतच राहत! "आत्ता तुम्ही जे गायलात, ते परत गाऊन दाखवा" असे म्हटले, तर त्यांना ते परत सांगता येत नसे. ते म्हणत, "पुढे काय गाणार आहे, हे सर्व जर आधीच कळले, तर ती कला नव्हे. त्यात अनपेक्षित भाग असला पाहिजे आणि 'काय वेगळे असेल' अशी उत्सुकताही वाटली पाहिजे. पाठ केलेले गायन नको" काही वेळा ते एकदम काहीतरी हटके गाऊन जात, जे केवळ त्यांनाच शोभे. 'तसे आपण गाऊ नये, कारण ते आपल्याकरता नाही' हा विचार उदयजींनी केला. आपल्या प्रगतीकरता सर्वच शिष्यांनी असा विवेक बाळगणे फार महत्त्वाचे आहे. उस्तादांनी त्यांच्याकडून एक एक स्वर अर्धा-अर्धा तास आणि एक-एक पलटा तीन-तीन तास असे घोकून घेतले. उदयजी इतके मन लावून, एकाग्रतेने रियाज करत असत की, शेवटी छोटे उस्ताद त्यांना म्हणत, "उदय, अब नाश्ता करने आओ और उसके बाद रियाज चालू रखो!" काही वर्षांनी तेच उदयजींना म्हणाले, "मैं तुम्हे रियाजसे उठाता था, और आजकल बच्चोंको बोलना पडता है, बैठो रियाज के लिए! ऐसी स्थिती आ गयी है!" उदयजींसारखे तनामनापासून संगीतसाधना करणारेच महान कलाकार होऊ शकतात.

बडे उस्ताद बाहेर फारसे गात नसत, पण ते शिष्यांना गाऊन आणि काही वेळा वीणा वाजवून शिकवत. शिष्यांनी नुसतेच स्थिर स्वर लावलेले ऐकले की, ते म्हणत, "ये क्या खंबे जैसा खडे हो?" म्हणजे 'त्यातून काही बात पैदा होत नाही' असे त्यांना सुचवायचे असे. शिष्य गात असताना त्यातून राग दिसत नसल्याने गाणे निरर्थक वाटत असल्याचे ते शिष्यांना सांगत. राग लयीत कसा गायचा, त्यातील स्वरांचे 'जाणे-येणे' कसे पाहिजे, नेमकेपणाने बढत कशी करायची हे त्यांनी शिकवले. उदाहरणार्थ : 'सा रे ग रे सा नि सा ध' हा स्वरसमूह बिलासखानी तोडी, कोमल रिषभ आसावरी, भैरवी अशा रागांमध्ये कसा वेगवेगळ्या प्रकारे गायला जातो, हे त्यांनी शिष्यांना समजावले. एकच जागा गायनातून आणि वीणावादनातून कशी येते, हेपण ते दाखवत असत. त्यांनी राग शिकवताना केवळ स्वरांमधून नव्हे, तर त्या रागाची शकल बघून गायला शिकवले.

पुढील शिक्षण

१९८५पर्यंत उदयजींचा अकादमीमधील चार वर्षांचा अभ्यासक्रम पूर्ण झाला होता. तरी त्यांचे समाधान झाले नव्हते. सुरुवातीला केवळ उत्सुकतेने शिकायला सुरुवात केलेली ही ध्रुपद गायकीच त्यांच्या आयुष्याचे ध्येय बनली होती. पहिल्याच दिवशी शिकवलेल्या आलापामधून रागाचे मनोहारी दर्शन झाल्यावर उदयजींचा मनोमन निश्चय झाला होता की, 'भोपाळमधील शिक्षण झाल्यावर पुढेसुद्धा ध्रुपद गायकीच

शिकायची आहे.' त्याप्रमाणे अजून पुढे शिकायची इच्छा त्यांनी व्यक्त केल्यावर उस्तादजींकडूनही या गुणी शिष्याला प्रोत्साहन मिळाले. ते उदयजींना म्हणत असत, 'तू माझ्याबरोबर मुंबईला चल. मुंबईतील लोक मेहनती आहेत आणि तिथे जाऊन तुझे आयुष्य घडेल.' मुंबई शहराचे नाव अनेकांकडून पूर्वी ऐकल्यामुळे, उदयजींना तिथे जाण्याची उत्सुकता आणि आकर्षण असल्याने त्यांनी तसा विचार केलाही होता, पण तेव्हा बड्या उस्तादांचा अमेरिकेचा दौरा ठरल्याने ते तेथून परत आल्यावर त्यांनी उदयजींना मुंबईला यायला सांगितले. त्यामुळे मधले सहा महिने उदयजी भोपाळहून उज्जैनला घरी राहायला गेले.

ठरल्यानुसार उस्तादजींकडे ज्या दिवशी जायचे होते, त्या दिवसाचे इंदोर-मुंबई अवंतिका एक्स्प्रेसचे तिकीट उदयजींनी काढून ठेवले, पण गंमत म्हणजे, ज्या दिवशी मुंबईला जायचे ठरले होते, नेमके त्या दिवशी 'आपल्याला आज जायचे आहे' हेच ते काही कारणाने साफ विसरून गेले! पण उदयजींच्या आयुष्यात ध्रुपद गायक होण्याचा भक्कम योग असल्याने त्यांच्या एका मित्राने आठवण करून दिली. मग धावपळ करून, तानपुरा आणि एक बॅग घेऊन अवंतिका एक्सप्रेसची वेळ त्यांना कशीबशी गाठता आली. मुंबईला पोहोचल्यानंतर सर्व सामान बरोबर घेऊन त्यांनी दादर-पनवेल असा बसने उभ्यानेच प्रवास केला. तेथून रिक्षाने ते पनवेलच्या गुरुकुलात दाखल झाले. तेव्हा बघतात तर काय, एखादा उत्सव साजरा करण्यासाठी जसे घर सजवतात, तसे सर्व सजवले होते. कारण योगायोगाने तो दिवस गुरुपौर्णिमेचा होता. आपल्या गुरूंवर अपरंपार श्रद्धा ठेवून त्यांच्या मुलाप्रमाणे त्यांची सेवा करणाऱ्या उदयजींना हासुद्धा एक भाग्ययोग वाटतो.

१९८७मध्ये त्यांना राष्ट्रीय शिष्यवृत्ती आणि ज्युनियर फेलोशिपही मिळाली होती. 'आपण ध्रुपद गायक व्हायचे' असे काही उदयजींनी लहानपणापासून ठरवले नव्हते. 'कदाचित ख्यालसंगीत शिकायची चांगली संधी आली असती, तर ख्यालगायकही झालो असतो' असे ते म्हणतात; पण ध्रुपद गायकीला त्यांच्यासारख्या महान कलाकाराची आवश्यकता असल्यानेच बहुधा नियतीने या गोष्टी घडवून आणल्या असाव्यात. त्यांच्या दृष्टीने सूर आणि लय हेच फक्त सत्य आहेत आणि त्यांचा खोलवर शोध घेण्याचा मार्ग त्यांना ध्रुपद गायकीत दिसला, असे म्हणता येईल. मुंबईलासुद्धा उदयजी छोट्या उस्तादांच्या बरोबरच राहत होते. दोन्ही उस्तादांनी त्यांना आपल्या मुलासारखे प्रेम दिले. स्वतः शिकत असतानाच उरलेल्या वेळात ते उस्तादजींच्या सूचनेनुसार काही विद्यार्थ्यांनाही शिकवत असत.

ध्रुपद गायकीविषयी

'ध्रुव पद' या शब्दांवरून 'ध्रुपद' हे नाव रूढ झाले आहे. प्राचीन काळातील प्रबंध गायकीनंतर सुंदर आणि प्रगल्भ अशी ध्रुपद गायकी पंधराव्या शतकात निर्माण होऊन ती आत्तापर्यंत परंपरेने चालू आहे. परकीय सत्तेचे आक्रमण झाल्यानंतरसुद्धा या भारतीय परंपरेचे अस्सलपण टिकून राहिले, ही विशेष बाब आहे. ख्याल गायकी येण्याच्या आधीचा दोनशे वर्षांपेक्षा जास्त काळ फक्त ध्रुपद गायकीचाच होता. ध्रुपदाचा उगम स्वामी हरिदास आणि त्यांचे समकालीन तानसेन, बैजू, गोपाल नायक यांच्या काळातील असल्याचे मानले जाते. 'ओम अनंत हरी नारायण' या मूळ मंत्रापासून 'आ-र-न -रि -ना-नू- ते- र -न' ही स्वरविस्ताराच्या सोयीकरता निवडलेली अक्षरे घेऊन ध्रुपद गायले जाते. यामुळे 'सा-रे-ग-म-प-ध-नि' या स्वरांचा आविष्कार करण्याकरता योग्य भाषा मिळाली. हे शब्द संगीतमय रीतीने म्हणता आल्याने होणाऱ्या नादनिर्मितीतून सुरांचे अनोखे विश्व निर्माण होते. मुख्यतः भक्ती आणि निसर्ग यांचे वर्णन करणारे काव्य ध्रुपद गायकीत असते. भारतीय संस्कृती व्यापक आहे आणि तिच्यातील संगीतासह सर्वच घटकांमध्ये मनोहारी विविधता आहे. बंगाल ते पंजाब या सर्वच प्रांतांमध्ये ध्रुपद गायकीच्या विविध शैली आहेत. एवढेच काय, दक्षिण भारतीय संगीतात, म्हणजे कर्नाटक संगीतातही 'राग-ताल-पल्लवी' या प्रकारामधून ध्रुपदाचा प्रभाव दिसतो.

गुरूंचे संस्कार

दोन्ही उस्तादांकडे उदयजींना एकूण बारा वर्षे तालीम मिळाली. या काळात त्यांनी ध्रुपद गायकी तर आत्मसात केलीच, पण आयुष्य घडवणाऱ्या अनेक गोष्टी त्यांनी गुरूंच्या आचरणातून उचलल्या. 'संस्कार होत असतात; ते करता येत नाहीत' असे म्हटले जाते. कारण गुरूंनी जे शिकवलेले नसते किंवा ज्याचे स्पष्टीकरणही दिलेले नसते, त्याचे निरीक्षण विद्यार्थ्यांनी करून ते ग्रहण करायचे असते. जर शिकण्याची वृत्ती असेल, तर साध्या प्रसंगातूनसुद्धा आयुष्यभर उपयोगी पडणारा धडा शिकता येतो.

एका मैफिलीच्या निमित्ताने उस्तादजींबरोबर उदयजी रात्रभर रेल्वेने प्रवास करून कर्नाटकातील शिमोगा स्टेशनवर पहाटे पाचला पोहोचले, पण त्यांना मुक्कामाच्या ठिकाणी न्यायला कोणीच आले नाही. बराच वेळ कोणीच न आल्याने उदयजी अस्वस्थ झाले होते, पण उस्तादजी नुसते शांतच नव्हते, तर ऑक्टोबर महिन्यातील सकाळच्या सुखद हवेत सूर्योदय बघण्यात रमले होते. काही वेळाने संयोजकांपैकी एक जण पळत पळत आला आणि गाडीच्या वेळेचा गोंधळ झाल्याने उशीर झाल्याचे सांगून त्याने क्षमा मागितली. हे सगळे ऐकून उस्ताद एवढेच म्हणले, "हम लोग चले?" दुसऱ्या माणसांच्या चुका कशामुळे झाल्या, हे समजून घेऊन त्या माफ करणारी ही संतवृत्ती उदयजींना

भावली. अशी क्षमाशील वृत्ती एका टोकाला आणि थोड्याशा गैरसोयीकरता संयोजकांची अडचण न समजता त्यांच्यावर डाफरणारे काही कलाकार दुसऱ्या टोकाला! उदयजी म्हणतात की, उस्तादजींच्या या संयमी वर्तनाचा प्रभाव त्यांच्या मनावर खोल परिणाम करून गेला.

गुरूंच्या दृष्टीचा प्रत्यय देणारी अजून एक आठवण उदयजी सांगतात. पॅरिसला कार्यक्रमानिमित्त गेले असता, त्यांनी उदयजींना तेथील जगप्रसिद्ध असलेला आयफेल टॉवर बघायला जायची परवानगी दिली नाही. तीन वेळा ते पॅरिसला जाऊनसुद्धा उस्ताद दर वेळी 'नको जाऊ' म्हणाले. त्यानंतर दोनच महिन्यांनी उस्तादजींचे निधन झाले. उदयजींना असे वाटते की, 'आपल्या शिष्याने संगीतबाह्य गोष्टींमध्ये वेळ न घालवता आपल्या सहवासात अधिक वेळ राहावे' असे वाटत असल्यानेच त्यांनी उदयजींना नको म्हटले असावे. शिष्याविषयी एवढी कळकळ वाटणारे गुरू आणि त्यांचा तेवढाच आज्ञाधारक शिष्य या दोघांनाही इथे दाद द्यावीशी वाटते. या उस्तादांचा आपल्याला १२ वर्षांचा दीर्घ सहवास मिळाल्याबद्दल उदयजी स्वत:ला भाग्यवान समजतात. गुरूकडे शिकताना शिष्य गुरूंचे अनुकरण करतो, तसेच उदयजींनी केले; पण नंतर मात्र स्वत:च्या विचाराने आपले गाणे विकसित करून 'अपने मिजाजसे गाओ' या उस्तादांच्या शिकवणीचे पालन केले.

उच्च कोटीचे गायक-वादक दीर्घ काळ गुरूंच्या सहवासात राहून गुरु-शिष्य परंपरेतून तयार होतात. शिष्य केवळ गुरूच्या समोर बसूनच शिकत नाही, तर सर्व काळ तो घडत असतो. गुरुगृही उस्ताद पहाटे चारला उठवत आणि नंतर येताजाता, जेवणाच्या टेबलवरही काही मौलिक बाबी सांगत. 'गुरूच्या मनात असेल तेव्हा शिष्याने शिकणे आणि गुरूंना शरण जाणे याने सर्व काही साध्य होते,' असे उदयजी मानतात.

परदेशातील संधी आणि भारतात परत

आपल्या उस्तादांबरोबर स्वरसाथीकरता उदयजींना युरोपमध्ये जायची संधी मिळाली होती. ऑगस्ट १९९०मध्ये बड्या उस्तादांचे निधन झाल्यानंतर उदयजींना हॉलंडमधील रॉटरडॅम कॉन्झवेटरीमध्ये शिकवण्याची संधी मिळाली. तेव्हा भारतात ध्रुपद गायनाचे कार्यक्रम फारसे होत नसत आणि बिदागीही फारशी मिळत नसे. युरोपमधील वास्तव्यात त्यांना आर्थिक पाठबळ तर मिळालेच, पण तेथील विद्यार्थी व अन्य प्राध्यापक वर्ग यांचे मनही त्यांनी जिंकले. तेव्हा त्यांचे वय फक्त पंचवीस वर्षे होते. तेथील संचालकांनी त्यांना अजून तेथेच राहण्याचा आग्रह केला आणि म्हणाले, 'तुम्ही इथे पाचच वर्षे राहिलात, तर तुम्हाला मुंबईत नवीन घरही घेता येईल.' पण ''घर खरेदी करणे' हे माझे ध्येय नाही... तर मला ध्रुपद गायकीचा शोध घ्यायचा आहे. इथे राहून ते होऊ शकणार नाही. माझा देश मला बोलवतो आहे.' असे उदयजींनी त्यांना सांगितले.

बडे उस्तादजींच्या जागी नंतर सुप्रसिद्ध बासरीवादक पं. हरिप्रसाद चौरसिया हे त्या संस्थेत पदाधिकारी झाले आणि त्यांनीही उदयजींना तेथे राहण्याचा आग्रह केला, पण आपल्या गायनाला अनुकूल भूमी भारतच आहे असा उदयजींचा ठाम विश्वास होता. नंतरही त्यांना अमेरिका-युरोपमध्ये स्थायिक होऊन संगीत शिकवण्याची उत्तम संधी उपलब्ध होती. 'आठ महिने परदेशात आणि चार महिने भारतात' असाही पर्याय समोर आला होता, पण भारतीय संस्कृतीची ओढ असल्याने परदेशातील संपन्न जीवनाचा मोह टाळून ते भरतभूमीतील संगीतानुकूल वातावरणात परतले. उदयजी तेथे राहायला तयार नसल्याचे हरिजींनाही आश्चर्य वाटले होते, पण नंतर त्यांनाही उदयजींची भारतात परत जाण्याची ओढ जाणवली आणि त्यांनी एक सल्ला दिला की, 'यापुढे तुला आलेले सर्व कार्यक्रम स्वीकार.' याचा खूप फायदा झाल्याचे आणि लहानशा कार्यक्रमातूनही आपल्याला पुढे मोठी संधी मिळाल्याचे उदयजी नमूद करतात.

मैफिल गायक

वयाच्या १९व्या वर्षी, म्हणजे १९८५मध्ये 'उत्तराधिकार' असे शीर्षक असलेल्या अल्लाउद्दिनखाँ अकादमीतील शिष्यांच्या पहिल्या कार्यक्रमात गाण्याची संधी उदयजींना मिळली आणि नंतर त्यांच्या मैफिलींचा सिलसिला सुरूच झाला. १९८७मध्ये भोपाळ येथील ध्रुपद महोत्सवात त्यांचे गाणे झाले. हे गाणे ऐकून महान ध्रुपद गायक उ. नसिर अमिनुद्दिन डागर यांनी उदयजींना सुवर्ण पदक दिले. ते उदयजींना फार मोलाचे वाटते. १९८९मध्ये ग्वाल्हेरच्या तानसेन संगीत उत्सवात त्यांचे गाणे झाले. १९९०नंतरही त्यांचे गाण्याचे शिक्षण आणि मैफिली असे बरोबरीने चालले होते. बडे उस्तादांना साथ करण्याकरता १९९०मध्ये त्यांनी फ्रान्स, इंग्लंड आणि हॉलंड या देशांचा दौरा केला. त्यानंतर १९९६पासून देशभरातील प्रतिष्ठित संगीत महोत्सवांमध्ये गायन सादर करण्याकरता त्यांना निमंत्रणे येऊ लागली. यात जालंधरचा हरिवल्लभ संगीत उत्सव आणि दिल्लीचा श्रीराम शंकरलाल संगीत उत्सव यांचा समावेश होता.

हॉलंडमध्ये झालेल्या आर्थिक प्राप्तीतून त्यांनी पनवेलला स्वतःचे छोटे घर घेतले. तेथे त्यांचे १९८६ ते १९९७ वास्तव्य होते. तिथे त्यांनी विद्यार्थ्यांना शिकवायला सुरुवात केली. या काळात त्यांच्याकडे एक इस्राइली विद्यार्थी आला होता. तो आधी पनवेलला आणि नंतर पुण्याला राहायला गेला. त्याच्या आग्रहाखातर उदयजी मधूनमधून पुण्याला जात असत, तेव्हा त्यांना पुणे शहर आवडले. पुण्यातील हवामान आणि राहण्याच्या अन्य सुविधाही चांगल्या असल्याने उदयजी पुणेकर झाले. त्यापूर्वी त्यांचे पुण्यात दोन कार्यक्रम झाले होते. ध्रुपद शिकत असलेल्या आशाताई गाडगीळ यांनी उ. सैदुद्दिन डागर यांच्याबरोबर आणि नंतर शोभा अभ्यंकरांनी टिळक स्मारक मंदिरातही त्यांची

जाहीर मैफिल आयोजित केली. १९९७मध्ये पुण्यात स्थायिक झाल्यावर प्रसिद्ध संगीत-समीक्षक कै. दत्ता मारुलकर यांनी उदयजींची मुलाखत घेतली आणि उदयजींनी सवाई गंधर्व उत्सवाचे प्रमुख असलेल्या भीमसेनजींना आपाली कॅसेट देऊन आपला कार्यक्रम ठेवण्याची विनंती करण्याविषयी सुचवले, परंतु अशी खटपट करणे उदयजींना पसंत नसल्याने त्यांनी तसे केले नाही. मात्र नंतर गंगूबाई हनगळ आणि भीमसेन यांनी त्यांचे गाणे ऐकले आणि डिसेंबर १९९७ सालच्या सवाई गंधर्व संगीत उत्सवात लगेच त्यांचा कार्यक्रमही ठरवला, आणि पुढील सहा वर्षांमध्ये चार वेळा या महोत्सवात त्यांना गायन सादर करायचे निमंत्रण मिळाले! ध्रुपद गायनशैलीत परंपरेने साथीला पखवाज असतो. पृथ्वी थिएटर्स, मुंबई येथील मैफिलीत उ. झाकिर हुसेन यांनी त्यांना पखवाजाची साथ केली होती. लय-तालावर प्रभुत्त्व असलेल्या उदयजींनी पं. सुखविंदरसिंग नामधारी आणि पं. सुरेश तळवलकर यांसारख्या नामवंत तबलावादकांबरोबर ध्रुपद गायनाच्या मैफिली रंगवल्या आहेत.

परदेश दौरे

१९६१पासून युरोपमधील व्हेनिस, बर्लिन आणि पॅरिस येथील आंतरराष्ट्रीय संगीत महोत्सवात उ. नसिर अमिनुद्दिन आणि उ. नासिर मोइनुद्दिन या डागर बंधूंनी सादर केलेल्या गायनाने युरोपमध्ये ध्रुपद गायकीची ओळख व्हायला सुरुवात झाली होती. त्यांनी भारतात स्थापन केलेल्या ध्रुपद सोसायटीचा पॅरिस आणि जपान येथे शाखाविस्तार झाला होता. आपल्या उस्तादजींबरोबर उदयजी दौऱ्यांवर जाऊन आल्याने आणि हॉलंडमध्येही राहून शिकवण्याचे काम केल्याने त्यांना युरोपसह इतरही अनेक देशांमध्ये गाण्याकरता निमंत्रणे आली. हॉलंडमधील रॉटरडॅम कॉन्झवेटरी येथील जगप्रसिद्ध संगीतसंस्थेत शिकवण्याकरता पहिल्यांदा ते आठ महिने राहिले. त्यानंतर परत एकदा तेथे आठ महिने राहून त्यांनी शिकवले. त्यानंतर स्वित्झर्लंड, बार्सिलोना - स्पेन - वर्ल्ड व्हॉइस फेस्टिव्हल, फेज फेस्टिव्हल - साल्सबर्ग, वर्ल्ड म्युझिक फेस्टिवल - ऑस्ट्रिया, मोरोक्को - आफ्रिका अशा अनेक देशांतील संगीत महोत्सवांत त्यांनी आजपर्यंत गायन सादर केले आहे. तसेच त्यांनी २००६-२००८ वॉशिंग्टन विद्यापीठ, सिॲटल येथे ध्रुपद गायकीचे मानद प्राध्यापक म्हणूनही काम केले आहे. हिंदुस्थानी संगीताचा जगातील सर्वात मोठा संगीतोत्सव बांगला देशातील ढाका येथे दर वर्षी आयोजित केला जातो. त्याला पंचवीस हजारांहून अधिक संख्येने रसिक उपस्थित असतात. या संगीतमहोत्सवात त्यांनी पाच वर्षे गायन केले आहे. ध्रुपद म्युझिक सोसायटी या लंडनमधील संस्थेतर्फे २००० सालापासून उदयजी दर वर्षी तेथे संगीत-कार्यशाळा घेत आहेत.

संगीत रिसर्च अकॅडमीमधील (एस.आर.ए.मधील) गुरुपद

संगीतसंस्थांमधून आणि वैयक्तिक पातळीवर अशा दोन्ही प्रकारे ते अनेक विद्यार्थ्यांना घडवत असतात. कोलकाता येथे त्यांच्या मैफिली झाल्यानंतर तेथे असलेल्या सुप्रसिद्ध आय.टी.सी.च्या एस.आर.ए.चे संचालक श्री. रवि माथुर यांनी २०१०मध्ये उदयजींच्या मार्गदर्शनाखाली कोलकात्यातील विद्यार्थ्यांसाठी मास्टर क्लास-कार्यशाळा आयोजित केल्या. त्यानंतर २०१२मध्ये तेथे गुरू म्हणून नेमणूक झाल्यावर पुढील तीन वर्षे त्यांनी कोलकाता येथे वास्तव्य केले. संगीत रिसर्च ॲकॅडमीमध्ये गुरू म्हणून काम करत असताना त्यांना तेथील अनेक संगीत साधकांबरोबर काम करण्याची संधी मिळाली. उदयजींना अन्य संगीत-प्रवाहांविषयीसुद्धा आदर असल्याने त्या क्षेत्रांतील गुरू-कलाकारांबरोबर विचारांचे आदान-प्रदान केल्याचा आणि त्यांचे गायन-वादन ऐकण्याचा त्यांना खूप फायदा झाला. या काळात त्यांनी पूर्वी ऐकलेल्या, पण स्वतः फारशा न गायलेल्या काही रागांवर त्यांचा अधिक विचार झाला. मैफिलीत गाण्याकरता राग नुसता माहीत असणे पुरेसे नसते, तर त्या रागाची घट्ट ओळख होणे आवश्यक असते. राग समजणे आणि राग सुटणे यांत फरक असतो. त्यामुळे रागांचा विस्तार करून ते ध्रुपद शैलीत कसे मांडता येतील, या विषयावर त्यांचे मनन-चिंतन झाले.

एस.आर.ए. या दर्जेदार संस्थेच्या अभ्यासक्रमात शिष्यांची प्रगती पद्धतशीरपणे तपासण्याची पद्धत आहे. त्याकरता नियमितपणे विद्यार्थ्यांच्या चाचण्या घेतल्या जातात आणि त्यांच्या संगीतसभाही आयोजित केल्या जाऊन त्यांच्या गुणवत्तेनुसार श्रेणी दिली जाते. त्यामुळे ठरावीक काळात संगीत शिकून त्यात सुधारणा करण्याची निश्चित उद्दिष्टे येथील विद्यार्थ्यांसमोर असतात. वैयक्तिक पातळीवर जेव्हा शिष्य गुरूंकडून शिकतात, तेव्हा असा काही कालबद्ध कार्यक्रम नसल्याने गुरु-शिष्यांसमोर निश्चित कालात काही पूर्ण करण्याचे ध्येय असे नसते. 'परंपरेनुसार आणि गुरूंच्या मर्जीनुसार थोडेच राग काही महिने/वर्ष शिकवले जातात, पण एस.आर.ए.सारख्या संस्थेत गुरू म्हणून काम करत असताना शिष्यांप्रति असलेली जबाबदारी अधिक योग्य दिशेने अधिक चांगले काम करवते' असे उदयजींचे मत आहे. 'आपल्या गुरूंच्या बरोबरीने इतर ज्येष्ठ गुरूंचेही अभिप्राय विद्यार्थ्यांना मिळतात आणि त्याचाही विद्यार्थ्यांना खूप फायदा होतो' असेही त्यांना वाटते. गुरू म्हणून शिकवत असतानाच एस.आर.ए.मधील गिरिजादेवी, बुद्धदेव दासगुप्ता, पं. उल्हास कशाळकर, पं. अजय चक्रवर्ती, उ. मश्कुर अलीखाँ, पं. अरुण भादुरी, विदुषी शुभ्रा गुहा यांसारख्या अन्य कलाकार-गुरूंच्या आणि कलावंतांच्या सहवासात झालेल्या चर्चांचा आणि देवाणघेवाणीचा उदयजींना फायदा झाला. 'एस. आर.ए.मध्ये उदयजी आपल्या शिष्यांमधून चांगले कलाकार घडवत आहेत' असे मत या गुरूंनी व्यक्त केले आहे आणि गुरू म्हणून केलेल्या उदयजींच्या कामगिरीला ती मोठी

दाद आहे. २०१३ ते २०१६ या काळात त्यांचा निवास एस.आर.ए. कोलकातामध्ये होता, पण आता पुण्यात राहूनही ते एस.आर.ए.चे गुरू म्हणून काम करत आहेत.

स्पिक-मॅकेशी सहयोग

१९७२मध्ये उ. नसिर अमिनुद्दिन डागर आणि उ. झिया फरिदुद्दीन डागर यांच्या अमेरिकेत ऐकलेल्या ध्रुपद गायनाच्या मैफिलीने प्रेरित होऊन प्रा. किरण सेठ यांनी १९७७मध्ये स्पिक-मॅके (SPIC MACAY) ही संस्था दिल्ली येथे स्थापन केली. शालेय आणि महाविद्यालयीन विद्यार्थ्यांना हिंदुस्थानी अभिजात संगीताची आणि भारतीय संस्कृतीची गोडी लागावी म्हणून ही संस्था देशभर कार्यरत आहे. १९९०पासून या संस्थेतर्फे होत असलेल्या विविध कार्यशाळांमध्ये उदयजी सहभागी होऊन विद्यार्थ्यांपर्यंत ध्रुपद गायकी पोहोचवत आहेत. स्पिक-मॅकेतर्फे गायन-प्रात्यक्षिकांचे आणि शालेय आणि महाविद्यालयीन विद्यार्थ्यांवर संगीत-संस्कार करणारे आणि ध्रुपद गायकीची ओळख करून देणारे अनेक कार्यक्रम उदयजींनी देशभर केले आहेत. याशिवाय ते बेंगॉल परंपरा संगीतालय, ढाका, यांच्यातर्फे चालू झालेल्या संगीत विद्यालयाचे गुरू म्हणून काम करत आहेत. याबरोबरीने ते पुण्यातील 'आवर्तन गुरुकुल' येथेही गुरू म्हणून शिष्यांना मार्गदर्शन करत आहेत. कोविड १९च्या साथीने उद्‌भवलेल्या परिस्थितीतील बंधनकारक काळातही त्यांनी ऑनलाईन पद्धतीने शिकवून कलाकार घडवण्याचे काम चालूच ठेवले.

शिष्यांना मार्गदर्शन

उदयजी उस्तादांकडे शिकताना जसे शिकले, त्या मुख्य तत्त्वांनुसार ते शिकवत असले, तरी त्यांना मिळालेल्या विद्येत त्यांनी आपल्या विचाराने आणि अनुभवाने जरूर ते बदल केले आहेत. रियाजाकरता शिकलेल्या अलंकार/पलट्यांमध्ये उदयजींनी भरही घातली आहे. ते स्वतःही त्यांचा रियाज करतात आणि शिष्यांकडूनही करवून घेतात. गुरूंनीसुद्धा आधुनिक काळानुसार योग्य तो बदल करून शिष्यांना शिकवले पाहिजे, असे त्यांना वाटते. रागाच्या मुख्य स्वरावली शिकवल्यानंतर त्या रागातील पलटे आणि नंतर बंदिश, आलाप ते शिकवतात. जो राग शिकवला जात असतो, त्या रागाच्या जवळचे राग कोणते, याचा परिचयही ते देतात. महत्त्वाचे म्हणजे, त्यांच्या स्वतःच्या ज्या चुका झाल्या होत्या किंवा त्यांच्या हातून जे काही करायचे राहून गेले होते, त्याचा विचार करून, आपल्याला आलेल्या अडचणी शिष्यांना येऊ नयेत यासाठी उदयजी प्रयत्नशील असतात. आवाजाची क्षमता वाढवणे, अधिक सप्तकांत आवाज लावणे, दमसास वाढवणे, श्वासाचे नियोजन करणे यांविषयी ते मार्गदर्शन करतात. स्वतःला जे साध्य करता आले नाही, ते शिष्यांकडून कसे पूर्ण करवून घेता येईल, याकडेही ते लक्ष देतात.

त्यांची विद्यार्थ्यांना शिकवण असते की, 'रियाज आणि गाणे विचारपूर्वक केले पाहिजे. यांत सतत सुधारणा कशी होईल, याचेही चिंतन केले पाहिजे.' ते म्हणतात की, 'तुम्हाला पडणाऱ्या प्रश्नांना उत्तरे मिळाली नाहीत, तरीसुद्धा शोध घेण्याचा तुमचा प्रयत्न चालूच राहिला पाहिजे. कारण त्यातूनच तुमची सांगीतिक प्रगती होत असते. बुजुर्गांचे जे जे गायन आपण ऐकतो, त्यातील प्रत्येकात काहीतरी वेगळेपणा दिसतो. त्यात जी विविधता दिसते, ती त्यांच्या मनन-चिंतनामुळे असते. तुम्हीसुद्धा फक्त गायन/वादनाची शारीरिक क्रिया न करता त्यात तुमचे मन ओतले पाहिजे.'

स्वराचे आत्यंतिक महत्त्व शिष्यांच्या मनावर ठसवताना उदयजी सांगतात, "अध्यात्मामध्ये नामजपाचे आणि नामसाधनेचे जे महत्त्व आहे, तेच येथील स्वरसाधनेत आहे. अनेक वेळा रियाज करूनही असे वाटते की, अजूनही ते जमत नाही; आणि हे स्वाभाविक आहे. कारण ही सतत करत राहण्याची गोष्ट आहे. 'भक्ती आणि नादब्रह्म' ही तत्त्वे गाण्यात आहेत. एका रागातच काय, पण एका स्वरामधूनही अनेक रस दाखवता येतात. शब्दांच्या साहाय्याने आणि शब्दांशिवायही आलापातून रसनिर्मिती होऊ शकते."

स्वरकुल

ख्यालाच्या अनेक घराण्यांचे संस्थापक/मूळ पुरूष हे ध्रुपद गायकीशी संबंधित होते. 'ध्रुपद गायकीत गमक अंगाचे महत्त्व असल्याने ताकद खूप लागते आणि त्यामुळे हा प्रकार स्त्रिया गाऊ शकत नाहीत' हा गैरसमज आहे. उदयजींच्या शिष्यांमध्ये स्त्रियांची संख्या जास्त आहे. गायकीतील अनेक अंगांपैकी सर्वच आत्मसात होतील, असे नसते. त्यांतील काही भाग जरी जमला, तरी उत्तम! ध्रुपद गायकी पूर्वीपेक्षा अधिक लोकांपर्यंत पोहोचते आहे. उदयजींचा शिष्यवर्गही सर्व जगभर पसरला आहे. उदयजींनी स्वत: जशी गुरूंच्या घरी राहून विद्या ग्रहण केली, तोच वारसा ते त्यांच्या शिष्यांना आपल्या घरी राहू देऊन पुढे चालवत आहेत. परप्रांतातील विद्यार्थी त्यांच्या घरी, म्हणजे गुरुगृही राहून विनामूल्य शिकत असतात. काही विद्यार्थी तर या पद्धतीने पाच ते सात वर्षे त्यांच्या घरी राहून शिकले आहेत. गुरुकुल पद्धतीने असे विद्यादान करण्याकरता पुण्यामध्ये ते 'स्वरकुल' या वास्तूची उभारणी करत आहेत. ते स्वत:ला 'गुरू' मानत नाहीत. त्यामुळे या वास्तूचे नाव गुरुकुल असे न ठेवता त्यांनी 'स्वरकुल' असे ठेवले आहे. एका वेळी सात-आठ विद्यार्थी येथे राहून शिक्षण घेऊ शकतील. पुढील दोन वर्षांमध्ये हे स्वरकुल पूर्ण होणार आहे. उदयजींच्या प्रमुख शिष्यांमध्ये सागर मोराणकर, मेघना सरदार, चिंतन उपाध्याय, प्रसन्न विश्वनाथन, किरीत सिंग, ऋत्तिका मुखर्जी, तनुजा पांडे, अभिजित कुंडु यांचा समावेश करता येईल. हे सर्व आता मैफिल गायक आहेत आणि शिष्य तयार करून ध्रुपद परंपरा पुढे चालवत आहेत.

चित्रपटासाठी पार्श्वगायन

संगीतातील सर्व प्रवाहांकडे उदयजी सम्यक दृष्टीने बघतात. संगीतप्रकाराला महत्त्व न देता, 'संगीत सादर करणाऱ्याची भावना किती प्रामाणिक आहे' याला ते महत्त्व देतात. 'लोक काय म्हणतात यापेक्षा तुम्हाला आतून काय वाटतंय, याचा विचार करा' असं ते म्हणतात. चित्रपट संगीतालाही वर्ज्य न मानता उदयजींनी अपर्णा सेन यांचा 'मि. अँड मिसेस अय्यर' (संगीत-दिग्दर्शक : उ. झाकीर हुसेन), मणी कौल यांचा 'दि क्लाउड डोअर', आमोल पालेकरांचा 'अनाहत', रेणुका शहाणे यांचा 'रिटा' अशा काही चित्रपटांमध्ये ध्रुपद शैलीतले पार्श्वगायन केले आहे. मणी कौल हे डागर बंधू यांच्याकडे गाणे शिकलेले होते.

पुरस्कार

उ. अल्लाउद्दिनखाँ अकादमी, भोपाळ यांची शिष्यवृत्ती (१९८१-१९८५); राष्ट्रीय शिष्यवृत्ती (१९८६-८९); ज्युनिअर फेलोशिप (१९९३-९५); राष्ट्रीय कुमार गंधर्व सन्मान (२००१); विश्व संगीत रत्न - डेला हेरिटेज फाउंडेशन (२००५); रझा फाउंडेशन (२००८) या काही सन्मानांचा उल्लेख करता येईल.

रचनाकार

१९८२मध्ये सोहनी रागात उदयजींनी पहिली बंदिश रचली आणि त्यांनतर त्यांच्याकडून ५०पेक्षा जास्त बंदिशींची निर्मिती झाली. त्यांनी नवीन रचनांबरोबर पारंपरिक काव्यांचाही ध्रुपदांमध्ये उपयोग केला आहे. उस्तादजींकडून मिळालेल्या काही रागांमधील ध्रुपद बंदिश माहिती नसल्याने उदयजींनी त्या रागांमध्ये बंदिशी रचल्या. तसेच त्यांनी आकाशवाणीवरील कार्यक्रमांसाठीही काही रचना केल्या आहेत. काही बंदिशींचे शब्द खटकल्याने त्यांनी नवीन बंदिशी रचल्या. रचना करताना सोप्या आणि बहुसंख्यांना सहज समजतील अशा बंदिशी रचण्याचा त्यांनी प्रयत्न केला. तसेच गाताना, शब्द म्हणताना ते संगीतानुकूल असावेत, असा त्यांचा प्रयत्न असतो. बंदिश करताना त्यांना कधी सुरुवातीला चाल सुचते, नंतर शब्द सुचतात, तर कधी शब्द सुचल्यानंतर चाल येते. काही जुन्या बंदिशींचे संदर्भ घेऊन आणि त्यांत बदल करूनही ते गायले आहेत. याचे उदाहरण : शब्द, भाव, राग आणि लय यांचा सुरेख समन्वय असलेली, राग कलावतीमधील ही बंदिश बघा - *है तुम बिन कौन मेरो, दूजो सहाई। नाथ तुमही मेरे पूरन सुखदाई। कर कृपा राखो देहो आनंद। त्रिविध ताप हरो शरण सुखदाई!*

उदयजींचे काही संगीतविचार

- रागाची प्रकृती भक्तिप्रधान किंवा शृंगारिक यांपैकी एक असते, असे नाही. ती व्यक्तिसापेक्ष आहे आणि गायकाच्या विचारांनुसार आणि वेळेनुसार तिच्यात फरक पडू शकतो.
- अनेक भावना / रस एका स्वरातून आणि रागातूनही व्यक्त करता येतात; पण त्यांचे वर्णन शब्दांत करता येत नाही. तसेच ठरवूनही गाता येत नाही. त्याकरता स्वत:ला विसरून त्या स्वरांबरोबर/ रागाबरोबर जायला हवे.
- कोणाशीही तुलना करून काही साध्य होत नाही. गाण्यात श्रेष्ठ/कनिष्ठ असे काही नसते. गायन ही साक्षात्काराची, प्रचितीची गोष्ट आहे. ते आतून येते; आणि ती करण्याची गोष्ट आहे. केवळ ऐकून ते येणार नाही.
- मला काहीच सिद्ध करायचे नाही. गुरूंकडून जसे मिळाले आहे, तसे मी माझे गाणे सादर करतो.
- कलाकारामध्ये कधीच पूर्णत्व येऊ शकत नाही आणि कलेमध्ये ते अपेक्षितही नाही. कला ही प्रवाही असते. तिच्यात सतत परिवर्तन होत असते आणि आपण तिच्यात सतत नावीन्याचा शोध घेत राहिले पाहिजे. एखाद्या गोष्टीचा जरी दीर्घ काळ रियाज केलेला असला, तरी तिच्यातील ताजेपण जपता आले पाहिजे.
- भावपूर्ण आणि हृदयाला भिडणारे गाणे गायचे असेल, तर गायकाने अर्धे नर्तक झाले पाहिजे. म्हणजे भावपक्ष समजून गायले पाहिजे.
- आपल्या मर्यादा ओळखून, त्यांना उल्लंघून कसे जाता येईल, याचा विचार केला पाहिजे.
- कुठलीही कलाकृती बघताना किंवा ऐकताना जर आपला काही पूर्वग्रह असेल, तर त्याचा त्रास होतो.
- लोकानुनय न करता, स्वत:ला जे सत्य सापडले आहे, त्याच्याशी प्रामाणिक राहावे.
- बोल करताना गायकाने समेची वाट बघता कामा नये, तर समेने गायकाची वाट बघितली पाहिजे!
- लयकारी ही दाखवण्याकरता मुद्दाम करण्याची गोष्ट नव्हे, तर उपज-अंगाने 'स्वर-शब्द-राग-लय-ताल' यांचा सुंदर मिलाफ करून गाता गाता ती उमलली पाहिजे.

'या गायकीचे संस्कार झाल्यामुळे आपले मन शांत झाले आणि आपण अधिक चांगल्या रीतीने उत्कट अनुभवांना सामोरे जाऊ शकलो,' असे उदयजी मानतात. 'आपल्या विचार करण्याच्या पद्धतीत सकारात्मक बदल झाले. आलाप करताना त्यात अजून कितीतरी

शक्यता आहेत, हे लक्षात येते आणि मग अशा न दिसलेल्या जागांचा शोध चालू राहतो. एक-एक राग कधी कधी तीन तासही गाता येतो आणि तरीही तो राग संपत नाही' असे त्यांना वाटते.

कलावंत कुटुंब

उदयजींच्या पत्नी या पूर्वाश्रमीच्या ज्योती संत. उज्जैनलाच असलेल्या त्यांच्या कुटुंबाशी भवाळकर कुटुंबाची ओळख होती आणि नातेही होते. परिचितांनी सुचवल्यानंतर १९९४मध्ये त्या दोघांचे लग्न झाले. उदयजींच्या शिष्यवर्गाची राहण्या-जेवण्याची आणि अन्य व्यवस्था बघणे, ही जबाबदारी सौ. ज्योती हसतमुखाने आणि प्रेमाने सांभाळतात. त्यांच्या मोठ्या मुलीचा, मानसीचा जन्म १९९६मध्ये झाला. ती नाटक आणि चित्रपट या क्षेत्रांत अभिनय करते आहे. तिला ध्रुपद गायकीची चांगली समज आहे. धाकटी मेघना हिचा जन्म २००२मध्ये झाला आणि सध्या ती उदयजींकडेच ध्रुपद गायकीचे शिक्षण घेत आहे.

उदयजींचे योगदान

रसिक, समीक्षक आणि तज्ज्ञ गायक यांनी उदयजींविषयी अनेक गौरवोद्गार काढले आहेत. काहींच्या अभिप्रायांवरून त्यांच्या ध्रुपद गायकीतील योगदानाची कल्पना येऊ शकेल.

- अत्यंत मनापासून आणि पवित्र भावनेने उदयजींनी कलोपासना केली आहे.

  - पं. उल्हास कशाळकर

- झटापट नसलेले आणि सुरेल असलेले ध्रुपद

  - पं. राजन मिश्रा

- प्रसन्न मुद्रेने, आत्मविश्वासाने आणि तन्मयतेने ते गुरूंची विद्या पोहोचवतात.

  - पं. सुरेश तळवलकर

केवळ खर्जाचा प्रभाव टाकून परिणाम करणारी गायकी

तालाशी केलेल्या झटापटीला प्राधान्य देणाऱ्या ध्रुपदाला अधिक सुरेल करणे ही उदयजींची कामगिरी असल्याचे मत तज्ज्ञांनी व्यक्त केले आहे. लयीची दुप्पट-चौपट करण्यापलीकडचा तरल आणि संगीतमय लयकारीचा वस्तुपाठ त्यांच्या गाण्यातून दिसतो. कित्येक विद्यार्थ्यांना ध्रुपद गायकी शिकावीशी वाटू लागली आहे, याचे हे महत्त्वाचे कारण आहे. ख्याल गायन आणि सतारीसारखे वाद्यवादन लोकप्रिय असले, तरीही ध्रुपद गायकीकडे रसिकांचा आणि विद्यार्थ्यांचा ओढा वाढू लागणे, हे उदयजींसारख्या

कलावंताचे श्रेय आहे. भारतीय संस्कृती आणि परंपरा यांचे प्रतीक असलेली ही ध्रुपद गायकी देशाच्या सीमा ओलांडून परदेशातही आवडू लागली आहे. ध्रुपद गायकीच्या भविष्याविषयी उदयजी आश्वस्त आहेत. ते म्हणतात, 'ध्रुपद हे सर्वांचे आहे. पूर्वीपेक्षा ध्रुपद गायकीचा प्रचार वाढला आहे. त्यामुळे आपण त्याच्या भवितव्याची काळजी करण्याचे कारण नाही.' उदयजींच्या गुरूंचे वर्षभरात जेवढे कार्यक्रम होत, तेवढे आता एका महिन्यातसुद्धा होऊ लागले आहेत, हे चित्र आशादायक आहे.

सुप्रसिद्ध ध्रुपद गायक उ. नसिर अमिनुद्दिन डागर हे ध्रुपद गायकीच्या भवितव्याविषयी चिंतेत होते, पण १९८७मध्ये उदयजींसारख्या तरुण, तडफदार आणि अतिशय सकारात्मक दृष्टीकोन असलेल्या गायकाचा ध्रुपद जगतात उदय झाल्याबरोबर या गायकीच्या भवितव्याविषयी त्यांना वाटणारे नैराश्य दूर झाले. त्या वेळी उदयजी फक्त २१ वर्षांचे होते आणि तेव्हापासून बुजुर्गांना त्यांच्याविषयी वाटत असणारा विश्वास त्यांनी पुढे त्यांच्या कर्तृत्त्वाने सिद्ध केला आहे. तीन दशकांपेक्षा अधिक काळ त्यांनी ध्रुपद गायकीच्या प्रसारार्थ अविरत प्रयत्न केले आहेत. ध्रुपद गायकीसारखी कला मुक्ती देत असल्याने अनेक रसिकही तिच्याकडे वळू लागले असल्याचे उदयजी मानतात. आज ध्रुपद गायकी पूर्वीपेक्षा अधिक लोकांपर्यंत पोहोचते आहे. याचे श्रेय उदयजींसारख्या गायकांना आहे; पण उदयजी मात्र याचे श्रेय त्यांच्या गुरूंनी तयार केलेल्या शिष्य परंपरेला देतात. ते म्हणतात की, ''संगीत प्रवाही असले पाहिजे आणि परंपरेला धक्का न लावता, त्यात नवीन भर पडली पाहिजे.''

'ध्रुपद आता संपले आहे, त्यात कर्मठपणा आहे, त्यात बंधने जास्त आहेत' असे मानणाऱ्यांचे विचार आता बदलले आहेत आणि त्याला कारणीभूत ठरणारी उदयजींसारख्या कलाकारांची ही कामगिरी लक्षणीय आहे.

❖◆❖

मुलाखत

*संवादक **मुकुंद संगोराम** यांनी दि. २९ जुलै २०१३ रोजी पत्रकार भवन, पुणे येथे घेतलेल्या, **पं. उदय भवाळकर** यांच्या मुलाखतीचे शब्दांकन.*

गायन : प्रात्यक्षिक १ ते ५ : राग भूपमध्ये आलाप, जोड, द्रुत आलाप – बंदिश – ताल चौताल आणि सूलताल

एका सुंदर अशा संध्याकाळी, पावसाचा आनंद घेत आपण ध्रुपदाची संध्याकाळ जागवण्यासाठी इथे आलेलो आहोत. संगीत म्हणजे नवनिर्मिती... आणि वर्षा ऋतू हे नवनिर्मितीचं प्रास्ताविक आहे. एका अर्थानं वर्षा ऋतू म्हणजे ह्या ध्रुपद कालचक्राच्या तालचक्राची सम. अस्सल भारतीयत्व जपणारी ही ध्रुपद परंपरा आहे. काळाच्या प्रत्येक टप्प्यावर संगीतात बदल होत जातात. त्याकरता रसिकांची बदलती अभिरुची कारणीभूत असते, पण ध्रुपदाच्या बाबतीत एक शुभसंकर असा घडला की, काळ बदलला, शैली बदलली, तरी ध्रुपदानं आपलं ध्रुपदपण तसंच टिकवून ठेवलं. भारतीय संगीताचं वेगळेपण हे की, आत्ता गायलेला भूप उद्या उदयजींना परत गायला सांगितला आणि तो तसाच गायला नाही, तर ते भारतीय संगीत! आपल्याकडे संगीत लिहिण्याची पद्धत नाही. नवसर्जन आणि नवसर्जनाचे सतत फुटणारे धुमारे हे कलावंताच्या जीवनाचं सर्वांत मोठं श्रेयस असतं. गेली अनेक वर्षं 'उदय भवाळकर' हे नाव ध्रुपदाच्या क्षितिजावर तेजस्वी ताऱ्याप्रमाणे तळपतं आहे, आणि का, ते आत्ता आपण अनुभवलं आहे. डागर बानीतले थोर गायक उस्ताद झिया मोहीउद्दिन डागर आणि उस्ताद फरिदुद्दीन डागर यांच्याकडे उदयजींनी दीर्घ काळ शिक्षण घेतलं. सुरुवातीला या बानींविषयी अधिक जाणून घेऊ. उदयजी, डागरबानी सोडून इतर तीन बानींमध्ये कुणी गाणारे आहेत?

आहेत, पण कमी आहेत. मुळातच ध्रुपद गाणारे कमी लोक आहेत आणि त्यात डागरबानी सर्वांत जास्त लोकप्रिय झाली. जसं गौहारबानीचे राम चतुर मलिक, सियाराम तिवारी

आणि त्यांचे शिष्य हे बिहारमध्ये होते. रुद्रवीणावादक असलेले असद अलीखाँसाहेब खंडारबानी वाजवायचे आणि नौहारबानीचा आग्रा घराण्यातल्या नोम-तोमबरोबर संबंध जोडला जातो, असं मी ऐकलं आहे.

डागरबानी (घराणं) हे परंपरेने कितीतरी शतकं टिकून राहिलं आहे. त्यातले गायक भारतात आणि परदेशातही ध्रुपदगायन करतात आणि ध्रुपद अधिक लोकप्रिय करण्यासाठी प्रयत्न करत असतात. जरी हे पाच-सहाशे वर्षांपूर्वीचं गाणं असलं, तरी ते किती टवटवीत आहे! हे कलावंताच्या त्या कलेकडे पाहण्याच्या दृष्टीकोनावर अवलंबून आहे.

आपली कला इतकी जुनी असून मोस्ट कंटेंपररी (समकालीन) आहे.

ह्याचं कारण कलाकाराचा संगीताकडे पाहायचा दृष्टीकोन, हे आहे. 'गुरुजींनी जसं शिकवलं, तसंच गायलो, तर मी फक्त गुरुजींचंच गायलो, असा अर्थ होईल.' प्रत्येक प्रतिभावान शिष्यानं आपल्या प्रज्ञेनं त्यात सर्जनाचं योगदान दिलं. त्यामुळे ती मूळ शैली विकसित होत गेली. उदयजी, तुम्ही गुरूंच्या घरी राहून गाणं शिकत असताना स्वतःचाही काही विचार केला आहे. त्या विषयी सांगाल का?

गुरुजींप्रमाणे आम्ही स्वरवाक्यं, स्वरावली (फ्रेझेस) गायचा प्रयत्न करायचो; एकदा-दोनदा शिकवल्यावर ते म्हणायचे, 'अब कुछ अपना भी तो कह!' मग फजिती व्हायची! कारण 'अपना काही' म्हणायला जायचं, तर चुका व्हायच्या. मग, 'ये नही, ये ऐसा कर...' मग 'कुठलं घ्यायचं? त्यांचं की आपलं?' अशी ही नाजूक स्थिती; पण ते हळूहळू आपोआप कळतं आणि शेवटी आपलं गाणं तेच खरं ठरतं. आमच्या गुरूंना, 'ध्रुपद में कुछ नया होता है क्या?' असा प्रश्न विचारला, तर ते आमच्याकडे हात करून दाखवायचे आणि म्हणायचे, ''ये नया हो रहा है ना!'' तर मला एक तिळभरही असं वाटत नाही की, मी त्याच्यात काही वेगळं करतोय! शप्पथ घेऊन सांगतो, त्यांनी जे मला दिलं, ते मी आपल्या विचारांनी, आपल्या भावनांनी, आपल्या दृष्टीकोनातून गातोय.

गुरूसमोर शिष्याची काही दाखवण्याची प्राज्ञा नसते. कारण 'मला जे येत नाही, ते गुरूंना येतंय' ह्याची पूर्ण जाणीव शिष्याला असते. त्यामुळे त्याच्या पलीकडे जाऊन 'आपलं काहीतरी' व्यक्त करायचं स्वातंत्र्य गुरूने दिल्यावर हिंमत दाखवून प्रतिभा कशी जागी होते, ह्याचं उत्तम उदाहरण म्हणजे उदय भवाळकर आहेत. आत्ता त्यांनी आलापात स्वरांची एका विशिष्ट पद्धतीने मांडणी केली. त्यात खालच्या

षड्जापासून वरच्या षड्जापर्यंत क्रमाक्रमाने जायचं. मग त्याला थोडीशी लयीची साथ द्यायची. तालाचा आकार जाणवणार नाही, पण ती लय जाणवत राहील. ही पद्धत वाद्यसंगीतातही आहे. सतार आणि सरोद यांमध्ये आलाप, जोड आणि झाला या पद्धतीने केलं जाणारं वादन ध्रुपदातून आलं आहे. ध्रुपद हे नेमकं असंच मांडलं जातं का? मूळ बंदिस्त चौकटीतून आत शिरलं की, तुम्हाला पूर्ण स्वातंत्र्य आहे. ती मूळ चौकट काय आहे?

तुमचं म्हणणं बरोबर आहे, पण अशी चौकट किंवा असं काही ठरलेलं नसतं. या हॉलच्या बाहेर जायचं नाही, म्हणजे भूप रागाच्या बाहेर जायचं नाही. पण राग कायम खालच्या षड्जापासूनच सुरू करायचा, असं नाही; गंधारापासूनही सुरू करू शकता, रिषभापासूनही सुरू करू शकता... त्या क्षणी तुम्हाला तंबोऱ्यातून जो स्वर ऐकू येतोय, तुमच्या भावनेला जो लागतोय, तिथून तुम्ही सुरू करू शकता. गुरुजींनी मला तालीम देताना स्वरांनी राग शिकवला नाही. फक्त अलंकार, पलटे गाताना (चार-चार ताससुद्धा) आम्ही स्वरांचा म्हणजे सरगमचा अभ्यास करायचो; पण राग शिकवताना ते नेहमी रागाचं स्वरूप दाखवायचे.

प्रात्यक्षिक ६ : गायन – राग पुरिया

ही पुरियाची रिषभ आहे. ह्यावर थांबलं, तर चांगलं वाटणार नाही. उस्ताद आम्हाला शिकवताना रागाची एकेक/दोनदोन स्वरवाक्यं (फ्रेजेस) द्यायचे, आणि कधी कधी ज्या स्वरावर थांबायची मुभा आहे, त्या स्वरावर थांबायला सांगायचे. 'आ, र, न, री, ना, नूं' ही सिलॅबल (अक्षरे) आहेत. यांच्या साहाय्याने आम्ही गातो. कारण ही अक्षरंच तुम्हाला त्या स्वरांच्या पलीकडे नेतात. या अक्षरांत साहित्य नाही, कुठला शब्द नाही; तर हे वर्ण आहेत. ह्यांच्यातली ध्वनिनिर्मिती हे एक सायन्स आहे. वाट्टेल तसं कुठे 'आ' कुठे 'नू' अशी नोम-तोम करायची नसते. त्याची एक परंपरा आहे; पद्धत आहे. जसं गुरुजी म्हणायचे, 'ये यहां क्या लगाया?' तसंच मी माझ्या शिष्यांनाही विचारतो, ''अरे, इथे कुठे 'रि' लावतोयस? इथे कुठे 'नू' म्हणतोयस? ही जागाच नाही ह्याची!''

तुमचं शिक्षण कसं झालं, त्या विषयी सांगा ना!

आमचं शिकणं पहाटेच चालू व्हायचं; तंबोरे लावून खर्जसाधना करायचो. एक तास 'सा' म्हणायचा; फक्त 'सा'... बाकी काहीच नाही. त्यानंतर मग आम्ही वेगवेगळे पलटे, मूर्छना यांचा रियाज करायचो... नंतर अलंकार... असं तीन-चार तास केल्यानंतर मग गुरुजी एखादी बंदिश शिकवायचे... थोडंसं आलापीचं शिकवायचे. मग एकेक बंदिश...

धमारची किंवा इतर तालात. असे दोन-तीन तास गात बसायचो. मग क्रमाने उपज करायला सांगणार, "तू चल." आता 'चल म्हणजे काय' हा प्रश्नच पडायचा! कुठून चलायचं? काय करायचं? तर ते म्हणायचे, 'तालाची विशिष्ट अशी मात्रा तुम्ही लक्षात ठेऊ नका.' ताल चाललाय, तर कुठल्या मात्रेवरून उठून समेला यायचं, हे गणित. पण याला मी गणितही नाही म्हणणार; गणित हा संगीताइतकाच सुंदर विषय आहे. कुठल्याही मात्रेवरून मोजायचं आणि समेवर भसकन पडायचं, हे गाणं नाही... तर त्याच्यात एक सौंदर्य असलं पाहिजे, त्याच्यात भाव असला पाहिजे. तुम्ही कुठली बंदिश गाता, त्याचा रस काय आहे, ती बंदिश काय सांगू इच्छिते, हे बघा. मग त्या अनुषंगाने बंदिशीची बढत करत मग समेवर यायचं... असं आम्ही शिकत होतो.

गुरुजी शिकवताना, एखादी बंदिश समजावून सांगताना तुमच्याबरोबर गायचे का?

नाही, ते एकदा सांगून मग गप्प बसायचे. मग चुकलं तर सांगायचे; पण बऱ्याचदा तर समोरही बसायचे नाहीत. आतून कुठूनतरी ओरडायचे, "ये क्या कर रहे हो?" जास्तच जर डोक्यावरून पाणी गेलं, तर बाहेर येऊन सांगायचे.

शिष्याला सौंदर्यदृष्टी देणं, त्यामध्ये ती निर्माण करणं हे महत्त्वाचं आहे ना?

हो, हेच मुळात केलं पाहिजे. रागदारी संगीतात असं दिसतं की, बुजुर्गांची नक्कल केली जाते आणि त्यांचीच काही चीज गायली की, तिला वाहवा मिळते. त्यापेक्षा श्रोत्याने स्वतःच्या विचाराने गाणाऱ्याकडे लक्ष दिलं पाहिजे. कलेमध्ये सांगितल्या जाणाऱ्या तीन गोष्टींना मी नेहमी मानतो. 'काय झालं ते मला माहीत नाही, काय होतयं ते मला माहीत नाही आणि काय होणार तेही मला माहीत नाही'. मी आत्ता जे गात होतो, ते जर मला माहिती असेल, तर मजा नाही येत त्यात! ते कळताच कामा नये. पहिलं वाक्य बंदिशीतून तयार होऊन आपोआप उभं राहिलं पाहिजे. म्हणून रियाज करायचा असतो. रियाज करताना आवाज, स्वरलगाव, लय यांना महत्त्व दिलं पाहिजे. त्या रागांच्या अनुषंगाचे काही पलटे किंवा रागवाचक स्वरसमुदाय घोटले, तर ठीक आहे. उस्तादजी म्हणायचे, "राग रियाज की चीज नहीं है। रियाज दुसरी चीजोंका करो, जिससे आवाज तय्यार हो, जिसे सूर तय्यार हो, जिससे तुम्हारी कल्पनाशक्ती तय्यार हो! राग तो सौंदर्य है, राग तो भारतीय संगीतकी आत्मा है!"

घासूनपुसून गाणं चकचकीत करून ठेवणं, आणि मग जे रियाजात केलं, तेच मैफिलीत गाणं, ही एक पद्धत असते; पण मैफिलीतलं गाणं आणि रियाजातलं गाणं ह्यांत फरक असतो. माझ्या गळ्यातून काय येणं शक्य आहे, मला काय सुचणं

शक्य आहे ह्याचा कलावंत रियाजात अंदाज घेत असतो. कदाचित कधीच न गायलेलं अचानक सुचतं आणि आपल्यालाच असा दिव्यत्वाचा साक्षात्कार होतो की 'हे मला कसं काय सुचलं!' तुमचा काय अनुभव आहे?

गाताना माझ्याकडून चुका होतात... मी कबूल करतो, पण त्याकडे मी विशेष लक्ष देत नाही. अर्थातच चुका दुरुस्त करण्याचा मी प्रयत्न करतो; पण चुका होतील म्हणून मी माझे उत्स्फूर्त विचार थांबवणार नाही. कारण जे विचार आलेत, ते मांडायचे आहेत. मला माझं गाणं गायचंय. समोर चार जण असोत, नाहीतर चाळीस हजार... आपण सगळे आहात, याबद्दल धन्यवाद... पण जर मी त्या रागाशी आणि स्वत:शी प्रामाणिक नसेन, तर त्या शिकण्याला अर्थ नाही. म्हणून 'काय झालं मला माहीत नाही' ही अवस्था महत्त्वाची आहे. म्हणजे जसे आम्ही उस्तादांना विचारायचो, तसेच माझे शिष्य मला विचारतात. 'गुरुजी ही फ्रेझ गायली, ती एकबार फिर गाइये!' 'अरे, फिर कैसे?' ते माझ्या डोक्यातून निघून जातं आणि जर ते मी परत आणायचा प्रयत्न केला, तर ते यांत्रिक होतं.

ही विद्या सतत करत राहण्याची आहे; आणि स्वत:चा मार्ग शोधायचा असल्यानेच बहुतेक याला 'मार्गी संगीत' म्हणत असावेत. भीमसेनजी एवढा बुजुर्ग माणूस! ते ऐंशी वर्षांचे असताना मला म्हणाले होते, ''अजूनही मला गाणं कळलं नाही. आपण करत राहायचं!'' आपलं संगीत दोन गोष्टींवर आधारित आहे. एक, भक्ती आणि दुसरं, ज्ञान. दोन्ही अमाप, अगाध, अनंत आहेत. ते एकमेकांना पूरक आहेत आणि दोन्हींकरता साधना आवश्यक आहे. ज्ञान कसं असतं, याचं उदाहरण द्यायचं म्हणजे, तुम्ही 'गंधार' परत-परत लावला, तरी तो अपुरा वाटतो आणि त्याचा तळ सापडत नाही.

आणि प्रत्येक वेळी नव्याचा साक्षात्कार होतो.

हो, नव्याचा साक्षात्कार होणं आवश्यक आहे. कारण तोचतोपणा येत असेल, तर ते चुकीचं आहे. इंग्रजीत दोन म्हणी आहेत; पहिली आहे 'टू कॉपी समवन इज बॅड अँड टू कॉपी अवरसेल्फ इज वर्स्ट' (कोणाची नक्कल करणं वाईट आणि स्वत:चीच नक्कल करणं तर सर्वात वाईट!). दुसरी आहे 'टू बिकम गुड आर्टिस्ट, यू हॅव टू गिव अप डिझायर टू बिकम गुड आर्टिस्ट' (चांगला कलाकार व्हायचं असेल, तर चांगला कलाकार होण्याची इच्छा सोडून द्या). माणसापेक्षा कला मोठी! तरी माणूसच कलेला उच्च पातळीवर नेतो किंवा खाली आणतो. ज्या कलाकाराला कलेची प्रचिती येते, तो त्या कलेला मोठं करतो. मला नेहमी वाटतं की, आपल्या संतांच्या शिकवणीचा संगीताशी फार मोठा संबंध आहे. सिद्ध काहीच करायचं नाही. काय सिद्ध करणार?

उदयजींनी 'गाणं शिकायचं' एवढंच ठरवलेलं होतं. 'तो मागे आहे' ह्या आशेवर आपण वाट्टेल ती उडी मारायला तयार होतो. असे दोन गुरू उदयजींना मिळाले. त्या दोघांचंही ध्रुपदातलं स्थान खूप मोठं आहे. त्यांचं योगदान काय?

त्यांचं सर्वात मोठं योगदान म्हणजे, त्यांनी खूप शिष्य तयार केले.

असं म्हणायचे की, 'स्त्रियांनी ध्रुपद गायचं नाही'. याविषयी तुम्ही काय सांगाल?

हो, एके काळी तसं होतं. पण हे मत चुकीचं आहे. माझे गुरुजी म्हणायचे, ''अगर मेरी बेटी होती, तो मैं उसे स्टेजपर गाने बिठाता।'' माझ्याकडे खूप मुली शिकतात. त्याच्यातल्या अनेक जणी ख्याल शिकून आल्या आहेत. मी त्यांना विचारलं की, ''तुम्ही बरोबर ठिकाणी शिकायला आला आहात का? ध्रुपद फारसं कुणी शिकत नाही!'' तरी त्यावर त्या म्हणतात, ''हो, हो आम्हाला माहीत आहे आणि आम्हाला हेच शिकायचं आहे.''

एक उस्ताद वीणा वाजवायचे ना?

हो. माझ्या दोन्ही गुरुजींची गायकी रुद्रवीणेशी संबंधित आहे; बीनप्रधान आहे. म्हणून त्यातला स्पष्टपणा, गोलाई, मींड, स्पष्ट उच्चारण हे तिचे विशेष आहेत. 'नाकात गायचं नाही, अनावश्यक गमक घ्यायची नाही, पखवाजवादकाबरोबर उगीचच मारामारी करायची नाही' या गोष्टी त्यांनी मला शिकवल्या. आता हे एक उदाहरण बघा...

प्रात्यक्षिक ७ : गायन – राग पुरिया

आमचे मोठे उस्ताद आम्हाला रुद्रवीणा वाजवून दाखवायचे आणि सांगायचे देखो, ''यमन की रिषभ कहां लगती है? अगर ये ही रिषभ दरबारी में लगाओ, तो कितनी बुरी लगती है!'' तर ज्याला आपण ब्रह्म म्हणतो, विश्व म्हणतो ते हे स्वरांचं संवेदन समजून घ्यायची गरज आहे. आपल्या रागसंगीतातले स्वर 'टेंपर्ड स्केल'चे नाहीत. स्वरातली सूक्ष्मता, त्यातलं संवेदन आणि त्यातला भाव यांचा आणि रागाचा संबंध असतो. 'स्वर' हा आत्मा असतो. या रागातला धैवत कुठला आहे? देसकारचा धैवत वेगळा आहे, भूपचा धैवत वेगळा आहे. कसा आहे तो? त्याचा रंग कोणता आहे? त्याचा स्वभाव कसा आहे? तो कुठल्या प्रकारे तुमच्यासमोर येतोय? आणि मी जे म्हणतोय तेच खरं, असं अजिबात नाहीय, पण मला जी तालीम मिळाली आहे, त्यातून मी तुमच्यासमोर हे मांडतोय. प्रत्येक घराण्याचा स्वतःचा वेगळा विचार असतो.

स्वरांना ओळखल्याशिवाय आपल्याला रागापर्यंत पोहोचता येत नाही.

आपल्याकडे ही जुनी परंपरा होती की, एका स्वरापासून राग ओळखायचा. लोक विश्वास ठेवणार नाहीत, पण मी याचा अनुभव घेतलाय. म्हणजे ती संवेदना किती उच्च पातळीवर असेल... आणि प्रत्येकाला हे कळलं पाहिजे; पण ज्यांना नाही मानायचं, त्यांनी मानू नये; काही अडचण नाही.

प्रत्येक स्वर वेगवेगळ्या रागांमध्ये आपला स्वभाव दाखवतो.

आमचे गुरुजी सांगायचे की, एका स्वरात सगळे नवरस ओळखले पाहिजेत. स्वरांमध्ये नवरस आहेत; पण ते कसे आहेत, कुठल्या रूपात आहेत, हे दाखवण्याकरता 'आ-र-न-रिं-ना-नूं' ही अक्षरं (सिलेबल्स) प्रचंड मदत करतात. अर्थात, हे कळायला खूप वर्षं लागतात, आणि याचा अनुभव फक्त तंबोऱ्यावर रियाज करून मिळू शकतो.

असा गैरसमज आहे की, ध्रुपद हे घोकंपट्टी करायला लावणारं आणि अतिशय कष्टप्रद असं गाणं आहे. त्याकरता आवाज कसा तयार करतात?

आवाज योग्य रीतीने लागला पाहिजे. तसा आवाज प्रत्येकाकडे असतोच. आवाजाच्या तयारीनंतर श्वासाकडे लक्ष द्यायचं असतं. दमसास कसा वाढवायचा, त्याचाही रियाज आहे. त्यानंतर त्याची रेंज, म्हणजे पल्ला कसा वाढवायचा, त्याचा रियाज आहे. मग 'कुठल्या स्वरावरून कुठल्या स्वरावर यायचं' याचा रियाज आहे, आणि मग बाकीसुद्धा रियाज असतो. तुम्हाला काय करायचं आहे, यावर ते अवलंबून आहे.

रागाचा भाव समजून घेणं आणि तो आपल्या गळ्यात उतरवणं, तो व्यक्त करणं ही पुढची गोष्ट आहे.

हो. कारण मुलतानीचा धैवत असो की पुरियाचा रिषभ असो की कुठल्या एखाद्या रागाचा गंधार असो... हे असं फक्त घासल्याने नाही गाता येणार. जोपर्यंत तुम्ही ते अनुभवत नाही, त्याला फील नाही करत, तोपर्यंत ते गाता येणार नाही.

त्याचं काही प्रात्यक्षिक दाखवू शकाल का?

माझ्या बाबतीत असं आहे की, जोपर्यंत डोक्यात येत नाही, तोपर्यंत गळ्यात येत नाही. मला असं जबरदस्ती सुरू करता येणार नाही.

प्रेक्षक : आम्ही हे गाणं समजून कसं घ्यायचं?

आपलं रागसंगीत प्राचीन आहे. पूर्वीचे लोक तंबोरा घेऊन एकान्तात साधना करायचे. हे ते आपल्या आनंदासाठी करत राहायचे. हे संगीत देवळात होतं. मग ते दरबारात आलं.

मग त्याची परिभाषा आली. त्यात काही चांगल्या गोष्टीपण आल्या, पण माझ्या मते, वाईट गोष्टी जास्त आल्या. म्हणजे दरबारातल्या लोकांना खूश करणं आलं आणि स्पर्धेची भावना तयार झाली. पण मागची दीडशे/दोनशे वर्षं ध्रुपदचा प्रचार कमी झाल्याने ध्रुपद ऐकणारे, गाणारे, शिकवणारे कमी झाले आहेत. ध्रुपद गायकी ही मुळात 'स्वान्तः सुखाय' आहे आणि ही पद्धती सर्वसामान्यांना एकदम न कळणारी आहे. याची दोन कारणं आहेत. एक कारण म्हणजे, यात शब्द आणि ताल सुरुवातीपासून येत नाहीत आणि दुसरं म्हणजे, या गायकीतला संथपणा.

आम्हाला ह्यातली सौंदर्यस्थळं सांगाल का? ध्रुपदामध्ये राग कसा मांडतात?

स्वरस्थानं (तानपुऱ्यात मिसळून गाणं), आलापीतल्या अक्षरांचा आनंद, पखवाजचा नाद आणि सौंदर्यात्मक मांडणी ही यांमधली सौंदर्यस्थळं! ख्याल आणि ध्रुपद संगीतात रागसंकल्पना सारख्याच आहेत. कुठलीही कलाकृती बघताना किंवा ऐकताना जर आपला काही पूर्वग्रह असेल, तर त्याचा त्रास होतो; मागचे विचार येत राहतात. 'हे असं आहे, तर मग ते तसं का?' कुठलीही कलाकृती बघताना किंवा ऐकताना तुम्ही 'शून्या'तून विचार केलात, तरच तुम्ही कलेचा आस्वाद घेऊ शकता. तो करण्यासाठी भाषेची गरज नाही; तो सर्वव्यापी आहे; तो सगळ्यांसाठी असतो! ज्यांना ऐकायचं आहे, बघायचं आहे त्या सगळ्यांसाठी असतो. काही लोकांना आलापीतच मजा येतो; काही लोक तर पखवाज सुरू झाला की म्हणतात, 'अबतक तो आवाज गरम कर रहे थे... अभी पखवाज शुरू हुई, मतलब गाना शुरू हुआ' आणि असंही विचारतात की, 'काय हो, तुम्ही क्लासिकल नाही गात का? फक्त ध्रुपदच गाता का?' ध्रुपद म्हणजे फार काहीतरी वेगळं (परग्रहावरचं) आहे, असं वाटत असेल, तर ते तसं आहे वेगळं. मग आता काय करणार?

मग ज्याला आपण ध्रुपदातले दागिने म्हणतो, ते ध्रुपदातले दागिने कोणते? म्हणजे उदाहरणार्थ, गमक, तान, आलापी, लयकारी...

प्रात्यक्षिक ८ : मींड, गमक, राग पुरिया

सूक्ष्म स्वर, स्वरांचं आंदोलन, गमकचे प्रकार, मींड हे महत्त्वाचे घटक आहेत. शिवाय बंदिश गाताना लयतालाचं वैविध्यपूर्ण सादरीकरणही अपेक्षित आहे. गमकचे अनेक प्रकार दाखवले गेले आहेत. म्हणजे अनुनासिक, सानुनासिक, कंठस्थ, हृदयस्थ अशी वेगवेगळी स्थानं दाखवली आहेत; किंवा आवाजाचे वेगवेगळे लगाव आहेत. आपला

कुठलाही स्वर गमकयुक्तच असतो; आणि दुसरं मींड. आता मींडची सुरुवात कशी झाली? तिचं पहिलं आधारवाद्य आहे, तंबोरा. मींड तिथून आली आहे. तर मींड आणि गमक या दोनच गोष्टींचं आपल्या संगीतशास्त्रात वर्णन केलेलं आहे. ध्रुपदामध्ये स्वरावर थांबणं, स्वराची ओळख करून घेणं किंवा स्वरात, आत सखोल शिरणं, हे फार महत्त्वाचं ठरतं.

(गायन : राग पुरिया - आलाप)

यात मी मध्यमशी बातचीत करतोय. मध्यम स्वर तितकाच चढवतोय, जितका पुरियात सुंदर वाटेल. हे 'मध्यम, गंधार' समजून घ्यायला तंबोरा घेऊन बसलं पाहिजे; तेवढा पेशन्स असला पाहिजे. काय आहे, फक्त 'खायचं आणि झोपायचं' हेच ज्याचे विचार आहेत, तो हे काही करू शकणार नाही. हा जो मध्यमचा स्वाद आहे... आणि प्रत्येक वेळी आलाप अगदी संथ होतोय, असं नाही. आलापाची एक गति असते आणि रागही ठरावीक गतीत गायला जातो. मालकंस, यमन, भूप दरबारी हे राग संथ गतीत गाऊ शकता. पुरिया (राग) कुठे संथ होतो, कुठे जलद होतो... ह्या सगळ्याची एक लय (टायमिंग) असते. ती जपावी लागते.

राग खमाज गायन.

'अच्छा, ये ठुमरी है क्या?'

तुम्ही आयुष्यभर ठुमरीच ऐकली खमाजमध्ये, तर तुम्हाला ध्रुपद कसं कळेल?

सुध बिसर गयी हे खमाजचं पद आहे.

'अच्छा, खमाज में ध्रुपद होता ही नही है! काफी में नही होता! ये तो ठुमरीके राग है।'

हे असं काही लोक म्हणतात, पण ते खरं नाही. पिलूमध्ये, भैरवीमध्ये ध्रुपद आहे. मी तर तास-तास, दीड-दीड तास भैरवी गायलेली आहे. ह्याच्यात अशी उपज होईल.

प्रात्यक्षिक ८ : राग खमाज, खट, देसी

राग खट - *आज खेलत ब्रिज नंदलाल होरी जमुनातट, हुनर किशोरी*

राग देसी - *उधो तुम जाओ, कहियो हरिपास, तुम बिन कहां फागुन मास*

परंपरेने जी ध्रुपद शैली गायली जाते, त्या ध्रुपदात काही विचार करून नवीन मांडता येतं का, असा प्रयत्न तुम्ही सातत्याने केला. तर तुम्ही रसभावाचं एक नवीन परिमाण देण्याचा प्रयत्न केलात, त्याच्याबद्दल थोडंसं सांगू शकाल का?

मी खरं सांगतो, माझ्याकडून असे काही वेगळे प्रयत्न केले गेले नाहीयेत. माझे गुरू मला जे नेहमी सांगायचे, ते मी करतोय. तुम्हाला आता गंमत सांगतो की, माझ्या गुरूंनी मला कधी अशी शाबासकी दिली नाही की, 'चांगला गातोय' किंवा 'चांगलं चाललं आहे' असं ते काहीच म्हणले नाहीत; आणि आमचीपण हिंमत नव्हती. आजकाल विचारतात, 'कैसा रहा?' आम्हाला वाटायचं, 'कैसा क्या! बहुधा खराबच झालं असेल!' अजूनही मला हिंमत नाही होत कोणाला विचारायची, 'मेरा गाना कैसा रहा? क्या ठीक है?' तर गुरुजींचा ऐंशीवा वाढदिवस होता चिन्मय नादबिंदू केंद्रात (पुण्याजवळ); गाणं झालं. त्यांचे शिष्य आणि भक्त असे जवळजवळ १५० जण जमलो होतो. संध्याकाळी मी गायलो आणि नंतर रात्री त्यांचे हातपाय दाबत होतो. काही शिष्यही बसले होते तिथे. मी १९८१पासून त्यांच्याकडे शिकायला सुरुवात केली होती. त्यानंतर, म्हणजे जवळपास ३१ वर्षांनंतर ते म्हणाले, ''आज वैसे तुम ठीक गाये।'' ठीकच!

त्यानंतर दुसऱ्या दिवशी सकाळी ते तोडी गायला बसले होते. त्यांच्यामागे स्वरसाथीकरता मी तानपुरा वाजवत होतो. तर त्यांनी जो मध्यम लावला होता, तो मी लावू शकलो नाही. तो कुठला मध्यम लावला होता, गॉड नोज! तीव्र मध्यम मलाही लावता येतो आणि त्यांच्या आशीर्वादाने मीपण त्यात दोन/तीन श्रुतिस्थानं दाखवू शकतो; पण हा मध्यम वेगळाच होता! हे असे क्षण मरेपर्यंत आपण विसरू शकत नाही. दोन तासांनी त्यांना विचारलं असतं, तर म्हणाले असते, 'मुझे याद नहीं।' आपलं तत्त्वज्ञान सांगतं, 'बी इन प्रेझेंट' (वर्तमानात राहा!). कारण भूतकाळ आणि भविष्यकाळ तुमच्या हातात नाही... तर संगीत तुम्हाला सर्वांत जास्त वर्तमानात ठेवतं. संगीत सोडून अशी कुठली गोष्टच नाही जिच्याशी तुम्ही इतकं एकरूप होता की, सगळं विसरता!

संवादक : सुखाचा ह्याच्यापेक्षा अजून अपूर्व अनुभव असू शकत नाही.

रसिक : 'विसरणं' ही गरजेची गोष्ट आहे का?

हो, मला असं वाटतं की, विसरणं चांगलं आहे; कलाकाराने विसरावं. म्हणजे ह्याचा अर्थ असा नाही की, बंदिशच विसरतोय! पण बाकी 'मी काय केलं' ते विसरणं फार चांगलं आहे.

ध्रुपद व धमार ही जी जोडी आहे, त्याबद्दल आम्हाला सांगा. धमार हा त्याचाच भाग आहे का?

ध्रुपद गायनपद्धतीत चौताल, झपताल, सूलताल, आडाचौताल, आदिताल असे अनेक ताल आहेत. ध्रुपदाचे विषय भक्तीपासून शृंगारापर्यंत असतात. आता भक्ती विषयातलं तानसेनचं एक ध्रुपद सांगतो.

पूजन चली महादेव चंद्रबदनी मृगनयनी हंसगमनी पार्वती...

धमार हे तालाचं आणि गायकीचंपण नाव आहे; बंदिशीचंपण नाव आहे. तर अशी बंदिश, अशी गायकी, जी धमार तालात गायली जाते, तिला धमार म्हणतात. यात ९० टक्के वेळा होरीचं वर्णन असतं. होरी असल्याने खेळकर (प्लेफुल), जॉयफुल मूड असतो त्याचा! काही घराण्याचे लोक होरी चढ्या लयीतपण गातात, पण आम्हाला धमार ठायलयीमध्ये शिकवला आहे. या शैलीत शृंगार आहे; भक्तिरसपण आहे. धमार फक्त वीररसाशी संबधित असतो, असं नाही. वीररसाचा कलेशी संबंध असू शकतो का, असा प्रश्न असू शकतो. कुठलाही स्वर ताकदीने लावला किंवा त्या विचाराने लावला, तर त्याच्यात वीररस येईल. जसा विचार करून स्वर लागतात, तसा रस निर्माण होतो.

प्रात्यक्षिक ९ : राग जोग – ताल तेवरा
नादभेद सो न्यारो।

ठायलयीचा ध्रुपदाच्या आकृतीबंधाशी काही संबंध आहे का? कारण तालाच्या आवर्तनाचा अभिव्यक्तीशी संबंध आहे. सहा/आठ/सोळा मात्रांचे जसे ताल घेऊ, तसं अभिव्यक्तीला वेगवेगळं परिमाण मिळतं!

हो आहे, आता उदाहरण देतो तुम्हाला...

वेगवेगळ्या लयीच्या बंदिशी आहेत, पण आम्हाला आलापीचीच जास्त तालीम मिळाली; बंदिशी फार दिल्या नाहीत. इतर घराण्यांमध्ये पुष्कळ रचना आहेत, पण आमच्या घराण्यात फक्त आलापावर भर! उस्ताद म्हणायचे, बंदिश तुम दस कर लोगे एक रागमें, पर एक राग को गाना कैसे है, आलाप करके बताओ!'' हा त्यांचा आग्रह असायचा. तरी मी प्रयत्न करत असतो... त्यांच्याकडे मी वीस/पंचवीसच बंदिशी शिकलो असेन, पण कधीकधी मी बंदिश कंपोज करतो. राग म्हणता येतोय, पण त्यात बंदिश नाही, अशा वेळी बंदिश रचतो; आणि बंदिश जेव्हा बनवतो, तेव्हा प्रयत्न हाच असतो की, ही परंपरेत बसली पाहिजे; वेडीवाकडी होता कामा नये.

तुमच्या घराण्यात अनेक वेळा हा अनुभव आलेला आहे की, ते फुलपाखरू असं अलगद उडून बरोब्बर जागेवर थांबतं! ते जागेवर येण्यातला जो आनंद आहे, तसं आपल्या समेचं वैशिष्ट्य आहे. 'सम' हा आरंभबिंदू म्हणजे तोच अंत्यबिंदू. जिथं संपतं, त्याच क्षणी तिथून दुसरं सुरू होतं. ध्रुपदात त्याचा काही वेगळा विचार आहे का?

तालात सर्वांत मुख्य मात्रा तर 'सम' असते, आणि ध्रुपदासाठी असं काही वेगळं मला वाटत नाही. आरोलकरबुवा किती सुंदर समेवर यायचे! कृष्णराव शंकर पंडितसुद्धा सुंदर रीतीने समेवर यायचे! तर ध्रुपदामधे असं सांगितलं जातं की, लयकारी करून समेवर यायचं. आम्ही लयकारी करायची म्हणून करत नाही, तर ती आपोआप होते. बंदिशीचं सौंदर्य उलगडताना लयकारी आपोआप झाली पाहिजे. लयीची दुप्पट-चौपट हे फक्त ताल पक्का करण्यासाठी शिकवायचे; आजही परंपरा आहे की, एगुन/ दुगुन/तिगुन/चौगुन... अशा नऊपर्यंत पटी करायला शिकवून लय पक्की होते.

या गाण्यात लयकारी येते; पण स्वरांशी, लयीशी, तालाशी झटापट करून नाही. त्यात दडलेली कविता तुमच्या ध्रुपदात दिसते.

बंदिश गाताना एकतर शब्दाचा अपभ्रंश होता कामा नये. शब्दांना वेडवाकडं कुठेतरी कापायचं नाही आणि त्यांच्यातल्या भावाकडे मी लक्ष देतो. जुन्या फिल्ममधली गाणीसुद्धा मी आवडीने ऐकतो आणि त्या गाण्यांमध्ये वापरलेले शब्द बरोब्बर, त्या वेळेत आणि त्या भावनेतून आलेले असतात, हे त्यांचं वैशिष्ट्य मला फार भावतं. ध्रुपदाचा आणि त्यांचा तसा काही संबंध नसला, तरी मला गाण्यांमधून मी हे शिकलो आहे... आणि मी मराठी भावगीतंसुद्धा ऐकतो! 'भाव' आणि 'रस' ही तर आपल्या संगीताची मुख्य अंगं आहेतच ना!

रसिक : हार्मोनियमची संगत नसताना स्वरांचं स्टँडर्डायझेशन कसं करता?

माझ्या गुरुजींकडे स्वर लावण्याचं असं काहीच वाद्य नव्हतं. जिथे त्यांचा आवाज लागे, तिथे ते तंबोरा लावायचे. बस! तो स्वर नेहमीच्या स्वराच्या खाली किंवा वर असू शकतो. तानपुरा सर्वात संवेदनशील (मोस्ट सेन्सिटिव्ह) असतो.

प्रेक्षक : रुद्रवीणा आणि ध्रुपद ह्यांच्यामध्ये काय संबंध आहे?

आपल्या रागसंगीताच्या सुरुवातीच्या टप्प्यावर जसं ध्रुपद होतं, तशी रुद्रवीणाही होती. त्यांचा फार जवळचा संबंध आहे. कारण जे गायलं जातं, तेच वाजवण्याचा तो वादक प्रयत्न करतो. वीणेतून जी स्पष्टता किंवा जी श्रुती किंवा स्वरांची जी गोलाई मिळते, ती आमच्यासारख्या गाणाऱ्यांनी घ्यायचा प्रयत्न केला. ध्रुपदाच्या प्रत्येक बानीत वीणेला तेवढं स्थान आहे, असं नाही. काही लोकांनी सारंगीपण घेतली, काही हार्मोनियमबरोबरपण

गायलेत. आमच्या परंपरेत वीणेला खूप महत्त्व आहे. त्याची जी सिलेबल्स/अक्षरं 'आ, र, न, री, ना, नूं' आहेत, त्यांचं सादरीकरणही आम्ही अनेकदा वीणेच्या अंगाने करतो. जुन्या काळी वीणेला गात्रवीणा म्हटलं गेलंय. म्हणजे शरीर एक वीणा आहे. वीणा म्हणजे आपलं रागसंगीत. वीणा म्हणजे एक वाद्य तर आहेच; पण वीणेचा खरा अर्थ आहे, आपलं रागसंगीत किंवा आपल्या संगीताचा आत्मा म्हणजे वीणा. तुम्ही गाण्याला वीणेच्या इतकं जवळ न्या की वीणेतल्या सूक्ष्म स्वरश्रुतींचा नेमकेपणा आपल्या गाण्यात आणायचा प्रयत्न करा.

रसिक : अतिठायलय मींडेसाठी फार पोषक आहे. द्रुतलयीत मींड इतकी प्रभावी वाटणार नाही. तर मींडेला पोषक असल्याने ठायलय घेता का?

हो, बरोबर, आणि आलाप हे ध्रुपदाचं मुख्य वैशिष्ट्य आहे. माझ्या गुरूंच्या परंपरेत आलापीतच सगळं आहे. त्यामुळे आलापनंतर जेव्हा आम्ही आलापीची लय वाढवतो, तेव्हा तोच षड्ज, तोच गंधार एका वेगळ्या आकृतीतून, एका वेगळ्या स्वरूपातून, वेगळ्या स्वभावातून समोर येतो. तो आम्ही पुन्हा म्हणतो, पण तेव्हा आमच्या मनात त्या स्वराबद्दल वेगळे विचार, वेगळी संकल्पना असते; स्वर तोच असतो!

मूर्छनेचा रियाज कसा असायचा आणि ध्रुपद गायनात त्या दाखवल्या जातात का?

प्रात्यक्षिक १० : मूर्छना

गाण्यात असा मूर्छनांचा प्रयोग आम्ही करत नाही, पण रियाजासाठी नक्कीच त्यांचा वापर करतो. आपला आवाज बदलत असतो. ऋतूंचा आणि इतर घटकांचाही आवाजावर परिणाम होतो. तसंच आपली मन:स्थिती सकाळी/दुपारी/संध्याकाळी वेगवेगळी असते. अशा कारणांमुळे आवाजही बदलत राहतो. पण ज्या वेळेस तुम्ही गायला बसता, त्या वेळेस तुमचा जो खालचा स्वर असतो (कंफर्टेबल असा), तिथून 'पंचम, मध्यम' असं गायचं आणि नंतर 'म ते म', मग 'प ते प', मग पुन्हा 'म ते म', 'प ते प', 'ध ते ध', मग 'प ते प' असं करता येतं; असं वाढवत जायचं. मग खालचे, वरचे स्वर वाढवत-वाढवत जायचं. असं अडीच, तीन, पावणेतीन सप्तक गाता येतं. रियाजाने हे हळूहळू जमू शकतं. अहो, रियाजात पाच/सात वर्षांचा, दहा वर्षांचाही काळ काहीच नसतो.

प्रेक्षक : ख्यालगायकांच्या गायकीचा परिणाम ध्रुपद गायकांवर होतोय का?

नाही, मला तरी असं नाही वाटत.

ज्यांनी ध्रुपद फार वेगळं ऐकलेलं आहे, त्यांना असं वाटतं की, 'हे काय तुम्ही ख्याल म्हणून घेतलेलं आहे का?' पण असं नाही. हे मला १०० टक्के मला माझ्या गुरूंकडून मिळालेलं आहे. मी जरूर सांगेन की, मला थोर कलावंत ऐकायला आवडतात आणि त्यांच्याकडून शिकायलाही मिळतं, पण मी त्यांच्याकडून हेच शिकायचा प्रयत्न करतो की, ह्या लोकांनी कुठल्या पातळीवर जाऊन विचार केलेला आहे. ते इतकं सुंदर संगीत कसं व्यक्त करतात? बस, एवढाच विचार करतो!

'ध्रुपद गायन' या गहन विषयात आज आपण थोडीशी डुबकी मारली आहे, पण तरीही आपल्याला खूप काही मिळालं, असं वाटलं. ह्याचं कारण उदय भवाळकर ह्यांनी सतत, आयुष्यभर जे चिंतन केलं, ते त्यांनी इथे व्यक्त केलं. गेले अडीच तास चालू असलेल्या संगीतसंवादाची सांगता उदयजी गाण्याने करतील. त्यापूर्वी तळेगावच्या 'कलापिनी' संस्थेने हा सुयोग तुमच्या-माझ्यासाठी घडवून आणला, याचा उल्लेख करतो. गेली अनेक वर्षं संगीत, नृत्य, नाट्य या विषयांसाठी झोकून देऊन काम करणारी संस्था म्हणून ती प्रसिद्ध आहे.

शेवटी भैरवीच गायली पाहिजे, असं काही माझं मत नाही; पण आज मला गावीशी वाटते आहे, म्हणून गातो.

प्रात्यक्षिक ११ : गायन - भैरवी

❖◆❖

यातील प्रात्यक्षिक स्वरूपात केलेले गायन ऐकण्यासाठी क्यूआर कोड स्कॅन करावा किंवा या लिंकवर क्लिक करावे.

https://youtube.com/playlist?list=PLxsxVopwsAaVyr2lEHpJ_6obbeoiQ3Y-d

स ं गी ता चा र्य

पंडित विद्याधर व्यास

परिचय

''अतुल, काल मला एका चाहत्याचा फोन आला होता. मला म्हणाला, 'रेडिओवरचं तुमचं कालचं गाणं छान झालं!' त्यांना वाटलं, मीच गायलो. तू गात असल्याचं सांगितलं मी त्यांना...''

''सगळ्यांचंच होतं तसं नाना! त्यांना माझ्या गाण्यात तुमचंच गाणं ऐकू येतं. मागे एकदा तर माझं टीव्हीवरचं गाणं ऐकून पं. रवि शंकरसुद्धा मला म्हणाले की, 'आपने डी. व्ही. पलुस्करजीकी याद दिलायी'. मला धन्य वाटलं खरंच!''

''चुकतो आहेस तू अतुल! अरे, तुझ्या गाण्यात तूच दिसला पाहिजेस. माझी किंवा बापूराव पलुस्करांची नक्कल त्यात दिसणं योग्य नाही. आपल्या घराण्याचा आणि तुझ्या गुरूंचा प्रभाव तुझ्या गाण्यात दिसायला हरकत नाही, पण गायकी मात्र तुझीच हवी. यावर तू विचार कर.''

''हं... तुम्ही म्हणता त्यात तथ्य आहे, पण मी काय करू, म्हणजे मला हे जमेल?''

''मला डोळ्यासमोर न ठेवता तुझी गायकी तू विकसित करायला हवीस. तसंही आमचा प्रभाव कमी करण्याची संधी तुला अनायासे चालून आली आहे. तुला जयपूरला नवीन नोकरी मिळते आहे की नाही... तर त्या निमित्ताने तू तिकडे गेल्यावर तुझी वाट तुला शोधता येईल. नंतर तू तुला हवं तेव्हा मुंबईला परत येऊच शकतोस. मला तर वाटतं, 'नारायणराव व्यासांचा मुलगा' ही स्वतःची ओळख पुसून टाकण्याची ही योग्य वेळ आहे. त्यामुळे या संधीचं तू सोनं कर.''

अतुल उर्फ पं. विद्याधर व्यास (वय वर्षे २८) आणि त्यांचे वडील पं. नारायणराव व्यास (वय वर्षे ७२) यांच्यात घडलेला हा संवाद आहे. जयपूरला असलेल्या सरकारी संगीत महाविद्यालयाचे प्राचार्य म्हणून १९७२मध्ये विद्याधरजींची निवड झाली होती आणि ते पद स्वीकारण्यासाठी 'मुंबई सोडून तिथे जावे का' असा प्रश्न त्यांना पडला होता. त्या वेळी नारायणरावांनी त्यांना दिलेला हा वास्तवदर्शी सल्ला आहे. त्या वेळी विद्याधरजींचे वडील आणि पं. बापूराव पलुस्कर हे दोघे त्यांचे गायनातले आदर्श होते.

त्यांच्यासारखे गायल्याने विद्याधरजींना दादही चांगली मिळत असे. विद्यार्थिदशेत गुरूंची नक्कल करण्याकडे अनेकांचा कल असतो आणि सामान्य रसिकही 'अगदी गुरूंसारखे गातोय' असे अभिप्राय देतात. यामुळे गुरूंचेच अनुकरण करायला नकळत उत्तेजनही मिळते. विद्याधरजींच्या बाबतीतही असेच काहीसे घडले होते, पण दूरदृष्टी असलेल्या नारायणरावांना प्रकर्षाने वाटले की, विद्याधरजींनी त्या घडीला स्वतःचा रस्ता स्वतः शोधला असता, तरच त्यांची स्वतंत्र ओळख निर्माण झाली असती.

'जय जगदीश हरे, भक्त जनोंका संकट छिनमें दूर करे, जो ध्यावे फल पावे, दुख बिन से मन...' ही प्रार्थना ऐकतच विद्याधरजी लहानाचे मोठे झाले. भारतीय संगीताचे पितामह पं. विष्णु दिगंबर पलुस्कर यांनी लोकप्रिय केलेले हे भजन त्यांच्या शिष्यांनी स्थापन केलेल्या संगीत विद्यालयांमधून हजारो विद्यार्थी गात आहेत. अशा वैभवशाली पलुस्कर परंपरेचा वारसा जन्मजात मिळालेले आणि तो निष्ठापूर्वक जोपासून, त्यात भर घालून, तो पुढच्या पिढीला देण्याचा कसोशीने प्रयत्न करणारे म्हणून पं. विद्याधर व्यास परिचित आहेत. सहा दशकांपेक्षा अधिक काळ चालू असलेली त्यांची ही धडपड आज, त्यांच्या ७९व्या वर्षीसुद्धा चालूच आहे.

उत्तर हिंदुस्थानी संगीत परंपरेतल्या घराण्यांमध्ये ग्वाल्हेर घराण्याला मूळ घराणे मानले गेले आहे. पं. विष्णु दिगंबर पलुस्कर यांच्या परंपरेचे दोन भाग आहेत. पहिला भाग, गुरूशिष्य परंपरेतून तयार झालेले मैफिल गायक. त्यांनी सबंध भारतभर संगीतामध्ये एक प्रकारचं अधिराज्य गाजवलं. त्यामध्ये पं. ओंकारनाथ ठाकूर, पं. विनायकबुवा पटवर्धन, पं. नारायणराव व्यास, कोल्हापूरचे पं.वामनराव पाध्ये, डी. व्ही. पलुस्कर ही नावे प्रमुख आहेत. दुसरा, तितकाच महत्त्वाचा भाग म्हणजे, ज्ञानवंत संगीत शिक्षकांचा. या ध्येयवादी प्रशिक्षकांनी देशभर संगीताचा प्रसार केला. त्या काळी राजे-रजवाडे आणि धनिक यांच्यापुरत्याच सीमित असलेल्या अभिजात संगीताची अगदी सामान्य जनतेला गोडी लावण्याचे उद्दिष्ट पं. विष्णु दिगंबरांनी आपली शिष्यपरंपरा निर्माण करून साध्य केले आणि त्याबरोबरीने संगीतक्षेत्राला आणि कलाकारांना समाजात प्रतिष्ठा मिळवून दिली. त्यांच्या आयुष्यभरात संपूर्ण भारत देशाचा झंझावाती दौरा करून त्यांनी संगीतविद्येचा प्रचार-प्रसार तर केलाच, पण त्यांची दूरदृष्टी एवढी की, हे काम पुढेही चालत राहण्यासाठी म्हणून त्यांनी स्वतःच्या तालमीत तयार झालेल्या शिष्यांना भारतभर पाठवले.

१९०१मध्ये लाहोर आणि नंतर १९०८मध्ये मुंबई येथे त्यांनी गंधर्व महाविद्यालयाची स्थापना करून अगदी सामान्य नागरिकालाही संगीत-शिक्षण सहज घेता येण्यासाठी मुहूर्तमेढ रोवली. लाहोरमध्ये पं. ओंकारनाथ ठाकूर होते. लक्ष्मणराव बोडस यांना त्यांनी कराचीला, तर त्यांचे मोठे भाऊ, सुप्रसिद्ध गायिका वीणा सहस्रबुद्धेंचे वडील शंकरराव बोडस यांना कानपूरला पाठवले. वामनराव ठकार यांना अलाहाबादला पाठवले.

त्याच्याआधी अलाहाबादला विष्णु अण्णाजी कशाळकर हे त्यांचे शिष्य होते. तिथे त्यांनी 'प्रयाग संगीत समिती'ची स्थापना केली. गोविंद विठ्ठल भावे ह्यांना विष्णु दिगंबरांनी बंगळुरूला पाठवले.

विष्णु दिगंबरांची ही परंपरा आदर्शवादी होती. त्या वेळी संगीत करणाऱ्या कलाकारांना सामाजिक मान्यता नव्हती. त्यांना घरातदेखील बोलवायची प्रथा नव्हती. कारण या कलाकारांशी अनेक कुप्रथा जोडल्या गेल्या होत्या. या महान कार्याने विष्णु दिगंबरांनी या कलाकारांचा सामाजिक आणि आर्थिक दर्जा वाढवला. त्यांच्या तालमीतील संगीत शिक्षक सद्वर्तनी, निर्व्यसनी, निष्ठावान आणि सचोटीने वागणारे होते. पूर्ण वेळ संगीत शिकू इच्छिणाऱ्या विद्यार्थ्यांची विष्णु दिगंबरांनी आपल्या संगीत विद्यालयांमध्ये राहण्याची सोय करून त्यांचा संपूर्ण खर्चही उचलला. त्यांच्या शिष्यांनी संगीत कलेशी प्रामाणिक राहून, एक व्यवसाय म्हणून संगीतसंवर्धनाचे कार्य केले.

व्यास कुटुंब मूळचे कोल्हापूरचे. तेथील अंबाबाईच्या देवळाजवळ त्यांचा व्यासवाडा होता. विद्याधरजींचे आजोबा सतार आणि हार्मोनियम वाजवत असत. सुप्रसिद्ध संगीततज्ज्ञ पं. गोविंदराव टेंबे त्यांच्या घरी येत असत. संगीत-प्रसाराच्या कार्याकरता विष्णु दिगंबर कोल्हापूरला गेले असताना त्यांना चि. नारायण आणि चि. शंकर ही व्यासांची दोन गुणी मुले विद्यार्थी म्हणून मिळाली. त्या दोघांना त्यांनी मुंबईला विद्यालयात बोलवून शिक्षण दिले. तेथे १० वर्षे त्यांचे संगीत-शिक्षण झाल्यानंतर त्यांना गुजरातमध्ये, अहमदाबाद येथे संगीत विद्यालय काढून गाणे शिकवायला पाठवले. तेथे काही वर्षे राहिल्यानंतर व्यासबंधूंनी मुंबईला येऊन 'व्यास संगीत विद्यालया'ची स्थापना केली. पं. शंकरराव व्यास हे संगीतकार झाले. गुजराती संत नरसी मेहतांच्या 'वैष्णव जन तो तेणे कहिये' या महात्मा गांधींच्या आवडत्या भजनाला खमाज रागात त्यांनी लावलेली चाल अतिशय लोकप्रिय आहे. शंकररावांच्या तीनशे बंदिशींचा 'व्यासकृती' हा संग्रह प्रसिद्ध झाला होता. भक्तिकाव्य आणि संस्कृत काव्य यांचे वातावरण असणाऱ्या घरात ८ सप्टेंबर १९४४ या दिवशी विद्याधरजींचा जन्म झाला. त्यांचे काका आणि वडील विष्णु दिगंबरांचे शिष्य असल्याने विद्या आणि कला यांचे संस्कार छोट्या विद्याधरवर झाले.

संगीत–संस्कार आणि गाण्याची तालीम

'गवयाचे पोर' असल्याने विद्याधरजींना जन्मापासूनच संगीत-श्रवण-संस्काराचा लाभ मिळाला आणि कित्येक राग-रागिण्या त्यांना लहान वयातच आत्मसात झाल्या. शंकर अभ्यंकर आणि अविनाश आफळे हे नारायण व्यासांचे दोन शिष्य त्यांच्या घरात राहूनच त्यांच्याकडे गाणे शिकत होते. कानावर सतत संगीत पडत असल्यामुळे मॅट्रिकची परीक्षा होईपर्यंत विद्याधरजी संगीत विशारद आणि बी.ए.ची पदवी मिळेपर्यंत संगीत अलंकार

(एम.ए.च्या समकक्ष) झाले होते. १९६६मध्ये विलेपार्ले (मुंबई) येथील एका ख्याल गायन स्पर्धेत प्रथम क्रमांक मिळाल्यावर त्यांना हिराबाईंच्या हस्ते पारितोषिक मिळाले आणि हिराबाईंनी आपल्या घरच्या संगीत उत्सवातत विद्याधरजींना गायला बोलवले. गाण्याचे असे इतरही लहानसहान कार्यक्रम ते करत असत, पण हे फक्त 'छंद' या स्वरूपात होते. 'गायक व्हायचे' असा त्यांचा अजिबात विचार नव्हता.

प्रख्यात शास्त्रज्ञ डॉ. जयंत नारळीकर यांच्या कुटुंबाशी व्यास कुटुंबाचा कोल्हापूरला असल्यापासूनच स्नेह होता. बी.ए. करून, डॉ. जयंत नारळीकर यांनी सुचवल्याप्रमाणे केंब्रिज विद्यापीठात जाऊन त्यांना पुढचे शिक्षण घ्यायची इच्छा होती, पण त्याकरता आवश्यक असलेले गुण न मिळाल्याने त्यांना प्रवेश मिळू शकला नाही. त्यांची बी.ए.ची परीक्षा झाल्यानंतर त्यांच्या वडिलांचा सिमला येथे कार्यक्रम ठरला होता. त्या निमित्ताने सर्व कुटुंबीय त्यांच्यासोबत तेथे गेले. तेव्हा त्यांना तेथील महाराष्ट्र मंडळाच्या भेटीचे निमंत्रण मिळाले. त्या वेळी नारायणरावांच्या ऐवजी विद्याधरजींना गाणे सादर करण्याची योगायोगाने संधी मिळाली. त्यांना रसिकांचा उत्तम प्रतिसाद मिळाला आणि त्यांनी तब्बल तीन तासांची मैफिल रंगवली. त्या वेळी वडिलांना पहिल्यांदाच आपल्या मुलाचे सांगीतिक गुण दिसले आणि त्यांना आनंदाश्चर्याचा धक्का बसला. हा विद्याधरजींसाठी टर्निंग पॉइंट ठरला आणि ते पुढे गायक बनले.

केंब्रिजला प्रवेश न मिळाल्याने अत्यंत निराश अवस्थेत असलेल्या आपल्या मुलाला वडिलांनी समजावले. आयुष्यात इतरही खूप काही करता येणे शक्य असल्याची जाणीव करून दिली. विद्याधरजी म्हणतात तसे नियतीला त्यांनी गायक होणेच मंजूर असावे. त्यामुळे अन्य कोर्स करून जरी केंब्रिजला जाता आले असते, तरीही त्यांनी तिकडे न जाता पुढे फक्त गाणेच करायचे ठरवले; वडिलांना खूप आनंद झाला. मग एकदा 'गायकच व्हायचे' हे निश्चित झाल्यावर मात्र अन्य शिष्यांप्रमाणे त्यांची अगदी शिस्तीत पहाटेपासून दिवसभराची गायनाची तालीम वडिलांकडे सुरू झाली.

गाण्याचे शिक्षण जरी चालू झाले होते, तरी बी.ए.ला मनासारखे यश न मिळाल्याने 'निदान एम.ए. तरी करावे' असे विद्याधरजींना वाटू लागले, पण वडिलांना गाण्यातील लक्ष कमी होत असल्यागत वाटू नये म्हणून त्यांच्या नकळत विद्याधरजींनी एम.ए. करायचे ठरवले. आईला विश्वासात घेऊन आणि वडिलांच्या नकळत त्यांनी एम.ए. - समाजशास्त्र या विषयाला प्रवेश घेतला. आईने पूर्ण पाठिंबा दिला होता आणि ती म्हणाली, 'तू जरूर कर, पण वडिलांना आताच काही सांगू नकोस.' आपण ग्रंथालयात जात असल्याचे वडिलांना सांगून दुपारचे ते कॉलेजमध्ये जात असत. अर्थातच चाणाक्ष पित्याच्या नजरेतून हे सुटले नव्हतेच, परंतु त्यांच्या सुदैवाने कॉलेजचे तास आठवड्यातून फक्त चार दिवस दुपारी एक ते तीन या वेळात असत. त्यामुळे सकाळी ९ ते १२ घरी गाण्याची तालीम

आणि कॉलेजनंतर वडिलांच्या बरोबर बाहेर जाणे असा त्यांचा दिनक्रम चालू राहिला होता. त्यातून कॉलेजला चार महिने असणाऱ्या सुट्ट्या त्यांच्या पथ्यावरच पडल्या. दुपारी वडिलांची वामकुक्षी झाली की, चार वाजता ते चहा पिऊन, 'चला, बसा, तंबोरा काढा!' म्हणेपर्यंत विद्याधरजी हजर असायचे. जवळजवळ दीड वर्षे विद्याधरजींचा असा दिनक्रम चालू होता. वार्षिक परीक्षेची तयारी करण्यासाठी मात्र त्यांनी वडिलांकडून दोन महिन्यांचा अवधी मागून घेतला. भरपूर तयारी केली; मन लावून, अभ्यास करून परीक्षा दिली आणि दुसऱ्या दिवशी ते वडिलांबरोबर दौऱ्यावर निघून गेले. नंतर त्यांचा एम.ए.चा रिझल्ट लागला. त्यांना ५९ टक्के गुण मिळाले होते आणि मेरिट लिस्टमध्ये त्यांचा दुसरा नंबर आला होता. (त्या काळी पहिला वर्ग क्वचितच मिळत असे.) 'ज्याच्यामागे कधी लागलो नाही, त्यात असं भरभरून यश मिळालं आणि बी.ए. करताना ज्याच्यासाठी एवढा जीव टाकला, ते मात्र तेव्हा मिळालं नाही' असं विद्याधरजींना वाटलं.

संगीत नाटकात भूमिका

'कट्यार काळजात घुसली' या गाजलेल्या संगीत नाटकात सुप्रसिद्ध नट प्रसाद सावकार हे सदाशिव या तरुण गायकाची भूमिका करत असत. त्यांना काही कारणाने नाटकात काम करणे शक्य न झाल्याने त्या नाटकाचे प्रयोग बंद पडले होते. नाट्यसंपदेचे प्रमुख प्रभाकर पणशीकर यांचा ही भूमिका करण्याचा प्रस्ताव पं. नारायणराव व विद्याधर या दोघांनी स्वीकारला. या नाटकात विद्याधर व्यासांनी पं. जितेंद्र अभिषेकींच्या मार्गदर्शनाखाली आणि पं. वसंतराव देशपांडे यांच्यासारख्या मातब्बर गायक-नटाबरोबर भूमिका करून रसिकांची वाहवा मिळवली. १९६९ ते १९७३ या काळात त्यांनी संपूर्ण महाराष्ट्रात २००पेक्षा अधिक प्रयोग केले. दिल्लीला याच नाटकाच्या हिंदी रूपांतरातही विद्याधरजींनी काम केले होते, पण गायक नट होणे, हे त्यांचे ध्येय नसल्याने त्यांनी हे प्रयोग सोडून दिले. जयपूरला गेल्यावरही त्यांनी तेथील महाराष्ट्र मंडळातर्फे 'लेकुरे उदंड जाली', 'सखी शेजारिणी', 'गाठ आहे माझ्याशी' अशा काही नाटकांत भूमिका केल्या होत्या.

जयपूरला प्राचार्यपदी निवड

विद्याधरजी संगीत अलंकार (एम.ए.ला समकक्ष) झाले असल्याने त्याच्या पुढची, 'संगीताचार्य' ही (डॉक्टरेटला समकक्ष) पदवीही त्यांनी १९७१मध्ये मिळवली. या परीक्षेत ग्वाल्हेर घराण्यावर आपला प्रबंध सादर करून त्यांनी प्रथम क्रमांकही पटकावला. विद्वान संगीतकार आणि संगीततज्ज्ञ म्हणून प्रसिद्ध असलेले पं. वि. रा. आठवले यांचे मार्गदर्शन याकरता त्यांना लाभले होते. पं. आठवले यांनी पं. विनायकबुवा

पटवर्धन यांच्याकडून ग्वाल्हेर घराण्याची, तर उ. विलायत हुसेनखाँ यांच्याकडून आग्रा घराण्याचीही तालीम घेतली होती. जयपूर आकाशवाणी केंद्रावर काम केलेल्या पं. आठवलेंना त्याच वेळेला जयपूरला असलेल्या सरकारी संगीत महाविद्यालयाच्या प्राचार्य पदाकरता योग्य व्यक्तींची नावे सुचवण्यास सांगितले होते. त्या विद्यालयात सुधारणा करू शकणाऱ्या आणि त्याचा दर्जा उंचावणाऱ्या व्यक्तीची त्यांना गरज होती. वि. रा. आठवलेंनी विद्याधरजींचे नाव या पदाकरता सुचवल्यानंतर विद्याधरजींनी अर्ज करून राजस्थान सेवा आयोगाची परीक्षा दिली. ते उत्तीर्ण झाले आणि त्यांना ही नोकरी मिळाली, पण मुंबईसारखे, संगीताला सर्वस्वी अनुकूल असलेले शहर सोडून प्राचार्य पदावरच्या नोकरीसाठी जयपूरला जाण्याने त्यांचे नुकसान होण्याची भीती काही जणांनी व्यक्त केली, परंतु पं. नारायणराव व्यासांनी पित्याची आंधळी माया बाजूला ठेवून अगदी योग्य मार्गदर्शन केले. मोठ्या झाडाच्या सावलीत छोटे झाड बहरत नाही. स्वतःची वाट शोधण्याची, आपल्या स्वभावानुसार आणि विचारांनुसार गायकी बनवण्याची ही चांगली संधी असल्याचे त्यांनी विद्याधरजींना समजावून सांगितले. त्यामुळे वयाच्या केवळ २८व्या वर्षी राजस्थान संगीत महाविद्यालय, गव्हर्नमेंट कॉलेज, जयपूर येथे सर्वांत तरुण प्राचार्य म्हणून त्यांची नेमणूक झाली. 'आपण आता जयपूरला जातो आहोत, म्हणजे आता तेथे जयपूर घराण्याचे गायक भेटतील आणि जयपूर घराण्याचे गाणे अगदी जवळून ऐकायला मिळेल' अशा प्रकारच्या त्यांच्या अपेक्षा होत्या. प्रत्यक्षातील चित्र वेगळेच होते. तेथील लोकांना 'गाण्याचे' जयपूर घराणे नव्हे, तर 'कथक नृत्यातील' जयपूर घराणे माहीत होते! जयपूर घराण्याच्या गायकीत मात्र फारसे कोणाला स्वारस्य नव्हते! त्यामुळे तेथे गेल्यावर त्यांनी मुंबईत असलेल्या जयपूर घराण्याच्या गायकांना जयपूरला मुद्दाम बोलावून त्यांचे गायन तेथील लोकांना ऐकवले.

विद्याधरजी जयपूरला सुमारे बारा वर्षे होते आणि या काळात त्यांना प्रशासकीय कामाचाही अनुभवही मिळाला. तेथील विद्यालयाची घडी तर त्यांनी बसवलीच, पण त्याबरोबरीने स्वतःची गायकी समृद्ध करण्यावरही भर दिला, पण काही वर्षे जयपूरला राहिल्यानंतर त्यांच्या कामामध्ये तोच-तो-पणा येऊ लागला होता. त्यामुळे ते इतर संधीच्या शोधात होते. त्या वेळी मुंबई विद्यापीठाच्या संगीत विभागातील प्राध्यापक पदाकरता त्यांनी मुलाखत दिली होती, पण त्यातून पुढे काही झाले नाही. त्याच वेळी इंडियन कौन्सिल ऑफ सोशल रिसर्च या केंद्र सरकारच्या संस्थेतर्फे समाजशास्त्र आणि संगीत यांचा एकत्रित विचार करणारा एक प्रकल्प हाती घेऊन संशोधन करण्यासाठी त्यांना एक फेलोशिप मिळाली. संगीत आणि संगीतकार यांची देशभरात स्थित्यंतरे कशी झाली, याचा अभ्यास करण्याविषयी त्यांच्या कॉलेजमधील प्रा. ए. आर. देसाई यांनी सुचवले. त्यानुसार 'संगीताची सामाजिक स्थित्यंतरे' या विषयावर काम करण्याची

दोन वर्षांची पोस्ट डॉक्टरेट फेलोशिप त्यांना १९८२मध्ये मिळाली. त्याकरता एका विद्यापीठात नोंदणी करण्याची अट पूर्ण करण्याकरता त्यांनी मुंबई विद्यापीठात नोंदणी केली होती. संशोधन करण्याकरता त्यांनी जयपूरच्या महाविद्यालयातून दोन वर्षांची बिनपगारी अभ्यास-रजा घेतली.

पूर्वीच्या काळी गायक आणि त्यांची घराणी जरी उत्तर भारतात स्थापन झाली होती, तरी त्यांचा विकास उत्तरेत न होता दक्षिण-पश्चिम भारतात जास्त झाला होता. सुरुवातीला दिल्लीला असलेले हे संगीतकार आधी ग्वाल्हेरला आणि नंतर देवास-इंदोर (मध्यप्रदेश), बडोदा(गुजराथ) आणि नंतर प्रामुख्याने महाराष्ट्राच्या दक्षिण-पश्चिम (कोल्हापूर-मिरज-पुणे- मुंबई) या भागांत येऊन स्थिरावले. कारण त्यांना या ठिकाणी असलेल्या शिंदे, होळकर, गायकवाड, पटवर्धन, भोसले अशा संगीतप्रेमी मराठी सरदारांच्या राजवटींमध्ये आश्रय मिळाला. तेथे त्यांच्या संगीत कलेला उत्तेजन मिळाले आणि या गायकांचा शिष्यपरिवारही तयार झाला, परंतु स्वातंत्र्यानंतरच्या काळात अन्य राज्यांच्या तुलनेत महाराष्ट्रात सरकारी पातळीवर शास्त्रीय संगीताला पुरेसे उत्तेजन मिळाले नाही, असे विद्याधरजींचे मत आहे. 'महाराष्ट्राला ॲग्रिकल्चर समजते, पण कल्चर समजत नाही' असे त्यांचे परखड मत आहे.

संगीत विभाग प्रमुख – मुंबई विद्यापीठ

विद्याधरजी हे नारायणरावांचे एकुलते एक अपत्य असल्याने १९८२मध्ये त्यांच्या आईचे निधन झाल्यानंतर एकट्या राहिलेल्या वडिलांना आधार म्हणून ते १९८४मध्ये जयपूरची नोकरी सोडून मुंबईला आले, पण १ एप्रिल १९८४ला वडिलांचेही निधन झाले. त्याच सुमारास मुंबई विद्यापीठाचे संगीत विभाग प्रमुख डॉ. अशोक रानडे दुसरीकडे गेल्याने त्यांची जागा रिकामी झाली होती. या जागेवर विद्याधरजी येण्याविषयी त्यांचे परिचित आणि संगीतप्रेमी उपकुलगुरू डॉ. जोशी यांनी विचारल्यावर विद्याधरजींनी लगेचच होकार दिला. मुलाखत देऊन त्यांना मिळालेले हे पद त्यांनी ऑगस्ट१९८४ पासून सांभाळले. मुंबई विद्यापीठाच्या संगीत विभागात पं. गजाननबुवा जोशी, पं. फिरोज दस्तुर, पं. निवृत्तीबुवा सरनाईक, पं. गोविंदराव अग्नी अशा नामवंत गायकांनी त्यांच्यापूर्वी काम केले होते.

मुंबई विद्यापीठाचे संगीत विभाग प्रमुख असताना विद्याधरजींनी संगीत विभागाचा विस्तार करण्याचे धोरण आखले. त्याचा परिणाम म्हणून सुरुवातीला २०पेक्षा कमी असलेली विद्यार्थी-संख्या ३००पर्यंत पोहोचली. ही फक्त संख्यात्मक सुधारणा नव्हती, तर गुणात्मक वाढ होण्याच्या दृष्टीनेही त्यांनी यशस्वी प्रयत्न केले होते. तेव्हा संगीत-शिक्षणात फक्त गायन हाच विषय होता. त्यात तबला, सतार या वाद्यांचाही समावेश

करून विद्याधरजींनी दोन वर्षांचा पद्व्युत्तर अभ्यासक्रम तयार केला. याबरोबरीने सुगम संगीत, वृंदगायन (कोरल म्युझिक) आणि वृंदवादन यांतील प्रमाणपत्र अभ्यासक्रमही सुरू केले. 'चांगला कान' असेल, तर चांगले 'ध्वनिमुद्रण' करता येत असल्याने 'साउंड रेकॉर्डिंग अँड प्रॉडक्शन' हा तंत्रज्ञान शिकवणारा कोर्स सुरू केला. विद्यार्थ्यांच्या प्रगतीची नोंद घेण्यासाठी या स्टुडिओत त्यांची काही महिन्यांनी ध्वनिमुद्रणे केली जात. त्यातून विद्यार्थ्यांना त्यांच्या शिकण्याची दिशा कळायला मोलाची मदत मिळत असे. तसेच या स्टुडिओत आधुनिक यंत्रणा बसवून त्यांनी व्यापारी तत्त्वावर बाहेरच्या कलाकारांचेही ध्वनिमुद्रण सुरू केले. यातून मिळणाऱ्या आर्थिक उत्पन्नामुळे स्टुडिओचा खर्च भागू लागला. आंतरविद्यापीठ पातळीवर होणाऱ्या युवक महोत्सवात संगीत विभागाचे विद्यार्थी हिरीरीने भाग घेऊ लागले. इंडियन म्युझिकोलॉजी सोसायटीच्या सहकार्याने १९८७मध्ये त्यांनी परिसंवाद आयोजित केले. मुंबई विद्यापीठाचे संस्कृत भाषेतील 'इदं मंदिरम् सुन्दरम् शारदाया मंदिरम् मुंबापुरी विश्वविद्यालयम्' या विद्यापीठ-गीताची रचना करून घेऊन ते स्वरबद्ध केले. संगीत विभागाचे विस्तारीकरण करून अधिक विद्यार्थ्यांचा सहभाग कसा वाढेल, या दृष्टीने प्रयत्न केले. वीस वर्षे विभागप्रमुखपद सांभाळल्यानंतर २००४मध्ये विद्याधरजी निवृत्त झाले; पण फक्त विद्यापीठाच्या नोकरीतूनच. त्यांच्या आवडत्या संगीत मार्गदर्शक-प्रशासक या भूमिकेतून नव्हे!

भातखंडे संगीत महाविद्यालय, लखनौ

संगीत-शिक्षण देण्याकरता गुरुकुल पद्धती आणि विद्यालय पद्धती या दोन्ही सारख्याच महत्त्वाच्या असल्याचे आणि दोघांचीही आवश्यकता असल्याचे विद्याधरजी मानतात. त्यामुळे विद्यालयीन संगीत-शिक्षण देणाऱ्या संस्था चांगल्या पद्धतीने कशा काम करतील, याकडे त्यांनी मनापासून लक्ष दिले आहे. अनेक विद्यार्थी त्यांच्या वेळेनुसार आणि आवडीनुसार विविध संगीतसंस्थांमधून गायन-वादन-नृत्य शिकतात आणि त्याचा आनंद घेतात. त्यात 'मैफिल कलाकार होणे' हा उद्देश नसला, तरी उत्तम छंद जोपासून जीवन समृद्ध करण्याचा उद्देश नक्कीच सफल होतो. यातूनच समजदार श्रोतृवर्ग निर्माण होत असतो; आणि विद्याधरजींसारखी संगीतशिक्षणाची व्यापक दृष्टी असणारी संगीततज्ज्ञ आणि विद्यार्थीप्रेमी व्यक्ती जर या विद्यालयांचे व्यवस्थापन करणार असेल, तर तेथील विद्यार्थ्यांना चांगले संगीत-शिक्षण मिळू शकते. आलेली पुढची संधी त्यांनी स्वीकारली. १९२६मध्ये स्थापन झालेल्या मॉरिस कॉलेजचे 'पं. भातखंडे संगीत विद्यालय' असे नामकरण झाले आणि २००३मध्ये त्याला अभिमत विद्यापीठाचा दर्जा मिळाला. केवळ संगीत शिकवणारे हे भारतातील पहिलेच विद्यापीठ होते. २००४मध्ये त्यांची पं. भातखंडे संगीत विद्यापीठाच्या उपकुलगुरू पदावर नेमणूक झाली.

संगीत-प्रसाराकरता संस्थांचे प्रमुखपद हाती घेऊन त्या संस्थांमध्ये सुयोग्य बदल घडवून आणण्याचा त्यांचा स्वभाव असल्याने त्यांनी हे पद स्वीकारले. सुरुवातीला त्यांना तेथील कर्मचारी वर्गाच्या विरोधाचा सामना करावा लागला. परप्रांतातील व्यक्ती एकदम उपकुलगुरुपदी येणे, हे तेथील अनेकांना रुचले नाही, पण विद्याधरजींच्या 'संगीत प्रथम' या तत्त्वानुसार त्यांनी तेथील संगीतशिक्षण पद्धतीत सुधारणा केल्या. तिथे भातखंडे विश्वविद्यालय आणि भातखंडे विद्यापीठ अशा दोन संस्था होत्या आणि यामुळे कामकाजात गोंधळ होत असे. तो दूर करण्यासाठी त्यांनी विश्वविद्यालयाचा परीक्षा विभाग वेगळा करून या दोन्ही संस्थांच्या कार्यकक्षा निश्चित केल्या. तसेच 'विद्यापीठीय शिक्षण' आणि 'शालेय शिक्षण' असे दोन भागही केले. त्यांच्या वेळा आणि त्या विभागातील शिक्षक यांच्या कामातही सुसूत्रता आणली. गायन, वादन, नृत्य या विभागांचे प्रमुख नेमून त्यांच्यावर त्या-त्या विभागाची जबाबदारी दिली. याला विद्यार्थ्यांचा उत्तम प्रतिसाद मिळाला आणि विद्यार्थी संख्या १८००पर्यंत पोहोचली. सरकारी विद्यालयात कमी फी असल्याने अनेक विद्यार्थी केवळ मजा करण्याकरता येत असल्याचे सुरुवातीला त्यांच्या लक्षात आले. हे बंद करण्यासाठी त्यांनी फी वाढवली. याला अर्थातच विरोध झाला, पण ज्यांना फी भरणे परवडत नव्हते, त्यांच्याकरता शिष्यवृत्तीची सोयही केल्यावर हा विरोध मावळला. विद्यालयाच्या आवारात संगीत-कार्यक्रमांसाठी त्यांनी एका स्वतंत्र सभागृहाची निर्मिती केली. त्याला 'सुजान सभागृह' हे नाव दिले. (विद्यापीठाचे माजी प्राचार्य आणि पं. भातखंडे यांचे शिष्य पं. श्रीकृष्ण रातंजनकरांनी 'सुजान' या नावाने आठशेपेक्षा अधिक बंदिशी रचल्या आहेत). तेथे होणाऱ्या कार्यक्रमांचे ध्वनिमुद्रण करून, पुढे ते विद्यार्थ्यांना ऐकता यावेत म्हणून नेहमीच्या ग्रंथालयाबरोबरीने श्राव्य संग्रहालयही सुरू केले. दर वर्षी पाच सप्टेंबरला भातखंडे जयंतीनिमित्त तेथे देशातील प्रथितयश कलाकारांच्या मैफिली होत असत. याच्या बरोबरीने विद्यार्थ्यांसाठी विद्याधरजींनी प्रथितयश कलाकारांच्या कार्यशाळाही आयोजित केल्या. कलाकारांशी थेट संवाद झाल्याने विद्यार्थ्यांना याचा खूप फायदा झाला. तसेच विद्यार्थ्यांना गुरु-शिष्य परंपरेची ओळख व्हावी म्हणून गुरुपौर्णिमेच्या निमित्ताने मान्यवर गुरूंना बोलवून त्यांचे व त्यांच्या शिष्यांचे कार्यक्रम अणि संवाद यांचेही आयोजन केले.

संगीत शिकून बाहेर पडलेल्या पदवीधरांना उपजीविका करण्याच्या उद्देशाने संगीताशी संबंधित अन्य क्षेत्रांचीही ओळख विद्याधरजींनी करून दिली. यांत 'संगीतातून आरोग्य उपचार' आणि 'अध्यात्माकरिता संगीताचे योगदान' यांचा समावेश होता. या विषयांवर शास्त्रीय दृष्टीकोनातून अभ्यास व्हावा, असे वाटल्यामुळे विद्याधरजींनी या विषयांतील तज्ज्ञ पं. शशांक कट्टी यांची 'म्युझिक थेरपी' या विषयावर कार्यशाळा आयोजित केली. तिला लखनौमधील वैद्यक क्षेत्रातील तज्ज्ञांनाही आमंत्रित केले

गेले होते. आयुर्वेदातील जाणकारांनाही या क्षेत्रातील स्वतःच्या अनुभवांबद्दल चर्चा केली. 'संगीत आणि अध्यात्म' या विषयावर लखनौ येथील रामकृष्ण आश्रमातील प्रमुख स्वामींबरोबरही चर्चात्मक कार्यक्रमांचे विद्याधरजींनी आयोजन केले. या सर्व उपक्रमांमध्ये विद्यार्थी, शिक्षक आणि संगीतप्रेमी जनता यांना कुलगुरूंच्या पाठिंब्याने सहभागी करून घेण्यात विद्याधरजी यशस्वी झाले.

एस.आर.ए., कोलकाता

विविध उपक्रमांनी भरगच्च असा लखनौचा कार्यकाल चालू असतानाच त्यांना कोलकात्याहून एस.आर.ए. या नामवंत संस्थेकडून निमंत्रण आले. उत्तर प्रदेशाच्या राज्यपालांशी विचारविनिमय करून विद्याधरजींनी लखनौ सोडण्याचे ठरवले. 'गुरुकुल पद्धतीने कलाकार घडवता येतील' हे सूत्र धरून 'आय.टी.सी' या प्रसिद्ध कंपनीने कोलकाता येथे १९७८मध्ये संगीत रिसर्च अकादमीची (एस.आर.ए.) स्थापना केली. देशभरातून निवडक विद्यार्थ्यांची चाचणी घेऊन त्यांना अकादमीमध्ये प्रवेश दिला जातो. तेथेच त्यांची राहण्याचीही सर्व सोय करून त्यांना नामवंत गुरूंकडून तालीम दिली जाते. त्यांना फी नसून शिष्यवृत्ती दिली जाते. त्यांनी गुरूच्या सहवासात राहून एकाग्र चित्ताने विद्यार्जन करावे आणि कलाकार म्हणून नावारूपास यावे, हा यामागचा मुख्य उद्देश असतो. पुस्तकी शिक्षण किंवा परीक्षा पद्धती यांचा अवलंब न करणाऱ्या आणि पूर्णपणे प्रात्यक्षिकावर भर असलेल्या या संस्थेत विद्याधरजींची सप्टेंबर २००७मध्ये 'कार्यकारी संचालक' म्हणून नेमणूक झाली. येथील संगीत-शिक्षणाची पद्धती विद्यापीठापेक्षा वेगळी होती. अभ्यासक्रम, सेमिस्टर, चाचण्या असे काहीच नव्हते. काय आणि कसे शिकायचे, ते गुरूशिष्यांच्या सहमतीने ठरवले जात होते.

एस.आर.ए.तर्फे देशभरात 'आय.टी.सी संगीत संमेलनांचे' आयोजन केले जाते. यांत विद्यार्थी आणि गुरू यांचे कार्यक्रम होतात. विद्यार्थ्याचा पाच वर्षांचा कार्यकाल पूर्ण झाल्यावर एस.आर.ए.तर्फे त्याला प्रमाणपत्र दिले जाते. मात्र, या प्रमाणपत्राला शासकीय मान्यता नसल्याने जे विद्यार्थी कलाकार म्हणून नाव मिळवू शकत नाहीत, त्यांना नोकरीकरता याचा फारसा उपयोग होत नाही, असे विद्याधरजींना वाटते. प्रत्यक्षातही त्यांना असे दिसले आहे की, चाळीस वर्षांमध्ये या संस्थेतून म्हणावे तेवढे विद्यार्थी 'कलाकार' म्हणून नावारूपाला येऊ शकलेले नाहीत. या संस्थेला अन्य विद्यापीठांसारखी मान्यता नसल्याने या विद्यार्थ्यांना शिक्षक/प्राध्यापक अशा नोकऱ्याही मिळू शकत नाहीत. कलाकारांना आर्थिक स्थिरता असणे आवश्यक असल्याचे त्यांचे पूर्वीपासून मत आहे. त्यामुळे एस.आर.ए.ला विद्यापीठ अनुदान मंडळाची (यू.जी.सी.) मान्यता मिळवावी, जेणेकरून तेथील शिक्षणाचा अर्थप्राप्तीकरताही उपयोग होऊ शकेल,

असे त्यांनी सुचवले होते. परंतु अशी मान्यता मिळवण्याकरता आवश्यक असलेल्या यु.जी.सी.च्या अटी मान्य केल्या, तर एस.आर.ए.ची स्वायत्तता कमी होऊन कलाकार घडवण्याचा मूळ उद्देश सफल होणार नसल्याचे तेथील चालकांचे मत असल्याने त्यांनी विद्याधरजींच्या प्रस्तावाला पाठिंबा दिला नाही.

मुंबईला परत

१९९६मध्ये विद्याधरजींचा मोठा मुलगा अमोल माहिती तंत्रज्ञानातील उच्च शिक्षणाकरता परदेशी गेला होता. तेथे नोकरी मिळाल्याने तो तेथे स्थायिकही झाला. धाकटा मुलगा आलोक मुंबईच्या जे.जे. स्कूलमधून आर्किटेक्ट होऊन पुढील शिक्षणाकरता १९९९मध्ये अमेरिकेला गेला होता. विद्याधरजींचे चुलत भाऊ, पं. शंकरराव व्यासांचे चिरंजीव, सुभाष व्यास निवृत्त होऊन मुंबईत आले होते आणि ते व्यास अकादमीचे काम बघत होते. या कामात सौ. विनिता त्यांना मदत करत होत्या, पण मुंबईत एकट्या राहत असलेल्या विद्याधरजींच्या पत्नी सौ. विनिता यांचे ऑक्टोबर २००८मध्ये हृदयविकाराने अचानक निधन झाले. त्यातच 'यापुढे एस.आर.ए.मध्ये आता आपल्याला अधिक कामगिरी करता येईल' असे विद्याधरजींना वाटत नव्हते. त्यामुळे घरच्याच व्यास संगीत अकादमीचे काम करण्यासाठी २००९मध्ये विद्याधरजी मुंबईला परत आले.

मैफिल गायक

मधुर आवाजाची देणगी आणि छाप पाडणारे रुबाबदार व्यक्तिमत्त्व लाभलेल्या विद्याधरजींनी देशात आणि परदेशात अनेक मैफिली केल्या आहेत. विविध देशांत त्यांनी संगीताच्या कार्यशाळाही घेतल्या आहेत. आकाशवाणी आणि दूरदर्शनवरसुद्धा त्यांनी अनेक कार्यक्रम केले आहेत. ते आय.सी.सी.आर. मान्यताप्राप्त कलाकार असून विदेशातील भारताचे सांस्कृतिक राजदूत म्हणून त्यांनी वैभवशाली संगीत परंपरेची सप्रयोग ओळख करून दिली आहे. भारताच्या स्वातंत्र्याला ७५ वर्षे पूर्ण झाल्याच्या निमित्ताने डिसेंबर २०२१मध्ये त्यांनी फिनलंडमध्ये 'आजादीका अमृतोत्सव' संगीत महोत्सवात गायन सादर केले.

कुशल शिक्षक – प्रशासक

विद्याधरजी मैफिल कलाकार असले, तरीही त्यांना संगीतसंस्थांच्या जडण-घडणीत रस आहे. 'या संगीतसंस्था आणि विद्यापीठांमधील संगीत विभाग ही केंद्रे विद्यार्थ्यांना केंद्रबिंदू ठेवून चालवली गेली पाहिजेत' याबद्दल ते आग्रही असतात. देशभरात मोठ्या शहरांमध्ये व निमशहरी भागांतही विविध संगीतसंस्था आणि विद्यालये यांमध्ये अभिजात संगीतातील गायन-वादन-नृत्य यांच्या बरोबरीने की-बोर्ड, गिटार, काहोन, जेंबे यांसारखी पाश्चात्त्य

वाद्ये शिकण्याकडे विद्यार्थ्यांचा ओढा आहे. त्यामुळे अशा बहुविध आवडीच्या आणि वयोगटाच्या संगीत शिकणाऱ्यांच्या अपेक्षा आणि गरजा लक्षात घेऊन, त्यांच्याकरता अभ्यासक्रम निश्चित करून, त्या विभागांच्या संगीत-अध्यापनाला दिशा देऊन, शिस्त आणण्याकरता प्रशासनाची घडी बसवण्यात त्यांचे मोठे योगदान आहे. उच्च कोटीचे कलाकार घडवणे, हे गुरु-शिष्य परंपरेतून होत असले, तरी सर्वसामान्यांपर्यंत अभिजात संगीत पोहोचवण्याचे विष्णु दिगंबर पलुस्करांचे कार्य प्रभावीपणे पुढे नेणारे मार्गदर्शक-प्रशासक म्हणूनही विद्याधरजींची कामगिरी मोलाची आहे. त्यांचा पिंड कलाकाराचा असला, तरी ते संगीत-प्रशिक्षणाकडेही तेवढेच लक्ष देतात. संगीत-शिक्षण देणाऱ्या देश-विदेशातील अनेक संस्था आणि विद्यालये यांच्याशी त्यांचा निकटचा संबंध आला आहे. यांतील काही संस्थांमध्ये त्यांनी पूर्ण वेळ काम केले आहे, तर अनेक संस्थांच्या सल्लागार मंडळांवरून मोलाचे मार्गदर्शन केले आहे. जून २०१० ते ऑगस्ट २०१५ या काळात त्यांनी फाईन आर्ट्स सोसायटी, चेंबूर या संस्थेच्या संगीत विभागाचे 'मानद संचालक' म्हणून काम बघितले आहे. सध्या ते सोमैया विद्याविहारच्या संगीत विभागाचे सल्लागार आहेत.

गुरू आणि मार्गदर्शक

संगीत शिकणाऱ्या प्राथमिक स्तरावरच्या विद्यार्थ्यापासून पीएच.डी.च्या विद्यार्थ्यापर्यंत ते जसे सर्वांना मार्गदर्शन करतात, तसेच ते विद्यार्थ्यांना मैफिल कलाकार बनवण्याकरताही प्रोत्साहित करतात. याची सुरुवात १९६०मध्ये, म्हणजे त्यांच्या वयाच्या अवघ्या सोळाव्या वर्षापासूनच पदवी आणि पदव्युत्तर विद्यार्थ्यांना मार्गदर्शन करून झाली. घरातच चालू असलेल्या व्यास संगीत विद्यालयात नेमणूक केलेले शिक्षक जेव्हा अनुपस्थित असत, तेव्हा विद्याधरजी त्यांचे वर्ग घेत. नंतरही त्यांनी कित्येक शिष्यांना मार्गदर्शन केले आहे. त्यांत गायक चंद्रकांत लिमये, आनंद ओक, रिचा वर्मा (बिहार), राजेंद्र वैष्णव, सानिका गोरेगावकर असे काही उल्लेखनीय शिष्य आहेत. १९६८मध्ये त्यांनी व्यास संगीत विद्यालयात सचिव म्हणून काम सुरू केले आणि २००९पासून ते या विद्यालयाच्या अध्यक्ष-विश्वस्त या पदावर कार्यरत आहेत.

परदेशातील अध्यापन आणि लेखन

विद्याधरजींनी परदेशातही अनेक दौरे करून भारतीय संगीताची पताका फडकवली आहे. इंग्रजी भाषेवर प्रभुत्व आणि उत्तम रीतीने विषय समजावून सांगण्याची हातोटी असल्याने त्यांना विदेशातील अनेक विद्यापीठांमध्ये वारंवार पाचारण केले गेले. त्यांमधील उल्लेखनीय विद्यापीठांची नावे पुढे दिली आहेत :

अमेरिकेतील येल विद्यापीठ (२०११, २०१४, २०१६); वेस्लेयन विद्यापीठ, अमेरिका (१९८८, १९९२); कोलगेट विद्यापीठ (१९९४, १९९६); विश्व संगीत महोत्सव, रॉटरडॅम, हॉलंड; इंडो-अमेरिकन सांगीतिक संमेलन, भारत आणि अमेरिका (१९९२). त्यांनी मॉरिशस विद्यापीठाच्या हिंदुस्थानी संगीत अभ्यासक्रमाचीही रचना केली आहे. 'रागा गाईड' या इंग्रजी पुस्तकाचेही त्यांनी लेखन केले आहे. ते स्वतःला जरी म्युझिकॉलोजिस्ट मानत नसले, तरीही संगीत विषयावर त्यांनी अनेक ठिकाणी लेख लिहिले आहेत; विविध संगीत परिषदांमध्ये, चर्चासत्रांमध्ये शोधनिबंध सादर केले आहेत. 'तराना आणि ग्वाल्हेर घराण्यातील अष्टांगे' या विषयावर त्यांनी संशोधनपर निबंध लिहिले आहेत.

पुरस्कार

विद्याधरजींना संगीतसेवेबद्दल अनेक पुरस्कार आणि सन्मान मिळाले आहेत. १९९६मध्ये त्यांना आकाशवाणीची सर्वोच्च श्रेणी मिळाली. अन्य उल्लेखनीय पुरस्कारांमध्ये संगीत नाटक अकादमी (२००७), संगीत शिरोमणी, संगीत भुवन भास्कर सन्मान, संगीत चुडामणी, जितेंद्र अभिषेकी पुरस्कार, तानसेन सन्मान, आचार्य बृहस्पती संगीतसेवा सन्मान, पुत्तराज गवई पुरस्कार, नवरस संगीत वाचस्पती पुरस्कार यांचा उल्लेख करता येईल. 'या सन्मानांच्या मागे आपण कधीच लागलो नव्हतो. पण काही कलाकार त्यांना अपेक्षित सन्मान मिळाले नाहीत, तर निराश होताना दिसतात आणि आयुष्यातील आनंदही घालवतात.' असे निरीक्षणही त्यांनी नोंदवलेले आहे. 'आपण निरपेक्ष वृत्तीने आपले काम करत राहावे आणि प्रसिद्धी किंवा सन्मानांच्या मागे न लागता संगीतविश्वात रममाण व्हावे' हे त्यांनी त्यांच्या कृतीतून दाखवून दिले आहे.

नवीन अध्याय

सतारवादनाच्या प्राध्यापिका असलेल्या श्रीमती सुनीरा कासलीवाल यांच्याशी १९८२पासून विद्याधरजींचा परिचय होता. विद्याधरजी राजस्थान संगीतसंस्थेत असताना तेथे सुनीरा कासलीवाल यांची प्राध्यापक म्हणून पहिली नोकरी हेती. त्यानंतर १९८५पासून त्या दिल्ली विद्यापीठात होत्या आणि संगीत समित्या आणि परिषदा यांच्या निमित्ताने या दोघांची पुढेही भेट होत राहिली होती. त्यानंतर त्या विद्याधरजींकडून रागज्ञान घेऊ लागल्या आणि त्यांनी शिकवलेल्या बंदिशी सतारीवरही वाजवू लागल्या. विनीता यांचे निधन झाल्यानंतर २०१०मध्ये विद्याधरजींच्या आयुष्यात सुनीरा यांनी 'जीवनसाथी' म्हणून प्रवेश केला आणि त्यांचा पुढचा अध्याय सुरू झाला.

सुनीराजींचे वास्तव्य दिल्लीला असते, पण दोघेही स्वतंत्रपणे आणि एकत्रितरित्याही संगीत-संवर्धनाच्या कार्यात मग्न आहेत. संगीत शिकणाऱ्या विद्यार्थ्यांना मदत करून,

त्यांच्या अडचणी दूर करून, त्यांची योग्य दिशेने वाटचाल होण्याजोगे काही काम करण्याचा विचार या दोघांनी सुरू केला. 'आपला 'आत्मकेंद्री' असलेला संगीतविचार नंतर 'विद्यार्थीकेंद्री' झाला' असे ते नमूद करतात. 'विद्यार्थ्यांकडूनसुद्धा आपण शिकत असतो' असे ते नम्रपणे सांगतात. मार्च २०१३पासून दिल्ली आणि अन्य शहरांमधून एक ते तीन दिवसांच्या पंचवीसपेक्षा अधिक कार्यशाळांमधून त्यांनी विद्यार्थ्यांना मार्गदर्शन केले आहे. रियाज कसा करावा, गाण्याची पट्टी (स्केल) कशी ठरवावी, संगीताभ्यास कसा करावा, कार्यक्रमाचे सादरीकरण कसे करावे इत्यादी अनेक विषयांवर ते विद्यार्थ्यांशी संवाद साधत असतात. 'गायकाला आपली 'पट्टी' सापडणे फार महत्त्वाचे असते' असे सर्वच संगीत-तज्ज्ञांचे मत आहे. त्रिपुरा विद्यापीठ - आगरताळा, सप्तक अहमदाबाद, स्पिक-मॅके - दिल्ली अशा अनेक संस्थांतर्फे देशभर ही सत्रे आयोजित केली जातात. उच्च प्रतीचे गायक, समर्थ गुरू, तळमळीचे संगीत-प्रसारक, कुशल प्रशासक असलेल्या विद्याधरजींची आता ८०व्या वर्षाकडे वाटचाल चालू आहे, पण आत्ताही 'आपल्याला जे मिळाले आहे, ते पुढच्या पिढीला द्यावे' या तळमळीने अभिजात संगीताच्या प्रसाराचे त्यांचे जीवनकार्य एखाद्या उत्साही तरुणाप्रमाणे चालू आहे.

❖◆❖

मुलाखत

*संवादक **पतंजली मादुस्कर** २९ जुलै २०१६ रोजी पुण्यातील पत्रकार भवन येथे झालेल्या, **पं. विद्याधर व्यास** यांच्या मुलाखतीचे शब्दांकन.*

प्रात्यक्षिक १ : गायन – राग पूर्वी

संगीतात परंपरेला खूप महत्त्व आहे. आजचा कार्यक्रम ग्वाल्हेर घराण्याचे गायक पं. कमलाकरबुवा जोशी ह्यांच्या स्मृतिप्रीत्यर्थ आहे. महाराष्ट्रामध्ये ग्वाल्हेर घराण्याची परंपरा उत्तरेतून आणली, ती पं. बाळकृष्णबुवा इचलकरंजीकर यांनी. ते ग्वाल्हेरमधल्या बाबा दीक्षित, वासुदेवबुवा जोशी ह्या परंपरेत शिकून आले होते. त्यांच्याकडे पं. विष्णु दिगंबर पलुस्कर, पं. गजाननबुवा जोशींचे वडील अंतुबुवा, मिराशीबुवा, इंगळे ही सगळी मंडळी शिकली. पं. विष्णु दिगंबर पलुस्करांनी संगीताच्या प्रचार-प्रसारालाच वाहून घेतले होते. त्यांनी विनायकबुवा पटवर्धन, नारायणराव व्यास, ओंकारनाथ ठाकूर, वामनराव ठकार, शंकरराव बोडस असे अनेक शिष्य तयार केले. त्याच परंपरेत विनायकबुवा आणि नारायणराव व्यास ह्यांच्याकडे कमलाकरबुवा शिकले होते. विद्याधर व्यास हे नारायणराव व्यासांचे चिरंजीव. त्यांच्या संगीताची सुरुवात कशी झाली, हे त्यांच्याकडून जाणून घेऊ या.

सर्वप्रथम माझे ज्येष्ठ गुरुबंधू कमलाकर जोशी यांच्या स्मृतीला मी वंदन करतो. पं. विष्णु दिगंबर पलुस्करांच्या परंपरेत माझे वडील पं. नारायणराव व्यास यांनी आपलं कार्य सुरू केलं. ते मैफिल कलाकार होतेच, पण त्यांनी संगीत विद्यालयंही स्थापन केली. विनायकबुवांनी पुण्यात, तर माझ्या वडिलांनी मुंबईत 'व्यास संगीत विद्यालय' स्थापन केलं. प्रो. बी.आर.देवधर यांनी 'देवधर स्कूल ऑफ इंडियन म्युझिक ऑपेरा हाऊस' मुंबईत स्थापन केलं. या सर्वांनी संगीताच्या प्रचार-प्रसाराचं कार्य पुढे नेलं. याच परंपरेतले कमलाकर जोशी. तीच समर्पण वृत्ती! पं. विष्णु दिगंबरांच्या शिष्यांनी गुरूंचा आदर्श ठेवून संगीत-प्रसाराचं कार्य केलं. त्यांचा चरितार्थही चालला आणि त्यांनी मालमत्ताही कमावली. ही दूरदृष्टी पं. विष्णु दिगंबर पलुस्करांची होती. नाहीतर 'गाणाऱ्याला असं काय

मिळणार? त्याच्या उपजीविकेचं साधन म्हणजे फक्त शिकवण्या करा!' तर ही मनोवृत्ती होती. निष्ठेने संगीत व्यवसाय करून तुम्ही तुमचं जीवन जगू शकता, याचं श्रेय पं. विष्णु दिगंबरांचं आहे.

पलुस्करांनी लाहोरला गांधर्व महाविद्यालय स्थापन केलं, तेव्हाची ही घटना आहे. त्या काळात भारतात असलेल्या संस्थानांचे नवाब स्वतःला संगीताचे खूप समजदार, जाणकार वगैरे समजायचे. त्यांच्या दरबारात ते कलाकारांना आश्रयही द्यायचे. उत्तर प्रदेशातल्या एका छोट्या हथिया स्टेटच्या प्रमुख एक बेगम होत्या. त्या पंडितजींना म्हणाल्या, ''सुना है, आपने संगीत का विदयालय खोल रखा है! कितने तानसेन तय्यार किये?'' हजरजबाबी पंडितजी म्हणाले, ''तानसेन बनाना हमारा काम नहीं, तानसेन तो उपरवाला बनाता है! तानसेन जैसा हिरा होता है. हिरेको तराशा जाता है. वैसे उस प्रतिभाको तराशनेका काम हम करते है. प्रतिभा तो उपरसे आती है; तराशनेका काम हमारा है! लेकिन एक दुसरी बात है की, इस प्रतिभा को पहचानेगा कौन? तो एक तानसेन के लिये - हम हजारो कानसेन पैदा करते है, जो तानसेन की कला को परखेंगे, उनको सम्मान देंगे! कानसेन नहीं, तो तानसेन होने का क्या फायदा? अपने घरमें बैठे, तो सुनेगा, समझेगा कौन?'' पुढे जाऊन ते म्हणाले, ''आजकल ये इतनी युनिव्हर्सिटीज और कॉलेजेस खोल रखे है... कितने आइनस्टाइन तय्यार हो रहै है?'' साहित्य विषय घेऊन बी.ए. झालेले - अगदी पहिल्या क्रमांकाने आलेलेसुद्धा - सगळे साहित्यिक नसतात. तर कला आणि प्रतिभा असणं आणि अभ्यास करणं या दोन वेगळ्या गोष्टी आहेत. अभ्यास व्हायलाच पाहिजे. त्याप्रमाणे संगीताची गोष्ट आहे. हा विचार पं. पलुस्करांनी आणि भातखंडेंनी मांडला आणि पुढे त्यांच्या शिष्य-प्रशिष्यांनी वाढवला.

आता तुमच्या प्रश्नाकडे येतो. सुदैवाने माझा जन्मच संगीताच्या घरात, एका मोठ्या गायकाच्या घरी झाला. घरामध्ये संगीताचं वातावरण होतं. माझ्या वडिलांनी गुरूशिष्य परंपरेप्रमाणे शिष्यांना घरामध्ये ठेवून त्यांचं पोषण केलं. त्यामुळे घरामध्ये गाणं चालायचं. सकाळी नऊपासूनच विद्यार्थी यायचे. त्यामुळे श्रवणसंस्कार जन्मापासून होत गेले. हे माझं मोठं भाग्य! त्यामुळे अगदी अंतर्मनातच हे विचार रुजले. माझं बालपण असं गेलं की, 'दहा वर्षांचा एक मुलगा दप्तर खांद्यावर टाकून शाळेत जातोय आणि त्याच्या डोक्यात 'म्हारे डेरे आवोजी महाराजा' हा देसी रागातला तिलवाडा तालातला ख्याल!' सकाळी उठल्यानंतर शाळेत जायची तयारी करताना, अभ्यास करताना हे सगळं माझ्या कानावर पडत असे. सुदैवाने शाळा अगदी समोर होती, पण देसी राग म्हणजे काय, हे माहीत नव्हतं, तरीही मी तो गुणतगुणत असे. डोक्यात विचार देसीचे आणि तेच संस्कार होत गेले.

माझ्या वडिलांनी माझ्यावर कधीही गाणं करण्याची सक्ती केली नाही. ते म्हणत, 'तुझी रुची जिथे आहे, त्याप्रमाणे तू कर.' कॉलेजमध्ये गॅदरिंगमध्ये गायचो, तरी बी.ए. होईपर्यंत ' 'संगीत' हा विषय करिअर म्हणून घ्यावा' असा विचार नव्हता. कारण सुदैवाने शाळा-कॉलेजमध्ये फर्स्ट क्लास मिळायचा. इकडे गांधर्व महाविद्यालयाच्या परीक्षाही दिल्या होत्या. मी जेव्हा मॅट्रिक झालो, तेव्हा संगीत विशारदसुद्धा झालो होतो. त्याच्यानंतर बी.ए.च्या आधी दोन वर्षं संगीत अलंकारचीसुद्धा परीक्षा देऊन झाली होती. सुट्टी असायची, तेव्हा वडिलांच्या बरोबर दौऱ्यावर जायचो. त्यांच्यामागे तंबोऱ्याला बसून स्वर लावायचो. असं शिक्षण सतत चालूच होतं, पण मी संगीत करिअर म्हणून घेणं आणि गायक होणं हेच माझं विधिलिखित होतं!

ते कसं काय झालं?

बी.ए.ला माझा विषय होता, 'इकॉनॉमिक्स अॅन्ड पॉलिटिकल सायन्स'. प्रिलिम परीक्षेत माझा पहिला नंबर होता. 'इंडियन इकॉनॉमिक प्रॉब्लेम' हा एक विषय होता. त्यात मला सर्वांत जास्त मार्क्स मिळाले होते. माझ्या वडिलांचे बालपणापासूनचे, कोल्हापूरला समोरासमोर घर असणारे अत्यंत जवळचे मित्र विष्णु वामन उर्फ तात्यासाहेब नारळीकर होते. ते डॉ. जयंत नारळीकरांचे वडील. जयंत आणि त्यांचा धाकटा भाऊ अनंत हे आमचे फॅमिली फ्रेंड्स. ते नंतर बनारसला होते. आम्ही उत्तरेकडे जायचो, तेव्हा त्यांच्याकडे राहायचो आणि ते सुट्टीमध्ये मुंबईला यायचे, तेव्हा आमच्या घरी मुक्काम असायचा. त्या वेळेला जयंत नारळीकर केंब्रिज युनिव्हर्सिटीत होते; आपल्या क्षेत्रात नामवंत होते. एकदा मुंबईला घरी आले असताना त्यांनी मला मोठ्ठं स्वप्न दाखवलं. त्यांनी विचारलं, "पुढच्या शिक्षणाकरता येणार का केंब्रिजला? पुढची व्यवस्था मी करतो. तुझ्या इकॉनॉमिक्स विषयात फर्स्ट क्लास मिळत नाही, पण तुला हायर सेंकड क्लास तरी मिळाला पाहिजे."

मी 'हो' म्हटल्यावर त्यांनी तिथे जाऊन माझी प्रोव्हिजनल अॅडमिशन घेतली. वडिलांनी मला 'जाऊ नको' असं काही सांगितलं नव्हतं. माझी परीक्षा झाल्यानंतर सुट्टीमध्ये वडिलांना सिमल्याला समर फेस्टिव्हल कार्यक्रमासाठी बोलवणं होतं. तिथे टुरिस्टसाठी १५/२० दिवसांचा फेस्टिव्हल व्हायचा. त्याकरता आम्ही सगळे सिमल्याला गेलो होतो. प्रसिद्ध कथक नर्तिका रोहिणी भाटेंच्या बहिणीचे यजमान कर्नल मुजुमदार हे सिमल्याच्या महाराष्ट्र मंडळाचे अध्यक्ष होते. त्यांनी मंडळात वडिलांचा सत्कार करायचं ठरवलं आणि त्यांचं गायनही ऐकायची इच्छा व्यक्त केली, पण वडील त्यांना म्हणाले, 'ज्या कार्यक्रमासाठी मी इथे आलोय, त्याआधी मी इथे गाणं उचित नाही. त्यांनी मानधन देऊन मला इथे रीतसर बोलवलं आहे.' मग संयोजकांनी ऐन वेळी माझं नाव सुचवल्यामुळे मला तिथे गायची संधी मिळाली.

मुंबईत असताना माझे छोटे-मोठे कार्यक्रम हौस म्हणून चालू असायचे, पण सिमल्याला अशी संधी मिळाल्यामुळे मी खूश झालो होतो. 'किती गाऊ!' असं वाटलं आणि चक्क तीन तास गायलो. लोकंही टाळ्या देत होते. त्यामुळे मला स्फुरण येत होतं. गाणं संपलं, तेव्हा माझे वडील आनंदाश्चर्याने म्हणाले, ''अरे, तू गातोस की!'' मी मैफिलीत श्रोत्यांच्या पुढे बसून गाणं, हा त्यांच्यासाठी साक्षात्कारच होता. आम्ही सिमल्याहून परत आलो, रिझल्ट लागला आणि वज्रपात झाला! थर्ड क्लासमध्ये पास झालो होतो. इतका निराश झालो! जयंत नारळीकरांना कळवल्यावर त्यांचं लगेच उत्तर आलं 'तरीपण तू ये इथे. एक छोटासा कोर्स केलास की, तुझी ॲडमिशन रेग्युलर होऊन जाईल.' पण मी विचार केला की, 'मला अशी बॅकडोअर एंट्री नको आहे.' म्हणून तो मार्ग मी बंद करून टाकला.

मग करायचं काय? मी आपला नुसता निराश अवस्थेत बसून राहिलेलो असायचो. मग वडिलांनी मला सुनावलं, ''अरे, काय चाललंय काय? तुझं आयुष्य संपलेलं नाही. अजून अनेक गोष्टींना तुला सामोरं जायचं आहे.'' मग झणकन विचार आला की, 'ज्या गोष्टीच्या मी मागे लागलो, जीव टाकला, तिथे निराशा झाली; पण जी गोष्ट मी सहज करत राहिलेलो आहे, तिने मला पसंती दिली आहे. त्यात मी काही करू शकेन.' त्या झटक्यात मी सांगितलं, मी गाणं करणार!' ते लगेच उठले. त्यांनी तंबोरा आणला. म्हणाले, तंबोऱ्यावर हात ठेवून सांग, 'गाणं करणार आणि सोडणार नाही.' '' तंबोऱ्यावर हात ठेवून मी सांगितलं, मी गाणंच करणार.'' मग वडिलांची खरी तालीम सुरू झाली, जी पं. विष्णु दिगंबर पलुस्करांनी त्यांना दिली होती.

मुलगा म्हणून त्यांनी दयामाया दाखवली नाही... संपूर्ण शिस्त... सकाळी पाच वाजता उठवायचे; नाही उठलो, तर थंड पाणी मारायचे. पं. पलुस्करपण शिष्यांना असेच उठवायचे. त्यांच्या हातात एक दंडा असे आणि लोट्यात पाणी. ''चला, स्वरसाधना करा... मंद्रसाधना करा... षड्ज भरा...'' सकाळच्या वेळी खालचे स्वर चांगले लागतात. ते केल्यानंतर वरचे स्वर फार चांगले लागतात; विनासायास लागतात. मंद्रसाधनेचं फार मोठं महत्त्व आहे. नऊ वाजल्यापासून परत गाणं सुरू! राग तसे माहिती होते, पण त्यांचा विस्तार, स्वरांचा लगाव, स्वरसंगती ह्या सर्व गोष्टी त्यांनी करवून घेतल्या. त्यांच्या दौऱ्यांवर मागे तंबोऱ्यावर बसून मी स्वरसाथ केली. ते संयोजकांना सांगायचे, 'माझा मुलगा आहे. त्याला अर्धा तास गायला मिळालं, तरी चालेल. बिदागीची अपेक्षा नाही.' असा मैफिलीचा अनुभव मिळाला. जालंधरला हरी वल्लभ संगीत समारोहात गेलो होतो. त्या वेळी तिथे पं. भीमसेन जोशी होते. त्यांनीसुद्धा आयोजकांना सुचवल्याने मला सकाळच्या वेळेला अर्धा तास गायला मिळालं. त्या वेळी पंडितजी स्वत: समोर बसून मला प्रोत्साहन देत होते. केवढा त्यांचा मोठेपणा!

वडिलांनी तुम्हाला तालीम देताना सुरुवातीची म्हणून जी रचना शिकवली, त्यातली एखादी उदाहरणादाखल म्हणावी.

प्रात्यक्षिक २ : नायकी कानडा – *लगन मोरी लागी पिहरसो* – तीनताल

हे शिकवताना ते माझ्याकडून स्थायी घोटून घ्यायचे आणि सांगायचे, 'ती तशीच म्हणता आली पाहिजे. त्या फ्रेझमधले सर्व स्वर स्पष्ट आले पाहिजेत.'

बंदिश घोटून घेतल्याबरोबर स्वरलगाव, काटतराश म्हणजे लयीचे विभाग अशी त्या बंदिशीमधली सौंदर्यस्थळं आधी घोटून घ्यायचे. मुळात बंदिश उलगडून दाखविण्यासाठी ती पूर्णपणे कंठस्थ असली पाहिजे आणि आतमध्ये भिनली पाहिजे. ते झाल्यानंतर मग आपल्याला तिच्यातले रस्ते दिसायला लागतात... आणि मग असा एक अनुभव येतो की, बंदिशच आपल्याला सांगते, राग आपल्याला सांगतो की, ते कसे आहेत, कुठली वाट आहे, कुठून पुढे जायचं.... आपले राग कमीत कमी ४०० वर्षं जुने आहेत. आधी त्यांचं स्वरूप वेगळं होतं... यमन, मालकंस, भूपाली, दरबारी इत्यादी. अनेक कलाकार पिढ्यानपिढ्या हे राग गायलेले आहेत. कोणी काय गायलेलं आहे, कसं गायलेलं आहे, ते सगळं आता आपल्याला रेकॉर्डिंगमुळे ऐकायला मिळतं.

इतकं राग गायन होऊनही अजूनही असं वाटत नाही की, 'ह्या रागामध्ये सर्व करून झालेलं आहे; आता नवीन करण्यासारखं नाही.' राग गाताना प्रत्येक वेळेला तो आव्हान देतो, 'सांग, तुला मी कसा दिसतो, तू कसा मला मांडतोस?' एखादी नवीन गोष्ट आल्यानंतर कलाकार म्हणून इतका आनंद होतो! समजा त्या रागाने मला काही एक प्रसाद दिला आणि तो मी श्रोत्यांपर्यंत पोहोचवला की, त्यांनाही आनंद मिळतो. कलेची सार्थकता तर तिथे होते, आणि ही प्रक्रिया चालूच असते... अजून शेकडो वर्षं ह्या रागांना मरण नाही.

प्रात्यक्षिक ३ : राग–ताल–आवर्तन संकल्पना

भारतीय संगीताची ओळख करून देणाऱ्या 'राग' आणि 'ताल' ह्या वैशिष्ट्यपूर्ण संकल्पना आहेत. दुनियेतल्या अन्य संगीतात या संकल्पना नाहीत. परदेशात गेल्यावर 'तिथे कुठली संगीत पद्धती आहे' याचं मी निरीक्षण करतो. सर्व संगीतात 'लय' आणि 'स्वर' असतात आणि त्यांच्या रचनेनुसार संगीत पद्धती बदलत जाते. 'आरोह-अवरोह' या स्वरांच्या रचना आहेत, तर रागसुद्धा एक रचनाच आहे. तर असे नियम करून त्या रचनेत एक

भाव, एक जिवंतपणा हे केवळ आपल्या संगीतात आहे. 'ताल' ही संकल्पना आपली भारतीय आहे. बाहेर नुसतं रिदम, रिदमिक व्हेरियेशन्स आहेत; पण ताल नाही. म्हणजे ज्या स्थानापासून सुरुवात करतो, तिथेच पूर्ण संचार करून येतो. आपण 'सा'पासून गायला सुरुवात करतो. राग घेऊन त्यात छोटा-बडा ख्याल, तराणा असं गातो आणि संपवताना पुन्हा 'सा'वर येतो; तालही तसाच.

कुठलाही ताल वाजवा - *धाधिंधिंधा, धाधिंधिंधा, धातिंतिंता, ताधिंधिंधा* हे वाजवलं की संपलं, असं नाही. तर *धाधिंधिंधा, धाधिंधिंधा, धातिंतिंता, ताधिंधिंधा, धाऽ* (म्हणजे पुढच्या आवर्तनाची पहिली मात्रा घेऊन) इथे आवर्तन संपतं. कुठल्याही तालाचं आवर्तन पूर्ण करून समेवर येणं आणि मग संपवणं ही आपली पद्धती आहे. हे 'कमिंग बॅक' म्हणजे पूर्ण सर्कल आहे. ते आपल्या संगीताचं वैशिष्ट्य आहे. कधीकधी विचार करताना वाटतं की, आपली संस्कृती हीच आहे. हे पुन्हा परत येणं काय आहे? तर आवृत्तीच आहे. आवृत्ती करताना छंद होतो, त्याच्यामधे रममाण होणं होतं... ही आपली भारतीय संगीत संस्कृती. ती सगळ्या प्रकारांमध्ये दिसून येते. ख्याल, ध्रुपद, ठुमरी, टप्पा, सुगम संगीत हे सगळे प्रकार एकमेकांशी जोडलेले आहेत.

म्हणजे आत्ता आपण थोडक्यात राग आणि त्याची रचना असं बघितलं. बंदिशीचं महत्त्वही आपण सांगत होतात. बंदिश गाणं आणि बंदिशीत रागाचं जे रूप बद्ध केलेलं आहे, त्याचं विस्तृत गायन करणं, म्हणजे रागगायन आहे. गाणं शिकवताना 'बंदिशीची तालीम' हा महत्त्वाचा भाग होता.

सगळ्यात आधीचं ग्वाल्हेर घराणं हे पितृघराणं मानलं गेलं आहे. त्याच्याआधी 'कवाल बच्चों का घराना' असं घराणं होतं. ते लखनऊमध्ये होतं, पण त्याला तेव्हा घराण्याचा आकार आलेला नव्हता. 'ख्याल' हासुद्धा एक रचनाप्रकार आहे. त्या वेळी बडे महमंदखाँ यांना ग्वाल्हेर दरबारात बोलवण्यात आलं. गायक म्हणून तिथे हद्दूखाँ, हस्सूखाँ ही दोन मुलं होती आणि त्यांचे काका कादरबक्ष होते. त्यांना प्रतिभाशाली गायक म्हणून दरबारात आश्रय मिळालेला होता. त्यांनी बडे महंमदखाँना सांगितलं की, 'तुम्ही ह्यांना शिकवा तुमची गायकी!'

ही जी कवाल बच्चोंकी गायकी होती, ती तानप्रधान होती. माझ्या मते, ख्याल हे त्या वेळेचं फ्युजन-म्युझिक होतं. त्या वेळेला असलेले ध्रुपद, धमार हेच फक्त दरबारातले प्रतिष्ठाप्राप्त प्रकार! तानसेन ध्रुपद गायचे. अनेक ख्याल रचणारे सदारंगसुद्धा ध्रुपद गायचे. त्या वेळी ख्याल नव्हता. ध्रुपद-धमाराच्या आधी असलेल्या प्रबंधामधून ध्रुपद गायकी आली, असं म्हणू या. ध्रुपद-धमारचा बोलबाला झाला, पण त्याला मर्यादा होत्या. त्यामुळे कल्पकतेला वाव देणारं संगीत व्यक्त करण्यासाठी गानप्रकार हवा होता.

त्या वेळी ख्याल नजरेत आला. ध्रुपदाच्या वेळी असलेल्या ख्यालाचं स्वरूप वेगळं होतं. ते सुगम-शास्त्रीय, म्हणजे ठुमरी-दादरा म्हणतो, तसं होतं. राजे, नवाब ह्यांच्या मनोरंजनार्थ पेशेवाल्या स्त्रिया असे ख्याल गात असल्यामुळे ख्यालाचं स्वरूप शृंगारिक होतं.

पुढे दरबारात असलेल्या नियामतखाँवर (म्हणजे नंतर सदारंग नाव घेतलेले) बादशाहची खप्पामर्जी झाली आणि त्यांना दरबारातून काढून टाकण्यात आलं. राजाश्रय गेल्यावर बादशाहाची मर्जी पुन्हा संपादन करण्यासाठी त्यांनी 'सदारंग' हे नाव घेऊन छोटी कवनं केली. स्थायी दोन ओळी, अंतरा दोन ओळी अशी शृंगारिक कवनं करून त्यात बादशाहाचंही नाव घातलं 'तुझा मी आशिक आहे, सदारंग.' ही कवनं त्या स्त्रियांना शिकवल्यावर त्या रचना त्यांनी बादशाहला ऐकवल्या. हा नवीन प्रकार रागांमध्ये ऐकून बादशाह खूश झाला आणि जो कोण सदारंग होता, त्याला बादशाहने दरबारात हजर करायला सांगितलं. मग हाच नियामतखाँ असल्याचं उघडकीला आलं! त्यानंतर त्याला सन्मानाने दरबारात पुन्हा स्थान देण्यात आलं.

त्यामुळे ज्या फ्री-फॉर्मची त्या वेळी गरज होती, ख्याल-कल्पनेला जो वाव हवा होता; बंधनं कमी हवी होती त्याच्या विस्ताराला सुरुवात झाली. त्याचं शृंगारिक रूप जाऊन त्याला भारदस्तपणा यायला सुरुवात झाली. ध्रुपदाचं नोम-तोम, आलाप हे अंग ख्यालात आलं. मग थोडी लय वाढवून त्याच्यात बढत आणि नंतर ध्रुपदाची बंदिश सुरू झाली. मग लयकारीला सुरुवात झाली. मग विलंबित ख्याल आले. त्याला उपयुक्त विलंबित तालही आले. त्याबरोबर बेहलावे, आंदोलन, मींड यापण गोष्टी ख्यालाने ध्रुपदाकडून घेतल्या. ध्रुपदामध्ये तान नाही. ख्यालातली तान कवालीमधून आली. हे योगदान 'कव्वाल बच्चे' यांचं! सरळ तान, कूट तान, गिटकिडीची तान, आलंकारिक तान... इतक्या प्रकारच्या ताना कव्वालीतून आल्या! कव्वालीतल्या ताना अचंबित करणाऱ्या आहेत. ध्रुपदाबरोबर जी लयकारी केली जात होती, त्यातून बोलबांट, बोल-आलाप ह्या गोष्टी घेतल्या गेल्या. अशा प्रकारे ख्याल हा फ्युजन प्रकार वाटतो. ह्याचा फॉर्म ग्वाल्हेरमध्ये पक्का झाला.

सुरुवातीला बंदिशीचं फार महत्त्व होतं. हद्दू आणि हस्सूखाँ हे सुरुवातीच्या ख्याल गायकांचे शिष्य होते. ते सांगायचे, 'हम ख्याल गाते है। इस रागमें गाते है!' म्हणजे रागाचं महत्त्व दुय्यम होतं; ख्यालाचं, बंदिशीचं महत्त्व हे सर्वप्रथम होतं. त्यामुळे वेगवेगळ्या बंदिशी कितीतरी वेगवेगळ्या तालांमध्ये असतात. हे ताल आपल्याला ग्वाल्हेर घराण्यात मिळतात. विलंबित तिलवाडा ग्वाल्हेर घराण्याशिवाय दुसरीकडे नाही. दीड मात्रेचं अंतरालसुद्धा दाखवणारा विलंबित झुमरा ग्वाल्हेरमधला. उत्तरेकडच्या किराना घराण्यात अमीरखाँ झुमऱ्यात गातात. त्यांचं घराणं इंदोर जरी म्हटलं, तरी त्यांचं शिक्षण किराना घराण्यातलं. (१४ मात्रेच्या) झुमऱ्यात दीड मात्रेचा जो अंतराल असतो, त्याला 'झूमना' म्हणतात. 'झुमरा' हे नाव त्या 'झूमना'वरून आलं. झुमऱ्याचं दुसरं वैशिष्ट्य म्हणजे,

अतिविलंबित लय. पण असं गाणं फक्त १४ मात्रा भरण्यासाठीचं गाणं होतं! अतिविलंबित लयीत तालाचं वजन आणि सौष्ठव दिसत नाही. सम आणि खाली यांचं नातं, तो बॅलन्स दिसत नाही. कारण ठेका इतका विलंबित झाला की, त्याची सगळी वजनं निघून जातात. त्यामुळे १४ मात्रा गाताना फक्त शेवटचं 'ति-र-कि-ट' आलं की, समेवर यायचं, असं होतं.

झुमऱ्यातली एखादी बंदिश ऐकवा ना...

कामोद रागातली ऐकवतो, पण कामोद रागाकडे पाहिलं, तर त्याच्या मूळ स्वरूपात 'गंधार' स्वर नाही. त्याचं हल्लीचं जे रूप आहे, त्यात 'रे प ध प ग म प ग म रे सा' असं आहे. अनेक राग असे आहेत, ज्यांच्यात एखादा सूर नंतर आला आणि तो रागाचं एक अंग होऊन बसला. सर्वपरिचित बिहागमध्ये तीव्र मध्यम नंतर आलेला आहे. तीव्र मध्यम लावल्याशिवायसुद्धा तुम्ही अगदी छानपैकी बिहाग गाऊ शकता. जुन्या बंदिशींमध्ये तीव्र मध्यम कुठेही नाही.

अशा नंतर आलेल्या स्वराला 'रक्तिवर्धक स्वर' म्हटलं जायला लागलं. रक्ति म्हणजे लाल रंग. एखादी युवती नट्टापट्टा करते आणि लाली लावते. त्याच्यामुळे त्या युवतीच्या सौंदर्यामध्ये भर पडते. रक्तिवर्धक स्वर हा सौंदर्यवृद्धी करणारा स्वर आहे. तीव्र मध्यम जसा आहे, तसा तेवढाच लागणार. त्याच्याव्यतिरिक्त त्याचा जास्त विस्तार नाहीये; सरळ-सरळ आरोहामध्ये, अवरोहामध्ये तो स्वर नाही घेत, पंचमाचा हात पकडून तो तेवढाच येणार. एखादं लहान मूल कडेवर असतं, त्याप्रमाणे तो पंचमाच्या कडेवर बसून येतो 'तीव्र मध्यम'. मारूबिहागमध्ये शुद्ध मध्यम हा तसाच. 'सा म' पुन्हा आरोह अवरोहामध्ये सरळसरळ मध्यम नाही. तीव्र मध्यमाचा मारूबिहाग आहे. तसाच बसंतमध्ये शुद्ध मध्यम. बसंत रागातल्या जुन्या बंदिशींमध्ये शुद्ध मध्यम नाही; तीव्र मध्यम हा रक्तिवर्धक स्वर घेतला जातो. आपण म्हणतो ना, 'कलेमध्ये वेगवेगळे प्रवाह येतात... सौंदर्याची अनुभूती देणाऱ्या स्वरसंगतींमुळे रागाचं सौंदर्य वाढतं' तर त्याच्यामागचा कार्यकारणभाव समजून घेतला, तर राग आपल्याला अधिक चांगल्या तऱ्हेने समजू शकतो.

प्रात्यक्षिक ४ : गायन राग कामोद – *हूं तो जनमन छांडी*

अशा अनेक बंदिशी हजार-हजार वेळा घोटून घेतल्या जायच्या.

हो तर! इतके वेळा घोटल्यामुळे चुकायचं नाव नाही! मग ती बंदिश आपल्याला काय सांगते, कुठले मार्ग विस्तारण्यासाठी आपल्याला कोणकोणते रस्ते मिळतात, त्याकडे आपलं लक्ष जायला लागतं आणि मग तो आनंद निराळा असतो. ग्वाल्हेरी गायक 'आम्ही ख्याल गातो, त्या रागामध्ये ख्यालाचा विस्तार करतो' म्हणायचे. त्यामुळे राग

इन्सिडेन्टल झाला. ख्याल म्हणजे बंदिशी! एकेका रागामध्ये इतक्या बंदिशी असायच्या आणि त्या सगळ्या येणं आवश्यक असायचं. ती तालीम असायची.

आमच्याकडे संगीत नाटक अकादमीसाठी मिराशीबुवांचं एक रेकॉर्डिंग करायचं होतं. मिराशीबुवा वयोवृद्ध झाले होते. पुण्याहून येऊन आमच्या घरीच, मुंबईला उतरले होते. ते बाळकृष्णबुवा इचलकरंजीकर यांचे गुरुबंधू असल्याने वडिलांना गुरुसमानच होते. वडिलांनी अगदी मनोभावे सर्व यंत्रणा आणून घरीच रेकॉर्डिंग केलं. त्या वेळी ते सकाळी बिछान्यामध्ये पडल्या-पडल्या स्थायी-अंतरे गुणगुणायचे. ते मी ऐकले. बाकी सगळे झोपलेले असल्याने इतरांना त्रास नको म्हणून ते फक्त गुणगुणायचे. नंतर मी त्यांना विचारलं, तर म्हणाले, हीच तालीम आम्हाला मिळाली की, 'सतत स्थायी-अंतरे गात राहायचे; पक्के झाले पाहिजेत...' इतक्या वयामध्येसुद्धा!

ख्यालाचं हे शिक्षण झाल्यानंतर तुम्ही स्वतःचा विचार सुरू केलात. त्या वेळी तुमच्यावर कोणत्या गायकाचा प्रभाव होता?

मी वडिलांकडे शिकत असल्याने त्यांचाच माझ्यावर प्रचंड प्रभाव होता. शिवाय माझे आदर्श पं. डी. व्ही.पलुस्कर होते. पलुस्करांच्या रेकॉर्ड्स ऐकून मी तसं गात असे. डी. व्ही. पलुस्करांचं सुरुवातीचं शिक्षण माझ्या वडिलांकडे झालं. नंतर ते मुंबईहून पुण्याला गेले आणि पं. विनायकबुवा पटवर्धन ह्यांच्याकडे शिकले. ते जेव्हा वारले, त्या वेळी मी १०/११ वर्षांचा होतो. तेव्हाची एक आठवण आहे. ते घरी आले होते आणि संध्याकाळी पोतदार कॉलेजमधे त्यांच गाणं होतं. तंबोरे जुळवत असताना मी विचारलं, 'मी वाजवू का तुमच्यामागे तंबोरा?' मी वाजवू शकणार असल्याची वडिलांना विचारून त्यांनी खात्री करून घेतली आणि मी दमलो तर दुसरा वाजवणारा घेण्याच्या अटीवर मला हो म्हणाले; पण संपूर्ण प्रोग्रॅम मीच तंबोरा वाजवला.

त्याच वेळेला जयपूरचा योग आला. तिथल्या गव्हर्नमेंट कॉलेजमध्ये प्राचार्य म्हणून निवड झाल्यानंतर 'तिथे जायचं का नाही' असा प्रश्न आला. वडिलांचं वय त्या वेळेला ७२ होतं. सगळे म्हणायला लागले, 'तुझे वडील, तुझे गुरू आणि इथलं सांगीतिक वातावरण सोडून जाऊ नकोस. तू एकुलता एक आहेस आणि तुझ्यावर तुझ्या वडिलांची जबाबदारी आहे.' पण वडील दूरदर्शीपणे म्हणाले, 'मी सांगतो, तू जरूर तिकडे जा. अनुभव घेऊन परत ये.'

त्यामुळे मग मी जयपूरला गेलो. तेव्हा मी असा विचार केला की, 'ज्याच्यामध्ये 'मी दिसेन' असं मी गायला हवं.' त्यामुळे जे आपल्या घराण्याचे नव्हते, असे राग उदाहरणार्थ, बिहागडा, गोरख कल्याण, नंद, हंसध्वनी, मारूबिहाग - मी अभ्यासले आणि गायनात त्यांचा समावेश केला. जयपूर घराण्याचे गायक पं. रत्नाकर पै

यांच्याकडून बिहागड्याच्या बंदिशी आणि पं. निवृत्तीबुवा सरनाईक ह्यांच्याकडून तानांचे काही प्रकार घेतले. मी मर्यादित दृष्टीकोन न ठेवता, जे चांगलं वाटेल, ते घेतलं. गायकी अशी विकसित होते. आपल्या संगीतामध्ये वैयक्तिक दृष्टीकोनाला महत्त्व आहे. ती व्यक्ती त्या रागाकडे कसं पाहते, राग कसा मांडते, स्वतःच्या विचारातून राग कसा व्यक्त करते, हे महत्त्वाचं असतं. त्या व्यक्तीची युनिक आयडेंटिटी त्या रागाच्या मांडणीतून व्यक्त होते का, हे महत्त्वाचं आहे. उच्च कलाकार पाहिले, तर सगळे 'आपलं असं काहीतरी' गाण्यामधून दाखवतात. प्रत्येक मोठ्या गायकाने आपल्या घराण्याची ओळख तर दिली आहेच, कारण तालीम त्या घराण्याची असते. ग्वाल्हेर घराण्यात पं. विष्णु दिगंबरांचे इतके शिष्य आहेत... सगळ्यांचे अस्ताई-अंतरे एक असले, तरी आपली प्रतिभा, बुद्धी आणि आवाज वापरून प्रत्येकाने स्वतःची गायकी दाखवली. म्हणजे आपल्या गायन पद्धतीमध्ये 'गायक इज युनिक' हा भाव आहे आणि 'त्याच्यासारखा तोच!' असं आहे.

जयपूरला जाण्याच्या आधी, संगीत-शिक्षण चालू होतं त्या काळामध्ये आपल्याला 'कट्यार काळजात घुसली' या संगीत नाटकात काम करण्याची संधी मिळाली. त्या नाटकाचा काही अनुभव सांगता का?

महाराष्ट्रात नाट्यसंगीत आणि शास्त्रीय संगीत यांचा फार जवळचा संबंध आहे. ग्वाल्हेर घराण्याच्या गायकीमध्ये दोन प्रवाह स्पष्ट दिसतात. पहिला प्रवाह ग्वाल्हेरमध्ये विस्तारित झाला आणि दुसरा, बाळकृष्णबुवा इचलकरंजीकरांच्या मार्फत महाराष्ट्रात येऊन विकसित झाला. महाराष्ट्रात ग्वाल्हेर गायकी पहिल्यांदा आली; बाकीच्या घराण्यांची गायकी नंतर आली. त्याच वेळेला संगीत नाटक विकसित होत होतं. संगीतातले अनेक अध्वर्यू संगीत नाटकाशी जोडले गेले.

ख्यालाच्या बंदिशी, टप्पा, ठुमरी, लावणी, गजल हे सगळे प्रकार नाट्यसंगीतात घेतले गेले. त्या वेळी लाउड स्पीकर्स जास्त नसल्याने 'नुसता आवाजही शेवटपर्यंत पोहोचला पाहिजे' हा विचार होता. खुला आवाज, आकारामध्ये आणि जोरकस गाणं हे जास्त होतं. ग्वाल्हेर घराण्यात मोकळा आणि खुला आवाज, थोडक्यात रंग भरणं, जास्त फापटपसारा नसणं याला प्राधान्य आहे. एकदा रंग भरला आणि तुमचा श्रोता वर्ग तुमच्या कब्जात आला की, मग रंग जमवण्यासाठी त्याच्यामध्ये थोडं लालित्यही पाहिजे. लोकांना समजेल अशा तऱ्हेच्या स्वरसंगती असल्या पाहिजेत. रेकून स्वर लावणं वगैरे लोकांना आवडलं नसतं. त्यामुळे महाराष्ट्रात जी गायकी आली, ती श्रोताभिमुख होती. म्हणजे रागाची ओळख पहिल्या आलापापासूनच करून द्यायची, रागाची पकड असणारेच स्वर घ्यायचे, लोकांना संभ्रम पडता कामा नये, हमीर गायचा म्हणजे सुरुवातीपासून 'ग म ध'

असाच गायला पाहिजे, कामोदमध्ये 'रे,प' दिसला पाहिजे; सांगण्याची गरज पडता कामा नये.... आणि असं करत तुमची गायकी श्रोत्यांच्या कानामध्ये उतरवायची.

संगीत नाटकाबद्दल मला आकर्षण असल्याने मी त्या वेळी नाट्यसंगीतही गायचो. ते बंदिशींशी मिळतं-जुळतं असल्याने त्यांच्या अंगाने त्याचा विस्तार करावा लागे. बंदिशीचे शब्द, त्यांचं उच्चारण आणि भाव यांकडे माझं लक्ष असे. नाट्यसंगीत गाणाऱ्यांनी या सर्व बाबींकडे कसं लक्ष दिलं आहे, हे पाहून त्याप्रमाणे मी त्यांचं अनुकरण करे. मग 'कट्यार'ची संधी आली. प्रभाकर पणशीकर एकदा वडिलांना भेटायला सकाळीच घरी आले. त्यांनी नाटकीपणे वडिलांना सांगितलं, ''मी तुमच्या मुलाला मागणी घालायला आलो आहे.'' वडील म्हणाले, ''मागणी घालायला? माझा मुलगा लग्नाचा नाही.'' मग त्यांनी खुलासा केला. '' 'कट्यार काळजात घुसली' या नाटकातली सदाशिवची भूमिका त्याने करावी, याकरता तुमची परवानगी हवी.'' वडील म्हणाले, ''उच्चविद्याविभूषित व्यक्तीही आता नाटकात काम करत आहेत. त्यामुळे माझी हरकत नाही. त्याला विचारा.'' मी नाटक पाहिलं होतं आणि मला ते अतिशय आवडलं होतं. मी म्हटलं, ''मला आवडेल, पण दोन गोष्टी तुम्ही लक्षात घ्या. एक म्हणजे, माझी उंची सहा फूट आहे. त्यामुळे स्टेजवरची सगळी कॉम्पोझिशन्स नीट जुळली पाहिजेत. आणि दुसरी, मी नाटकातून कधीच काम केलेलं नाही.'' ते म्हणाले, ''ती जबाबदारी आमची.''

दोन महिने कसून तालीम झाली. नाना संझगिरी हे चांगले नट दिवाणजीचा रोल करायचे. त्यांच्याकडून अत्यंत शुद्ध शब्दोच्चार, शब्दांची फेक हे शिकायला सुरुवात झाली. शब्दांमधून भाव प्रकट करणं, चढ-उतार हे सर्व त्यांनी शिकवलं; घटवूनही घेतलं. नंतर नाटकाचे संगीतकार पं. जितेंद्र अभिषेकी यांच्याकडे गेलो. ते म्हणाले, ''तुम्ही गाणारे आहातच, तर गाण्यामागची भूमिका सांगतो. ती समजून घेऊन गायलं पाहिजे. सुरुवातीचं सदाशिवचं गाणं कच्चं आहे. त्यामुळे पहिलं 'घेई छंद मकरंद' हे गाणं शिकाऊ वाटलं पाहिजे. त्यानंतर सदाशिवची गाण्यात हळूहळू प्रगती होते. नंतरच्या गाण्यात, 'मुरलीधर श्याम'मध्ये थोडी तयारी दाखवायला सुरुवात करा आणि शेवटी मात्र तुमची पूर्ण तयारी, गायकी सगळं दाखवा. तिथे तुम्हाला संधी आहे. नाटकाच्या कथेला असा न्याय द्यायला पाहिजे.''

त्यानंतर मी नागपूरला पुरूषोत्तम दारव्हेकर मास्तरांच्या समोर आठवडाभर बसून संपूर्ण भूमिका पक्की केली. नंतर वडाळ्याला फिरता रंगमंच उभारलेल्या ठिकाणी सकाळी दहा ते रात्री दहा अशा तीन दिवस तालमी केल्या; रंगीत तालीमही झाली आणि माझा पहिला शो ३० डिसेंबर १९६९ रोजी मुंबईला, साहित्य संघमंदिरात झाला; प्रयोग हाऊसफुल होता. त्यांनी प्रत्येक विंगेत दोन प्रॉम्प्टर्स ठेवले होते. मात्र माझं सगळं पाठ असल्याने मी ते काढायला लावले. देवाच्या दयेने प्रयोग यशस्वी झाला; पंत खूश झाले. मी या नाटकाचे दोनशेपेक्षा अधिक प्रयोग केले. शेवटचा प्रयोग १२ जानेवारी १९७३ रोजी झाला.

प्रात्यक्षिक ५ : 'कट्यार'मधले संवाद

माझ्या मते, 'कट्यार काळजात घुसली'सारखं दुसरं संगीत नाटक नाही! अप्रतिम नाटक! संगीतातल्या कितीतरी चांगल्या गोष्टी त्यात आहेत. त्यातले कितीतरी संवाद मला अजूनही आठवतात... 'दिल और दिमाग... बीचोबीच आदमी का गला... दोन्ही समतोल पाहिजे... तारा जुळल्या पाहिजेत... दिल की तार- दिमाग की तार, दोनो मिलनी चाहिये...' काय विचार आहे हा! 'नुसतं हृदयाने गाणारा असेल, तर गाणं अधुरं, नुसत्या दिमागने गाणारा... त्याचं गाणंही अधुरंच... दोन्हीचा मिलाफ पाहिजे.'

त्यातला एखादा प्रसंग?

एका प्रयोगात माझी गडबड झाली आणि मी भलतंच बोलून गेलो. सदाशिवच्या मूळ वाक्यात तो खाँसाहेबाना विचारतो, 'शिष्य म्हणून आपण माझा स्वीकार कराल का? खऱ्याखुऱ्या अर्थाने माझे गुरू व्हाल का?' त्यावर ते म्हणतात, 'नहीं, ये छोड कर और कुछ भी मांग लो।' पण एकदा त्या आवेशामध्ये माझं काय म्हणतात ना... चोपडी चळली... तसं झालं. मी उलटंच बोललो. 'गुरू म्हणून आपण माझा स्वीकार कराल का? खऱ्याखुऱ्या अर्थाने माझे शिष्य व्हाल का?' हे मी बोललो आणि माझं तोंड पांढरंफटक पडलं! म्हटलं, 'झालं! गेलं सगळं!' ते वसंतरावांच्यासुद्धा लक्षात आलं, पण त्यांनी मला नजरेनं लगेच इशारा केला की, 'पुढे जा, पुढली वाक्यं म्हणून टाक.' त्यांनी त्यांचं वाक्य म्हटलंच नाही. त्याप्रमाणे माझी ती चूक रसिकांना समजायच्या आत मी पुढली वाक्यं म्हटली आणि प्रसंग निभावला.

'कट्यार...' चित्रपटाविषयी तुमचं काय मत आहे?

मोठ्या अपेक्षेने मी 'कट्यार...'वरचा सिनेमा पाहायला गेलो. सिनेमा हे माध्यम नाटकापेक्षा वेगळं आहे. त्याचा आवाका मोठा आहे. त्यामध्ये नाटकात न दाखवता येणाऱ्या बऱ्याच गोष्टी दाखवू शकता, पणं इतकं असूनसुद्धा त्या सिनेमाने 'कट्यार...' या कलाकृतीचा विपर्यास केला. म्हणजे कट्यार काळजात नाही, तर कट्यार कथेमध्ये घुसली! आणि याचं मला फार वाईट वाटलं. नाटकात नायक असलेल्या खाँसाहेबांना सिनेमात खलनायक केलं! दिग्दर्शक, निर्माता यांच्याकडून सांगण्यात आलं की, 'नाटक आणि सिनेमा या वेगळ्या कलाकृती असल्याने दोन्हीची तुलना करू नका.' पण हे आजिबात पटण्यासारखं नाही. तुम्ही तर नाटकाचं नाव, नाटकाची कथा, नाटकातली पात्रंही घेतली आणि वर म्हणता, 'तुलना करू नका!' हे कसं शक्य आहे? 'दे जस्ट

कुडन्ट डू इट, दे हॅव टोटली स्पॉइल्ड इट! (त्यांना जमलंच नाही असं नाही, तर त्यांनी त्याचा अक्षरश: विचका केला.)' असं माझं मत आहे.

'कट्यार...'मधल्या नाट्यपदाने या संवादाची सांगता करावी.
'घेइ छंद मकरंद' हे पद आधी खंबावती रागातलं होतं. त्यानंतर ते सालगवराळी रागात केलं.

प्रात्यक्षिक ६ : नाट्यगीत गायन – *घेई छंद मकरंद* (तीन चालींमध्ये)
१. राग खंबावती, २. राग सालगवराळी, ३. राग धानी

नाटकातला सांगीतिक संघर्ष दाखवणाऱ्या या चालींमधला फरक लक्षात घ्या. सुरुवातीची संथ, प्रासादिक चाल आणि मग जलद गतीतली, 'धानी' रागातली, वसंतराव देशपांडेंच्या आवाजातली चाल आहे. ते लगातार तानांची भेंडोळी टाकायचे, सटसट तलवार चालवल्यासारखी चमत्कृती करायचे, खानदानी बंदिशी तर ते अप्रतिम गायचे! वसंतरावांकडूनही मला कितीतरी शिकायला मिळालं! ते सर्व भव्यदिव्य होतं आणि आजही सगळं स्मरणात आहे!

❖◆❖

यातील प्रात्यक्षिक स्वरूपात केलेले गायन ऐकण्यासाठी क्यूआर कोड स्कॅन करावा किंवा या लिंकवर क्लिक करावे.

https://youtube.com/playlist?list=PLxsxVopwsAaVyr2lEHpJ_6obbeoiQ3Y-d

निष्ठावान संगीतोपासक

पंडित कमलाकर जोशी

परिचय

'आज यमनची बंदिश लिहून घ्या. याचा ताल रूपक आहे. शब्द आहेत, 'गावो री गावो हरी नाम.' बंदिशीच्या पहिल्या अक्षरावर, म्हणजे 'गा' अक्षरावर सम आहे. समेला सुरू होतेय, म्हणून स्वराखाली अधिकचे (+) चिन्ह करा. ही पलुस्कर स्वरलिपीतील चिन्हे आहेत. पहिल्या ओळीचे नोटेशन सांगतो, ते लिहा.
'गावो री गावो हरी नाम'. स्वर आहेत : 'प प रे ग रे निध'. ह्यांमध्ये 'नि, ध' हे दोन स्वर मंद्र सप्तकातील असल्याने त्या स्वरांवरती टिंब द्या. यमन रागात फक्त मध्यम तीव्र आहे आणि बाकी स्वर शुद्ध आहेत. त्यामुळे त्यांना वेगळी खूण करण्याची गरज नाही. पहिल्या ओळीत 'प प रे ग रे' या प्रत्येकाला एक मात्रा आहे. म्हणून प्रत्येक स्वराखाली एक आडवी रेघ द्या आणि 'नि, ध' हे दोन स्वर एका मात्रेत असल्याने त्या दोन स्वरांखाली अर्ध्या मात्रेचे गोल चिन्ह काढा....'

श्रीराम संगीत विद्यालयाचे संचालक, गायक पं. कमलाकर जोशी स्वतः रचलेल्या या बंदिशीचे नोटेशन विद्यार्थ्यांना सांगत होते. संगीत विद्यालयात शिक्षकांनी विद्यार्थ्यांना असे नोटेशन सांगणे, यात तसे आश्चर्य वाटण्यासारखे काही नाही; पण स्वरलिपीच्या सर्व चिन्हांसह बंदिश लिहायला सांगणारे हे गुरू स्वतः दृष्टिहीन होते, हे समजल्यावर मात्र आपण थक्क होतो. कमलाकरजींची दृष्टी थोड्या आजारपणाचे निमित्त होऊन पाळण्यात असतानाच गेली होती; पण स्वतःचे जग जरी अंधारमय झाले असले, तरी शेकडो विद्यार्थ्यांचे आयुष्य संगीताच्या प्रकाशात उजळून टाकणाऱ्या या गायक-गुरूंचे कर्तृत्व बघून आपल्यासारखी डोळस माणसे नतमस्तक होतात.

स्वतः एक अक्षरही वाचू न शकलेल्या कमलाकरजींना गाण्यांचे किंवा बंदिशींचे नोटेशन स्वरलिपीतील चिन्हांसह जणू समोर दिसत असावे, इतक्या अचूक रीतीने ते विद्यार्थ्यांना ही चिन्हे सांगत असत. याचे कारण, 'प्रारंभिक ते संगीत प्रवीण' (सर्वोच्च परीक्षा) हा अभ्यासक्रम त्यांनी गुरूंकडून घेतलेल्या मौखिक तालमीबरोबरीने संगीतविषयक पुस्तकांचे

वाचन करून नव्हे, तर श्रवण करून, लक्षात ठेऊन पूर्ण केला होता. पं. विनायकबुवा पटवर्धन यांनी लिहिलेल्या 'रागविज्ञान' (भाग १ ते ८) या पुस्तकातील राग आणि बंदिशी यांचे नोटेशन इतरांकडून वाचून घेऊन कमलाकरजींनी ते समजून घेतले आणि मग ते गायले. इतकेच काय, पण ते शिकवत असलेल्या रागाची माहिती रागविज्ञान पुस्तकाच्या कुठल्या भागात आणि कितव्या पानावर होती आणि कपाटातील कुठल्या कप्प्यात हे पुस्तक ठेवले होते, हेसुद्धा ते नेमकेपणे सांगत, आणि नंतरही हवे तेव्हा ते पुस्तक सापडावे म्हणून 'काम झाल्यावर पुस्तक त्याच जागी ठेव' असेही आवर्जून सांगत.

चार बहिणींच्या पाठीवरचे शेंडेफळ असलेल्या कमलाकर जोशी यांचा जन्म २७ ऑगस्ट १९३७ रोजी नाशिक येथे एकत्र कुटुंबात झाला. त्यांचे वडील गोपाळ जोशी हे सिव्हिल इंजिनिअर होते. सरकारी नोकरीत असल्याने त्यांच्या बदल्या होत असत. त्यामुळे गोपाळरावांचे धाकटे बंधू धोंडोपंत जोशी यांच्याकडे मुलांचे पालकत्व असे. चार मुलींच्या पाठीवर मुलाचा जन्म झाल्याने गोपाळराव आणि राधाबाई या दांपत्याला आनंद झाला होता, पण तो अंध असल्याचे कळल्यावर सर्व कुटुंबावर वज्राघात झाला. वडिलांनी नेत्रतज्ज्ञांचा सल्ला घेतला आणि त्या वेळी उपलब्ध असलेले सर्व वैद्यकीय उपचार केले, पण कशाचाही उपयोग झाला नाही. 'या परस्वाधीन जिणे जगणाऱ्या मुलाचे पुढे काय होणार?' ही चिंता सर्वांनाच ग्रासू लागली, पण 'कमलाकरला स्वतःच्या पायावर उभे राहता यावे म्हणून त्याला गाणे शिकवावे' असे काही हितचिंतकांनी सुचवले. त्याकरता नाशिकलाच असलेले संगीत शिक्षक पं. द. के. खरवंडीकर यांची घरीच शिकवणी सुरू झाली. अत्यंत कडक शिस्तीत, प्रसंगी छडीचाही उपयोग करून त्यांनी कमलाकरला गाण्याचे सुरुवातीचे शिक्षण देऊन त्याचा पाया भक्कम केला; स्वरांची पक्की तयारी करून घेण्याबरोबरीने ख्याल शिकवले; ठुमरी आणि टप्पा या संगीतप्रकारांचीही त्याला ओळख करून दिली.

स्पर्धांमधील यश

गाण्याची मेहनत कमलाकर मनापासून करत असे. याचे प्रत्यंतरही लगेच आले. पुण्यातील भारत गायन समाजातर्फे होणाऱ्या आणि प्रतिष्ठेच्या समजल्या जाणाऱ्या पळणीटकर कप संगीत स्पर्धेत कमलाकरने प्रथम क्रमांक मिळवला. या स्पर्धेकरिता फक्त तानपुरा-तबला यांच्या साथीत दीड तास गायन करायचे होते. त्या वेळी त्याने 'आडा रूपक' या साडेसात मात्रांच्या तालात मिया मल्हार राग गायला होता. तसेच त्याने नाशिकच्या लोकहितवादी मंडळातर्फे झालेल्या संगीत स्पर्धेतही पारितोषिक मिळवले होते. या स्पर्धांमधील अव्वल यशाने 'पुढे आपण नक्कीच चांगले गाणे गाऊ शकू' असा विश्वास त्याला आणि घरच्यांनाही वाटू लागला. उत्तम स्मरणशक्तीचे वरदान आणि शुद्ध वाणी लाभलेल्या कमलाकरने

संस्कृत पाठांतरातही आपली गती दाखवली. घरी येऊन शिकवणाऱ्या गुरुजींकडून त्याने शंकराचार्यांची स्तोत्रे, रामरक्षा, अथर्वशीर्ष, विष्णु सहस्रनाम, गीताध्याय आणि रुद्र यांची संथा घेऊन बालवयातच सर्व मुखोद्गत केले. त्याच्या वडिलांच्या मुंबई आणि बडोदा येथे बदल्या झाल्या होत्या. त्यामुळे कमलाकरला गुजराती भाषाही अवगत झाली.

पं. विनायकबुवा पटवर्धनांकडील शिक्षण

भवितव्याच्या विचाराने निराश झालेला लहानगा कमलाकर ते संगीत कलेतील डॉक्टरेट संपादन केलेले संगीत प्रवीण कमलाकर जोशी हा प्रवास अत्यंत खडतर होता. इतकेच काय, पण कमलाकरजींचे पुढील सर्व आयुष्यसुद्धा त्यांची आणि कुटुंबीयांची कसोटी बघणारे होते; पण आपले नातेवाईक, शिष्य आणि मित्रपरिवार यांच्या सहकार्याने त्यांनी 'गायक, गुरू आणि रचनाकार पं. कमलाकर जोशी' ही आपली ओळख निर्माण केली. गाणे हेच जीवनध्येय निवडल्यानंतर 'त्यात पदवी मिळवावी' या उद्देशाने त्यांनी गांधर्व महामंडळाच्या परीक्षा दिल्या. वडिलांची मुंबईला बदली झाल्यानंतर कमलाकरही त्यांच्याबरोबर तेथे गेला. दादरच्या हिंदू कॉलनीत त्यांना राहायला जागा मिळाली. तेथून जवळ असलेल्या, विष्णु दिगंबर पलुस्करांचे शिष्य असलेल्या पं. नारायणराव व्यास यांच्याकडे कमलाकरने सात-आठ महिने शिक्षण घेतले. या काळात राग बागेश्री, भीमपलास आणि बहार या रागांची त्याने तयारी केली आणि तिसऱ्या वर्षीच पाचव्या वर्षाची परीक्षाही तो उत्तीर्ण झाला.

नाशिकपेक्षा पुण्यात गाणे शिकण्याची अधिक चांगली संधी असल्याने कमलाकर पुढील शिक्षणाकरिता १९५८मध्ये पुण्याजवळ असलेल्या तळेगाव दाभाडे या गावी आपली मोठी बहीण डॉ. मंगला व तिचे यजमान डॉ. शंकरराव परांजपे यांच्याकडे राहायला गेला. या दोघांनी प्रेमाने आणि शिस्तीने कमलाकरचे शिक्षण पूर्ण करण्यात आणि त्याला आयुष्यात स्थिर करण्यात मोलाचा वाटा उचलला.

तळेगावहून सहायकाला घेऊन तो लोणावळा-पुणे लोकलने गाणे शिकायला पुण्यात येत असे. त्या वेळी तळेगाव येथील रेल्वे स्टेशनला प्लॅटफॉर्म नसल्याने उड्या मारूनच उतरावे लागे. पुढचा संगीत विशारद परीक्षेचा अभ्यास कमलाकरने पुण्याला येऊन विनायकबुवांचे सुपुत्र पं. नारायणराव पटवर्धन यांच्याकडे केला. संगीतविषयक पुस्तकांचे लेखक पं. वसंतराव राजोपाध्ये यांनी त्याची संगीत मध्यमा पूर्ण परीक्षा घेतली. त्यानंतर संगीत अलंकार परीक्षेकरिता त्याला पं. विनायकबुवा पटवर्धन यांचे मार्गदर्शन मिळाले. त्या काळातील बहुतेक गुरूंच्या स्वभावानुसार विनायकबुवाही तापट असल्याने कमलाकरला त्यांची भीती वाटे. कडक शिस्तीचे विनायकबुवा त्याला रागवत असत आणि त्यामुळे कमलाकर हिरमुसला होई; पण जवळची मंडळी

त्याला धीर देत आणि त्याचा उत्साह वाढवत. कमलाकरनेही मग नाउमेद न होता जिद्दीने सर्व शिक्षण पूर्ण केले. विनायकबुवा दौऱ्यावर असताना तालमीत खंड पडू नये म्हणून गांधर्व महाविद्यालयात शिकवणारे विनायकबुवांचे शिष्य पं. मुकुंदराव गोखले, पं. धुं. गो. मराठे, तसेच पं. मधुसूदन पटवर्धन आणि पं. केशवबुवा इंगळे यांच्याकडूनही कमलाकरने मार्गदर्शन घेतले.

संगीत प्रवीण

सर्वच लेखी परीक्षांच्या उत्तरपत्रिका लिहिण्यासाठी कमलाकरला अर्थातच लेखनिकाची मदत घ्यावी लागत असे. संगीत प्रवीण या शेवटच्या परीक्षेकरता लेखी व तोंडी परीक्षा तर होतीच, पण त्याशिवाय निवडलेल्या विषयावर निबंधही सादर करायचा होता. कमलाकरने 'संगीताचा प्रचार व प्रसार' हा विषय निवडून, त्या विषयाशी संबंधित संदर्भ-पुस्तके वाचली आणि प्रबंध सादर करून 'संगीत प्रवीण' ही डॉक्टरेट समकक्ष पदवी संपादन केली. पं. मिराशीबुवा (पं. यशवंतबुवा जोशींचे गुरू) आणि संगीततज्ज्ञ ग. ह. रानडे हे तज्ज्ञ या वेळी कमलाकरचे परीक्षक होते. संगीत प्रवीण परीक्षेचा पदवीदान समारंभ महामहोपाध्याय दत्तो वामन पोतदार यांच्या हस्ते झाला. त्या वेळच्या सभागायनात त्यांनी राग सरस्वती गायला होता. संगीत प्रवीण परीक्षेकरता कमलाकरने लिहिलेला प्रबंध केवळ परीक्षेपुरता राहिला नाही, तर आपल्या पुढील आयुष्यात त्याने शेकडो विद्यार्थ्यांना शिकवून, संगीताचा प्रसार करून तो प्रत्यक्षात उतरवला. विष्णु दिगंबर पलुस्करांनी म्हटल्याप्रमाणे, त्याने शेकडो 'कानसेन' तयार केले. याची सुरुवात तळेगावसारख्या खेड्यातून झाली होती. तेथे कमलाकरने अनेकांना गाणे, हार्मोनियम आणि तबला शिकवला. भजनी मंडळाला भजने आणि टाळ शिकवले, तर डॉ. शंकररावांच्या हौशी नाट्यमंडळातर्फे सादर केलेल्या संगीतिकांना चाली दिल्या. नाशिक-पुणे-तळेगाव येथे चांगल्या गुरूंकडून शिक्षण घेऊन सर्वोच्च परीक्षा उत्तीर्ण होणे, ही अवघड गोष्ट कमलाकरच्या बहिणी व त्याचे मेव्हणे, मालती व श्रीधर साठे (सातारा), मंगला व प्रभाकर कोल्हटकर(मुंबई), सुनीता व वसंत घाणेकर(पुणे), डॉ. शैला व जयंत निसळ (अहमदनगर) यांच्या मदतीने शक्य झाली.

ग्वाल्हेर घराण्याची तालीम

सुरुवातीपासूनच कमलाकरजींना ग्वाल्हेर घराण्याची तालीम मिळाल्याने मोजक्या स्वरांत राग उभा करणे; बंदिशीचे स्थायी-अंतरे सुरुवातीला पूर्ण गाऊन मग विस्तार करणे; बोल आलाप, बोलताना यांचा समावेश करून लयतालाचाही आनंद घेणे अशी ग्वाल्हेर गायकीची वैशिष्ट्ये त्यांच्या गायनात दिसत. ख्यालनुमा, तराणा, चतरंग, त्रिवट, ठुमरी, टप्पा हे प्रकारही त्यांना अवगत होते. भैरवबहार, हिंडोलबहार यांसारखे जोड राग आणि

प्रभात भैरव, खट, जयंत मल्हार, गोपिका बसंत, प्रदीपकी, कुकुभ बिलावल, मलुहा केदार यांसारखे अनवट रागही ते चांगल्या रीतीने गात. तालावर प्रभुत्व असल्याने तिलवाडा, झुमरा, चौताल, सवारी, आडा चौताल, धमार अशा तालांमध्येही ते सहज विहार करू शकत. 'द्रुत लयीतील तराणा गायन' हे विनायकबुवांचे वैशिष्ट्य कमलाकरजींनीही आपल्या गायकीत समाविष्ट केले होते. मुखबंदीच्या ताना आणि 'दिरदिर'सारखी अक्षरे तराण्यामधून अतिद्रुतलयीत गाऊन ते श्रोत्यांना लय-तालाचा अनोखा आनंद देत असत. उजव्या हाताने तानपुरा वाजवून त्याच वेळी डाव्या हाताने डग्ग्यावर ठेका धरून विलंबित ख्यालात गाण्याचा रियाज करण्याची खानदानी परंपरा कमलाकरजींनी आत्मसात केली होती. शिष्यांनाही ते स्वतः तबला वाजवून शास्त्रीय संगीताची तालीम देत असत. त्यामुळे बंदिशीचे ठेक्याशी असलेले नाते विद्यार्थ्यांना समजायला मदत होत असे. गाणे गात असताना पारंपरिक पद्धतीची वीरासनाची बैठक घालून तंबोरा कसा वाजवावा, याचीही तालीम ते विद्यार्थ्यांना देत असत आणि तसेच बसले-गायले-वाजवले जाण्याचाही आग्रह धरत असत. ग्वाल्हेर घराण्याच्या गायकीबरोबरीने आग्रा घराण्याचे सुप्रसिद्ध गायक पं. के. जी. गिंडे, पं. एस. सी. आर. भट आणि पं. दिनकर कैकिणी यांच्याही गायनाचा त्यांच्यावर प्रभाव होता.

वाद्यवादनाचे शिक्षण

१९५८मध्ये आवाजाला त्रास होत असल्याने कमलाकरजींना काही दिवस गाणे बंद ठेवावे लागले. या काळात त्यांनी नाशिकचे श्री. चौरे यांच्याकडे व्हायोलिन शिकून घेतले. त्यानंतर पुण्याला येऊन पं. सच्चिदानंद फडके यांच्याकडे सतारवादनाचे आणि पं. रमेश सामंत यांच्याकडे तबलावादनाचेही शिक्षण घेतले. हार्मोनियमवादन तर त्यांनी स्वतःच आत्मसात केले होते. बुलबुलतरंगासकट सर्व वाद्ये ते विद्यार्थ्यांना शिकवत असत.

नाशिकचे श्रीराम संगीत विद्यालय

पुण्यातील गांधर्व महाविद्यालयातील तेव्हाचे प्राचार्य पं. धुं. गो. मराठे यांच्या हस्ते, १९६४मध्ये, गुढी पाडव्याच्या दिवशी, नाशिकला, श्रीरामवाडीतील श्रीराम संगीत महाविद्यालयाची स्थापना झाली. गाण्याच्या प्रारंभिक ते प्रवीण या सर्व परीक्षांचे मार्गदर्शन या विद्यालयाद्वारे कमलाकरजी करत असत. अखिल भारतीय गांधर्व महामंडळ, मिरज यांची संलग्नता घेऊन विद्यालयात संगीत परीक्षेचे केंद्रही ते चालवत असत. गाण्याबरोबरीने हार्मोनियम, सतार, व्हायोलिन, तबला ही वाद्येही ते शिकवत असल्याने गायन शिकणाऱ्या विद्यार्थ्यांना तबला शिकणाऱ्या विद्यार्थ्यांची साथ मिळे आणि तबला शिकणाऱ्यांना गायन-वादनाच्या साथीचा अनुभवही मिळे.

कमलाकरजींनी शिक्षकाची भूमिका कधीच सोडली नाही. त्यामुळे 'मी उच्चशिक्षित गायक आहे. मग 'सा रे ग म'पासून कसे शिकवू' किंवा 'क्लासमधील कार्यक्रमात विद्यार्थ्यांना तबला-पेटीची साथ कशी करू' असले प्रश्न त्यांना कधीच पडले नाहीत. अगदी कोरी पाटी असलेल्या कुठल्याही वयाच्या विद्यार्थ्याला त्यांनी सुरुवातीपासून अत्यंत प्रेमाने संगीत शिकवले. ते शिकवताना रागदारीशी निगडित अभंग, भावगीते, नाट्यगीते, चित्रपटगीते हेसुद्धा शिकवल्याने विद्यार्थ्याला गाण्याची गोडी लागत असे. नवशिक्या विद्यार्थ्यांनाही गुरूंकडून उत्तेजन मिळाल्याने त्यांचा उत्साह वाढत असे. गायन कलेविषयी प्रेम असलेली आणि खऱ्या शिक्षकाची सहनशील वृत्ती असलेली व्यक्तीच हे करू शकते. 'गाण्याचे पूर्वज्ञान असलेल्यांना किंवा संगीत विशारद परीक्षेच्या विद्यार्थ्यांनाच मी शिकवेन' असे त्यांच्यासारख्या ज्येष्ठ गायकाला ठरवणे सहज शक्य होते. तरीही त्यांनी अगदी लहान मुलापासून वयोवृद्धांपर्यंत कोणालाही शिकवायला नकार दिला नाही. विद्यार्थ्यांना त्यांच्या पट्टीमध्ये गाणे शिकवल्याने कमलाकरजींचा आवाज खराब झाला, तरी त्यांनी विद्यादानाचे व्रत शेवटपर्यंत चालू ठेवले. विशेष म्हणजे, काही वर्षे त्यांचे सर्व कुटुंब शारीरिक व्याधी आणि मानसिक ताणतणावातून जात असतानाही त्यांनी विद्यार्थ्यांच्या शिकवण्यावर परिणाम होऊ दिला नाही. 'मनाची शांती ढळू देऊ नये' ही विद्यार्थ्यांना देत असलेली शिकवण ते प्रत्यक्षात आणत होते.

गुरूंकडून मिळालेली ग्वाल्हेर घराण्याची विद्या कमलाकरजींनी अत्यंत निष्ठापूर्वक जपली. शिकलेले ख्याल ते जसेच्या तसे, मूळ स्वरूपातच शिष्यांपर्यंत पोहोचवत. ते जे-जे शिकले, त्यातील काहीही त्यांना लिहून घेता न आल्याने कदाचित जसेच्या तसे त्यांच्या लक्षात राहिले असावे आणि ते घराणेदार विद्येचा सांभाळ करू शकले असावेत. विद्यार्थ्यांना शिकवताना ते स्वत: तबला वाजवत असत. केवळ श्रवणभक्तीच्या जोरावर अनेक राग-रागिण्या, पदे, नाट्यगीते, भजने, भावगीते कमलाकरजींना चालीसह तोंडपाठ होती. आजकालचा वेगवान संगणकही आपण दिलेल्या सूचनेचे पालन करताना 'थांबा, फाइल अपलोड होते आहे' असे दर्शवून अंमलबजावणी करायला काही वेळ घेतो, पण त्यांना शेकडो गाणी कंठस्थ असल्याने एखादे गाणे किंवा बंदिश विचारता क्षणीच ते म्हणायला सुरुवात करत.

विद्यार्थ्यांमध्ये सभाधीटपणा येऊन त्यांना सादरीकरण करण्याची सवय व्हावी म्हणून दर गुरुवारी छोटी संगीतसभा असे. शिकवलेल्या गाण्याबरोबरीने नवीन मांडायलाही या वेळी उत्तेजन असे. याशिवाय नाशिक नगरपालिकेच्या सभागृहात दर वर्षी विद्यालयाच्या स्नेहसंमेलनाचा भव्य समारंभ साजरा होत असे. याबरोबरीने २१ ऑगस्टला विष्णु दिगंबर पलुस्कर पुण्यतिथी, रामनवमी, आषाढी-कार्तिकी एकादशी, दत्तजयंती, गणेशजन्म या निमित्ताने शिष्यांचा सहभाग असलेले कार्यक्रम

होत असल्याने त्यांना वर्षभर गाणे सादर करण्याची संधी मिळे. कमलाकरजींचा शिष्यपरिवार मोठा आहे. त्यांच्या शिष्यवर्गात डॉ. माधवी नानल (मुंबई), कै. डॉ. सुमन माटे, मंदाकिनी पांडे, श्याम पाडेकर (नाशिक), रूपाली कानेटकर, अजय पराड (संगीत दिग्दर्शक), जयंत साने, हेमा दाते, अंजली कऱ्हाडकर (रंगभूमी कलाकार आणि कीर्तनकार), अंध गायक-शिक्षक कुलदीप रावळ या काही शिष्यांचा उल्लेख करता येईल. हे सर्व जण आपल्या गुरूंच्या तळमळीने पुढील पिढीला गायन-वादन शिकवत आहेत.

आकाशवाणीचे कलाकार आणि श्रोता

ऑल इंडिया रेडिओचे (आकाशवाणी) कमलाकरजींच्या आयुष्यात फार महत्त्वाचे स्थान होते. आकाशवाणीवरील मान्यताप्राप्त गायक कलाकार आणि भारतभरातील केंद्रांवरून प्रसारित होणाऱ्या कार्यक्रमांचा श्रोता या दोन्ही भूमिकांतून रेडिओशी त्यांची मैत्री होती. वयाच्या केवळ १८व्या वर्षापासूनच त्यांनी आकाशवाणीवरून गायला सुरुवात केली, हे विशेष. १९५३मध्ये आकाशवाणी मुंबईला त्यांची चाचणी परीक्षा झाली. त्यात त्यांना 'बी हाय' ही श्रेणी मिळाली आणि औरंगाबाद आकाशवाणी केंद्रावरून त्यांना प्रथम गाण्याची संधी मिळाली. या निवडीकरिता नेमलेल्या परीक्षक मंडळातील परीक्षकांमध्ये पं. श्री. ना. रातंजनकरांसारख्या दिग्गजांचा समावेश होता. नंतर १९६०मध्ये आकाशवाणी पुणे केंद्र सुरू झाले आणि २००८पर्यंत, म्हणजे सुमारे ५५ वर्षे त्यांनी आकाशवाणीवरून गाणे सादर केले. आकाशवाणीवर गाताना असलेले वेळेचे बंधन पाळण्याकरिता त्यांना घेऊन गेलेली व्यक्ती किंवा तानपुरावादक स्पर्शाने खूण करून त्यांना वेळ सांगत असत. तीस मिनिटांच्या प्रसारणात साधारणपणे अठरा-एकोणीस मिनिटांनी बडा ख्याल संपवण्याची आणि नंतर आठ-नऊ मिनिटांनी छोटा ख्याल संपवण्याची खूण झाली की ते गाणे संपवत असत. आकाशवाणी दिल्लीवरून प्रसारित होणाऱ्या गाण्याच्या सेमि-नॅशनल कार्यक्रमाकरिता १९६४मध्ये ते दिल्लीला गेले होते. त्यांची चुलत बहीण डॉ. शैला निसळ हिच्याबरोबर ते दिल्लीला गेले आणि तेथे एक महिना राहून त्यांनी महाराष्ट्र मंडळासह काही ठिकाणी गाण्याचे कार्यक्रम केले.

त्या वेळी आकाशवाणीवरून प्रसारित होणाऱ्या सर्व गवयांची गाणी लक्षपूर्वक ऐकून अनेक राग आणि बंदिशी त्यांनी आत्मसात केल्या. शास्त्रीय आणि उपशास्त्रीय संगीताबरोबरीने प्रसारित होणारी भावगीते, हिंदी-मराठी भक्तिगीते, चित्रपटगीते, गजल, लोकगीते हे संगीत-प्रकारही त्यांना पाठ होत असत. त्यांतील निवडक प्रकार ते नंतर विद्यार्थ्यांनाही शिकवत असत. नाशिकवासीय असलेल्या कमलाकरजींना रामभक्तीचा वारसा मिळला होता. गीत रामायणातील बहुतांश गाणी त्यांना तोंडपाठ होती. त्यांचे

अनेक कार्यक्रम त्यांनी केले होते आणि ही गाणी विद्यार्थ्यांना शिकवलीदेखील होती.

कहे कमलाकर – 'स्वरकमलांजली'

बहुश्रुत असलेल्या कमलाकरजींनी अनेक बंदिशी रचल्या आहेत. परमेश्वराविषयीचा त्यांच्या मनातील अनन्य शरण भक्तिभाव या बंदिशींचा स्थायी भाव आहे. विद्यार्थ्यांना संगीत-परीक्षांच्या अभ्यासक्रमात असलेल्या ध्रुपद, धमार, सरगम गीते यांच्याही रचना त्यांनी केल्या आहेत. या बंदिशींचा संग्रह 'स्वरकमलांजली' या नावाने २००७मध्ये आग्रा घराण्याचे गायक व गुरू पं. बबनराव हळदणकर यांच्या हस्ते प्रसिद्ध करण्यात आला. सानिया पाटणकर, कुमार मर्डुर आणि कमलाकरजींच्या कन्या शुभदा आठवले व संपदा थिटे यांच्या आवाजातील या बंदिशींची सीडी आणि बंदिशींच्या नोटेशनसह पुस्तक अशा दोन्ही गोष्टी उपलब्ध आहेत. हरीभक्तीकडे ओढा असल्याने पारंपरिक ब्रज भाषेत रचलेल्या या बंदिशींमध्ये ईश्वराच्या विविध रूपांचे वर्णन केले आहे. 'कृष्ण' हा या बंदिशींचा मुख्य विषय असला, तरी राम, देवी, शंकर आणि गणपती यांच्याही अनेक रूपांचे वर्णन करणाऱ्या बंदिशींचा या सीडीत समावेश आहे. 'बंदिश-रचना हा आपल्याला मिळालेला देवीचा प्रसाद आहे' असे ते मानत असत. त्यांना बाह्य दृष्टी नसली, तरी अंतश्चक्षूंनी दर्शन होत असल्यानेच पावसाचे असे असे प्रत्ययकारी वर्णन त्यांनी वृंदावनी सारंग रागामधील या बंदिशीमध्ये केले आहे

झुम आयी बदरीकारी बरसन लागो मेहा,
उमडघुमड गरज गरज, बिजुरिया चमकन लागी।।
बरसत मेहा घनघोर, पवन चलत सनन सनन
बादरवा गरज गरज, मोरा जिया उलसावत।।

'*तू मन नित भज गोपालके नाम* या देसकार रागातील बंदिशीतील काव्यगुण संतांच्या पदांसारखे आहे' असे सुप्रसिद्ध गायक आणि संगीततज्ज्ञ डॉ. विकास कशाळकर यांनी स्वरकमलांजली पुस्तकाच्या प्रस्तावनेत म्हटले आहे. या संग्रहात छोटे आणि बडे ख्याल, तराणे, चतरंग, ध्रुपद, धमार, सरगम या रचना आहेत. एकताल, तिलवाडा, झुमरा, चौताल, रूपक, झपताल, आडा चौताल, सूलताल, मत्तताल, धमार अशा विविध तालांमध्ये निबद्ध असलेल्या ३० रागांमधल्या ५० बंदिशींचा यात समावेश आहे. या सर्व रचना गेय तर आहेतच; पण त्या नृत्य-संरचनांनाही अनुकूल असल्याने यांतील काही बंदिशींवर कथक नृत्यांगना लीना केतकरने नृत्य सादर केले आहे. गायन, वादन (व्हायोलिन आणि सतार या वाद्यांवर) आणि कथक नृत्यातून या बंदिशींच्या सादरीकरणाचे पंचवीसपेक्षा अधिक कार्यक्रम देशात आणि परदेशात त्यांच्या शिष्यांनी

केले आहेत. या पुस्तकात नोटेशनसह बंदिशी असल्याने विद्यार्थ्यांना शिकायला तर खूप फायदा होतोच, पण सीडी ऐकून सामान्य रसिकसुद्धा 'मन प्रसन्न होते' असा अभिप्राय देतात.

कमलाकरजींचे संस्कृत भाषेतील श्लोक आणि स्तोत्रे यांचेही पाठांतर झालेले असल्याने त्यांनी काही स्तोत्रांना रागांच्या कोंदणात बसवून ती स्तोत्रे सादर केली होती. त्यांत सात रागांमधील आद्य शंकराचार्यांची षट्पदी, गणपतीस्तोत्र, देवीस्तुती यांचा समावेश आहे. याबरोबरीने मधुकर जोशी यांनी रचलेल्या 'गीत अथर्वशीर्ष' यातील (गणपती अथर्वशीर्षाचा मराठी अनुवाद) ११ गीतांनाही स्वरबद्ध करून त्याचे कार्यक्रम केले होते.

आनंदी स्वभाव

दृष्टी हिरावल्यामुळे कमलाकरजींवर घोर अन्याय झाला असला, तरीही आपल्या स्वभावात त्यांनी कधीही कटुता येऊ दिली नाही. कोणालाही दोष न देता किंवा टीका न करता ते सर्वांशी हसत-खेळत वागत. चेंडूचे टप्पे, आंधळी कोशिंबीर, पट-सोंगट्याचा खेळ, कॅरम असे खेळही ते खेळत. मोकळ्या वेळात सदैव ट्रान्झिस्टर (रेडिओ) कानाला लावलेला असे. त्यातून ते गाणे तर ऐकतच, पण त्याबरोबरीने क्रिकेटमध्येही त्यांना रुची असल्याने त्याचे धावते समालोचन आणि रोजच्या बातम्याही ऐकत असत. त्यांनी भूप रागात रचलेल्या पुढील बंदिशीत म्हटल्याप्रमाणे घरी आलेल्या सर्वांचे ते हसतमुखाने स्वागत करीत :

सब गुनियन मिल गावे बजावे, मधुर मधुर आलाप सुनाये।।
मोरे घरवा गुनिजन सब आये, हमरे चित आनंद बधावे,
कमलाकर उन चरनन लागे।।

गाण्यात रंगलेले कुटुंब

१९७१मध्ये नाशिक सोडून कमलाकरजी पुण्यात राहायला आले आणि अप्पा बळवंत चौकात त्यांनी श्रीराम संगीत विद्यालय सुरू केले. १९७२मध्ये जयश्री मुंगरे यांच्याशी त्यांचा विवाह झाला आणि त्या सुचेता जोशी म्हणून विद्यालयाचे व्यवस्थापन बघू लागल्या. त्यांचा आवाज जात्या गोड होता आणि त्यांना घरचाच गुरूही मिळाला. त्या गोव्याच्या असल्याने मुळात असलेली नाट्यसंगीताची आवड त्यांना लग्नानंतर जोपासता आली. १९७४मध्ये सदाशिव पेठेत स्वत:चे घर खरेदी करून तेथे कमलाकरजींनी विद्यालय सुरू केले. यथावकाश शुभदा (१९७३) आणि संपदा (१९७५) या मुलींचे त्यांच्या कुटुंबात आगमन झाले आणि नकळत या मुलीही गाणे गाऊ लागल्या. आपल्या

आई-वडिलांचा आधार बनलेल्या या दोघीही त्यांच्याकडेच गाणे शिकून संगीत अलंकार झाल्या. पूर्ण वेळ गायिका असलेल्या या दोन्ही कन्या वडिलांनी दिलेला संगीत-प्रसाराचा वारसा पुढे चालवत आहेत.

दुसऱ्याकडून करून घेणे शक्य असूनही कमलाकरजी आपली कामे आपणच करत. विवाहानंतर त्यांचा संसार चालू झाला होता; संगीत विद्यालयही चालू होतेच, पण लहानपणापासूनच परमेश्वर घेत असलेली त्यांची परीक्षा पुढे अजून अवघड होत गेली. दोघी मुली मोठ्या होईपर्यंतचा काळ सर्वांचीच कसोटी पाहणारा ठरला, परंतु आप्तेष्टांच्या आणि विद्यार्थ्यांच्या मदतीने कमलाकरजी यातून बाहेर पडू शकले. हा खडतर कालखंड ओसरला. उत्तर आयुष्यात त्यांना हेमंत आठवले आणि मंदार थिटे हे प्रेमळ जावई लाभले; नातवंडांचे सुखही मिळाले.

गाणे हाच आनंद

चर्मचक्षू नसले, तरी ज्ञानचक्षूंमधून ग्रहण केलेल्या संगीतविद्येने ते शेकडो विद्यार्थ्यांचे जीवन प्रकाशमय करू शकले. २००७मध्ये रोटरी क्लब ऑफ पुणे अपटाऊन यांनी याची नोंद घेऊन, 'चिराग पुरस्कार' देऊन त्यांचा गौरव केला. पं. जसराज यांच्या हस्ते झालेल्या या पुरस्कार वितरण कार्यक्रमात आधी त्यांचा दृष्टिहीन शिष्य कुलदीप रावळ याचे गाणे झाल्यावर नंतर त्यांनी राग मलुहा केदार गायला.

संगीत हाच त्यांचा ध्यास आणि तेच त्यांचे सर्वस्व होते. त्यांची मन:स्थिती आनंदी असो किंवा दु:खी, संगीतातूनच त्याचे प्रकटीकरण होत असे. कौटुंबिक कारणाने किंवा अन्य मतभेदांनी मानसिक अस्वस्थता आली, तरी तिचा निचरा गवसणीतला तानपुरा काढून गाण्याने होत असे. अनेकदा झोप लवकर संपली की भल्या पहाटे उठून ते व्हायोलिन वाजवायला बसत. १९९७मध्ये त्यांच्या षष्ठ्यब्दीपूर्तीचा दोन दिवसांचा समारंभ त्यांचे गुरुबंधू पं. विद्याधर व्यास यांच्या उपस्थितीत झाला. या वेळी पहिल्या दिवशी कमलाकरजींच्या शिष्यवर्गाचे गायन झाल्यानंतर दुसऱ्या दिवशी डॉ. संजीव शेंडे यांनी घेतलेल्या मुलाखतीत कमलाकरजींच्या जिद्दी आयुष्याचा प्रवास उलगडला गेला. त्यानंतरच्या काही वर्षांत त्यांची प्रकृती साथ देत नसतानाही स्वत:च्या अडचणी बाजूला सारून विद्यादान करण्यात त्यांनी खंड पडू दिला नाही. गाण्यावरील त्यांच्या या निष्ठेमुळेच *घडविती मजला गुरू कमलाकर, ऋणात राहुनी वंदन सादर* अशा शब्दांत त्यांचे शिष्य संगीतकार अजय पराड यांनी सर्व शिष्यांची भावना व्यक्त केली आहे.

२००४मध्ये कमलाकरजींच्या पोटाची शस्त्रक्रिया झाल्यामुळे त्यांना नेहमीप्रमाणे वीरासन घालून, तंबोरा उभा ठेऊन गाता येत नसे. अशा वेळी 'तंबोरा आडवा ठेवून आपल्याला

गायला लागते आहे' याचे दु:ख या निष्ठावान संगीतोपासकाच्या चेहऱ्यावर दाटून येत असे. *तुम्हरे गुन गाऊ शाम, सदा ध्याऊ तेरो नाम* अशी सदैव आळवणी करणाऱ्या कमलाकरजींचे २९ जुलै २००८ या दिवशी हृदयविकाराने निधन झाले. कमलाकरजींनीच रचलेल्या मारवा रागातील या बंदिशीत 'हे गोपाळा, तुझ्या शिवाय मला काही सुचत नाही' हा व्यक्त झालेला भाव आपल्याही मनात रुंजी घालून आपले मन भक्तिमय करतो.

मेरो मन लाग रहयो, तुम्हरे दरसको ओ गोपाल लाल ।।
तुम्हरे दरसकी आस जिया में, कहे कमलाकर, तुमबिन मोहे, कछु नाही सुझे।।

❖◆❖

मुलाखत

*संवादक **डॉ. संजीव शेंडे** यांनी २८ सप्टेंबर १९९७ रोजी पुण्यातील रमणबाग शाळेच्या सभागृहात घेतलेल्या, **पं. कमलाकर जोशी** यांच्या मुलाखतीचे शब्दांकन.*

अभिजात हिंदुस्थानी गायकीचे अभ्यासक पं. कमलाकरबुवा जोशी ह्यांच्या षष्ट्यब्दीपूर्ती समारंभासाठी आपण सर्व जण जमलो आहोत. पुण्यातल्या बुजुर्ग संगीत शिक्षकांमध्ये बुवांची गणना होते. त्यांनी घेतलेले अथक परिश्रम आणि अनेक गुरुजनांचं त्यांना मिळालेलं उत्तम मार्गदर्शन ह्या सगळ्याचा मिलाफ त्यांच्या गाण्यात दिसतो. तर कार्यक्रमाची सुरुवात गाण्याने करू या.

प्रात्यक्षिक १ : राग बिलासखानी तोडी – *भज भज गोपाल नाम*

बुवा, नाशिकला तुम्ही श्रीराम संगीत विद्यालय स्थापन केलं आणि नंतर तुम्ही पुण्यात आलात. पण तुमच्या संगीत-शिक्षणाची सुरुवात कशी झाली?

१९४८मध्ये, वयाच्या ११व्या वर्षी माझ्या संगीत-शिक्षणाला सुरुवात झाली. नाशिकचे पं. द. के. खरवंडीकर हे माझे पहिले गुरू; अत्यंत कडक शिस्तीचे, पण अतिशय तळमळीने शिकवायचे. त्यांनी प्रथम मला स्वरज्ञान करून दिलं. आपल्या शिष्याचा सर्वांगीण विकास व्हावा, ह्या दृष्टीकोनातून ख्याल गायकीबरोबरीने उपशास्त्रीय संगीतप्रकारही त्यांनी मला शिकवले. संगीतस्पर्धांमध्ये भाग घ्यायला त्यांनी मला उत्तेजन दिलं. त्या वेळी प्रतिष्ठेच्या समजल्या जाणाऱ्या, पुण्यातल्या गोपाळ गायन समाजाच्या पळणीटकर कप स्पर्धेत मला प्रथम क्रमांक मिळाला होता. या स्पर्धेत दीड तास फक्त तंबोऱ्याच्या साथीवर गायचं असे. गुरुजी माझ्याबरोबर आले होते आणि त्यांनी तबलासाथही केली होती. त्यांनी मला एक महत्त्वाची गोष्ट सांगितली होती की, 'तबला वाजवून गाता आलं पहिजे.' ताल चांगला कळण्यासाठी तबल्यावर ठेके वाजवता आले पाहिजेत, असा खरवंडीकर सरांचा आग्रह असे. या स्पर्धेत मी साडेसात मात्रांच्या आडा रूपक तालात राग मियामल्हार सादर केला होता.

ती बंदिश आम्हाला ऐकवा ना!

प्रात्यक्षिक २ : मल्हार – ताल आडारूपक

वा बुवा, आडारूपकमधल्या समेचा आनंद काही वेगळाच आहे! त्यानंतर तुम्ही कोणाकडे शिकलात?

नंतर मी पं. नारायणराव व्यास ह्यांच्याकडे शिकलो. त्यांना आम्ही 'नाना' म्हणत असू. त्यांच्याकडून बहार, दोन निषादांचा रागेश्री, मालगुंजी ह्या रागांची तालीम मला मिळाली. त्याबरोबरच काही भजनंही त्यांनी शिकवली. त्यांचे थोरले बंधू शंकररावजी व्यास यांचंही मार्गदर्शन मला लाभलं. त्यांनी शिकवलेली रागेश्री रागातली एक बंदिश ऐकवतो.

प्रात्यक्षिक ३ : राग रागेश्री (दोन निषाद) *बन बन बोलत*

यातून प्रेरणा घेऊन रूपक तालात मी एक रचना केली. ती ऐकवतो...

प्रात्यक्षिक ४ : रागेश्री – रूपक – आज मोरे घर

तुमच्या गाण्यावर पं. विनायकबुवा पटवर्धन ह्यांचाही मोठा प्रभाव आहे. त्यांच्याकडच्या शिक्षणाबद्दल काय सांगाल?

त्यांनी मला ख्यालमांडणीसाठी विशेष मार्गदर्शन केलं. मींड, गमक या अलंकारांचा गायनात कसा प्रयोग करायचा, हे शिकवलं. 'आवाज मोकळा लावला पाहिजे' हा त्यांचा कटाक्ष होता. ते म्हणायचे, "कमलाकर, खुल्या आवाजात गा. माझं गाणं माइकशिवाय हजार लोकांना ऐकू जातं आणि तुझं गाणं ह्या खोलीत ऐकू येत नाही, म्हणजे काय!"

ख्यालमांडणीबददल विनायकबुवांचे काय विचार होते?

ते सांगत की, 'ख्याल मांडताना आधी स्थायी आणि अंतरा संपूर्ण म्हटला पाहिजे. त्यानंतर ख्यालाचा विस्तार करावा. ख्याल गाताना आपण आलापीबरोबरच ख्यालातले शब्दही गातो. त्यामुळे बंदिशीतलं काव्य पूर्णपणे मांडलं गेलं पाहिजे. 'बंदिशीतल्या शब्दांचा स्वरांशी मिलाफ झालेला असतो. त्यामुळे दोन्ही पूर्णत्वाने गायलं, तरच समाधान मिळेल." माझ्या मते, अर्थपूर्ण शब्दांची बंदिश, म्हणजे दुधात साखर!

विनायकबुवांच्या गाण्यातली खासियत म्हणजे त्यांचा तराणा!

विनायकबुवांनी अनेक पारंपरिक रचना मला शिकवल्या. त्यांत हिंडोल, सोहनी, बहार, मियामल्हार अशा अनेक रागांमध्ये द्रुतलयीतले तराणेही शिकवले. आपण ख्याल जसा विलंबित लयीत गातो, तशीच बढत तराण्यातल्या शब्दांनी ख्यालनुमा तराण्यात करायची असते. पं. विष्णु दिगंबर पलुस्करांचा, झुमरा तालातला, रामदासी मल्हार रागातला एक ख्यालनुमा तराणा ऐकवतो...

प्रात्यक्षिक ५ : रामदासी मल्हार – ख्याल – *बादरवा गहर आये*

विनायकबुवा अतिद्रुतलयीत तराणा गात असत आणि तसं तराणागायन हल्ली फारसं ऐकायला मिळत नाही. त्यासाठी विशेष तयारीच हवी; तुम्ही ते गाऊ शकता. त्यातलं काही ऐकवता का?

हो, छायानटचा एक तराणा ऐकवतो. त्याआधी त्याची एक आठवण सांगतो. हा तराणा आकाशवाणीवर मी एकदा गायलो होतो आणि त्यात 'नोमतोम, दिरदिर' असे शब्द घेऊन मी अतिद्रुतलयकारी केली होती. विनायकबुवांनी जरी मला तसं शिकवलं नव्हतं, तरी माझा तो प्रयत्न ऐकून बुवा खूश झाले आणि मला म्हणाले, ''कमलाकर, आता आमची परंपरा तुम्ही पुढे चालवा!''

वा! गुरूकडून मोठी शाबासकी मिळाली तुम्हाला!

प्रात्यक्षिक ६ : राग छायानट – तराणा

तुम्ही गाता तो भैरवबहारचा तराणा फारच छान आहे. तो ऐकवता का?

प्रात्यक्षिक ७ : भैरवबहार तराणा

ख्यालगायकीत सरगमला किती स्थान असावं, या विषयी तुमचं मत काय आहे?

सरगम दोन पद्धतींनी केली जाऊ शकते. एक, आलापीच्या अंगाने आणि दोन, लयीच्या अंगाने. आलापीच्या अंगाने सरगम करणंसुद्धा मला आवडतं, पण लयीच्या अंगाने केलेली सरगम जास्त प्रभावी होऊ शकते, असं वाटतं. मध्यलयीतल्या रचनेमध्ये किंवा द्रुतलयीत सरगमचा अधिक वापर करावा, असं माझं मत आहे.

आपण पुढे संगीत प्रवीणही केलंत, ते कोणाच्या मार्गदर्शनाखाली?

त्याकरता मला पं. केशवबुवा इंगळे ह्यांचं मार्गदर्शन मिळालं. 'प्रदीपकी'सारखे अनवट रागही त्यांनी मला शिकवले. त्यातली एक चीज म्हणतो...

प्रात्यक्षिक ८ : राग प्रदीपकी

तुम्ही नेहमी गाता, ती खट रागातली बंदिशही फार सुंदर आहे. ती ऐकवता का?

बैजूनायकांची, खट रागातली, तीन अंतरे असलेली ही रचना मी पं. के. जी. गिंडे यांचं आकाशवाणीवरचं गाणं ऐकून बसवली आहे. तुम्हाला असं चौफेर लक्ष ठेऊन सगळीकडून ग्रहण करावं लागतं. चांगलं गाणं ऐकणं, हेसुद्धा उत्तम शिक्षणच आहे. अर्थात, त्याबरोबर तुमची मेहनत हवीच.

प्रात्यक्षिक ९ : खट – झपताल

तुम्ही अनेक अनवट राग गाता, शिकवता...

हो, त्याबाबत मी अतिशय भाग्यवान आहे. माझ्या गुरूंकडून मला जयंत मल्हार, कानडा मल्हार, कुकुभ बिलावल, सरपरदा बिलावल, शुक्ल बिलावल, हेम कल्याण, दुर्गा कल्याण, जैत कल्याण, त्रिवेणी, गोपिका बसंत, मियाकी सारंग, बडहंस सारंग, लंकादहन सारंग, चंपक अशी अनेक रागरूपं मिळाली आहेत. यांतला चंपक राग थोडा ऐकवतो...

प्रात्यक्षिक १० : राग चंपक

बुवा, तुमची गायकी ग्वाल्हेर घराण्याची आहे आणि इतर घराण्यांचेही संस्कार तुमच्या गायनात दिसून येतात. अजून कोणाचा प्रभाव तुमच्या गाण्यावर आहे?

मला जे जे आवडलं, पटलं त्या संगीतविचारांचा स्वीकार करण्याचा मी प्रयत्न केला. आग्रा घराण्याची गायकी मला विशेष भावते. के. जी. गिंडे, सी. आर. व्यास, एस. सी. आर भट यांचं गाणं आवडतं. परज रागातल्या पं. दिनकर कायकिणींच्या एका चीजेचा नमुना ऐकवतो...

प्रात्यक्षिक ११ : राग परज – *मै क्यूं गयी जमुना*

बुवा, मैफिलींमधून तुम्ही ख्याल गायनाबरोबरच ठुमरी, टप्पाही सादर करता, पण ग्वाल्हेर घराण्यात ठुमरी फारशी म्हणली जात नाही...

हो, पण मी ठुमरी शिकलो आहे. यावरून एक आठवण सांगतो. मी तेव्हा तळेगावहून पुण्याला, विनायकबुवांकडे शिकायला जात असे. त्यांच्या पत्नी - ज्यांना आम्ही अक्का म्हणत असू - त्यांना ठुमरी गायन विशेष आवडत असे. त्या मला आवर्जून ठुमरी म्हणायला लावायच्या. त्या म्हणायच्या, 'कमलाकर, बापूरावांचं (डी. व्ही. पलुस्कर) एखादं भजन आणि एक ठुमरी ऐकवा. मग तुम्ही तळेगावला परत जा.'

बुवा, संगीतपरीक्षांविषयी तुमचं काय मत आहे?

मला वाटतं, परीक्षेपुरतं गाणं शिकणं, हे फारच मर्यादित असल्याने परीक्षेला बसण्यापूर्वी काही वर्षं फक्त गायकीचा अभ्यास झाला पाहिजे. नंतर रागांची तयारी झाली की मग परीक्षा द्याव्यात. अभ्यासक्रम डोळ्यासमोर ठेवून मर्यादित कालावधीत तयारी केल्यामुळे रागांची विस्तृत ओळख जरी होत नसली, तरी अनेक रागांच्या अशा अभ्यासाचा विद्यार्थ्यांना फायदा होतो. परीक्षार्थी कलाकार होऊ शकतील, अशी अपेक्षाही नसते. कारण कलाकार होण्यासाठी कलेचा व्यासंग, प्रचंड कष्टाची तयारी आणि भरपूर रियाज आवश्यक असतो.

तुम्ही नवीन बंदिशी बांधल्या आहेत. त्या प्रकाशित करण्याचा विचार आहे का? आणि आपल्या परंपरागत बंदिशी असतानाही नवीन बंदिशी बांधण्याचा प्रयत्न व्हावा का?

हो, जरूर व्हावा. संगीत हे परिवर्तनशील असल्यामुळे काळानुरूप त्यात आवश्यक बदल व्हायला हवेत. विविध बंदिशींमधून एकाच रागाचं वेगवेगळं दर्शन आपल्याला होऊ शकतं. परंपरेतलं जुनं ते सोनं कायम ठेऊन नवनवीन उत्तम बंदिशी जरूर केल्या जाव्यात.

तुमची एखादी बंदिश ऐकवा ना!

राग हिंडोलमध्ये, मत्ततालामध्ये एक बंदिश केली आहे. ती ऐकवतो...

प्रात्यक्षिक १२ : राग हिंडोल – मत्तताल

आजच्या तरुण गायकांना तुम्ही काय सांगाल?
पूर्वीपेक्षा आता काळ बदलला आहे. खूप काही सहज मिळतंय त्यांना. अनेक माध्यमांची मदत मिळते आहे. त्याचा त्यांनी जरूर फायदा घ्यावा. आताच्या विद्यार्थ्यांकडे साधनं खूप आहेत, पण त्यांची साधना कमी पडते, असं मला वाटतं. गुरूंवर संपूर्ण श्रद्धा हवी, सातत्य हवं आणि कठोर मेहनतीला पर्याय नाही.

आपल्या एकसष्ठीच्या निमित्ताने आपला संगीत-प्रवास आम्हाला जाणून घेता आला. पुढच्या वाटचालीसाठी मी आपल्याला शुभेच्छा देतो!
धन्यवाद! परमेश्वराजवळ हीच प्रार्थना की, विद्यादानाचं हे कार्य माझ्या हातून अखंड चालू राहू दे!

❖◆❖

यातील प्रात्यक्षिक स्वरूपात केलेले गायन ऐकण्यासाठी क्यूआर कोड स्कॅन करावा किंवा या लिंकवर क्लिक करावे.

https://youtube.com/playlist?list=PLxsxVopwsAaVyr2lEHpJ_6obbeoiQ3Y-d

काही सांगीतिक संकल्पना

- **संगीत :** यात गायन, वादन आणि नृत्य या तीनही प्रकारांचा समावेश असतो.
- **नाद आणि स्वर :** संगीतोपयोगी ध्वनी म्हणजे नाद आणि विशिष्ट कंपनसंख्येचा नाद म्हणजे स्वर.
- **स्वर आणि श्रुति :** षडज - सा, रिषभ - रे, गांधार - ग, मध्यम - म, पंचम - प, धैवत- ध, निषाद - नि. हे सात शुद्ध स्वर आणि या स्वरांची स्थाने (कंपन संख्या) बदलून पाच कोमल व तीव्र स्वर असे एकूण १२ स्वर आहेत. या निश्चित स्वरांमधल्या कंपनसंख्यांमधून अनेक स्वर निर्माण होतात. त्यांनी श्रुति असे म्हणतात.
- **स्वरलगाव :** स्वर गाण्याची पद्धत. एकच स्वर अनेक तऱ्हेने गायला जातो. ज्या पद्धतीने स्वर गायला जातो त्यानुसार त्याचा परिणाम होत असतो. त्यामुळे एकच स्वर वेगवेगळ्या रागांमध्ये गाताना त्या रागाच्या प्रकृतिनुसार गाणे अपेक्षित असते.
- **सप्तक :** सा, रे, ग, म, प, ध, नि या सात स्वरांचा समूह. मंद्र, मध्य आणि तार अशी तीन सप्तके असतात.
- **पूर्वांग :** सप्तकाचा पूर्वार्ध
- **उत्तरांग :** सप्तकाचा उत्तरार्ध
- **स्वरवाक्य :** रागातील स्वरांची गुंफण केलेला अर्थवाही समूह. याला फ्रेज असेही म्हणले जाते.
- **खर्जसाधना :** मंद्र आणि अतिमंद्र सप्तकातले स्वर गाण्याचा रियाज, जो सहसा पहाटे केला जातो.
- **अलंकार, पलटे :** रियाजाकरता तयार केलेल्या स्वरांच्या नियमबद्ध रचना. यांचा उपयोग आवाज तयार करण्याकरता आणि तानेमध्ये केला जातो.
- **आरोह :** स्वरांचा चढता क्रम - सा रे ग म प ध नि सां
- **अवरोह :** स्वरांचा उतरता क्रम - सां नि ध प म ग रे सा
- **आलाप :** संथलयीत केलेला स्वरांचा विस्तार
- **बोलआलाप :** बंदिशीचे शब्द घेऊन गायलेले आलाप
- **तान :** द्रुत गतीमध्ये केलेली स्वररचना
- **सरळ तान :** आरोही / अवरोही स्वरांचा क्रम असलेली तान.

- **कूट तान :** वक्र पद्धतीने स्वरांचा क्रम असणारी तान
- **राग :** 'रंजयति इति रागः' जो रंजन करतो तो राग असे म्हणले आहे. स्वरांच्या सुसंगत आणि नियमबद्ध रचनेला राग म्हणतात.
- **रागाचं चलन :** रागनियमानुसार आरोह-अवरोहात रागस्वरूप स्पष्ट करणारी स्वरावली
- **आम राग :** सर्वसाधारणपणे ऐकायला मिळणारे राग. असे राग जास्त विस्तारक्षम असतात.
- **अनवट राग :** जे राग प्रचलित नसल्याने फारसे गायले/वाजवले जात नाहीत, असे राग.
- **सरगम :** आकारात न गाता सा, रे, ग, म, प, ध, नि असा स्वरांचा उच्चार करून गाणे.
- **बंदिश :** गायन / वादन / नृत्यात सादर केली जाणारी सांगितिक रचना. याला चीज असेही म्हणले जाते.
- **स्थायी :** बंदिशीचा पहिला अर्धा भाग. याला अस्ताई असेही म्हणले जाते.
- **अंतरा :** बंदिशीचा दुसरा अर्धा भाग
- **नोम-तोम :** 'आ-र-न -रि -ना- नू- ते- र -न' अशा अक्षरांचा वापर करून ध्रुपद तसेच ख्याल गायकीत सुरुवातीला केलेली आलापी, जी तालामध्ये निबद्ध नसते. संथ गतीने याची सुरुवात होते आणि मग हळूहळू लय वाढवली जाते. सतार / सरोद यांसारख्या वाद्यांमध्ये या संकल्पनेवर आधारित आलाप-जोड-झाला असे क्रमाने वाजवण्याची परंपरा आहे.
- **कामगत :** गायन अथवा वादन करताना सुचलेल्या कल्पनेचा विस्तार करून रंगत निर्माण करणे.
- **अष्टांग गायकी :** सर्वांगसुंदर, परिपूर्ण अशी गायनपद्धती.
- **कोठीवाले गवई :** विविधता असलेल्या वेगवेगळ्या घराण्यातील अनेक बंदिशींचा संग्रह असलेले गायक.
- **शब्दांची कहन :** बंदिशीतील शब्द म्हणण्याची पद्धत
- **षड्ज भरणे :** रागातील विविध स्वरावलींनी षडजाचे वलय तयार करून स्थिर सा लावणे.
- **मूर्छना :** षड्जापेक्षा वेगळ्या स्वराला सा कल्पून काही वेळापुरता निराळ्या रागाचा आभास निर्माण करणे. उदाहरणार्थ, ललत गाताना त्यातील मध्यमाला सा करून गायले तर तोडी राग होतो.

- **हरकत :** विविधता आणण्याकरता बंदिशीतील शब्द वेगळ्या प्रकारे म्हणणे
- **गमक :** आंदोलन / कंपयुक्त स्वर म्हणणे
- **मींड :** एका सुरावरून दुसऱ्या स्वरावर सलगपणे जाणे
- **घराणे :** गायन / वादन सादर करण्याची विशिष्ट पद्धत. पूर्वीच्या काळी ज्या शहरातल्या गवयांनी आणि त्यांच्या शिष्यवर्गाने ही गायनपद्धती प्रथम सुरू केली त्या शहराच्या नावाने ते घराणे ओळखू येऊ लागले. उदाहरणार्थ, ग्वाल्हेर घराणे, आग्रा घराणे, जयपूर घराणे इत्यादी.
- **लय :** गायन / वादनाची गती (वेग). (इंग्लिश शब्द - टेंपो) जी स्थिर किंवा बदलती असू शकते.
- **लयीचे प्रकार :** अतिविलंबित - अतिशय सावकाश, विलंबित- सावकाश, मध्य-मध्यम, द्रुत -जलद, आणि अतिद्रुत-अतिजलद. सावकाश, मध्यम आणि जलद या संकल्पना सापेक्ष आहेत.
- **लयकारी :** मूळ लय ही एकपट असे गृहित धरून त्याच्या निमपट,पावपट, दीडपट, दुप्पट अशा लयींमध्ये बोल करणे/म्हणणे.
- **मात्रा :** लय आणि ताल मोजण्याचे परिमाण
- **ताल :** 'तालः कालक्रियामानम' म्हणजे स्वरांना (गाण्याला) कालखंडाशी बांधण्याचे काम ताल करतो. (कर)तल (मराठी अर्थ - हाताचा तळवा) या संस्कृत शब्दावरून ताल ही संकल्पना आली आहे. टाळी वाजवून म्हणजे आघात करून (सशब्द) किंवा टाळी न वाजवता (निःशब्द क्रिया) कालमापन करणारी विशिष्ट आणि सुसंगत रचना.
- **ठेका :** तालाचे परिवर्तित (सुगम) रूप. ताल हा सांगाडा (स्ट्रक्चर) आहे, तर ठेका हे शरीर आहे जे वेगवेगळी रूपं घेऊ शकते. ताल व ठेका हे व्यवहारात समानार्थी शब्द म्हणून वापरले जातात, पण त्यात फरक आहे. एकाच तालाचे जास्त ठेके असू शकतात.
- **सम :** तालाची पहिली मात्रा
- **आवर्तन :** तालाच्या समेपासून समेपर्यंत, म्हणजे तालाच्या एकदा केलेल्या वादनाचा काल. उदाहरणार्थ, त्रितालात १६ मात्रा वाजवण्याचा काल. एक आवर्तन पूर्ण झाल्यावर पुढील आवर्तन सुरू होते.
- **खाली आणि भरी :** तालाचे दोन भाग करून त्यातील पहिल्या अर्ध्या भागाला भरी तर पुढील अर्ध्या भागाला खाली असे म्हणतात.
- **पढंत :** हाताने टाळी वाजवून तालाचे आवर्तन दाखवत असतानाच समेपासून

तबला / पखवाज / कथक नृत्याचे बोल म्हणण्याची क्रिया.

- **तबलजी :** तबलावादक, पखवाजिया - पखवाज वादक
- **मुखडा :** बंदिश म्हणताना समेवर येण्याकरता बंदिशीचा निवडलेला शब्दसमूह.
- **साहित्य (मॅटर) :** गायन-वादनात सादर केले जाणारे राग / बंदिशी / रचना इत्यादि साहित्य. हे वाचून / ऐकून समजून घेता येते; पण ते प्रत्यक्षात कसे गायचे किंवा वाजवायचे म्हणजे मॅनर, हे मात्र गुरुमुखातून शिकावे लागते.
- **उपज अंग :** पूर्वनियोजित सादरीकरणात उत्स्फूर्ततेने केलेला आविष्कार ज्यामुळे सादरीकरणात नावीन्य येते.

सूचना : या शास्त्रीय व्याख्या नाहीत, तर मुलाखतींमध्ये व्यक्त झालेल्या सांगीतिक संकल्पना वाचकांना समजाव्या या हेतूने त्याविषयीची माहिती इथे दिली आहे.

लेखक परिचय

अरविंद शंकर परांजपे

अरविंद परांजपे यांना लहानपणापासूनच आई-वडिलांकडून कलेचा वारसा मिळाला आणि मामा पं. कमलाकर जोशी यांच्यामुळे शास्त्रीय संगीताची गोडी लागली. त्यांनी पं. जी. एल. सामंत आणि पं. सुरेश तळवलकर यांच्याकडे तबल्याचे शिक्षण घेतले आहे; साथसंगत आणि एकल तबलावादनाचे देश-विदेशात कार्यक्रम केले आहेत. तबला या वाद्याची सप्रयोग ओळख करून देणारा 'तब भी बोला' हा विशेष कार्यक्रम ते सादर करतात. 'कलापिनी, तळेगाव' आणि 'दाबके ट्रस्ट, पुणे' यांच्यातर्फे शास्त्रीय संगीताच्या प्रसारासाठी मैफिली, कार्यशाळा आणि व्याख्यानांचे ते आयोजन करतात. त्यांनी बीएससी, सीएस आणि सीएमए या पदव्या घेतल्या असून व्यवसायाने ते अर्थसल्लागार आहेत. आर्थिक विषयावर विपुल लेखन केलेल्या अरविंद परांजपे यांची 'धनवृद्धीसाठी म्युच्युअल फंड' (सकाळ प्रकाशन) व 'मंत्र गुंतवणुकीचा' (राजहंस प्रकाशन) ही पुस्तकेही प्रसिद्ध झाली आहेत.

वेबसाईट : www.arvindparanjape.in

ईमेल : asparanj@gmail.com । sangeetsamwad@gmail.com

संपदा मंदार थिटे

संगीत अलंकार, एम.ए. (ललित कला केंद्र, पुणे विद्यापीठ)

गाण्याचे शिक्षण वडील पं. कमलाकर जोशी, विदुषी जयश्री पाटणेकर आणि डॉ. माधुरीताई जोशी ह्यांच्याकडे घेतले आहे. नाट्यसंगीतासाठी त्यांना गुरूवर्या जयमालाबाई शिलेदार ह्यांचे विशेष मार्गदर्शन लाभले आहे. नाट्यसंगीतातील शोधनिबंधासाठी केंद्र सरकारच्या संस्कृती मंत्रालयातर्फे दोन वर्षांकरता दिली जाणारी अभ्यासवृत्ती मिळाली होती. 'कलापिनी'ने निर्मिलेल्या संगीत नाटकांत त्यांनी प्रमुख भूमिका केल्या आहेत. राज्यस्तरीय संगीत नाट्य स्पर्धेत रौप्यपदक मिळाले आहे. त्यांना नाट्यपरिषद पुणे, तळेगाव, पिंपरी चिंचवड शाखांचा युवा गौरव पुरस्कार आणि पुणे मराठी ग्रंथालयाचा नरहरबुवा पाटणकर पुरस्कार मिळाले आहेत.

'स्वरकमलांजली', 'देणे गंधर्वांचे', 'शरदाची स्वरसंपदा' ह्या सीडींमध्ये त्यांनी गायन केले आहे. दूरदर्शनवर तसेच देश-विदेशात त्यांचे सुगम संगीताचे आणि नाट्यसंगीताचे कार्यक्रम होत असतात. याबरोबरीने त्या संगीत अध्यापनही करतात.

ईमेल : sampadamthite@gmail.com

* 9 7 8 9 3 8 9 8 3 4 8 2 6 *
FCW - #0183 - 061026 - C0 - 216/140/18 - PB - 9789389834826 - Matt Lamination